சரோஜா திறக்கும் உலகம்
தேர்ந்தெடுத்த சிறுகதைகள்

சரோஜா திறக்கும் உலகம்

தேர்ந்தெடுத்த சிறுகதைகள்

சரோஜா ராமமூர்த்தி (22 ஜூலை, 1922 – 8 ஆகஸ்ட், 1991)

1922ல் பிறந்த சரோஜா ராமமூர்த்தியின் முதல் சிறுகதை 1939இல் வெளியாயிற்று. அதன்பின் தன் வாழ்நாளில் நூற்றுக்கணக்கான சிறுகதைகளும் எட்டு நாவல்களும் இரண்டு குறுநாவல்களும் எழுதிப் பலரும் படித்து மகிழ்ந்து, மதித்த எழுத்தாளராய் இருந்தார். பல இலக்கிய ஆளுமைகளின் பாராட்டுகளைப் பெற்றார். நாடகத்தனமான திருப்பங்கள் இல்லாமல் உண்மைக்கு ஒத்ததாக எழுதுபவர் என்று க.நா. சுப்ரமணியத்தால் பாராட்டப்பட்டவர். “எழுதி எழுதி, மெருகேறிய கை” என்று கி.வா. ஜகந்நாதன் அவர்களால் பாராட்டப்பட்டவர். “நீரோட்டம் போல் செல்கிற உங்கள் தமிழ் நடை மிக அழகாக இருக்கிறது” என்று மனமாரப் புகழ்ந்தார் மு. வரதராசன் அவர்கள். “சிறப்பான எழுத்து” என்று சாமிநாத சர்மா அவர்கள் பாராட்டிய போது “தங்களைப் போன்ற மூதறிஞர்களின் பாராட்டைத்தான் பெரிதாக மதிக்கிறேன்” என்று நன்றி தெரிவித்தார்.

நாட்டின் சுதந்திரத்துக்குப்பின் மாறிவரும் காலத்தில் குடும்பம் எனும் நிறுவனத்தில் ஏற்படும் உறவுச் சிக்கல்கள், அதில் உழலும் பெண்கள், ஆண்கள், குழந்தைகள் இவர்களின் மன உணர்வுகளை நுணுக்கமாகக் கவனித்து எழுதியவர். வாழ்க்கையை அழகானதாகவும் அர்த்தமுள்ளதாகவும் மாற்றிக்கொள்ளச் செய்யும் முயற்சிகளில் தடுக்கிவிழுந்தும் எழுந்தும் வாழ்க்கையை நடத்திச்செல்லும் பலரின், முக்கியமாகப் பெண்களின், ஆழ் மன இச்சைகள், உறுத்தல்கள், கோபதாபங்கள், சமரசங்கள் இவை குறித்து மனிதநேயத்துடன் தனக்கே உரிய பாணியில் எழுதிய எழுத்தாளர்களில் மிகவும் முக்கியமானவர்.

காஞ்சி பரமாசார்யாரிடம் ஆழ்ந்த பக்தி கொண்டிருந்த சரோஜா ராமமூர்த்தி ஒரு கால கட்டத்தில் எதோ ஒரு வகையில் விரக்தியடைந்து எழுதுவதை நிறுத்தி, எப்போதுமே அவரை வழிநடத்திய ஆன்மிகத்தில் முழுவதுமாக ஈடுபட்டார். தன் பெண்களும் மகன்களும் தங்கள் வாழ்க்கை குறித்துச் செய்த எல்லாத் தேர்வுகளையும் ஆதரித்து உறுதுணையாக இருந்தார். 1991 ஆகஸ்ட் மாதம் எட்டாம் தேதி, தனது எழுபதாம் வயதில் இரு வாரங்களுக்கு முன்புதான் அடியெடுத்துவைத்திருந்த சரோஜா, இதுவரை பிரியாத தன் அன்புக் கணவர் து. ராமமூர்த்தியைத் தனிமையில் தவிக்கவிட்டுக் காலமானார்.

பதிப்பாசிரியர்

அம்பை (பி. 1944)

இயற்பெயர் டாக்டர் சி.எஸ். லக்ஷ்மி. வரலாற்றாசிரியர்; புது தில்லி ஜவஹர்லால் நேரு பல்கலைக்கழகத்தில் முனைவர் பட்டம் பெற்றவர். நாற்பது ஆண்டுகளாகப் பெண்கள் வரலாறு, வாழ்க்கை பற்றிய ஆய்வில் ஈடுபட்டிருப்பவர். பெண் எழுத்தாளர்கள், பெண் இசைக் கலைஞர்கள், பெண் நடனக் கலைஞர்கள் குறித்து இவர் மேற்கொண்ட ஆய்வுகள் *The Face Behind the Mask, The Singer and the Song, Mirrors and Gestures* என்னும் புத்தகங்களாக வெளிவந்துள்ளன.

சிறுகதைத் தொகுதிகள் 'சிறகுகள் முறியும்' (1976), 'வீட்டின் மூலையில் ஒரு சமையலறை' (1988), 'காட்டில் ஒரு மான்' (2000), 'வற்றும் ஏரியின் மீன்கள்' (2007), 'ஒரு கறுப்புச் சிலந்தியுடன் ஓர் இரவு' (2013), 'அந்தேரி மேம்பாலத்தில் ஒரு சந்திப்பு' (2014) 'சிவப்புக் கழுத்துடன் ஒரு பச்சைப் பறவை' (2019), 'ஸாரஸ் பறவை ஒன்றின் மரணம்' (2019). இவரின் கதைகள் ஆங்கிலத்தில் *A Purple Sea, In a Forest, A Deer, Fish in a Dwindling Lake, A Night With a Black Spider, A Meeting On the Andheri Over Bridge* என ஐந்து தொகுதிகளாக மொழிபெயர்க்கப்பட்டிருக்கின்றன.

ஆங்கிலத்தில் மொழிபெயர்க்கப்பட்ட இரோம் ஷர்மிலாவின் *Fragrance of Peace* கவிதைத் தொகுப்பைத் தமிழில் 'அமைதியின் நறுமணம்' (2010) என்ற தலைப்பில் மொழிபெயர்த்திருக்கிறார். விளக்கு அமைப்பின் புதுமைப்பித்தன் விருது (2005), டொரான்டோ பல்கலைக்கழக தமிழ் இலக்கியத் தோட்டத்தின் வாழ்நாள் இலக்கிய இயல் விருது (2008), தமிழக அரசின் கலைஞர் மு. கருணாநிதி பொற்கிழி (2011), சென்னைப் பல்கலைக்கழகத்தின் இலக்கியத்தில் உன்னதத்திற்கான விருது (2011), 'சிவப்புக் கழுத்துடன் ஒரு பச்சைப் பறவை' நூலுக்காக சாகித்திய அகாதெமி விருது (2021) முதலானவற்றைப் பெற்றிருக்கிறார்.

SPARROW (Sound & Picture Archives for Research on Women) என்னும் பெண்கள் ஆவணக் காப்பகத்தை மும்பையில் 1988இல் நிறுவி அதன் இயக்குநராகச் செயல்பட்டுவருகிறார்.

சரோஜா ராமமூர்த்தி

சரோஜா திறக்கும் உலகம்
தேர்ந்தெடுத்த சிறுகதைகள்

பதிப்பாசிரியர்
அம்பை

காலச்சுவடு பதிப்பகம்

அன்பார்ந்த வாசகருக்கு,

வணக்கம்.

காலச்சுவடு நூலை வாங்கியமைக்கு நன்றி.

நூலின் உள்ளடக்கம், உருவாக்கம், அட்டைப்படம் இன்ன பிற அம்சங்கள் பற்றிய உங்கள் கருத்துகளையும் ஆலோசனைகளையும் காலச்சுவடு வரவேற்கிறது. தகவல், எழுத்து, வாக்கியப் பிழைகள் தென்பட்டால் கட்டாயம் தெரிவித்து உதவுங்கள். நூல் தயாரிப்பில் கடும் குறைபாடு இருப்பின் மாற்றுப் பிரதி உங்களுக்குக் கிடைக்கக் காலச்சுவடு ஏற்பாடு செய்யும்.

மின்னஞ்சல்: publisher@kalachuvadu.com

காலச்சுவடு நாகர்கோவில் தலைமையகத்துக்கும் கடிதம் அனுப்பலாம்.

தங்கள்
எஸ்.ஆர். சுந்தரம் (கண்ணன்)
பதிப்பாளர் — நிர்வாக இயக்குநர்

சரோஜா திறக்கும் உலகம் தேர்ந்தெடுத்த சிறுகதைகள் ❖ ஆசிரியர்: சரோஜா ராமமூர்த்தி ❖ பதிப்பாசிரியர்: அம்பை ❖ © சி.எஸ். லக்ஷ்மி ❖ முதல் (குறும்) பதிப்பு: டிசம்பர் 2022, இரண்டாம் பதிப்பு: ஜூலை 2023 ❖ வெளியீடு: காலச்சுவடு, 669 கே.பி. சாலை, நாகர்கோவில் 629001 ❖ அட்டைப் புகைப்படமும் உள்ளோவியங்களும் SPARROW (Sound & Picture Archives for Research on Women) ஆவணக் காப்பகத்தின் Special Collectionsஇலிருந்து பெறப்பட்டவை. அட்டைப் புகைப்படம் 1937இல் சென்னை ஸ்டூடியோ ஒன்றில் அவருடைய 16/17 வயதில் எடுக்கப்பட்டது.

saroojaa tiRakkum ulakam Selected Stories ❖ Author: Saroja Ramamurthi ❖ Edited by Ambai ❖ © C.S. Lakshmi ❖ Language: Tamil ❖ First (Short) Edition: December 2022, Second Edition: July 2023 ❖ Size: Demy 1 x 8 ❖ Paper:18.6 kg maplitho ❖ Pages:296

Published by Kalachuvadu, 669, K.P. Road, Nagercoil 629001, India ❖ Phone: 91-4652-278525 ❖ e-mail: publications@kalachuvadu.com ❖ Printed at Adyar Students Xerox Pvt.Ltd., No. 275 Habibullah Road, Triplicane High Road, Opp Triplicane Post Office, Triplicane, Chennai 600005

ISBN: 978-93-5523-250-2

சரோஜாவுக்கும் து.ராமமூர்த்திக்கும்

பொருளடக்கம்

என் முன்னுரை: து. ராமமூர்த்தி	11
பதிப்புரை: சரோஜாவின் கதைகள் சொல்லும் கதைகள்: அம்பை	41
1. புது வெள்ளம்	61
2. பிச்சைக்காரன்	66
3. நவராத்திரிப் பரிசு	71
4. மீனாக்ஷியின் வீணை	78
5. மூன்று உள்ளங்கள்	84
6. பாகீரதி	93
7. அவள்	100
8. வரதட்சிணை!	107
9. நம்பிக்கை	114
10. அம்மாவின் அன்பளிப்பு	122
11. வாழ்வின் ஒளி	129
12. கதிரவனே சாட்சி	136
13. கதையும் கன்னியும்	148
14. சுடர்க் கொழுந்து	156
15. வடு	168
16. நினைவு	178
17. வாழ்க்கை ஒரு நம்பிக்கை	186

18.	எங்கள் ரோஸி	194
19.	நாளைக்கு?	206
20.	ராமி	214
21.	வாழ்க்கை ஒரு சாதனை	225
22.	தெளிவு	234
23.	தண்டனை	251
24.	கூண்டுக் கிளி	260
25.	பரிசப் பணம்	269
26.	கௌரி	278
27.	மழை	287

என் முன்னுரை

து. ராமமூர்த்தி

ஸரோஜா ராமமூர்த்தியின் 'வெறும் கூடு' என்ற சிறுகதைத் தொகுப்புக்கு முன்னுரை எழுதிய அம்பை ஸரோஜா ராமமூர்த்தியின் எழுத்தைப்பற்றி நிறையவே சொல்லி இருக்கிறார்.

50 ஆண்டுகள் என்னுடன் வாழ்க்கையைப் பகிர்ந்துகொண்ட ஸரோஜா என்கிற பெண்ணைப் பற்றியும் அவளது குணாதிசியங்கள்பற்றியும் நிறைய எழுதவேண்டும் என்று நான் ஆசைப்படுகிறேன்.

இல்லாத சுகங்களோடு, துக்கங்கள், கஷ்டங்கள், சாகசங்கள், கோபதாபம், சோதனைகள், குழப்பங்கள், வெற்றி தோல்விகள், எதிர்பார்ப்புகள், நம்பிக்கைகள், அவை நிறைவேறாமற்போன ஏமாற்றம், அதனால் மன உளைச்சல், இறுக்கம் – எல்லாமே, ஒரு சராசரிப் பெண்ணின் வாழ்க்கையில் நேராத, அநேகமாக நேர வாய்ப்பில்லாத அனுபவங்கள்–அவள் வாழ்க்கையில்.

வெற்றி கண்டபோது தலை நிமிர்ந்து நின்றாள். தோல்வியால் தளர்ந்து போகவில்லை.

எதிர்பார்பார்ப்புகள் ஈடேறாமற்போன ஏமாற்றங்கள் அவள் மனத்தை உடைத்தன.

இறுதிக் காலத்தில் நோயுடன் போராடினாள். அது அவள் உடலை விழுங்கியது. மனநோய் அவள் உயிரை விழுங்கியது.

நான் ஏன் அவசரப்படுகிறேன்?

இந்த முன்னுரையை எழுதிமுடிக்கவேண்டும் என்கிற அவசரம் எனக்கு. ஏனெனில் நானும் என் வாழ்வின் இறுதிக் கட்டத்தில் இருக்கிறேன்.

இளங்கன்று

ஆண்டு - 1938; செப்டம்பர் மாதம்.

நவராத்திரிக் கொலு அமர்க்களப்படுகிறது.

மாலை சுமார் மணி ஐந்து.

அறையில் அமர்ந்து படித்துக்கொண்டிருக்கிறேன்.

கூடத்தில், கொலுவுக்கு வந்த பெண்களின் சளபள சப்தம்.

சப்தத்தைப் பிளந்துகொண்டு, ஓர் இனிமையான குரல் பாடத் தொடங்குகிறது.

மானச குருகுஹ... நீரஜாக்ஷி காமாக்ஷி...

டி.கே. பட்டம்மாள் இசைத்தட்டில் பாடிய பாட்டுக்கள். அதே பாணியில், சற்றும் பிசகாமல் - ஆனால் இன்னும் இனிமையான இளங்குரலில்!

யார் இவ்வாறு கிராமபோன் தட்டை வைத்துப் பாட்டைக் கேட்டு கேட்டு, பாடக் கற்றுக்கொண்டது?

அறையை விட்டு வெளிப்பட்டு, தாழ்வாரத் தூணைப் பிடித்து நின்றபடி பார்க்கிறேன்.

பாட்டு முடிந்ததும், எல்லாப் பெண்களும், வெற்றிலை, பாக்கு, பழம், சுண்டல் பெற்றுக்கொண்டார்கள். எழுந்தார்கள்.

வரேன் மாமி!...

வரேன் மாமி!...

வரேன் மாமி!...

என் தாயாரிடம் விடை பெற்றபின்,

மூன்று பெண்கள் வெளியே போகிறார்கள்.

இருவர் நடுத்தர வயசு.

ஒருத்தி இளம் பெண். வயசு சுமார் பதினெட்டு.

அவள் என்னைக் கடந்து, ரேழிக்குள் நுழையப்போகையில், முகத்தை நிமிர்த்தி ஒரு பார்வை பார்க்கிறாள். நடந்து விடுகிறாள். பார்வை, கண்களை மட்டும் அல்ல, மனசையே குத்துகிறது.

"நீதானா நான் கேள்விப்பட்ட, கதை எழுதுகிற இளைஞன்?"

கேள்வியை அவள் வாய் கேட்கவில்லை.

பார்வை கேட்டது. அதே கேள்வியை என் மனம் கேட்டது; "நீதான் கதை எழுதுகிற பெண்ணா?" இது முதல் சந்திப்பு. பார்வையால் நேர்ந்த சந்திப்பு.

அவளுடைய முதல் கதை பதினைந்தாவது வயதில் பிரசுரமாயிற்று கலைமகள் பத்திரிகையில். [பதினாறாவது வயதில் என்றுதான் சரோஜா ராமமூர்த்தி சொல்கிறார் ஒரு கட்டுரையில். ஆனால் முதல் கதை என்று சரோஜா ராமமூர்த்தி கட்டுரையில் குறிப்பிடும் கதை வெளிவந்தது அவருக்குப் பதினேழு வயதாக இரு வாரங்கள் இருக்கும்போதுதான். – பதிப்பாசிரியர்]

அவள் சிநேகிதிகள் சொன்னார்களாம்: "பக்கத்துத் தெருவில் கதை எழுதுகிற இளைஞன் ஒருவன் இருக்கிறான்."

இருவரும் மறுபடி சந்திக்கவில்லை!

அந்தக் காலத்தில் கட்டுத்திட்டங்கள் அதிகம்.

கடிதங்களைப் பரிமாறிக்கொண்டோம்.

1943ல் (ஜனவரி மாதம்) நடந்த திருமணத்திற்கு சுமார் நூறுக்கும் மேற்பட்டக் கடிதங்கள்.

திருமணத்தைப்பற்றி தகப்பனாரிடம் அவள் பேசினாள். அவள் தாய் மாமன் –அவளை விட இரண்டு மாதங்கள் சின்னவன் – பேசினான். அவள் அத்தை பேசினாள்; சிற்றப்பாக்கள் பேசினார்கள்; உறவினர்கள் எல்லோரும் பேசினார்கள்.

முடியாது என்று கண்டிப்பாக ஒப்புதல் தர மறுத்தார் தகப்பனார். "சகோத்திரத்தில் கல்யாணம் செய்துகொள்ள நான் ஒப்பமாட்டேன்." இது வெறும் கல்லுளிமங்கத்தனம்.

உண்மைக் காரணம் வேறு!

மனைவியை இழந்த அவருக்கு இவள் தம்பிகள் இரண்டு பேர்; கண் பார்வை முற்றிலும் இழந்த பாட்டி ஒருத்தி (90 வயது). அவருக்கு நடுத்தர வயது.

குடும்பத்தைக் கவனிக்கவும் சமைத்துப்போடவும் இவள்தான் தேவைப்பட்டது. அத்துடன் பெண்ணின் கல்யாணத்துக்கென்று சல்லிக்காசு அவரிடம் இல்லை. குடும்பம் நடத்துவதே என்னைப் பிடி, உன்னைப் பிடி. சாஸ்திர விரோதம் என்றது

கையாலாகாத, வறட்டு ஜம்பக்காரரான சுயநலக்காரருக்குக் கிடைத்த நொண்டிச் சாக்கு!

அன்னம் பரிமாறுகையில், கல்யாணத்தைப்பற்றிப் பேசிய பெண்ணின் கன்னத்தில், எச்சில் கையால் ஓர் அறை கொடுத்தார். அதில் எப்பவுமே அவர் தாராளம்!

தகப்பனார் உறவை அன்றே உதறினாள் அவள்.

மாமாவுடனும் அத்தையுடனும் புறப்பட்டு, பம்பாய் போய்ச் சேர்ந்தாள். இது நடந்தது 1940ல்.

1943வரையில் பம்பாயிலிருந்து எனக்குக் கடிதங்கள் வந்தன. பத்திரிகையில் அவள் கதைகள் வந்தன.

"நான் வந்து பதிவுத் திருமணம் செய்துகொள்கிறேன்." நான் எழுதினேன்.

ஊரை விட்டுப் போகும் முன், அவள் எங்கள் வீட்டுக்கு வந்தாள்—தன் மாமாவுடன்.

திடும் என்று என் அறைக்குள் பிரவேசித்தாள்.

"அப்பா இஷ்டப்படலேன்னா நீங்கள் என்னைக் கல்யாணம் பண்ணிப்பேளா, மாட்டேளா?" ஒரே கண்டிப்பு!

"நிச்சயமாகப் பண்ணிக்கொள்கிறேன்!"

"அதான் கேட்டேன்! உங்கள் வார்த்தையை நம்புகிறேன். நான் ஊருக்குப் போகிறேன்..."

இது எங்கள் இரண்டாவது சந்திப்பு. பேச்சின் மூலம்.

1940ல் பம்பாய் போனவள், 1943 ஜனவரி மாதம் வரை அங்கேதான் இருந்தாள்! அத்தையுடனும் மாமாவுடனும்.

பம்பாய் செல்ல அப்போது என் கையில் பணம் இல்லை. நான் பெங்களூரில் இருந்தேன் அந்தச் சமயத்தில். என் உடைந்த வளையல் நாவல் தொடர்ச்சியாகப் பத்திரிகையில் வெளியானது. "நான் திருமணம் செய்துகொள்ள முடிவெடுத்திருக்கிறேன். கொஞ்சம் பணம் தேவைப்படுகிறது. சன்மானத்தை முன்கூட்டித் தரமுடியுமா?" பத்திரிகை ஆசிரியருக்கு எழுதினேன். 25 ரூபாய்க்கு ஒரு காசோலையும் வாழ்த்துக் கடிதமும் அனுப்பினார். "இருவரும் சேர்ந்து இலக்கிய சேவை செய்யலாம்." இன்றும் அவரை நன்றியுடன் நினைத்துக்கொள்கிறேன். சன்மானத்துடன் நான் பம்பாய் சென்றேன்.

28-1-43 அன்று, மாலையில் நான், அவள், அவள் சிற்றப்பா, இன்னும் இரண்டு நண்பர்கள்—

திருமண ரிஜிஸ்ட்ரார் (*District of Bombay*) சங்கர் நாரயண் லோட்லிகருக்கு மராட்டிய பிராமண தோற்றம். எங்களைக் கேட்டார்: "இரண்டு பேரும் ஹிந்துக்கள். ஒரே வகுப்பினர். ஏன் சாஸ்திர முறைப்படி கல்யாணம் செய்துகொள்ளக் கூடாது?"

அவள் சிற்றப்பா காரணத்தை விளக்கினார்.

"ஹூம். இதைவிட அது எவ்வளவோ தேவலை இல்லையா? *What a man!*" என்றார் லோட்லிகர்.

'இளங்கன்று' என்று ஏன் இதற்குத் தலைப்புக் கொடுத்தேன்?

அவள் தைரியத்துக்காக.

தகப்பனாரை எதிர்த்தாள். சமூகக் கோட்பாடுகளை எதிர்த்தாள். ஆதரிக்காதவர் எல்லோரையும் எதிர்த்தாள்.

பயம் என்பது அவள் அறியாத ஒன்று.

பாசவலை—மோக வலை—கொசு வலை

லோட்லிகர், திருமணத் தேதி அறிவித்ததும், சம்பிரதாயப்படி நான்கு நாள் முன்னதாகவே பம்பாய் சேர்ந்தேன்.

பம்பாய்க்கு அது என் முதல் பயணம்.

அதனால், பம்பாய் சிங்கிள் ரூம் 'சாலி'ல், அத்தை-மாமா வுடன் வசித்த அவள், என்னைச் சந்திக்க தாதரில் காத்திருந்தாள். தனியாகவே.

"என்ன இப்படி வாடி வதங்கி இருக்கிறாய்?"

"அப்படியா? கல்யாணம் பண்ணிக் கொள்கிறேன் என்றவர், மூன்று வருஷம் காக்க வைத்தால், எப்படி இருப்பேனாம்?"

"மடுங்காவுக்கு எத்தனை ஸ்டேஷன் போகணும்?"

மடமட என்று, வாய்ப்பாடு ஒப்பிக்கிற குழந்தையைப்போல் அவள் ஸ்டேஷன்கள் பெயரைச் சொல்லிக் கொண்டே நடந்தாள்.

"ஏது! மனப்பாடமா?"

"அடிக்கடி சித்தப்பா ஆத்துக்கு வந்து பழக்கம் டொம்பிவிலிக்கி." பெருமை கலந்த வெட்கப் புன்னகையுடன்—

"மறுபடி சொல் பார்ப்போம்"

ஒப்பித்தாள்.

சொன்னவள், என் முகத்தைப் பார்த்து, "போங்கோன்னா! நீங்க என்னைக் கேலி பண்றேள் . . ."

அன்று மாலை ஊர் சுற்றினோம்; இரானி ஒட்டலில் டீ குடித்தோம்.

'சாலு'க்குத் திரும்பிபோது, ஆபீஸிலிருந்து வந்துவிட்ட மாமா, ஷார்ட் ஷாண்ட், டைப்ரைட்டிங் இன்ஸ்டிட்யூட்டுக்குப் போயிருந்தான். வரநேரமாகும் என்றாள் அத்தை.

'சால்' சுமார் 15 அடிக்கு 15 அடி. அதிலே, ஓர் ஓரம் சமையல், சாப்பாடு; தரையில், சுவரில் சாய்ந்தபடி பாயில் அமர்ந்து பேச்சு.

வெளியே, வரிசையாக பாத்ரூம்கள், டாய்லட்டுகள்.

நாங்கள் சாப்பிட்டோம்.

நான் பாத்ரூம் போய்த் திரும்பி வந்தேன்.

மாமா இன்றும் வரவில்லை.

படுக்க பாய்கள் விரிக்கப்பட்டிருந்தன. மூன்று பாய்கள், ஒன்றை ஒன்று ஒட்டினாற்போல்.

"ரயிலில் வந்த களைப்பு! சீக்கிரம் படுத்துக்கோங்களேன்!"

அத்தை, மகன் வருகிறானா என்று பார்க்க, பால்கனியில் நின்றிருந்தாள்.

நாங்கள் சுவரில் சாய்ந்து உட்கார்ந்திருந்தோம்.

ஓரத்துப் பாய்கள் இரண்டிலும் ஒரு தலையணை.

நடுப் பாயில் தலையணைகள் இரண்டு.

நாங்கள் மெதுவான குரலில் பேசினோம்...

"நான் எங்கே படுத்துக்கறது?"

"நடுப் பாயில்"

"அத்தை, மாமா?"

ஓரப் பாய்களைக் கண்ணால் காட்டினாள்.

"நீ?"

"நடுப்பாயில்"

திகைத்தேன்.

"இது யார் ஏற்பாடு?"

"அத்தை . . . அத்தையை என்ன என்று பார்த்தீர்கள்? லேசுப்பட்டவள் இல்லை. மூன்று வருஷமாய் நான் அவளுக்குச் சுமையாக இருக்கிறேன். இதை அடிக்கடி சொல்லிக் காட்டுகிறாள். இத்தனைக்கும், எனக்குப் பத்திரிகைகளிலிருந்து பணம் வருகிறது. இப்போது, நீங்கள் போகும்போது, எப்படியாவது என்னை உங்களோடு அனுப்பத்தான் திட்டம் . . ."

"பாசவலையா?"

"பாசவலையோ, மோக வலையோ! . . ."

"நான், கல்யாணம் செய்துகொண்டு போகத்தானே வந்திருக்கிறேன்?"

"ஊரைப் பார்த்துவிட்டு, என்னையும் பார்த்துவிட்டுத் திரும்பிப்போய்விடுவீர்களோ என்கிற சந்தேகம் அவளுக்கு!"

"கல்யாணத் தேதி குறிப்பிட்டு, ரிஜிஸ்ட்ரார் கடிதம் வந்தபிறகுமா?"

"அத்தை கிராமத்தில் வளர்ந்தவள். படிக்காதவள். தமிழில், கையெழுத்து மட்டுமே போடத் தெரிந்தவள் . . ."

மாமா வந்தான்.

படுக்கைகளைப் பார்த்ததும், முகத்தைக் கடுகடு என்று வைத்துக்கொண்டு, யாருடனும் ஒரு வார்த்தை பேசாமல், பசி இல்லை என்று சாப்பிடாமல், ஒரு பாயில் படுத்துவிட்டான். அத்தை, தன் பாயில் சுருட்டிக் கொண்டு படுத்தாள்.

வேறு வழி இன்றி நாங்கள் நடுப் பாயில் படுத்தோம்.

மெதுவான குரலில் நான்: "மாமா கோபத்தைப் பார்த்தியா?"

"இத்துனூண்டு சின்ன இடத்தில், நாம் ரெண்டு பேர், அவர்கள் மத்தியில் ஒண்ணாகப் படுத்தா? . . ."

மாமாவும் அத்தையும் தூங்குவதுபோல் கிடந்தார்கள்.

இவள் எழுந்திருந்து, கொசுவலை ஒன்றை எடுத்து, நடுப்பாயின் மேல் கட்டினாள்.

"கொசுவலை எதற்கு?"

"கொசு புடுங்கும். ரயிலில் வந்த களைப்போடு எப்படித் தூங்குவீர்கள்?"

தன் தலையணையை எடுத்து, கொசுவலைக்கு வெளியே, அத்தை பக்கத்தில் போட்டு, வெறுந் தரையில் படுத்தாள்.

"எனக்கு ஏன் வந்தோம்னு இருக்கு!"

"நாலு நாள்தானே? பல்லைக் கடிச்சிண்டு இருங்கோ. என் சித்தப்பா, சித்தி, அத்தை மாதிரி இருக்க மாட்டா கல்யாணம் ஆனதும் டொம்பிவிலிக்கு, சித்தப்பா ஆத்துக்குப் போயிடலாம். சித்தப்பா கூப்பிட்டிருக்கார். தனி வீடு, பெரிய இடம் சுற்றிலும் பெரிய தோட்டம். உங்கள் கற்பனா சக்தி சிறகு அடிச்சிண்டு பறக்கும்! நாமும் தாராளமாய் இருக்கலாம்!"

"உன் கற்பனா சக்தி?"

"நான் என்ன, உங்கள் மாதிரி ஆண் ஸிங்கமா?"

"ஸிங்கமா?"

"ஏன்?"

"நாங்கள் சிங்கம்னுதான் சொல்ற வழக்கம். உன்னைப் போல நுனி நாக்கால ஸிங்கம்னு சொல்றதில்லே..."

அப்படியா, ஆண் சிங்கம் அவர்களே! நானும் அப்படியே பேசக் கத்துக்கறேன்! சரிதானா?"

"ரொம்ப ஸரி! பெண் ஸிங்கமே!"

"இந்தக் குறும்புதானே வேண்டாங்கறது!"

தூங்கிப் போனோம்...

அடிக்கடி அவள் பக்கம் கையை நீட்டியபோது, ஒரு வளைக்கரம் பற்றி அழுத்தியது. தூங்கியாவது, போனோமாவது?

கையைக் கொசுவே கடிக்கவில்லை!

கொசு வலை போட்டது, என்னை அடைத்து வைக்கத்தான் என்று புரிந்தது.

மறுநாள் காலையிலும் மாமா பேசா மடந்தைதான்.

உம்...மென்று முஞ்சியில் எள்ளும் கொள்ளும் வெடிக்க, அவசரமாக சாதத்தை அள்ளிப் போட்டுக்கொண்டு, ட்ரெஸ்ஸை மாட்டிக் கொண்டு ஆபீசுக்கு ஓடினான்.

"பம்பாய் வாழ்க்கை இயந்திர வாழ்க்கைதான்! காலையிலும் யாருடனும் பேச நேரமில்லை; மாலையிலும் இல்லை! ஓட வேண்டியது; ரயிலைப் பிடிக்க வேண்டியது; கூட்டத்தில் திணற வேண்டியது; ஆபீசில் உழைக்க வேண்டியது; சாயங்காலம் வந்ததும், ஷார்ட் ஹாண்ட் டைப்ரைட்டிங் கத்துக்க இன்ஸ்டிட்யூட்டுக்கு ஓட்டம்... ஓட்டம்..." *(1943லேயே!)*

முதல் நாள் மாலை, துர்வாச அவதாரத்துக்கு முன்பு மாமா சொன்னவை.

அத்தை, குளிப்பதற்காக பாத்ரூம் போனபோது சொன்னேன், "மாமாவின் கோபம் இன்றும் தணியலை…"

அவள், நமுட்டுச் சிரிப்புடன் பதில்: "மாமா, யாரோட மருமான்? கோபத்தின் அவதாரம் என்று பெயர் வாங்கிய என் அப்பாவோட மருமானாக்கும்! அவர் கோபத்தில் கொஞ்சமாவது இவனிடம் இல்லாமலா போகும்?"

"மற்றக் குணங்களுக்கும் மாமாவைக் கொள்ளாமல் இருந்தால் சரி"

"அதெல்லாம் கிடையாது. மொத்தத்தில் நல்லவன்தான். இன்று சாயங்காலமே அவனை வெளியே பார்க் பக்கம் அழைச்சிண்டு போய், 'எக்ஸ்ப்ளெயின்' பண்ணி விடுங்கள்."

"அப்படியே செய்கிறேன் எஜமானி அம்மாள் அவர்களே! உத்தரவு! உங்கள் 'ஒபீடியண்ட் சர்வெண்ட்'!"

"28ஆம் தேதிக்கு அப்புறம்தான், ஸார், அந்த நிலைமை! இப்பவே ஏன் அதற்கும் அவசரப்படறேள்?"

சிரித்தாள்.

"கன்னத்தைத் திருகட்டுமா?"

"ஏனாம்?"

"சிவந்து போச்சே!"

"இன்னும் சிவக்கணும்னா? வேண்டாம் ஸார்!"

அன்று மாலை, அவள் சொற்படி மாமாவை, பக்கத்தில் இருந்த பூங்காவுக்கு அழைத்துச் சென்றேன். ஒரு வார்த்தை பேசாமல்தான் என்னுடன் நடந்தான். "I give you my word of honour as a gentleman. தப்பாக எதுவும் நடக்கலை. இது சத்தியம்."

"I am sorry. Excuse me! அம்மாவின் சாகசம் என்று தெரியும்… தவறாக நான் நினைத்துவிட்டேன்!"

கையை இழுத்துக் குலுக்கினான். புன்முறுவலுடன்.

"என்ன; ராஜி ஆயிட்டேளா?"

'சாலு'க்குத் திரும்பியதும் கேட்டாள். அத்தை, மடுங்கா மார்க்கெட்டுக்குப் போயிருந்தாள், கறிகாய் வாங்க.

"அம்மா ஒரு பத்தாம் பசலின்னு தெரியாதா?" என்றான்.

"யாருக்குத் தெரியலை? உனக்கா, எனக்கா?"

"*I am sorry!* எனக்குத்தான் ஜான்சி ராணி அவர்களே!"

"அதென்ன பட்டம்?"

"கோபம் வந்தால், யாரும் எதிரே நிற்க முடியாது! தலை வணங்க வேண்டியது தான்! போக போகத் தெரியும் உங்களுக்கு, யார் பெண் அவள்?" என்றான்.

"சரிதான்; சம்பந்தியும் சம்பந்தியும் சத்திரத்துக்குப் போன கதை!"

"அதென்ன?"

"உன்னைப்பற்றி அவள் அதைத்தான் சொன்னாள், நீ யாரோட மருமான் என்று!"

"ம்ம்... என்னை அழைச்சிண்டு பார்க்குக்குப் போனீர்களே; அவளை அழைச்சிண்டுன்னா போகணும்?"

"இதோ போறோம்!" என்று கிளம்பினாள்.

சிமிட்டி பெஞ்சியில் உட்கார்ந்தோம்

"ம் . . . பேசுங்கோ!"

"நீ பேசேன்!"

"பயமாருக்கு!"

"ஏன்?"

"கன்னத்தைப் புடிச்சுத் திருகிட்டேள்னா? மாமா கிட்ட என்ன சொன்னேள்?"

நடந்ததைக் கூறினேன்.

"ஏன், கொசுவலைக்கு வெளியே கை வந்தபோது, அதன் மேல் ஒரு முத்த மழை பொழிஞ்சுதே, அதச் சொல்றதுதானே?"

கண்கள் சந்தித்தன.

"உங்க மாமாகிட்ட நீயே சொல்லேன்."

ஒரு நமுட்டுச் சிரிப்பு.

"நான் சொல்றதாவது? ரொம்ப நன்னாருக்கு."

“மாமா, தினம் ஆபீசிலிருந்து வந்ததும் இன்ஸ்டிட்யூட்டுக்கு ஓடறானா?”

“ஆமாம் என்னன்னு நினைச்சேள் பம்பாய் ‘லைஃ’பை? ஷார்ட் ஹாண்ட் டைப் ரைட்டிங் கத்துண்ட அப்புறம், ஆபீசிலிருந்து வந்ததும், இவனும் நாலுபேருக்குச் சொல்லித் தர ஆரம்பிச்சுடுவான்! ஒவ்வொத்தரும் 100 ரூபா சம்பளம் தருவா. சம்பாதிக்காட்டா, பம்பாயிலெ வாழ்க்கை நடத்தறது கஷ்டம்!... ஆமாம்; என்ன யோசனை பண்றேள்?”

“இல்லை... க்விட் இண்டியா மூவ்மெண்டில் சேர்ந்ததைப் பற்றி, கடிதத்தில் எழுதினாயே, அத்தை அனுமதிச்சாளா?”

தலை பலமாக அசைந்தது.

“அத்தை சம்மதத்தை யார் கேட்டா? நானும் மாமாவும் இருட்டினதும் ஒரு நாள் வெளியே போனோம். நிறையப் பேர் தெருவெல்லாம் இருந்தா. க்விட் இண்டியா! லின்லித்கோ! பேக் அப் யுவர் திங்க்ஸ் அண்ட் கோ!ன்னு சுவர் எல்லாம் எழுதினோம். போலீஸ் ஓடி வந்தது. எல்லாரையும் விரட்டிண்டு போய் போலீஸ் ஸ்டேஷனில் அடைத்தது. ராத்திரி ஸ்டேஷனில் இருந்தோம். மறுநாள் விட்டுட்டா எல்லாரையும்!...”

“அப்புறம்?”

“‘இன்னொரு தரம் இந்த மாதிரி சேஞ்சே, உன்னை ரயில் ஏத்தி, உன் அப்பன் கிட்டெ அனுப்பிச்சுடுவேன்’னு அத்தை கோபிச்சிண்டாள்! கம்முனு இருந்துட்டோம்! வெள்ளைக்காரனை விரோதிச்சிக்கலாம்; அத்தையை விரோதிச்சிண்டா எப்படி?... இப்பவே என்னைப் பாரமாக நினைக்கிறாள்!”

கண்ணைத் துடைத்தாள்.

“ஏன் அழறே?”

“‘மூவ்மெண்டை’ நினைச்சாலே, ‘எமோஷனல்’ ஆறேன்...”

“நீ ரொம்பவும் ‘எமோஷனல் டைப்.’”

“மூன்றாம் வகுப்புப் பெட்டியில் உட்கார்ந்து, வெளியே கையை நீட்டிய காந்திஜியின் கையில், வளையலைக் கழட்டிப் போட்டேன். அப்பவும் அழுதேன்...”

“ஏன் அழுதே? சந்தோஷப்பட்டிருக்கணுமே?”

“அந்த மகானிடம் கொடுத்த போது ஏற்பட்ட சந்தோஷ அழுகை.”

அத்தை உத்தரவு போட்டாள்: "கல்யாணம் பண்ணிண்டாச்சுன்னு உங்கப்பனுக்குக் கடுதாசி எழுது!"

அவள் என்னைப் பார்த்தாள்.

"எழுதேன்!"

"எனக்கும், உங்கள் மாப்பிள்ளைக்கும் ஆசீர்வாதத்தை எழுதுங்கோ" என்று எழுதினாள்.

பதில் வரவில்லை.

"ராமச்சந்திர அய்யரா கொக்கா?" என்றார் அவள் சித்தப்பா.

நாங்கள் டொம்பிவிலியில், அவர் வீட்டில் இருந்தோம்.

ஒரு வாரத்துக்குப்பின், சென்னை வந்து சேர்ந்தோம்.

இங்கே வீட்டில் என் பாட்டி.

வந்த அன்றே இவள் லிஸ்ட் போடத் தொடங்கினாள்.

"என்ன எழுதறே?"

"குடும்பச் செலவுப் பட்டியல். வரவுக்குத் தகுந்தாற்போல் செலவு செய்யணும். இல்லியா?"

மேலும் சொன்னாள். "இது எனக்குப் புதுசு இல்லை. அப்பா ஆத்துலெ குடும்பம் நடத்தினது நான்தானே?"

பாட்டி கேட்டாள், "உங்கப்பாவுக்கு லெட்டர் போட்டியா?"

"போட்டேன். அவர் பதில் போடலை."

"கொஞ்சம் கோபக்காரர்னுதான் கேள்வி."

"கொஞ்சமா? . . ." என்றேன் நான். பாட்டி காதில் விழ வில்லை. கொஞ்சம் செவிடு அவள்!

"உஷ்! . . . அப்பாவை ஒண்ணும் சொல்லாதேங்கோ எல்லார் கிட்டயும்! விவஸ்தை கெட்டவர், போக போகத் தானே வழிக்கு வருவார்."

"'சஸ்பென்ஷன்'ல இருக்கார்னு சொல்றாளே?"

"அதுக்கென்ன குறைச்சல்? நிறைய தரம் இருந்தாச்சு..."

"ஏன்?"

“போலீஸ் டிபார்ட்மெண்ட்ல இருக்கறவர், கடன்காரர்னு தெரிஞ்சா, சஸ்பென்ஷன்ல வைக்கறா . . .”

“எப்படிக் கடனை அடைக்கிறார்?”

“அண்ணா, தம்பி, அக்கா தங்கைன்னு எல்லார் கிட்டயும் கேட்டு வாங்குவார். இதேதான் பிழைப்பு. ரெண்டு தரம், பங்களூர் அத்தை கிட்டக் கடன் அடைக்கப் பணம் கேட்டு வாங்கினார். வாங்கின பணத்தைத் திருப்பித் தரலெ. மூணாவது தரம் பணம் கேட்டப்ப எழுதினாராம். ‘நீ இப்ப உதவி பண்ணலேன்னா, நான் தற்கொலை பண்ணிண்டு செத்துப்போவேன்’னு! ‘நீ இருக்கறதை விட, செத்துப் போறதே மேல்’னு அவ பதில் எழுதிட்டா! பின்னெ, எத்தனை தரம் பணம் குடுப்பா இந்த ஊதாரிக்கு? எல்லாரும் தூஷிக்க ஆரம்பிச்சப்பறம்தான், சும்மா இருக்கார்.”

“அப்பாவை ஒண்ணும் சொல்லாதேங்கோன்னு என்னைச் சொன்னியே! நீ நிறைய்யச் சொல்றயே! சித்தப்பா, பெரியப்பா, மாமா, அத்தைகள் எல்லாரும் தூஷிக்கிறான்னு?”

“அவாள்ளாம் என் மனுஷா . . .”

“நான் இப்ப உன் மனுஷன் இல்லியா?”

“யார் இல்லேன்னா?”

அப்படி வா வழிக்கி!”

“வந்துண்டுதானே இருக்கேன்! . . .”

நமுட்டுச் சிரிப்பு.

“எல்லாத்துக்கும் நமுட்டுச் சிரிப்புத்தானா? வாயைத் திறந்து கலகலன்னு சிரிக்கவே மாட்டியா?”

“அப்பா மூஞ்சீலெ சிரிப்பே வராது. ஆத்துலெ யாராவது சிரிச்சாலும், பேசினாலும், என்ன சிரிப்பு, என்ன வளவளன்னு பேச்சுன்னு எரிஞ்சு விழுவார். அதனால, கலகலன்னு சிரிக்கிற பழக்கமே யாருக்கும் கிடையாது எங்காத்துலெ . . .”

“நாம்ப மெட்ராஸ் வந்தது அவருக்குத் தெரியுமோ தெரியதோ. இந்த அட்ரசை எழுதி வரச்சொல்லிக் கூப்பிடு. என்ன செய்யறார் பாக்கலாம்.”

“ஏதேது! எனக்கு அப்பா உறவைவிட உங்களுக்கு மாமனார் உறவு முக்கியமாத் தோண்றாப்பல இருக்கே?. . . இப்போதைக்கு

அவர் நேரில் வர மாட்டார். இருபத்தஞ்சு ரூவா பணம் தேவைன்னாலும் உங்களுக்கு லெட்டர் போட்டு, தக்ஷணம் எம். ஓ மூலம் அனுப்பவும்னு எழுதுவார்!"

"சேசே..."

"என்ன சேசே? என்னை விட எங்கப்பாவை உங்களுக்கு அதிகம் தெரியுமோ? அவர் விவஸ்தை கெட்ட மனுஷன்! பணம் தேவைன்னா, யார் காலை வேணாலும் பிடிப்பார்!"

இன்னொரு கடிதத்துக்கும் பதில் வரவில்லை.

ஒரு தினம் காதில் கிசுகிசுத்தாள், "அம்பது நாள் ஆறது!"

"அப்பாவுக்கு லெட்டர் போட்டா?"

"அய்யோ அசட்டு... ம்!... நான் என்னத்தச் சொல்றது?"

புரிந்து கொண்டதும், "நிஜமாவா?" என்றேன்.

"இதுக்கெல்லாம் பொய் சொல்ல முடியுமா?"

நான் திகைத்துப்போனேன்.

"அடி அசடே! முப்பது நாளைக்கப்புறமே சொல்ல மாட்டியோ?"

"சொன்னா?"

"ஏதாவது வழி பண்ணி இருக்கலாமே? கொறஞ்சது ரெண்டு வருஷம் நிம்மதியா இருக்கணும்னு பாத்தேன். நீ என்னடான்னா, ரொம்ப நிதானமா...?"

"எனக்குக் குழந்தை வேணும்னு ஆசையாயிருக்கு!"

"அட ராமா!"

"அட ராமாவா? அது நான்னா சொல்லணும்! கடக ராசின்னு, ஓயாமெ ராமாயணம் படிச்சிண்டிருந்தா தாத்தா; அருமையா வச்ச பேர்னு சொல்லலே நீங்க?"

"அந்த ராமனுக்கு எத்தன வருஷம் கழிச்சு, லவகுசாள் பொறந்தா?"

"அப்ப நீங்க, அறுபதாம் கல்யாணத்துக்கு அப்புறம் குழந்தை பெத்துக்கறதாக இருக்கேள் போல இருக்கு!"

விஷயம் பாட்டிக்குத் தெரிந்ததும், அவள் என்னிடம் தனிமையில் சொன்னாள், "தாயில்லாத பொண்ணைக் கல்யாணம் பண்ணிண்டா, இந்தத் திண்டாட்டம்தான்!

புள்ளப் பேறு கிள்ளப் பேறுன்று என்னால செய்ய முடியாது! சமையலுக்கு ஆள்போடணும்! அந்த பிராமணனுக்கு எழுதினா, கிணத்துல கல் போட்டாப்பல இருப்பான்! நெஞ்சுல ஈரமில்லாத மனுஷன்!''

பாட்டியை நான் குறை கூற முடியாது. அந்தக் காலத்து மனுஷி. எப்படியாவது பேரன், கல்யாணம் பண்ணிக்கொண்டு, நம் வம்சம் விருத்தியானாப் போகும் என்று எங்கள் கல்யாணத்துக்கு எந்த ஆஷேபணையும் சொல்லாமல் இருந்தாளே, எவ்வளவு பெரிய காரியம்! அவளுக்குப் பிள்ளை இல்லாததால், என்னை ஸ்வீகாரம் எடுத்துக் கொண்டாள்.

இவளுக்கு எட்டு மாதம் ஆனபோது கேள்விப்பட்டேன், என் ஆபீஸ் நண்பர் ஒருவரின் அத்தை — 80 வயசுக்கு மேல் ஆன விதவைப் பாட்டி — யார் வீட்டில் ஒத்தாசைக்குக் கூப்பிட்டாலும், சாப்பாட்டுக்கும் சம்பளத்துக்கும் சமையல் வேலைக்குப் போவது உண்டென்று.

''உங்க ஃப்ரெண்ட் ஏன் இப்படி அத்தையை, வீடு வீடா சமையல் வேலைக்கு அனுப்பறார்?''

''அவர் அம்மாவும் சின்ன வயசில் வீணாய்ப்போனவளாம். படு ராக்ஷசியாம். அவளோட இருக்கறத விட, யாராத்துல்யாவது வேல சேஞ்சு பொழைக்கலாம்னு போறாளாம். இந்தப் பாட்டியும் சின்ன வயசுல 'விடோ' ஆனவ. பிள்ளை குட்டி இல்லை . . .''

''எப்படி எல்லாம் மனுஷாள் இருக்காள் பாத்தேளா?''

''ராமச்சந்திர அய்யர்வாளைத் தகப்பனாராகப் படைச்சவள் பேசற பேச்சா?''

''எங்கப்பாவைத் தூஷிக்காட்டா, உங்களுக்குப் போது போகாது!''— நிஷ்ரேமாக.

எங்கள் பாட்டி, அந்தப் பாட்டியைப் பாட்டி என்று அழைக்க, அவள் இவளைப் பாட்டி என்று அழைத்தாள்.

இரண்டாம் நாளே, எங்கள் பாட்டி பண்ணிய புகார். ''காத்தாலெ, மொதல் டிகாக்ஷன்ல, கறந்த பால உட்டு, காப்பி சாப்பிட்டாறது! அப்புறம், போகவர காப்பி! நமக்கெல்லாம் ரெண்டாவது டிகாக்ஷன்!''

''போனாப் போகட்டும். வயத்துக்குத்தானே சாப்பிடறா'' என்றாள்.

பக்கத்து விட்டு மாமாஅந்தப் பாட்டியை விசாரித்தார்: ''உங்களுக்கு உறவு மனுஷா யாரும் கிடையாதாக்கும்?''

"இல்லாம என்ன? வேண பேர் இருக்கா! இப்போ மெட்ராஸ்ல கலக்டரா இருக்கானே, என் புள்ளதான்!"

கிணற்றடிக்கு அவள் தண்ணீர் இழுக்கப் போனபோது அவர் சொன்னார்: "என்ன இது? கலக்டர் தாயாரா இப்படிச் சமையல் வேலை பண்றாள்?"

"மாமா, அவளுக்கு பிள்ளை குட்டி எதுவுமில்லை. ஒன்று விட்டு ரெண்டு விட்டுன்னு எல்லாரையும் புள்ளை, பொண்ணு, பேரன், பேத்தின்னு சொல்லிக்கறா, பாவம்!"

ஒரு நாள் இவள் கேட்டாள், "ஏம் பாட்டி! எங்காத்துக்காரரோட வேலையா இருக்காரே, அவர் ஃப்ரெண்டு—அதான், உங்க மருமகன்—கல்யாணம் ஆகி நாலஞ்சு வருஷம் ஆச்சாமே; இன்னும் குழந்தை இல்லியா?"

"அதென்னமாப் பொறக்கும், சொல்லு!"

இவள் புரியாமல் விழித்தாள்.

"என் தம்பி மாட்டுப்பொண் இருக்காளே, மகராஜி; அதான் அவனோட அம்மா — மொளேல அறுத்தவ — மாட்டுப்பொண் படுக்கற ரூமுக்குள்ளெ, புள்ளயை போகவே விடமாட்டேங்கறாளே! அவ படுக்கற ரூம் வாசப்படீல இவ படுக்கையை விரிச்சுப் படுத்துடறா ஒரு நாளப் போல!"

"ஏன்?"

"பொறாமை; வயத்தெரிச்சல்! தான் அனுபவிக்காம விட்டுப் போனதை, தன் மாட்டுப் பொண் அனுபவிக்கிறதாவது?"

"என்ன அநியாயம் இது? நீங்க ஒண்ணும் கேக்கறது இல்லியா?"

"கேட்டு என்னடியம்மா பிரயோஜனம்? இந்த மாதிரி ஏன் வயிறெரிஞ்சு சாகறே? நாம்ப கண்டு களிச்சதைத்தானே இதுகள் கண்டு மகிழணும்னு எத்தனையோ தரம் கேட்டாச்சு!"

"உங்க மருமகன் ஒண்ணும் கேக்க மாட்டாரா அம்மாவ?"

"அவன் வாயில்லாப் பூச்சி. அம்மா கிழிச்ச கோட்டைத் தாண்ட மாட்டான்."

"இந்த மனுஷன் அப்ப கல்யாணமே பண்ணியிருக்கப் படாது. . . ."

[பாட்டியிடம் கேட்டாள்]:

“உங்களுக்கு ரொம்பச் சின்ன வயசுல கல்யாணம் ஆகியிருக்கும்.”

“ஆமாம். ஆறு வயசு.”

“அப்பல்லாம் கூட இப்படித்தான் மாட்டுப்பொண்ணை நடந்த்துவாளா?”

“இப்படி அட்டூழியம் பண்ணமாட்டா. ஆனா எல்லா ராத்துலயும் மாட்டுப்பொண்ணுன்னா இளப்பம்தான்னு வெச்சுக்கோ. சில வீடுகள்ல அவாத்து மாடு கன்னுக்கும் மாட்டுப்பொண்ணுக்கும் அதிக வித்தியாசம் இருக்காது.”

இவள் சிரித்தாள்.

“அதுதான் மாட்டுப்பொண்ணுன்னே பேர் வெச்சுட்டாளாக்கும்!”

பெண்ணையும், பெண் மனத்தையும் அவளின் நிலைமையையும் அவள் புரிந்துகொள்ள இவை எல்லாம் உதவி இருக்கவேண்டும்.

குழந்தை பிறந்ததும், தகப்பனாருக்கு எழுதினாள், “உங்களுக்குப் பேத்தி பிறந்திருக்கா. குழந்தையையும் எங்களையும் வந்து பாருங்கள்!” என்று.

அவர் வரவில்லை.

தீபாவளி வந்தது.

“தலைதீபாவளிக்குத்தான் அவரும் கூப்பிடலை; நாம்பளும் போகலை. குழந்தையையும் எடுத்துண்டு, இந்தத் தீபாவளிக்குப் போய்விட்டு வரலாம்.”

“ரொம்ப நன்னாருக்கே! உனக்கென்ன பைத்தியமா? இல்லை, சுரணையே கிடையாதா?”

“ஏன் இப்படிக் கோபிச்சுக்கறேள்? விரோதம், மனஸ்தாபம்னா, அதனால ஜன்மப் பகையா என்ன?”

“மாப்பிள்ளையை உதாசீனம் பண்ணிட்டு, தக்ஷன் யக்ஞம் பண்ணினானே; அழைக்காமலே தாக்ஷாயணி போய் அவமானப்பட்டு வந்தாளே; அந்த மாதிரி நீ வேணாப் போ! நான் வேண்டாங்கலே!”

போய்விட்டு வந்தவள் “அவர் கோபம் இன்னும் தணியலெ! என்னோட முகம் குடுத்துப் பேசலே! குழந்தையையும் விரலால தொடலே!” என்று விசித்தாள்.

“ஏன் வந்தே? போ வெளிலனு சொல்லி உன்னை விரட்டலியே? அது வரைக்கும் க்ஷேமம்!”

“அவர் நம்பாத்துப் படியை மிதிக்கிற வரைக்கும், இன்னமே அவருக்கு ஒரு வரி கடுதாசி போட மாட்டேன்! இது நிச்சயம்!”

அவர் வந்து வாசற்படியை மிதிக்கவில்லை.

என் மைத்துனன் — அவர் இரண்டாவது பிள்ளை — ஒரு கடிதத்துடன் வந்தான்.

என் பெயர் போட்டிருந்தது. ஆனால், பெண்ணுக்குத்தான் எழுதி இருந்தார்.

“உன் தம்பி ரெண்டு தரம் எஸ்.எஸ்.எல்.ஸி. பாஸ் பண்ணாமல் பெயில் ஆகி இருக்கான். அவனை என்ன செய்வது என்று புரியவில்லை. நீ மாப்பிள்ளையிடம் சொல்லி, உன் தம்பிக்கு எதாவது வேலை பார்த்துக் கொடுக்கச் சொல்லவும்.”

“மாப்பிள்ளையாமே, மாப்பிள்ளை!” என்று பல்லைக் கடித்தாள்.

“யாரது?”

“நீங்கள்தான்! உங்களைத்தான் மாப்பிள்ளை என்று எழுதி இருக்கார்! பேத்தி பிறந்தப்புறம்தான், பொண்ணுக்குக் கல்யாணம் ஆகி, மாப்பிள்ளை வந்திருக்கார்னு தெரியறதாக்கும்; பிள்ளைக்கு உத்தியோகம் பண்ணி வைக்கணுமாம்! அதனால, இப்ப நீங்க மாப்பிள்ளை ஆகி இருக்கேள்! என்ன மனுஷன், என்ன புத்தி! சீ!”

அவள் தம்பிக்கு ஓர் உத்தியோகம் பார்த்துக்கொடுத்து, அவனைப் பங்களூருக்கு அனுப்பிவைத்தேன்.

அவனிடமிருந்து தகப்பனாருக்குக் கடிதம் வந்திருக்கும். உடனே ஒரு ஷோல்டர் பேகில் இரண்டு வேட்டிகள், ஒரு டவல் திணித்துக்கொண்டு, ஒரு தினம் காலை எங்கள் வீட்டுக்கு வந்தார். நானும் அவரும் ஒரு வார்த்தை பேசவில்லை.

“என்ன அப்பா, வாங்கோ! ரொம்ப இளைச்சுப் போயிருக்கேளே?”

பெண்ணின் கரிசனம்.

சோதி சோதியோட சதகுப்பை நாத்தத்தோட.

“சாப்பாடு வேண்டி இருக்கலை அம்மா! ஒரு கிழவி சமையலுக்கு வந்திருக்கா. அவ சமையல் பண்றாளாம்

சமையல்! எனக்கு நாக்கு வேண்டிப் போச்சு. நீ பெரிச்ச கூட்டு பண்ணினா என்னமாருக்கும்!... ஒரு நாலு நாளைக்கு நீ சமையல் பண்ணினா, சாப்பிட்டுப் போகலாம்னு வந்தேன்."

வராண்டாவில் நாற்காலியில் அமர்ந்து 'ஹிந்து' படிக்கத் தொடங்கினார்.

நான் சமையல் அறைக்குப் போனேன்.

அவசர அவசரமாக, புடலங்காய் நறுக்கிக் கொண்டிருந்தாள்.

என்னைப் பார்த்தும் சொன்னாள், "பாவம், அப்பாவுக்குப் புடலங்காய் பொரிச்ச கூட்டு ரொம்பப் புடிக்கும்! நாக்கை நொட்டை விட்டுண்டு சாப்பிடுவர்."

மறுபடி மனத்தில் வார்த்தைகள் ஓடின, 'சோதி சோதியோட, சதகுப்பை நாத்தத்தோட ...'

எங்கள் குழந்தை தொட்டிலில் தூங்குகிறது. அந்தப் பாட்டனார் அதைக் கவனிக்கவே இல்லை.

"குழந்தை கிட்டயே அவர் போகலியே!"

"அவருக்கு எப்பவுமே குழந்தைகளைச் சீராட்டவோ, பாராட்டவோ தெரியாது! குடித்தனக்காரா ஆத்துக் குழந்தை அழுதாக்கூட எரிச்சல் வரும்! 'ஏம்மா குழந்தை அழறது? சுதாரிம்மா, சுதாரிம்மா!' ம்பர்."

"நன்னா சுதாரிச்சார் மனுஷன்!..."

"இன்னமே, அடராமான்னு சொல்லப்படாது! அட, சாப்பாட்டு ராமா தான்!"

"பாவம்னா அவர்! சின்ன வயசுலெ எங்கம்மாபோயிட்டா..."

அப்பாவா பாவம்? இவரோட வாழ்க்கை நடத்த வேண்டி இருந்ததே ஒரு மனுஷிக்கு. அவள் அல்லவா பாவம்!

"வலிச்சல் ஆணி மாதிரி இருந்தாலும், நன்னா திடமா இருக்காரே! கிணத்துலேருந்து வாளி வாளியா ஜலம் இழுத்து ஸ்நானம் பண்றார்! வேட்டி, துண்டு எல்லாம் தானே தோச்சுக்றார்!" என்றேன் ஒரு தினம்.

"எப்பவுமே தன் காரியத்தைத் தானே சேஞ்சுப்பார் அவர் வழக்கம்."

"காரியவாதிங்கறதுதான் தெரியறதே!"

அவளுக்கு மனசில் உறைத்திருக்கும். பேச்சை மாற்றினாள். "எங்க பாட்டி இருந்தாளே, தொண்ணூறு வயசு? கண் தெரியாமப் போச்சே ஒழிய, நல்ல திடமான சரீரம். ஒரு சமயம் ரொம்பப் படுத்துண்டுட்டா, ஆஸ்த்மா அட்டாக் வந்து. டாக்டரை நான் கேட்டேன், பொழைப்பாளா மாட்டாளான்னு சந்தேகப்பட்டு. 'அதெல்லாம், பொழைச்சு எழுந்து உட்காந்துடுவ, ரெண்டு நாள்ளெ! இதெல்லாம், சட்டு புட்டுனு சீக்கிரம் போற உடம்பு இல்லம்மா! ஏகாதசிக் கட்டைகள்!' அப்படின்னார். அப்படியே, ரெண்டு நாளைக்கெல்லாம் எழுந்து உக்காந்துட்டா!"

அவள் மறுபடி கர்ப்பவதி, நான்காவது கர்ப்பம். 60 நாட்கள் என்றாள்.

"ஸ்க்ரேப் செய்து விடலாம் என்று டாக்டர் சொல்கிறாள்."

"அபார்ஷனா?... ஜனிக்கப் போவது பெரிய மேதையாக இருக்கலாம் அல்லவா?"

"இல்லையென்றால்?..."

"சிசுஹத்தி பாவம் இல்லையா?"

"அப்போ, நீ பெத்துத்தள்ளிக்கொண்டே போயேன்!..."

அவள் வலதுகை முஷ்யை மடக்கி, தலையில் மடார் மடார் என்று போட்டுக்கொண்டாள்.

பதறிப்போனேன்.

"ஏன்?... ஏன்?... ஏன்?... ஏன்?..."

கண்களில் நீர் சொட்டக் கூறினாள், "உங்களை அடிக்க எனக்கு மனசு வல்லே..."

அத்துடன் அபார்ஷன் பேச்சு நின்றது. 31வது வயதிலேயே நான்கு பிள்ளைகளுக்கும், மூன்று பெண்களுக்கும் தாயானாள்.

குழந்தைகளைக் கான்வெண்ட் பள்ளியில் சேர்க்க அழைத்துச் சென்றோம்.

பிரின்சிபால் (வெள்ளைக்காரி) கேட்டாள், "சரோஜா! உனக்கு எத்தனை குழந்தை?"

இவள் சொன்னாள்.

"இந்த வயசுலியா? ஏன், உனக்கு வேற வேலையே இல்லியா?"

வீட்டுக்கு வந்ததும், நான் கேட்டேன், "என்ன கேள்வி கேட்டாள் பாத்தியா உன்னை, அந்த வெள்ளைக்காரி?"

அவள் முகம் சிவந்தது.

"என்னை மட்டுமா கேட்டாள்? நான் மட்டுமா பொறுப்பு?"

நான் தலை குனிந்தேன்.

நான்காம் தடம் – பெயரும் புகழும்

மளமள என்று அவள் எழுதிக் குவித்தாள். நூற்றுக்கும் மேற்பட்ட சிறுகதைகள்; சுமார் பத்து நாவல்கள்.

அவள் கதைகள் வெளியாகாத பத்திரிகை தமிழ் நாட்டில் இல்லை. சிறப்பு மலர்களுக்கு எழுதவேண்டும் என்று ஓயாமல் வேண்டுகோள். ஈழத்து பிரபல பத்திரிகை ஒன்றும் அவள் கதைகளைக் கேட்டுப் பிரசுரித்தது. நாவல் ஒன்றையும் தொடர்ச்சியாக வெளியிட்டது.

வருமானமும் நிறையவே கிடைத்தது.

பணம் சம்பாதித்ததுடன், பலர் கோபத்தையும் சம்பாதித்தாள்!

"எனக்கு மனத்தில் பட்டதை எழுதுகிறேன்! குற்றம் என்றால் அதைச் சுட்டிக் காட்டுகிறேன். கோபித்துக் கொள்பவர்கள் கோபித்துக் கொள்ளட்டும். அதைப்பற்றி எனக்கு அக்கறை இல்லை! நான் என்ன, இவர்கள் தயவில் பிழைக்கிறேனா என்ன?"

Nervous breakdown வந்து சுமார் பத்து ஆண்டுகள் என்னால் ஒன்றும் எழுத முடியாமல் போயிற்று. அவள் கதைகளும், நாவல்களும் அந்தக் காலகட்டத்தில் நிறையவே வெளியாயின. தமிழ் நாட்டில் மட்டும் அன்றி, ஈழம் போன்ற வெளிநாட்டிலும் அவள் பெயர் பிரபலமாயிற்று. பத்திரிகை படிக்கும் பழக்கம் உள்ள குடும்பங்களில் ஸரோஜா ராமமூர்த்தி என்ற பெயரை அறியாதவர்களே இல்லை என்று கூறும்படி இருந்தது. நான் மறுபடி எழுதத் தொடங்கிய சமயத்தில், எழுத்தாள நண்பர் ஒருவர் சொந்தமாக ஒரு பத்திரிகை தொடங்கினார். முதல் இதழிலிருந்தே என் நாவல் ஒன்று தொடர்கதையாக வரவேண்டும் என்று விரும்பினார். எழுதித் தந்தேன்.

"இதை து. ராமமூர்த்தி பெயரில் வெளியிடவா, ஸரோஜா ராமமூர்த்தி பெயரிலா?" என்றார். எனக்குக் கோபம் வந்தது.

"ஏன் இப்படி கேட்கிறீர்கள்? நான் எழுதினால் என்னுடையதுதான். ஸரோஜா எழுதினால், ஸரோஜா ராமமூர்த்தியின் எழுத்துதான்."

"இல்லை. பல பேருக்கு ஒரு சந்தேகம். அரசு ஊழியர்கள், வேறு ஊதியம் கிடைக்கும் வேலை எதுவும் செய்யக் கூடாது என்று விதி உள்ளதாமே, அதனால் நீங்கள் எழுதி, ஸரோஜா ராமமூர்த்தி என்ற பெயரில் வெளியிடுகிறீர்களோ என்று."

"அப்படி இல்லை. கலை இலக்கியம் சம்பந்தமான எதையும் அரசு ஊழியர்கள் செய்யலாம். சன்மானமும் பெறலாம். என் எழுத்துக்கும் ஸரோஜாவின் எழுத்துக்கும் நிறைய வித்தியாசம் உண்டே?"

அவள் பெயர் அடைந்த புகழையும் பிரபலத்தையும் கண்ட பல ஆண் எழுத்தாளர்கள், தங்கள் பெயருடன் தங்கள் மனைவிமார் பெயரைச் சேர்த்துக் கொண்டு எழுதத் தொடங்கினர்! சிலர் பெண்ணின் பெயரிலேயே எழுதினர்.

ஒரு *trendsetter* ஆனாள் அவள்! பெயர்களால் நேர்ந்த குழப்பத்தைக் கவனித்த அவள் ஒரு சமயம் கோபமாகக் கூறினாள்,

"நான் உங்களைத் தேடி மாலையிட்டது பெரிய தவறு என்று தோன்றுகிறது!"

தன்னை ஒரு காவிய நாயகியாக பாவித்துக் கொண்ட மாதிரி அவள் அடிக்கடி வார்த்தைகளால் பேசுவது உண்டு, மாலையாவது, மண்ணாங்கட்டியாவது!

"நீ எங்கே என்னைத் தேடி வந்தாய்? நான்தானே உன்னைத் தேடி பம்பாய் வந்தேன்?"

"நான் ஒரு அர்த்தத்தில் பேசினால், நீங்கள் எதையாவது சொல்லுங்கள் . . ."

"யாருக்கும் யாரும் மாலையிடவும் இல்லை! அதற்கெல்லாம், உன் அத்தை எங்கே நமக்கு பர்மிஷன் கொடுத்தாள்? நான் வந்த முதல் நாளே, என்னைக் கொசுவலைக்குள் போட்டு அடைத்துவிட்டீர்களே ரெண்டு பேருமாய்ச் சேர்ந்து!"

"உங்களோடு யார் பேசுவா? எதற்கும் விதண்டாவாதம்தான்!"

நாவல் போட்டி ஒன்றுக்கு எழுதினாள். பரிசு கிடைக்கவில்லை. நாவல் பிரசுரத்துக்கு ஏற்றுக்கொள்ளப்பட்டு, 3000/- ரூபாய்க்குக் காசோலை வந்தது.

வைரத்தோடு வாங்கிக்கொண்டாள்.

"உங்களுக்குப் பேத்தி பிறந்திருக்கிறாள். வந்து பாருங்கள்" என்று எழுதியும் வந்து பாராமல் இருந்த அந்தப் பாட்டனாரின்

பேத்திக்குத் திருமணம் நடந்தபோது, அவளுக்குத் தன் வைரத் தோடுகளை அணிவித்தாள்.

இன்னொரு நாவலுக்கும் சில ஆயிரங்கள் கிடைத்தன. தனக்கென்று இன்னொரு வைரத்தோடு வாங்கிக்கொண்டாள்!

ஸ்நானம் செய்ததும், அதைப் பூஜை அறையில், மீனாக்ஷி அம்மன் படம் எதிரில் வைத்து, பூஜை செய்தபின் காதில் அணிந்துகொண்டாள்.

கண்களில் நீர் திரண்டது.

"ஏன்; என்ன ஆச்சு?"

"அம்பாளைப் பாருங்கோ! எத்தனை பிரகாசமா இருக்கா!"

அம்பாளைப் பார்த்தேன். இவளைப் பார்த்தேன்

அம்பாள் என்றும்போல்தான் இருந்தாள்.

இவள்தான், காதில் வைரத்தோடு மின்ன, பிரகாசமாக இருந்தாள்.

"நீதான் ஜகஜோதியா மின்னறே, வைரத்தோடோட!"

"உம்... எப்பவும் உங்களுக்குப் பரிகாசம் தான்..."

பூஜை புனஸ்காரம் எதையும் அவள் விட்டதில்லை.

"இந்த நம்பிக்கை எல்லாம் உனக்கு எப்ப வந்தது?"

"'பாரதி' என்ற பெயரில் கையெழுத்துப் பத்திரிகை ஒன்று தயாரித்தேன், கல்யாணத்துக்கு மிந்தி. அதில், 'சூடிக்கொடுத்த சுடர்க்கொடி' என்று நான் எழுதியதை நீங்கள் ரொம்பப் பாராட்டினீர்கள் என்று மகாலிங்கம் சொன்னானே! அப்போ, எனக்கு என்ன வயசு? இப்ப, பெண்கள் பள்ளிக்கூடம் போறாளே, அந்த வயசு."

"அப்படி என்றால், சாஸ்திரம், சம்பிரதாயம் எல்லாத்தியும் எப்படி உதறித்தள்ள முடிஞ்சிது?"

"அதுதான் விட்ட குறை, தொட்டகுறை!"

அவள் கருத்துகள், சிந்தனைகள், பார்வைகள், செயல்கள் எல்லாம் முற்போக்கானவை.

எல்லாவற்றுக்கும் அடித்தளமாக இருந்தது, ஆன்மிகத்தில் அவள் நம்பிக்கையும் பற்றும்.

"ஆகாயத்தில் பறக்கலாம். ஆனால், வேர்கள் பூமியில்தான் இருக்கணும்."

அடித்தல், திருத்தல் இருக்காது. எழுதியதைத் திருத்தி எழுதியதும் கிடையாது. எழுதினால் எழுதினதுதான். முற்றுப்புள்ளி வைத்தால் வைத்ததுதான்.

ஒரு சமயம், ஒரு வாரம் உதக மண்டலம் சென்றிருந்தோம்.

பயணிகள் விடுதியில் தங்கினோம்.

தினம் பால் கொண்டு வந்து தரும் இளவயதுப் பெண்ணுடன் உட்கார்ந்து இவள் ஓயாமல் பேசினாள்.

ஊருக்குத் திரும்பி வந்ததும், மளமள என்று ஒரு நாவல் எழுதி முடித்தாள், அந்தப் பெண்ணை முக்கிய கதாபாத்திரமாக வைத்து.

'மலையில் ஒரு மாளிகை' என்ற பெயரில் அது புத்தக மாகவே வெளியாயிற்று.

அவள் எழுதிய பல சிறுகதைகள் உண்மையை அடிப்படையாகக் கொண்டவை.

மாம்பலத்தில் ஒரு தினம், சுரங்கப்பாதை போடுகிற இடத்தில் மாட்டிக்கொண்டேன். அவரவர், சைக்கிளையும் மோப்பெட்டையையும் மூடியிருந்த கேட்டுக்கு அடியில் நுழைத்துக் கொண்டு ரயில் பாதையைத் தாண்டிக் கொண்டிருந்தார்கள். நான் ஒரு கால்நடை. ஆயினும், கேட்டடியில் நுழைந்து பாலத்தைக் கடக்க விரும்பாமல் நின்றுகொண்டே இருந்தேன். அப்போது நிகழ்ந்த ஒரு நிகழ்ச்சி என் மனத்தைப் பெரிதும் பாதித்தது. வீட்டுக்கு வந்ததும் அவளிடம் சொன்னேன். கேட்டு, சிந்தனையில் ஆழ்ந்து இருந்தாள். பின்னர், இதை வைத்து ஒரு கதை எழுதுங்கள் என்றாள்.

"நீ எழுது!"

"ஏன்?"

"இந்த மாதிரி 'சப்ஜக்டை' நீதான் நன்றாக 'டீல்' பண்ணுகிறாய்."

"நிஜமாவா?"

"ஆமாம்."

நமுட்டுச்சிரிப்புடன், நன்றி கலந்த ஒரு பார்வை. அந்தப் பார்வை, இன்னும் என் மனசை விட்டு அகலவில்லை.

கதை, "ஒரு கேட் சாத்தி இருக்கிறது" என்ற தலைப்புடன் வெளியானதும் அதைப் படித்து அவள் கையைக் குலுக்கினேன். மறுபடி அதே பார்வை.

எப்போதுமே அவள் எழுதிய சிறுகதைகளையோ, தொடர்கதைகளையோ, பத்திரிகையில் வெளியான பிறகே நான் படிப்பது வழக்கம்.

அந்திப் பொழுது

ஒரு காலகட்டத்தில் அவள் எழுதுவதை அடியோடு நிறுத்திக் கொண்டாள்.

ஏன் எழுதுவதில்லை என்று கேட்டால், பதிலே வராது. அடி உதட்டை மேல் வரிசைப் பற்களால் அழுத்தியபடி மௌனம் சாதிப்பாள். (எழுத்துலகின்மேல் கொண்ட கோபமும் எழுத்தின் போக்கு மாறிப்போனதும் காரணம் என்பது எனக்குத் தெரியும்).

பயம் என்பது அவள் அறியாத ஒன்று என்று ஆரம்பத்தில் சொன்னேன். ஒரு சமயம் அவள் செய்த துணிச்சலான காரியம், பிரமிப்பூட்டியது.

வெளியூர் சென்றிருந்தேன்.

8 வயது மகன், நண்பர்களுடன் போட்ட சண்டையில், ஒரு பையனின் பல்லை உடைத்துக் காயப்படுத்திவிட்டான். போலீசார் பிடித்துக்கொண்டு போனார்கள். நடு இரவு வரை காத்திருந்த இவள் நள்ளிரவில் ஒருவர் துணையும் இன்றித் தனியாக அரைகிலோ மீட்டர் தள்ளி இருந்த காவல் நிலையத்துக்குச் சென்று, இன்ஸ்பெக்டரிடம் வாதாடி, மகனை வீட்டுக்கு அழைத்து வந்துவிட்டாள்.

நான் ஊரிலிருந்து வந்ததும் என்னிடம் சொன்னாள்: "முரட்டுப் பையன். அவனை ஒன்றும் கேட்க வேண்டாம்."

"எப்படி நீ பாதி ராத்திரியில் தனியாகப் போலீஸ் ஸ்டேஷன் போய் வந்தாய்?"

"தன் கன்றினிடம் அன்னியர்கள் நெருங்கினால், பசு என்ன செய்யாது? கொம்பை விசிறிக்கொண்டு, தும்பை அறுத்துக்கொண்டு, கன்றிடம் போகத் துடிக்கிறது இல்லையா?"

ஆடு மாடுகளும் கன்றுகளும் வீட்டில் இருந்தன. அவற்றைப் பராமரிப்பதில் மிகுந்த ஆர்வம் கொண்டிருந்தாள் அவள்.

எதற்கும் பயப்படாத அவள், நோய்க்கு அஞ்சியமாதிரி இருந்தது.

குடும்ப நோயான சர்க்கரைவியாதி என்று டாக்டர் சொன்ன பிறகு, கடும் பத்தியம் இருந்தாள். உடம்பைச் சுக்காகக் காயப் போட்டாள்.

“மாமி, இந்த மாதிரி பத்தியம் இருக்கத் தேவையில்லை! டாக்டர் ஐம்பது பர்சண்ட் பத்தியம் வைத்தால், நீங்கள் நூறு பர்செண்ட்டாக அதை உயர்த்தி இருக்கிறீர்கள்! “

உடல் நொந்ததோடு, அவள் மனம் பெரிதும் நொந்தது. அவள் நம்பிக்கைகள், எதிர்பார்ப்புகள் எதுவும் ஈடேறவில்லை. எதிலும் ஏமாற்றம், *frustration*, மனச்சோர்வு, *emotional tension*.

ஒரு கடிதத்தில் அவள் எழுதினாள்: “எனக்கு அஞ்ஞானம் எல்லாம் போய்விட்டது. எதிலும் பற்றில்லை. மனிதர்களிடம் பற்றில்லை; பணம் காசில் பற்றில்லை; வீடுவாசலில் பற்றில்லை. எல்லாப் பற்றும் என்னை விட்டுப் போய்விட்டது.”

ஐம்பது ஆண்டுகளாக வாழ்க்கை நடத்திய வீட்டை விட்டு நாங்கள் வெளியேற வேண்டியதாயிற்று.

சற்றுத்தள்ளியிருந்த பிரதேசத்தில் ஒரு ஃபிளாட் வாடகைக்கு எடுத்துக் கொண்டு குடியேறினோம்.

வாழ்க்கை அவளுக்கு வெறுத்துவிட்டது என்பது அவள் முகத்தைப் பார்த்தாலே தெரிந்தது.

1991, ஜூலை 22ஆம் தேதி அவளது எழுபதாவது பிறந்த நாள்.

“எனக்கு இன்று *70th Birthday* என்றாள்.”

“என்ன பர்த்டே ப்ரெசண்ட் வேண்டும்?”

யோசித்தாள்.

“முன்னூறு ரூபாய் கொடுங்கள்.”

“என்ன வாங்கப் போகிறாய்?”

“வேறென்ன? புடவைதான்.”

ஆனால் வாங்கவில்லை. பணத்தை காட்ரெஜ் பீரோவில் வைத்து பூட்டினாள்.

“எப்போ புடவை வாங்கப் போறே?”

“வாங்கினாப் போறது.”

ஹிந்து பத்திரிகை படிக்கத் தொடங்கினேன். எல்லோரும் செய்வதுபோல், எடுத்தவுடன், யார் யார் காலமானார்கள் என்பதைத் தான் படித்தேன்.

“எனக்குத் தெரிஞ்சவா, உறவுக்காரர் என்னை விட வயசுல சின்னவா, ஒவ்வொருத்தரா போயிண்டிருக்கா!”

“காலங்காத்தால மொத மொதல்ல இதத்தானா படிக்கணும்?”

“அதுலதானே இன்ஃபர்மேஷன் தெரியறது . . .”

“உம் . . . எனக்குப் புடிக்காம . . .”

“மனுஷாளாப் பொறந்தவா, போயே ஆகணும்னு எப்ப தீர்ந்து போச்சோ, படிக்கறதுல என்ன தப்பு? நெருப்புன்னா வாய் வெந்துருமா? . . . யாராவது ஒத்தர் மின்னாடி போகணும் ஒத்தர் பின்னாடி போகணும் . . .”

“நான் நிச்சயமா, மின்னாலதான் போவேன் . . .”

“இதெல்லாம் நம்ப கைலயா இருக்கு?”

“என்ன பொருத்தவரை, எங்கைலதான் இருக்கு. தினம் தினம் பூஜைல பிரார்த்தனை பண்றது அதுதானே? . . .”

ஆகஸ்ட் முதல் வாரத்தில், ஒரு துண்டுக் காகிதத்தில் பட்டியல் போட்டாள் 15 தினங்களுக்கு வேண்டிய மாத்திரைகளை.

“ஏன், பதினைஞ்சு நாள் மருந்து மட்டும் எழுதி இருக்கே?”

“இருக்கட்டும். அப்புறம் தேவைப்பட்டால், வாங்கினால் போறது.”

“மறுபடி, இன்னொரு தரம் கடை வாசலில் நான் போய் நிற்க வேண்டுமா என்ன?”

அரை மனசுடன், அந்தச் சீட்டைக் கிழித்துப்போட்டு, இன்னொரு காகிதத்தில் முப்பது நாள் மருந்தை எழுதித்தந்தாள்.

ஏழாந்தேதி அன்று, யாரோ வந்து சொன்னார்கள், “உங்கள் வீட்டை இடித்துக்கொண்டிருக்கிறார்கள்” என்று. (சுரங்கப்பாதை போடுவதற்காக)

இதைக் கேட்டதும், அவள் மனமே இடிந்து போனமாதிரி இருந்தது.

எட்டாந்தேதி காலை எப்போதும்போல்தான் விடிந்தது.

வழக்கம்போல் எல்லாக் காரியங்களும் செய்தாள். ஸ்நானம் பண்ணினாள். சமைத்தாள். என்னை, டைனிங் டேபிளில் அமரச்செய்து, பரிமாறினாள்.

தான், தரையில் உட்கார்ந்து, சாதத்தில் தயிரை ஊற்றிப் பிசைந்து, ஒரு கவளம் வாயில் போட்டவள்,

மூச்சை அடைக்கிறது என்று கையை உதறிக் கொண்டு எழுந்துவிட்டாள்.

உடனே ஆட்டோ...

டாக்டர் வீடு...

பத்தே நிமிஷங்கள்...

அவள் உடல் தெப்பமாக நனைந்து, ஆவி பிரிந்தது.

வாரம் ஒரு முறையாவது அவளை வந்து பார்க்கும் சிநேகிதி என்னிடம் சொன்னாள்: "மாமா! என்னால நம்ப முடியல! நேத்து மாமி நன்னாத்தானே இருந்தா! உடம்பு ஒண்ணும் இல்லியே? சொந்த வீட்டில் விட்டு வந்த காமாக்ஷி அம்மன் சிலையை எடுத்து வந்து கொடுத்தேன். வாங்கி, மார்போட அணைச்சிண்டா. 'எங்கிட்ட வந்துட்டா என் காமாக்ஷி'ன்னா. 'எம் பக்கத்துல உக்காரு'ன்னா. 'தரங்கம் பாடு'ன்னா; என்னோட தானும் சேர்ந்து பாடினா. அதுக்குள்ள என்ன மாமா ஆச்சு? டப்பா நிறைய மாத்தர மருந்தா வச்சிண்டிருந்தாளே! காத்தாலெ எழுந்ததும், எல்லாத்தயும் ஒரே வாயில போட்டுண்டுட்டாளா என்ன?"

அப்படியும் இருக்குமா?...

சே, இருக்காது...

யார் கண்டார்கள்?

அவள் காலமான செய்தியை, தினசரியில் வெளியிட்டோம்.

தமிழ் நாட்டில், ஒரு பத்திரிகை விடாமல், எல்லாப் பத்திரிகைகளிலும் அவள் நிறையவே எழுதினவள். ஏராளமான சிறுகதைகள், நாவல்கள் வெளியிட்டு, அவளுக்குப் புகழை அளித்து, தங்கள் விற்பனையையும் உயர்த்திக் கொண்ட பத்திரிகைகள் எதுவும் அவள் காலமான விஷயத்தைக் கண்டுகொள்ளவில்லை! சக எழுத்தாளர்களும் அவ்வாறே இருந்தார்களே! எழுத்தாள தர்மம்! பத்திரிகை தர்மம்!

முடிவில் சில வார்த்தைகள்:

ஸரோஜா ராமமூர்த்தி, எழுத்தில் தன் குரு என்று என்னைத்தான் கூறுவாள். ஆனால், அவளோ என்னைவிட நிறைய எழுதினாள்; சிறப்பாகவும் எழுதினாள்.

ஸரோஜா எழுதியவற்றில் பத்தக வடிவில் வெளியானவை:

'மாளவிகா' – நாவல்
'இருளும் ஒளியும்' – நாவல்
'இன்பம் எங்கே?' – நாவல்
'முத்துச் சிப்பி' – நாவல்
'பனித்துளி' – நாவல்
'மலையில் ஒரு மாளிகை' – நாவல்
'சாவித்திரி' – நாவல்
'குழலோசை' – சிறுகதைகள்
'நவராத்திரிப் பரிசு' – சிறுகதைகள்
'வெறும் கூடு' – சிறுகதைகள்
(இன்னும் பல குறுநாவல்கள்)

பதிப்புரை

சரோஜாவின் கதைகள் சொல்லும் கதைகள்

சரோஜா ராமமூர்த்தியின் மறைவுக்குப்பின் தன் அன்னையின் நினைவாக, அவர் மகன் ஜெயபாரதி தன் தந்தை து. ராமமூர்த்தியால் தேர்ந்தெடுக்கப்பட்ட அவருடைய சிறுகதைகளுடன் 'வெறும் கூடு' என்றொரு தொகுப்பு கொண்டுவரத் தீர்மானித்தபோது, அதற்கு முன்னுரை எழுத து. ராமமூர்த்தி என்னை அணுகினார். 1992ஆம் ஆண்டு. நான் அப்போது சிகாகோவில் இருந்தேன். 28-7-1992 என்று தேதியிட்ட அந்த முன்னுரையின் சற்றே திருத்திய பிரதி கீழே:

சரோஜா

நான் பள்ளியில் படித்துக்கொண்டிருந்தேன் அப்போது. ஒவ்வொரு வெள்ளிக்கிழமையும் யார் ஆனந்த விகடன் இதழை முதலில் படிப்பது என்று சண்டைபோட்ட காலம். சரோஜா ராமமூர்த்தியின் 'பனித்துளி' அப்போது வந்துகொண்டிருந்ததா இல்லை அது தொடர்கதையாக வருவதற்குச் சற்று முன்பா என்று நினைவில்லை. "எழுத்தாளி மாமி" ஒருவர் எங்கள் வீட்டின் அருகே இருப்பதாகச் செய்தி பரவலாயிற்று. எங்கள் வீடு பெங்களூர் சேஷாத்திரிபுரத்தில் ஸ்வஸ்திக் தியேட்டரிலிருந்து பிரியும் ஒரு பிரதான வீதியில் இருந்தது. ஒரு பள்ளத்தாக்கு போன்ற பகுதியில் ஐந்து வீடுகளில் ஒன்று. வீட்டின் முன்னே ஒரு குட்டி மலை மாதிரி ஏறுவாக்கில் ஒரு பாதை, அதன் எல்லையில் ஒரு

தோட்டக் கதவும், அப்பால் வீதியும் இருந்தன. பள்ளிக்குச் செல்லும் பஸ் அங்குதான் வரும். அதன் எதிரேதான் "எழுத்தாளி மாமி" இருப்பதாக வதந்தி. பள்ளி பஸ்ஸுக்காக நிற்கும்போது அந்த வீட்டைப் பார்த்தவாறிருப்பேன். கதை எழுதுபவர்கள் எப்படி இருப்பார்கள் என்றறிய ஓர் ஆசை. நானும் சில கதைகள் பற்றி அப்போது யோசித்துக்கொண்டிருந்தேன். மிகவும் சோகமயமான கதைகள். என் கதாநாயகிகள் மீளாத் துயரத்தில் உழன்றுகொண்டிருந்தார்கள். "அதிர்ஷ்டக் கட்டை", "துன்பக் கேணி" போன்ற தலைப்புகள் கொண்ட கதைகள். ஒரு மாலை, வீட்டிற்குப் பள்ளியிலிருந்து வந்தபோது, "எழுத்தாளி மாமி" வீட்டிலிருந்து நவராத்திரி அழைப்பு வந்திருப்பதாக அம்மா சொன்னாள். ஒரே மகிழ்ச்சி. நவராத்திரியின்போது ஒரு மாலை "எழுத்தாளி மாமி" வீட்டிற்குப் போனோம். அப்போதுதான் சரோஜா ராமமூர்த்தியை முதல் முறையாகப் பார்த்தேன். அவர் சிரித்தபடி பேசியது நினைவிலிருக்கிறது. அதன் பின்னர் 1974இல் அவரை மீண்டும் என் ஆராய்ச்சி விஷயமாகச் சந்தித்தபோது அவருடன் நெருங்கிப் பழகலானேன். தன் வாழ்க்கைபற்றி, தன் கருத்துகள் பற்றி எல்லாம் என்னிடம் நிறையப் பேசியிருக்கிறார்.

பத்து வயதில் சரோஜா தன் தாயை இழந்தாள். தந்தைக்குப் போலீஸ் உத்தியோகம். கண்டிப்பான, ஆசார நோக்கு உள்ள பாட்டியிடம் வளர்ந்தாள். தந்தையும் இம்மியளவுகூட வளைந்துபோகாத குணம் கொண்டவர். தன் பாட்டியைப் போன்ற பெண்களைத்தான் அவள் அதிகம் பார்த்தாள். ஆனால் வித்தியாசமான பெண்களைப் பற்றி நிறையப் படித்தாள். பதினாறு வயதில் அவள் முதல் கதை வெளிவந்தது. கதை எழுதி, தம்பியிடம் தந்து தபாலில் போடச்சொல்வது வழக்கம். ஒரு தடவை தம்பியிடமிருந்து கதையை வாங்கிப் படித்த இளைஞர் ஒருவர், அதில் சிறு மாற்றங்கள் செய்து அனுப்பினார். இப்படித்தான் து. ராமமூர்த்தி சரோஜாவின் வாழ்க்கையில் நுழைந்தார். இருவரும் திருமணம் செய்துகொள்ள முடியாதபடி சில ஆசார விதிமுறைகள் தடுத்தன. மனது வெறுத்துப்போய் தன் சித்தப்பாவுடன் பம்பாய் வந்தாள் சரோஜா. கட்டவிழ்த்துவிட்டது போலிருந்தது. தன்னைச் சுற்றி நடந்த சுதந்திரப் போராட்டம் அவளை ஈர்த்தது. வீதிச் சுவர்களில் சுவரொட்டிகளை ஒட்டினாள். ஊர்வலத்தில் கலந்துகொண்டாள். இரண்டு நாட்கள் சிறையில் இருந்தாள். தான் காதலித்த நபரை அவள் மறக்கவில்லை. பம்பாயிலிருந்து சுதந்திரப் போராட்டம்பற்றி, அவர்கள் அன்புபற்றி, இருநூறுக்கும் மேற்பட்ட கடிதங்களை அவருக்கு எழுதினாள். முடிவில் குடும்பத்தை எதிர்த்து ரிஜிஸ்தர் விவாகம் செய்துகொண்டனர் இருவரும்.

இந்தப் பின்னணி சரோஜா ராமமூர்த்தியின் கதைகளைப் படிக்கவும் விமர்சிக்கவும் எனக்கு வெகுவாக உதவியது. மாறிவரும் காலம், மாறாத சிலவற்றுடன் தொடர்ந்து செய்ய நேரிடும் மௌன யுத்தங்களின் சாயல்கள் அவர் கதை களில் உண்டு. இந்த யுத்தத்தில் உள்ள இழுபறி உறவுகள், இறுக்கங்கள், கோபங்கள், சோகங்கள், ஏய்ப்புகள், அடக்கு முறைகள், மௌனங்கள், சலனங்கள் எல்லாம் 1940இன் இறுதி யிலிருந்து 1960இன் ஆரம்பம்வரை அவர் எழுதிய கதைகளில் பல வடிவங்களில் உருப்பெற்றன. 1947இல் வெளிவந்த 'நவராத்திரிப் பரிசு' சிறுகதைத் தொகுதியில் வைராக்கியம் பிடித்த விதவை பாகீரதியிலிருந்து மாமனார் ஒடுக்குமுறையினால் வீணையை வாசிக்காமல் மௌனம் சாதித்த மீனாக்ஷிவரை இந்த மாறும் காலத்தின் நிறத்தையும் குழப்பத்தையும் தங்கள் மேல் பூசிக்கொண்டவர்கள்; வீடு என்பது எல்லாவற்றிலிருந்தும் விடுபட்ட பிரதேசமாக இல்லாமல் வெளி உலக நடவடிக்கைகளின் தாக்கங்களால் உருமாறும் பிரதேசமாக, போராடும் இடமாக மாறிவிட்டிருந்தது. இதில் பெண்கள் இடம், அவர்கள் மொழிபற்றி பல சர்ச்சைகளும் பிரமைகளும் உண்டாகின. வீடு என்னும் இடம் மாறுதலுக்கு உட்படுத்தப்பட்டபோது எழுந்த சாதக–பாதகக் கருத்துகளில் சிக்கிக்கொண்டவர்கள் பெண்கள்தாம். வீடு எனும் இடத்தின் உருவகங்களாக அவர்கள் மாறிப்போனார்கள். இதிலிருந்து பலவகைப் பெண்கள் குறித்த விளக்கங்கள் கிளம்பின. படித்த திமிருள்ள பெண், குடும்பப்பாங்கான அதிகம் படித்திராத பெண், ஆடம்பர உடைப் பெண், கிள்ளு கிள்ளாகக் கொசுவம் வைத்து புடவை கட்டிய பெண், வேலைக்குச் செல்பவள், வீட்டைப் பேணுபவள் என்று ஒன்றையொன்று எதிர்க்கும் நிலைகளில் பெண்கள் அடைபட்டனர். புதுமையும் பழமையும் இரு வேறு வகைப்பட்ட பெண் உருவங்களாக மாறி எதிரெதிர் அணிகளில் நின்றன. வேஷ்டி–கால்சராய், குடுமி–க்ராப் தலை இவற்றுள் நேராத மோதல்கள் சல்வார் கமீஸுக்கும் புடவைக்கும் நடந்தன. அவை வெறும் உடைகளாக இல்லாமல் ஒரு கலாசாரத்தின் சாரத்தையும் தன்மையையும் உள்ளடக்கியவையாக, மாறுதல்களைப் பிரதிபலிக்கும்/எதிர்க்கும் சின்னங்களாக மாறிப்போயின. மிகவும் இறுக்கமான அடைப்புக் குறிகளில், ஒன்றில் ஒன்று கலக்க முடியாதபடி பெண்கள் பற்றிய விளக்கங்கள் சிக்கிக்கொண்டன. இதனால் பாதிக்கப்பட்ட பல எழுத்தாளர்களில் சரோஜா ராமமூர்த்தியும் ஒருவர். அவருடைய சில கதைகளில் இந்த வீடு–வெளி போராட்டம் நிறையத் தென்படும். ஒன்று வீடு அல்லது வெளி போன்ற முடிவுகள் நேரிடும். 'இருளும் ஒளியும்' (1956) நாவலில் பாட்டில்

நாட்டம் கொண்ட பெண் மணவாழ்க்கையையும் காதலையும் துறக்கிறாள். மந்த கதியில் ஓடும் வாழ்க்கையை மீறிக் கனவு காணும் பெண்கள் கடும் தண்டனைக்கு உட்படுகிறார்கள். ஒரு கதையில் அத்தகைய ஒரு பெண் தன்னை எரித்துக்கொண்டு, தன் அழகிய கூந்தலையும் கனவை வெளிப்படுத்திய கண்களையும் முடிவில் கணவனையும் இழக்கிறாள். ("கனவு", *1967*). ஆரம்பகாலத்தில் குடும்பம் எனும் களத்தைப் பற்றிய விவரங்கள் புதிர்களாய், பல உருவங்களைப் பெற்றதாய், மாறுதல்களைப் பலவகைகளில் ஏற்பதாய் இருந்தது போய், சரோஜா ராமமூர்த்தி அறுபதுகளின் கடைசியில் எழுதிய பல கதைகளில் "புதுமை"ப் பெண்ணைக் குழம்பினவளாகவும், பேராசைக்காரியாகவும் புண்படுத்துபவளாகவுமே படைக்கிறார். ("இனிய ஆலயம்", *1968*; "அன்னை", *1965*.) மனிதர்களின் பல நிலைகளில் உள்ள பலதரப்பட்ட உணர்வுகளை அறுபதுகளின் நடுப்பட்ட ஆண்டுகளில் அவர் முற்றும் துறப்பதில்லை. 'காணும் உலகம்' (*1965*) இந்நிலையில் உருவாக்கப்பட்டது. இதிலும் உருவகங்கள் உண்டு. புதுமையான ஆண் லண்டன் போய் வேலை பார்த்தாலும் கதர் கட்டுபவன்; புதுமைப் பெண் ஆடை, நகை, டாம்பீகம் என்று குழம்பினாலும் கெட்டவள் இல்லை. படிப்பினால் செருக்கு மிகுந்தவள். இதை மீறி 'காணும் உலகம்' நான் விரும்பிப் படிப்பதன் காரணம் அதில் உள்ள உறவுகள், அவற்றின் தன்மைகள். சில சமயம் நுட்பமாகவும் சில சமயம் சற்று அதிகப்படி வெளிப்படையாகவும் சரோஜா ராமமூர்த்தி படைத்துள்ள கதாபாத்திரங்கள். சில விவரணைகள். சில பிம்பங்கள்.

'காணும் உலகம்' நாவலில் பாட்டி குளிக்கப் போகிறாள்: பூஜைக்குப் பூர்வாங்கமான வேலைகள் ஆரம்பமாகிவிட்டன. தாத்தா உள்ளே நுழைந்ததும் பாட்டி கிணற்றங்கரைக்குக் குடுகுடுவென்று ஓடுகிறாள். கையில் உருண்டையாக மஞ்சள் மின்னுகிறது. வாளியில் நீரை முகர்ந்து தலையில் கொட்டிக் கொள்கிறாள். பாட்டியின் முதுகுப்புறம் மாதவனுக்கு நன்றாகத் தெரிகிறது. பசுமையான நிறத்துடன் சுருங்கிய தோலுடன் அந்த முதுகு பார்ப்பதற்கு நன்றாக இருக்கிறது. கிணற்றுக் கல்லின் மீது பாட்டி மஞ்சளை இரண்டு இழுப்பு இழுத்து முகம், கை கால்களில் பூசிக்கொள்கிறாள்.

உபயோகமற்ற கணவனை அடைந்த பெண்கள் தங்கள் சுயத்தைப் பலவகைகளில் வெளிப்படுத்திக்கொள்ளலாம். 'காணும் உலகம்' நாவலில் வரும் அன்னம்மாள் காந்தியைப் பார்க்கப் போகிறாள் கூட்டத்தோடு கூட்டமாய். நிதி சேர்க்கும்

தட்டு அவளை நோக்கி வருகிறது. அவளிடம் இருப்பதெல்லாம் இரண்டு தேய்ந்த தங்க வளையல்கள். அன்னம்மாள் கைக்கு ஒன்றாக ஒவ்வொரு வளையலைக் கழற்றுகிறாள். ‘டங்’கென்ற ஒலியுடன் தட்டில் போட்டுவிடுகிறாள். அவள் வாழ்க்கையில் அவள் செய்யும் ஆணித்தரமான ஒரே செயல்.

நாவலில் வரும் தாத்தாவும் பாட்டியும் ஒடுக்கவும் செய்கிறார்கள். அன்பையும் பொழிகிறார்கள். எல்லாக் கதாபாத்திரங்களுமே பல நிறங்களைக் கொண்ட இயல்பான நபர்கள். பேத்தியின் கூந்தலை நரம்பு தெரியும் நடுங்கும் விரல்களால் இழைய வாரிப் பின்னும் பாட்டி, மாமியார் ரூபத்தில் சில சமயம் ரகளை செய்கிறாள். அக்கம்பக்கத்துச் சோகங்களில் பங்குபெறுபவள் படுக்கையில் இருக்கும் மருமகளைப் புழுபோலப் பார்க்கிறாள். நாவலில் மற்ற வகையில் அதிசயங்கள் ஏதும் இல்லை. கல்யாணங்கள் கை கூடுகின்றன. குழந்தைகள் பிறக்கின்றன. காதல் நேர்கிறது. இருந்தாலும் இதிலுள்ள வீடு மாறுதல்களை ஏற்றுக்கொண்ட, இன்னும் ஆட்டம் காணாத வீடு. அதில் வாழ்பவர்கள் நமக்குப் பரிச்சயமானவர்கள்.

வியாபாரப் பத்திரிகைகளின் காரணமாக அவர் எழுத்தின் போக்கு மாறிவிட்டதாக சரோஜா ராமமூர்த்தி என்னிடம் கூறியிருக்கிறார். அவர் கதாபாத்திரங்கள் பல வகையில் நீர்த்துப் போய்விட்டதன் காரணம் கேட்டபோது இதைச் சொன்னார். 1953இல் எழுதப்பட்ட ‘பனித்துளி’ 1957வரை பிரசுரிக்கப்படாமல் இருந்ததன் காரணம் அதில் விவாகரத்து ஒன்று இருந்ததுதான். பத்திரிகைகளுக்காக நீங்கள் ஏன் மாறவேண்டும் என்று அவரிடம் சண்டை போட்டிருக்கிறேன். நான் அவரைச் சந்தித்தபோது அவருடைய ஆரம்பகாலக் கதைகள் பற்றி, அவற்றின் தன்மை பற்றி நிறையப் பேசியிருக்கிறார். அவர் கதைகளில் ஊடுருவி நிற்கும் இயற்கை பற்றிய வர்ணனைகள், பெண்ணின் மொழி, இடம் பற்றிய கேள்விகள் இது குறித்துப் பேசியிருக்கிறோம். பெண் எழுத்தாளர்கள் என்ற இறுக்கமான அடைப்புக் குறிகளில் சிக்கிக்கொண்டு, வெகுஜனப் பத்திரிகைகளில் எழுதிய பல பெண்களின் எழுத்துகள், அவற்றின் உள்ளடக்கம், மொழி இவை பலவித நோக்கங்களால் உருவாக்கப்பட்டவை. இவற்றை மீறி, இப்பத்திரிகைகளில் எழுதுபவர்கள் வெகு சிலரே. நான் எழுபதுகளில் அவரைச் சந்தித்தபோது சரோஜா ராமமூர்த்தி எழுதுவதை வெகுவாகக் குறைத்துக்கொண்டிருந்தார். இப்பத்திரிகைகளின் வேகமும் அவற்றின் ஆதிக்கமும் அவரைப் பாதிக்கத் தொடங்கியிருந்தன. இருந்தாலும் படிப்பதையும் விமர்சிப்பதையும் அவர் நிறுத்தவில்லை,

சரோஜா ராமமூர்த்தி என்ற எழுத்தாளரை அவர் வீட்டில் யாரும் அவ்வளவு தீவிர கணிப்பில் எடுத்துக்கொள்ளவில்லை என்று எனக்குப் படுகிறது. அன்பாக இருந்து, நல்லுணவு படைக்கும் அம்மாவாக மட்டும்தான் அவரைப் பார்த்தார்கள் என்று தோன்றுகிறது. ஒரு வகையில் அவர் எழுத்தின் வீச்சுக்கு இது தடைபோட்டது என்று நினைக்கிறேன். இரண்டு கவிதைகள் எழுதிய கணவனையும் அப்பாவையும் மனைவியும் குழந்தைகளும் விஸ்வரூபத்தில் பார்க்கிறார்கள். பல பெண்களுக்கு இது நேர்வதில்லை. சரோஜா ராமமூர்த்திக்கு நேரவில்லை. இது து.ராமமூர்த்தியால் தேர்ந்தெடுக்கப்பட்டு, வெளியாகும் தொகுதி. நான் தேர்ந்தெடுத்த, என் விளக்கங்களுடன் கூடிய ஒரு தொகுதி வெளிவர வேண்டும் என்று நினைக்கிறேன். ஆசைப்படுகிறேன். அதற்கு முன்னுரை எழுத நான் து.ரா.வை அணுகலாம்!

சிகாகோ 28–7–92   அம்பை

'வெறும் கூடு' தொகுப்பை எனக்கு அனுப்பியபோது "பேரன்புக்குரிய அம்பைக்கு, ஆசியுடன் கொடுக்கப்பட்டது. சரோஜாவிடம் அவர் கொண்டிருந்த ஆத்மார்த்தமான நேயத்தை வெளிப்படுத்தும் முகவுரைக்கு இது நன்றி உரை அல்ல. ஆத்மார்த்தமான அன்பின் வெளிப்பாடுதான் இதுவும்" என்றெழுதிக் கையெழுத்திட்டு அனுப்பினார் து.ரா. ஆனால் முன்னுரையின் முடிவில் நான் கூறியிருந்தது அவர் மனத்தில் படிந்துவிட்டது. நான் கொண்டுவரப்போகும் தொகுப்புக்காக ஒரு நீண்ட முன்னுரை எழுதி அதை உறை ஒன்றில் போட்டு, அதன் மேல், "சரோஜாவின் 'வெறும் கூடு' சிறுகதைத் தொகுப்புக்கு முன்னுரை எழுதிய அம்பை சரோஜாவின் சிறுகதைகள் சிலவற்றைத் தான் வெளியிடத் தேர்ந்தெடுத்து இருப்பதாகவும் அப்படித் தான் வெளியிடும்போது அதற்கு முன்னுரை எழுத என்னை அணுகலாம் என்றும் எழுதி இருக்கிறாள். அவ்வாறு அவள் சிறுகதைத் தொகுப்பு வெளியிடும்போது, அதற்கு முன்னுரையாக நான் எழுதியிருப்பது இதில் உள்ளது.

இது அம்பையிடம் சேர்க்கப்பட வேண்டியது."

என்றெழுதி அவர் மேஜை மேல் வைத்திருந்தது அவர் மறைவுக்குப்பின் என்னை வந்தடைந்தது. அதற்கு முன்பே சரோஜாவின் கதைகளின் நகல்களை நான் அவரிடம் கேட்டுப் பெற்றிருந்தேன். அவர் காலத்திலேயே செய்திருக்க வேண்டிய வேலையைச் செய்யும் வாய்ப்பு இத்தனை ஆண்டுகளுக்குப்பின் இப்போதுதான் வந்தது.

இதில் வரும் கதைகள் நான் தேர்ந்தெடுத்தவை. இவை படிக்கப்படவேண்டிய கதைகள் என்பதில் எனக்கு எந்தவித ஐயமும் இல்லை. 1961இல் *சுதேசமித்திரன்* ஜூலை 22, 1961 இதழில் சரோஜா ராமமூர்த்தியின் 'முத்துச்சிப்பி' நாவலை விமர்சனம் செய்த க.நா. சுப்ரமணியம் அதை வெற்றி பெற்ற நாவல் என்று சொல்கிறார். மேலும் தொடர்கதைகளாக வரும் கதைகளில் உள்ள திடீர்த் திருப்பங்கள், மற்ற அதீதங்கள் இவை எல்லாம் இல்லாமல் எழுதியதற்கு ஆசிரியை பெருமைப்பட்டுக்கொள்ளலாம் என்கிறார். "மிகையில்லாமல், சற்றுக் குறைபடவே சொல்லி, நம் மனத்தில் பாத்திரங்களையும் சம்பவங்களையும் பதியவைக்கிறார் ஆசிரியை" என்று கூறி, "...தமிழில் வெளிவந்திருக்கிற குடும்ப நாவல்களில் சிறப்பான இரண்டு மூன்றில் இதுவும் ஒன்று என்று சொல்ல வேண்டும்" என்று முடிக்கிறார் விமர்சனத்தை.

தன் எழுத்து குறித்து சரோஜா ராமமூர்த்தியும் எழுதியிருக்கிறார். தன் முதல் நாவல் 'பனித்துளி' (*ஆனந்த விகடனில்* பத்திரிகையில் 1957இல் தொடராக வந்தது) குறித்து *கல்கி* ஜூன் 18, 1961 இதழில் "நாவல் பிறக்கிறது" என்ற தலைப்பில் தன் குழந்தைப் பருவச் சூழல் குறித்து எழுதுகிறார்:

> "...என் தகப்பனார் ஒரு போலீஸ் இன்ஸ்பெக்டர். அவர் திருக்கழுக்குன்றத்தில் வேலயில் இருந்த காலத்தில் நான் எட்டு வயதுச் சிறுமியாக இருந்தேன். நாகரிகமும் மின்சார வசதிகளும் அதிகமாய்ப் பரவாத காலம். எங்கள் வீட்டுக்கு எதிரே நெடிய குன்றமும் பசுமையான வயல்களும் காணப்பட்டன. அதிகாலையில் எழுந்துவிடுவது என் பழக்கம். காலத் தென்றலில் நெல்மணிகள் பிடித்த நெற்பயிர்கள் மீது முத்து முத்தாகப் பனித்துளிகள் அரும்பியிருந்த காட்சியை என்னால் இன்னமும் மறக்க முடியவில்லை. வைரமணிகள்போல் அவை மின்னுவதைப் பார்த்துக்கொண்டேயிருப்பேன். மனத்தில் என்னென்னவோ எண்ணங்கள். அவைகளைக் கோவையாக அமைத்துப் பார்க்கும் ஆற்றல் அப்பொழுது எனக்கு இருக்கவில்லை.
>
> "அடுத்தபடியாக என்னைக் கவர்ந்து இழுத்தது குன்றின் மீது அமர்ந்து அருள் புரியும் வேதகிரீஸ்வரரின் ஆலயம். மார்கழி மாதத்துப் பனிப்போர்வைக்குள் உலகம் துஞ்சும்போது, தெரு வழியே பஜனை கோஷ்டி ஒன்று திருப்பாவை, திருவெம்பாவைப்

பாடல்களையெல்லாம் பாடிக்கொண்டே சென்றதை அரைத் தூக்கத்திலிருந்து கேட்ட நான் அதில் என் சிந்தையைப் பறிகொடுத்திருக்கிறேன்.

"கால வெள்ளத்தில் அடித்துப்போகாமல், நின்று நிலைத்து, பக்தர்களின் வாய்மொழியாக வரும் அந்தத் தெய்விகப் பாடல்கள்தாம் என்னைச் சிந்திக்கத் தூண்டின . . . ."

பதினோரு வயதில் தாயை இழந்ததையும் அதன்பின் அந்தத் தாய் 'பனித்துளி' நாவலில் ஒரு பாத்திரம் ஆனதையும் கூறுகிறார் அதே கட்டுரையில்:

"...சின்னஞ்சிறு சிறுமி நான். பதினோரு வயதிருக்கலாம். பகல் உணவுக்காக 'கான்வென்'டிலிருந்து வீட்டுக்கு வந்தேன். அன்பு மொழி பேசி ஆதரவுடன் கையில் அமுது படைக்கும் அருமை அன்னை முக்கி முனகிக்கொண்டு படுத்திருந்தார்.

"ஜுரம் வந்திருப்பதாகச் சொன்னார்கள். ஒன்றும் விளங்காத வயது. அம்மாவுக்கு உதவி செய்ய வேண்டும் என்று இருந்தாலும், படிப்பில் இருந்த ஆர்வம் பள்ளிக்குச் செல்லத்தான் தூண்டியது. போய்விட்டேன். அடுத்த நாள் சரியாகிவிடும் என்ற நம்பிக்கை. ஆனால் நிலைமை மோசமாக ஆகிவிட்டது. வைசூரி கண்டிருந்ததால் என்னையும் உள்ளே அனுமதிக்கவில்லை. அந்த நாள் தேய்ந்து அடுத்த நாள் உதயம் வந்தது. வீட்டிலே ஒரே குழப்பம். உற்றார் உறவினர் எல்லோரும் கூடியிருந்தார்கள். அம்மாவுக்கு 'என்னவோ' என்கிறவரைக்கும்தான் எனக்குப் புரிந்தது.

"பிறகு எல்லாமே முடிந்துவிட்டது. என்னை ஒரு பிரமை ஆட்கொண்டுவிட்டது. அன்னை மறைந்த இடத்திலே இருந்த விளக்கின் சுடரையே உற்றுப் பார்த்தேன் நான். திரைப்படக் காட்சிபோல் அம்மா செய்துவந்த இல்லறப் பணிகள் முழுவதும் அதில் தெரிந்தன.

'அந்தி விளக்கே, அலங்காரப் பெண்மணியே' என்று அம்மா மெல்லிய குரலெழுப்பிப் பாடும் ஒலிகூடக் கேட்டதென்றால் பாருங்களேன்!

"நான் கேட்டேன் அந்தச் சுடரைப் பார்த்து . . . . 'ஒளியே, உன்னைப் பூஜித்துவந்த என் தாய் உன்னுடன் கலந்துவிட்டாளா?'

"பதினொன்றாம் வயதில் அழியாத சித்திரமாகப் பதிந்த இந்தச் சம்பவம் எழுத்தில் உருவாக, என் அன்னையின் மறைவுக்குப் பிறகு பல ஆண்டுகள் ஆகிவிட்டன.

"'பனித்துளி'யில் . . . 'விசாலாட்சியின் மறைவு' என்கிற அத்தியாயத்தை எழுதும்போது கண்ணீர் பெருக்கி யிருக்கிறேன். தாயின் அன்பு முகத்தை நினைத்து நினத்து ஏங்கியிருக்கிறேன்."

"நானும் என் எழுத்தும்" என்ற தலைப்பில் 1966இல் எழுதியபோது [பத்திரிகை பெயர் தெரியவில்லை. கலைமகள் பத்திரிகையாக இருக்கலாம் - பதிப்பாசிரியர்] தன் முதல் கதை குறித்து எழுதுகிறார்: "1938ஆம் வருஷம் ஜூலை மாதத்தில் ஒரு நாள் என் முதல் சிறுகதை "புது வெள்ளம்" வெளியான ஆனந்த விகடன் இதழ் என்னைத் தேடி வந்தபோது நான் பதினாறு வயதுப் பெண்ணாக, அனுபவங்களில் முதிராதவளாக இருந்தேன் . . ." [இந்தக் கதை வெளிவந்தது 1939ஆம் ஆண்டு ஜூலை மாதம் - பதிப்பாசிரியர்]

இக்கட்டுரையில் தன்னை எது எழுத்தாளராக்கியது என்று கூறும்போது முன்பு பக்தர்களின் வாய் வழியாக வரும் தெய்விகப் பாடல்களைக் குறிப்பிட்டதைப்போல் இதில் ஆண்டாளின் பாடல்களை முக்கியமாகக் குறிப்பிட்டுச் சொல்கிறார். "எழுத வேண்டும் என்கிற எண்ணம் என்னுள் எழுந்து நிலைத்து நிற்பதற்குத் தூண்டுகோலாக இருந்தவை சூடிக்கொடுத்த சுடர்க்கொடியாம் ஸ்ரீ ஆண்டாளின் முப்பது பாசுரங்கள். மார்கழிக் குளிரில் நீராடிவிட்டு அப்பாசுரங்களை எங்கள் வீட்டுப் பூஜை அறையில் பாடி முடித்தவுடன் பாற் செம்பில் தளும்பி வழியும் பசுவின் பாலைக் கண்ணனுக்கு அமுதமாகப் படைத்த நினைவு இன்றும் பசுமையானதுதான். ஆண்டாளின் வயதும் அவளியற்றிய தெய்வ மணம் கமழும் பாசுரங்களும் என்னை ஓர் எழுத்தாளர் ஆக்கின. எழுத ஆரம்பித்தேன்."

சரோஜா ராமமூர்த்தி ஆரம்ப எழுத்தாளராக இருந்தபோது வீட்டில், 'என்ன கதை வேண்டியிருக்கிறது! நாளைக்குக் கல்யாணமாகிவிட்டால் கணவன் இதற்கெல்லாம் சம்மதிக்க வேண்டுமே' என்ற முணுமுணுப்பு இருந்தது. து.ரா. அவருக்குக் கணவராக வாய்த்தது எல்லோர் வாய்களுக்கும் பூட்டுப்போட்டது.

ரவீந்திரரின் ‘கீதாஞ்சலி’யும் டால்ஸ்டாயின் ‘போரும் அமைதியும்’ போரிஸ் பாஸ்டர்நாக்கின் ‘டாக்டர் சிவாகோ’வும் படித்தபின் அதற்கு இணையான இலக்கியம் படைக்க முடியுமா என்ற எண்ணம் அவருக்கு எழுந்ததுண்டு. கதைக் கருவைத் தேடி அலைய வேண்டியதில்லை; அது அன்றாட வாழ்க்கையிலேயே உள்ளது என்பதையும் அவர் உணர்ந்ததால் தன் கதைகளுக்கான வித்து அவரைச் சுற்றியுள்ள உலகத்திலேயே இருந்தது என்று கூறுகிறார் சரோஜா இந்தக் கட்டுரையில்:

> “...ஓடும் ரயிலில் தேகத்திலிருந்து வீசும் துர்நாற்றத்துடன் ஏறும் பிச்சைக்காரியிலிருந்து, அதைக் கண்டு முகம் சுளிக்கும் முன்னேறிய சமூகத்தினர்வரையில் என்னைக் கவர்ந்துள்ளார்கள். நாங்கள் மத்தியதரக் குடும்பத்தைச் சேர்ந்தவர்களாக இருப்பதால் என்னுடைய கதைகளில் வரும் பாத்திரப் படைப்புகளை இச்சமூகத்தினரிடமிருந்தே வாங்கும்படி இருக்கிறது... பெரும்பாலும் நடுத்தர வர்க்கத்தினர்தான் என் கதைகளில் வருவார்கள்...”

இத்தொகுப்பில் உள்ள சரோஜா ராமமூர்த்தியின் கதைகளில் அவர் பாட்டியையும் அம்மாவையும் நினைவுபடுத்தும் பல பாட்டிகள் வருகிறார்கள். விடுமுறை நாட்களில் பாட்டி வீட்டுக்கு வரும் பேத்திக்கு அம்பிகைக்கு அலங்காரம் செய்வதுபோல் ராக்கோடி, குஞ்சங்கள் வைத்துத் தலை பின்னி பங்குனி விழாவை அனுபவிக்கவைக்கும் பாட்டி; பேத்தியின் கதையைப் படிப்பதோடு அதை விமர்சனமும் செய்யும் பாகீரதிப் பாட்டி. அவளையும் அவள் செய்த விமர்சனத்தையும் நினைவுகூர்கிறாள் “நினைவு” கதையில் வரும் பேத்தி:

> “‘நீ நன்றாகத்தான் எழுதியிருந்தாய். இருந்தாலும், என்னுள்ளே கதையின் கருத்து நன்றாகப் பதியவில்லை. மனத்தின் நுட்பத்தைக் கதைக் கரு தொடவில்லை என்கிறேன். ஏதோ மேலெழுந்தவாரியாகப் படிப்பவர்களுக்குப் பிடிக்கும். சுமார்தான்.’
>
> “‘ஊரெல்லாம் ‘ஓஹோ’ என்று புகழ்ந்த கதையைப் ‘பூ’வென்றுவிட்டாரே உன் பாட்டி?’ – இவர் கேட்டார்.
>
> “‘சொல்லட்டும். சொல்லட்டும். அவள் சொன்னால் சரியாகத்தான் இருக்கும். எனக்கே அந்தக் கதை திருப்திகரமாக இல்லை. இப்படித் தைரியமாக அவளால்தான் சொல்ல முடியும்...’

"காகிதத்தில் இருந்த நாலு வார்த்தைகளுக்கு இடையே அதே தாழம்பூ மேனியும், படிப்படியான நரைத்த கூந்தலும், எடுப்பான நாசியும், கண்டிப்பும் குழைவும் தோன்றும் கண்களும் —..."

"வாழ்க்கை ஒரு நம்பிக்கை" கதையில் வரும் மீனாட்சிப் பாட்டி தன் அன்பையும் கனிவையும் எல்லோருடனும் அவர்கள் விரும்பினாலும் விரும்பாவிட்டாலும் பகிர்ந்துகொண்டு வீட்டை ஆளும் பாட்டி. விடிகாலையில் எழுந்து வீட்டைத் தன்வசப்படுத்திக்கொள்பவள்:

"ஊர் விழித்துக்கொண்டுவிட்டதா என்பதைப்பற்றி மீனாட்சிப் பாட்டிக்குக் கவலை இல்லை. அதுபாட்டுக்கு மெதுவாக விழித்துக்கொள்ளட்டும். நான் இனிமேல் படுக்கையில் இருக்க மாட்டேன் என்பதுபோல் விடியற்காலம் நாலு மணிக்கே மீனாட்சிப் பாட்டி எழுந்துவிடுவாள். பல் துலக்கி முகம் கழுவிக்கொண்டு, உள்ளே நுழைந்து பூஜை மாடத்திலிருந்து திருநீற்றை அள்ளிப் பூசிக்கொள்வாள். பிறகு அவளுடைய அலுவல்கள் ஒவ்வொன்றாக ஆரம்பமாகிவிடும். வீட்டில் இரண்டு வேலைக்காரர்கள், மீனாட்சிப் பாட்டியின் பெண், மருமகள், பேரன், அவன் மனைவி இத்தனை பேர்களும் இருக்கிறார்கள்...."

அதன்பின் வீட்டில் உள்ள மாட்டைப் பால்கறக்க வரும் பால்காரர். அவருடன் உரிமையுடன் கனிவான உரையாடல். ஏழாவதோ எட்டாவதோ குழந்தையைப் பிரசவித்த அவர் மனைவிக்கு டாக்டர் கொடுக்கச்சொன்ன கஞ்சிக்கான நொய்யுடன் கொஞ்சம் பணமும். அதன்பின் பாட்டி தன்னுடைய நாளைத் தொடங்குவாள். குளித்துவிட்டுப் பூஜையறைக்குப் போய்விடுவாள்.

"...பூஜையறை அழகழகாக அரிசி மாக்கோலங்களினால் எழிலாகக் காணப்பட்டது. வெண்கல விளக்கில் முத்துச் சுடர்போல் தீபம் எரிந்துகொண்டிருந்தது. விளக்கின் முகத்தில் பாட்டி சிவப்பாகக் குங்குமத் திலகம் இட்டிருந்தாள்.

"காலை வேளையில் ஊதுவத்திகளின் நறுமணமும் விளக்கின் பொன்னொளியும் பரவசமூட்டுவனவாக இருந்தன...."

"நம்பிக்கை" கதையில் வரும் பாட்டி வேறுமாதிரியான பாட்டி. கணவனை இழந்து, பையனைத் தன் உழைப்பால் வளர்த்தவள். அவன் முதல் மனைவி இறந்ததும் இரண்டாம் திருமணம் செய்துகொண்டு தூளியில் கிடக்கும் முதல்

மனைவியின் குழந்தையைப் புறக்கணித்துவிட்டுச் செல்லும்போது பேரனை வளர்த்து, அவனுக்குத் திருமணம் செய்து, அவன் மனைவி சொன்ன சொல் பொறுக்காமல் வீட்டு வேலை செய்யவரும் பாட்டி. கண்களை இடுக்கிக்கொண்டு கூர்ந்து பார்த்தபடி அரிசி பொறுக்கும் பாட்டி. "வயசு அறுபதுக்கு மேல் இருக்கும்.... உழைத்து வலிமை பெற்ற கைகள். வளைந்த மூக்கு, கூர்ந்து பார்க்கும் தன்மை பெற்ற கண்கள். நெற்றியில் நீளமாகக் குத்தப்பட்ட பச்சை. கிழவியின் நிறம் வெளுப்புத்தான். இளமையில் அழகாகத்தான் இருந்திருப்பாள்...." என்று அவள் தோற்றத்தைக் குறித்து எழுதுகிறார். கோபித்துக்கொண்டு வந்து இனிமேல் பேரனுடன் வாழ்வதில்லை, தன் இரு கைகளால் உழைத்துத்தான் சாப்பிடுவது என்று முடிவுசெய்துகொண்டு வரும் பாட்டி, பேரன் அவளைத் தேடிவந்து, "பாட்டி" என்று கூப்பிட்டதுதான் தாமதம், அவனுடன் போகத் தயாராகிவிடுகிறாள். அன்றாட வாழ்க்கையில் நடக்குமொரு நாடகமாய் அது நடக்கிறது:

> "வெளியே வானம் வெளுத்துவிட்டது. பங்களூரிலேயே மழை அடைத்துக்கொண்டு பெய்வதில்லை. வாயிற் கதவருகில் தலையில் துணியைப் போர்த்துக்கொண்டு நாகப்பன் வந்து நின்றான். 'பாட்டி' என்று அழைத்தான் அவன்.
>
> "கிழவி அவனை ஏறிட்டுப் பார்க்கவில்லை.
>
> "'ஏனப்பா! தள்ளாதவளை இப்படிச் செய்யலாமா நீ?' என்று கேட்க வாயெடுத்தேன். அதற்குள் கிழவி சரேலென்று எழுந்தாள். 'வீட்டுக்குப் போய் சாப்பிட்டு வருகிறேன், அம்மா. குழந்தை தேடிக்கொண்டு வந்துவிட்டான்' என்று தளராத நம்பிக்கையுடன் அவள் சென்றாள்."

மாறிவரும் வாழ்க்கைமுறையில் குடும்பம் எனும் களத்தின் கோலம் மாறியபடி இருக்கிறது சில கதைகளில். மனைவி-கணவன் உறவில் பழமையும் புதுமையும் வேறு வேறு வகைகளில் உருக்கொண்டு அதனால் நேரும் சிக்கல்களும் முடிச்சுகளும் சில சமயம் விடுபட்டும் சில சமயம் அவிழ்ந்தும் அவிழாமலும் போய்விடுகின்றன. நாற்பதுகளில் எழுதிய "மூன்று உள்ளங்கள்" கதையில் மாமியார்-மருமகள் உறவு மருமகளுக்கு மனநோய் வரும் அளவுக்குச் சென்று பிறகு ஒரு நல்ல முடிவை எட்டுகிறது. மாமியார் கொடுமைக்காரி என்று சொல்ல முடியாது. விதவை. ஒரே பிள்ளையைச் சிரமப்பட்டு வளர்த்தவள். அவனைப் பங்குபோட்டுகொள்ள முடியாமல் அவன் தன் மனைவியை

நெருங்கவிடாமல் செய்பவள். இறந்த பின்னும் அவள் வாழ்ந்த வீடு அவளாக உருவெடுக்கிறது மருமகள் மனத்தில். எங்கும் அவள் தெரிகிறாள். ஆஸ்பத்திரியில் சேர்க்கப்பட்ட மருமகள் வீடு திரும்பும்போது அவள் அன்புக் கணவன் அவளைக் கூட்டிச்செல்வது ஒரு புதிய வீட்டுக்கு; புதிய வாழ்க்கைக்கு.

*1958*இல் எழுதப்பட்ட "கதிரவனே சாட்சி" ஒரு நவீன சிலப்பதிகாரம். ஆனால் இதில் வரும் கண்ணகி அடியும் உதையும் பட்டு முடிவில் இறக்கிறாள். அது கொலையா தற்கொலையா என்பதற்கெல்லாம் கதிரவனே சாட்சி. *1960*இல் எழுதிய "வடு" கதையில் வரும் கணவன் முற்போக்குவாதி; தன் மனைவி தன் நண்பர்களோடு சுதந்திரமாகப் பழக வேண்டும் என்று எதிர்பார்ப்பவன். ஆனால் அப்படி ஒரு முறை அவள் ஒரு நண்பனோடு சாதாரணமாகச் சிரித்துப் பேசும்போது சந்தேகப்பட்டு திருமண உறவு குலைந்துபோகிறது. மனைவி போய்விடுகிறாள். பிறகு மீண்டும் சேர்கிறாள் கணவனுடன். ஆனால் நடந்ததற்கு அவள் தன்னைத்தான் குற்றம் சாட்டிகொள்கிறாள். அவள் திருமண வாழ்க்கையில் நேர்ந்த குழப்பம் நவீன பெண்ணுக்கு ஏற்படும் குழப்பமோ என்று நினைக்கிறாள். தன் கணவன் மேல் எந்தக் குற்றமும் இருப்பதாக அவள் நினைப்பதில்லை. தன் தோழிக்குக் கடிதம் எழுதும்போது, "கணவனின் அன்பிலே திளைக்கும் பெண்கள், அவன் கொட்டும் வெம்மையை மாத்திரம் ஏனோ சகிப்பதில்லை. அதுவும் நீங்கள் கூறுவதுபோலச் சமீப காலமாகத்தான் உரிமை, சமத்துவம் என்று பேசிக்கொண்டு அடிப்படையான அன்பை வற்ற அடித்துவிடுகிறோமோ நாங்கள்?" என்று எழுதுகிறாள்.

*1963*இல் எழுதிய கதையில் வரும் ராமி வேறு மாதிரி மனைவி. இவள் உழைப்பாளி வர்க்கத்திலிருந்து வருபவள். கிராமப்புறப் பெண். கணவன் இரண்டாம் மனைவியுடன் வந்ததோடல்லாமல் அவளை வீட்டை விட்டுத் துரத்தியடித்ததால் வெளியேறிய பெண். ஆனால் இரண்டாம் மனைவி இறந்ததும் அவள் குழந்தைகளை வளர்க்கக் கணவன் அழைத்ததும் அவனுடன் மறுக்காமல் செல்பவள்.

மனைவியின் அன்பையும் முகம் கோணாமல் அவள் தனக்கு சேவை செய்ததையும் அவள் இறந்தபின் உணர்பவராக வருபவர் "தண்டனை" கதையின் கணவர். அவர் மனைவிக்குப் பிரசவம் ஆனால் குழந்தையைக்கூடக் கையில் எடுக்காதவர். அவளிடம் ஒரு வார்த்தைகூட இன்சொல் பேசாதவர். 'க்ளப்'களில் 'ப்ரிட்ஜ்' விளையாடும் மோகத்தில் அவருக்கு எதற்கும் நேரமே இல்லை. ஆனால் மனைவி இறந்ததும் அவள் அன்புடன்

உணவு படைத்ததை நினைவுகூர நேர்கிறது. தனக்குத் தானே விதித்துக்கொள்ளும் தண்டனையாய் உணவைத் துறக்கிறார். திரவ உணவு மாத்திரமே உண்கிறார்.

எந்த வகையிலும் அன்பு காட்டாத கணவனையும் குழந்தை மாற்றிவிடும் என்று கூறும் கதை "வாழ்வின் ஒளி". கணவனை உய்விக்க வரும் இன்னொரு பெண் "வாழ்க்கை ஒரு சாதனை" கதையில் வரும் பெண். மாங்காய்த் தலையுடன் வாயில் ஒழுகும் ஜொள்ளைக்கூடத் துடைக்கத் தெரியாத அசடன். அவனுக்கும் திருமண ஆசை வருகிறது. அவனுக்காகப் பார்த்த பெண்ணிடம், "இதோ பாரு குழந்தை! என் பிள்ளை கொஞ்சம் அசடு. முன்னே பின்னே இருந்தாலும் என்னைப்போல நீ சமாளிச்சுண்டு போகணும். அப்புறம் கண்ணைக் கசக்கக் கூடாது. ஆமாம்..." என்று அவன் தாய் வெளிப்படையாகக் கூறுகிறாள். "அந்தப் பெண் தலையைக் குனிந்துகொண்டு மெதுவாக, 'அசடுங்கறது என்னன்னு எனக்குத் தெரிஞ்சாத்தானே? நாம எல்லோருமே ஒவ்வொரு விதத்திலே அசடுகள்தான். அவர் கூடக் கொஞ்சம் அசடாக இருப்பாராக்கும்' என்றது" என்று கதை போகிறது. அந்தப் பெண் அவனையும் ஒரு மனிதனாக்குகிறாள்.

வேலை செய்துகொண்டு தனியாக இருக்கும் பெண்ணும் கதை எழுதுபவளும் கல்வி கற்றவளும் சில சமயம் ஒடுங்கியும் சில சமயம் எழுந்து நின்றும் தங்கள் வாழ்க்கையை அமைத்துக்கொள்கிறார்கள் கதைகளில். "அவள்" கதையில் வரும் நடிகை நவீன யுகத்தில் நடிப்பதைத் தொழிலாகக் கொண்டவள். தனியாக வாழும் அவளைச் சமூகம் மரியாதையுடன் நடத்துவதில்லை. அவள் அடங்கி ஒடுங்குபவளாக மாறிப்போகிறாள். 1958இல் எழுதிய "கதையும் கன்னியும்" கதையில் வரும் படித்த பெண் நவீன யுக எழுத்தாளரை எதிர்கொள்ளும்போது அவளும் வேறு வகையில் "அடங்கிப்" போகிறாள். கதையின் நாயகன் கதை எழுத முயற்சி செய்பவன். அவ்வப்போது அவன் கதைகளும் வெளிவருகின்றன. பசி, பஞ்சம் இவற்றை வைத்து எழுதிய கதைகள். காதல் கதை எழுதச் சொல்கிறார் பத்திரிகை ஆசிரியர். இவன் எழுத ஆரம்பித்து முடிக்க முடியாத கதையை இவனிடம் ட்யூஷன் பயிலும் கெட்டிக்காரப் பெண் எழுதி முடித்துத் தருகிறாள். அவளையே மணக்கிறான். "காதல்" திருமணம். ஒரே ஒரு மாற்றம்தான். கதை இப்படி முடிகிறது:

> "பிறகு யாவுமே முறைப்படி நடந்தன. வரதட்சிணை, சீர் வரிசைகள் எதிலும் தலையிடாத கேசவன், தன் காதலிக்கு ஒரு நிபந்தனை விதித்தான். இனிமேல்

அவள் அவனுக்குப் போட்டியாகக் கதைகள் எழுதக் கூடாது என்று."

குடும்ப வாழ்க்கையைப் பெண்ணால் துறக்க முடியுமா? அக்கமகா தேவி, மீரா போன்ற பெண்கள் செய்ததை இந்தக் காலப் பெண்கள் செய்ய முடியுமா? அப்படிச் செய்யும் பெண்ணை மையப்படுத்தும் கதைதான் "சுடர்க் கொழுந்து". 1959இல் எழுதப்பட்ட இந்தக் கதை, முதலில் அவளைப் புரிந்துகொள்ளாத கணவன் பின் அவள் துறவற வாழ்க்கையைப் புரிந்துகொண்டு அவளை மதிப்பதாக அமைந்திருக்கிறது. அதுவும் அவ்வளவு எளிதாக நேர்வதில்லை. முதலில் திருமணத்தை ஏற்பாடு செய்த சின்னம்மாவிடம் முறையிடுகிறான் அவள் திருமண வாழ்வுக்கு ஏற்றவளில்லை என்று. அதற்கு அவர், "அப்படி யென்றால்?... சமைக்கத் தெரியவில்லையா?..." என்றுதான் முதலில் கேட்கிறார். குடும்ப வாழ்க்கைக்குச் சமையல் செய்வது எவ்வளவு முக்கியமாக இருக்கிறது! ஆனால் அவள் துறவு வாழ்க்கையை ஏற்றுக்கொண்டு, "ஆம்! சுடர்க் கொழுந்தைத் தொலைவிலிருந்து பார்த்து வணங்கத்தான் முடியும்! அணுகினால் அந்த அழகே சுடும் என்று அவன் வாய் முணுமுணுத்தது!" என்று கதை முடியச் சற்றுக் காலம் செல்கிறது.

கல்வி கற்ற பெண் திருமண வாழ்க்கை அமைவதற்காக முற்றிலும் ஒடுங்கிப்போகாதவளுமாகவும் இருக்கமுடியும், இருக்கிறாள் என்பதைக் கூறும் கதை "வரதட்சிணை". கல்வியுடன் வருவது கர்வமல்ல, ஞானச் செருக்கு என்பதைக் கூறும் கதை. அறுபதுகளில் எழுதப்பட்டிருக்கலாம். பலர் வந்து பார்த்து வரதட்சிணை கேட்பதால் திருமணம் நடப்பதில்லை கமலத்துக்கு. பிறகு கடைசியாக வரும் ஒரு நபரும் நாலாயிரம் ரூபாய் வரதட்சிணை கேட்கிறார். கமலத்துக்கு வெறுத்துப் போகிறது. தந்தையிடம் வேண்டிக்கொண்டு டாக்டராகிறாள். நாலாயிரம் ரூபாய் கேட்ட அதே நபர் மீண்டும் திருமண கோரிக்கையுடன் வருகிறார். வழக்கமான கதையாக முடியும் என்று நினைக்கும்போது கதை இப்படிப் போகிறது:

"தெருவில் வண்டி வந்து நிற்கும் சத்தம் கேட்டது. கமலம் சாவதானமாக இறங்கி உள்ளே வந்தாள். கையில் இருந்த மருந்துப் பெட்டியை மேஜை மீது வைத்துவிட்டு, 'வாருங்கள், நமஸ்காரம்' என்று கூறி நாகராஜனை வரவேற்றாள்.

"அன்று பார்த்த கமலத்தினிடம் இருந்த சங்கோஜமோ, பயமோ எதுவுமின்றி எளிமையும்

அன்பும் உருக்கொண்ட கமலமாக இருந்தாள் அவள் இப்போது.

"'என்னைப் பார்க்க நீங்கள் வரப்போவதாக அப்பா சொல்லி இருந்தார். கொஞ்சம் அவசரமாகப் போக வேண்டியிருந்தது. அதனால் தாமதம் ஆயிற்று' என்றாள் கமலம், தானும் நாற்காலியில் அமர்ந்துகொண்டு.

"'ஓ! அதனால் என்ன பரவாயில்லை! நம் கல்யாண விஷயத்தைப்பற்றி உங்கள் அபிப்பிராயத்தைத் தெரிந்துகொள்ளலாம் என்றுதான் வந்திருக்கிறேன்' என்றான் நாகராஜன்.

"'அபிப்பிராயம்' என்று புதுசாக என்ன இருக்கிறது? எனக்காக அப்பா மிகவும் சிரமப்பட்டிருக்கிறார். ஆயிரம் ஆயிரமாக என் படிப்புக்குச் செலவழித்து இருக்கிறார். நானும் மாசம் அறுநூறு ரூபாய்க்கு மேல் சம்பாதிக்கிறேன். படிப்புக்கும் உத்யோகத்துக்கும் விலை எல்லோரும் கேட்கிறார்கள் அல்லவா? அப்படிக் கேட்பதற்கு ஆண்களுக்கு மாத்திரம்தான் உரிமை இருக்கிறதா என்ன? எனக்கும் வரதட்சிணை நாலாயிரம் தருவதானால் உங்களை மணந்துகொள்ளத் தயாராக இருக்கிறேன்' என்றாள் கமலம்.

"வார்த்தைகளுக்கு மனித ஹிருதயத்தைத் தாக்கும் சக்தி உண்டென்பது உண்மையானால் நாகராஜனின் வெளிறிப்போன முகம் அதற்கு அத்தாட்சியாக இருக்க வேண்டும்.

"வாயடைத்து அவன் உட்கார்ந்திருந்தபோது கமலம், 'எனக்கு நாழியாகிறது... நிறைய அவகாசம் எடுத்துக் கொண்டு யோசனை செய்து ஒரு முடிவுக்கு வாருங்கள்' என்றாள்."

சரோஜா ராமமூர்த்தி தன் குழந்தைப் பருவத்தில் பார்த்து ரசித்த இயற்கைக் காட்சிகள் அவர் கதைகளின் பின்னணியாக இருப்பதுடன் நாய், பசு, கிளிகள் போன்ற மிருகங்களுடன் உள்ள பாசமும் மனித நேயமும் கதைகளின் அடிநாதமாக உள்ளன. ("எங்கள் ரோஸி", "பரிசப் பணம்", "கௌரி", "கூண்டுக் கிளி") கதைகளில் வரும் மிருகங்களும் மனிதர்கள்போல் நேசிக்கின்றன, அன்பு காட்டுகின்றன, யோசிக்கின்றன. கதைகளில் வரும் குழந்தைகளின் மனத்தையும் ஆசைகளையும் விருப்பங்களையும் அவர்கள் அன்பு காட்டும், எதிர்பார்க்கும் விதங்களையும்

மனோதத்துவ ரீதியில் அணுகுவதும் சரோஜா ராமமூர்த்தியின் தனிப்பட்ட அணுகுமுறை. மகிஷாசுரமர்த்தனி பொம்மைக்காக ஏங்கும் குழந்தையின் மனத்தையும் ("நவராத்திரிப் பரிசு") திருமணம் செய்துகொள்ளாமல் வீட்டில் இருக்கும் பெரியப்பாவிடம் உரிமைகொண்டாடும் ஆனால் அவர் திருமணம் செய்துகொள்ளலாமா என்று யோசிக்கும்போது அவரை விட்டு விலகப்பார்க்கும் குழந்தைகளின் மனப்போக்கையும் ("தெளிவு") தனக்குப் பால் தந்த மாட்டுடன் ஆழ்ந்த பிணைப்பை ஏற்படுத்திக்கொள்ளும் சிறுவன் மனத்தையும் ("கௌரி") வெகு இயல்பாக அணுகுகிறார் சரோஜா.

சரோஜா ராமமூர்த்தியின் எல்லாக் கதைகளும் ஒரு முடிவை நோக்கிச் செல்லும் கதைகளல்ல. வழக்கமாக வாசகர்கள் எதிர்நோக்கும் ஒரே முடிவை எட்டும் கதைகளுமல்ல. "கதையும் கன்னியும்" கதையில் காதல் திருமணம் செய்துகொண்டு இருவரும் கதை எழுதினார்கள் என்று முடிவு அமையும் என்று நினைக்கும்போது அவள் எழுதக் கூடாது என்ற நிபந்தனை வந்து விழுகிறது. "கதிரவனே சாட்சி" கதையில் மனைவியின் மரணம் தற்கொலையா, கொலையா என்ற தீர்வு கூறப்படாமல் போகிறது. "அவள்" கதையில் நாகரிகமாக உடை உடுத்தி, தைரியமாக வளையவரும் நடிகை அஞ்சுகத்தை முடிவில் "அடக்கமே உருவாக... பெண்கள் வண்டியில் ஒரு மூலையில்" உட்காரவைப்பது அவள் ஒதுக்கப்பட்டதுதான் என்று தெரிந்தாலும் எப்படி அது நடந்தது என்பதை நம் யூகத்துக்கே விட்டுவிடுகிறார். விளக்குவதில்லை. "நாளைக்கு" கதையில் வரும் பிச்சைக்காரப் பெண் அவளைக் கடத்திச் செல்லும் கிழவியிடமிருந்து விடுவிக்கப்பட வேண்டும், திட்டினாலும் சலித்துக்கொண்டாலும் அவள் அன்னையிடம் அவள் சேர வேண்டும் என்று கதையில் கூறிவிடலாம். ஆனால் வண்டியில் பாடிக்கொண்டே பிச்சை எடுப்பவளாக அவள் மாறலாம் என்ற திறந்த முடிவுடன்தான் கதை முடிகிறது. மழைக்காகக் கண்ணனுக்கு உற்சவம் செய்து "கோவர்த்தன கிரியைக் குடையாய்ப் பிடித்தவன்டீ" என்றெல்லாம் பாட்டுப் பாடி, சிறு பெண்கள் கும்மியடித்து, கோலாட்டம் போட்டு, தினம் பிரசாதம் செய்து, கடைசி நாள் பாயசம் செய்து உற்சவம் நடக்கிறது. உற்சவத்தைத் திட்டமிட்ட நாகலட்சுமியின் நம்பிக்கையை உறுதி செய்ய மழை பெய்யும் என்றுதான் வழக்கமாக முடிவு இருக்கும். ஆனால் மழை பெய்வதில்லை! கதையின் முடிவு பூஜை செய்தால் மழை வரும் என்பதல்ல; வெற்றியையும் தோல்வியையும் வாழ்க்கையில் சமமாக ஏற்கவேண்டும் என்பதுதான். "பிச்சைக்காரன்" கதையில் அவன் யாசிக்கும்

சட்டையை மூட்டையாகக் கட்டிவைத்திருக்கும் துணியிலிருந்து எடுத்துக் கொடுக்கும்வரை வந்துவிட்டு, அதைக் கொடுத்து பாத்திரம் வாங்கலாம் என்று மீண்டும் கட்டிவைப்பாள் அந்த வீட்டின் தலைவி. பிச்சைக்காரன் குளிரில் விறைத்துப்போய் இறந்துபோவான். "வாழ்க்கை ஒரு நம்பிக்கை" கதையில் மீனாட்சிப் பாட்டிக்குப் பிறகு காலையில் பூஜை அறையில் விளக்கு ஏற்றி, பால்காரரிடம் அன்புடன் பேசி, வீட்டை அவள் நிர்வாகம் செய்ததுபோல் நிர்வாகம் செய்யும் பொறுப்பை, அவளைக் கேலிசெய்த, வீட்டில் உள்ள இன்னொரு பெண்தான் மனம் மாறி ஏற்பாள் என்பதுதான் எல்லோரும் எதிர்பார்க்கும் முடிவாக இருக்கும். ஆனால் அந்தப் பொறுப்பை ஏற்பது அவள் பேரன்தான். அவன் திருமணம் ஆனவன். ஆனால் அந்தப் பொறுப்பை அவன் மனைவியை ஏற்கச் சொல்வதில்லை. அவனே ஏற்கிறான்.

இந்தத் திறந்த முடிவுகள் உள்ள கதைகளிலும் மற்ற கதைகளிலும் எதையும் விளக்க முற்படுவதில்லை சரோஜா ராமமூர்த்தி. எந்த நிகழ்வையும் கதாபாத்திரத்தையும் அலசி ஆராய்ந்து இதனால் இது என்று நியாயப்படுத்துவதில்லை. தீர்ப்புக் கூறும் பொறுப்பையும் ஏற்பதில்லை. இதைத்தான் மிகையில்லாமல் "குறைபடவே சொல்லல்" என்று க.நா.சு. பாராட்டியிருக்கிறார். எழுதும்போது எல்லாவற்றையும் கொட்டிவிடவேண்டும், வாசகரைச் சொற்களால் வீழ்த்திவிடவேண்டும், சம்ஹாரம் செய்துவிடவேண்டும், வாசகருக்கு நற்புத்தி கூறி வழிகாட்டவேண்டும், புரட்சிக்குப் பாதை வகுக்கவேண்டும் என்றெல்லாம் நினைத்து எழுதுவது ஒரு வகை. ஓடும் குதிரையை லகானிட்டு அதன் ஓட்டத்தைக் கட்டுபடுத்துவதுபோல், சுக்கானைத் திருப்பிக் கப்பலையோ படகையோ திசை திருப்புவதைப்போல் எழுத்தை ஓடவிடாமல் வசத்தில் வைத்துக்கொள்வது கடினமான ஒன்று. நான் ஒரு படைப்பாளி, எத்தனை வேண்டுமானாலும் கூறலாம் என்ற அகங்காரத்தை அடக்கினால் மட்டுமே இது சாத்தியப்படும். இது சரோஜா ராமமூர்த்திக்குச் சாத்தியமாகியிருக்கிறது என்பதுதான் அவர் கதைகளின் சிறப்பு. அவர் பாணியில், அவர் நோக்கில் அவர் எழுதிய கதைகளை ஒரு தொகுப்பாக இவ்வளவு ஆண்டுகளுக்குப் பிறகு கொண்டுவந்து மீண்டும் அவரை எல்லோருக்கும் அறிமுகம் செய்துவைக்க இதுவும் ஒரு காரணம்.

கதைகளைத் தொகுக்கும்போது சில கதைகளில் வெளிவந்த இதழ்களின் பெயர் மட்டுமே இருந்தன. சிலவற்றில் வெளிவந்த

இதழின் பெயரும் ஆண்டும் இருந்தன தேதி இல்லாமல். இன்னும் சிலவற்றில் வெளிவந்த இதழின் பெயர், ஆண்டு, தேதி எதுவுமே இல்லை. சில கதைகளின் தேதிகளையும் வெளிவந்த இதழ்களின் பெயர்களையும் கண்டறிய பேராசிரியர் சு. பசுபதி வெகுவாக உதவினார். கதைக்குச் சித்திரம் தீட்டிய ஓவியர், கதைப் பக்கங்களில் உள்ள துணுக்குகள், விளம்பரங்கள் இவற்றை ஆதாரமாகக் கொண்டு சில இதழ்களின் பெயர்களை யூகிக்க முடிந்தது. ஆனந்த விகடன் நிர்வாக இயக்குனர் திரு. பா. ஸ்ரீனிவாசன் அவர்களுக்கு ஆனந்த விகடன் பத்திரிகையில் வெளிவந்த கதைகளின் தேதிகளைத் தந்து உதவ முடியுமா என்று கேட்டபோது ஆவன செய்வதாக உடனே ஒப்புக்கொண்டார். ஆசிரியர்கள் தி. முருகனும் ஏ. உபைதுர் ரஹ்மானும் சரோஜா ராமமூர்த்தியின் கதைகளை ஆனந்த விகடன் ஆவணக் காப்பகத்திலிருந்து தேடி எடுக்க வெகுவாக உதவினார்கள். கல்கி நிர்வாக ஆசிரியர் வி. ரமணன் கல்கி களஞ்சியத்திலிருந்து தொகுப்புக்குத் தேவையான கதைகளைத் தேடி எடுத்து அனுப்பினார். கதைகள் வெளிவந்த இதழ்களையும் தேதிகளையும் உறுதிசெய்துகொள்ள இது மிகவும் உதவியாக இருந்தது. அவர்களுக்கு மனமார்ந்த நன்றி. இதழ்களின் பெயர், தேதி, அறிய முடியாத கதைகள் தொகுப்பின் கடைசிக் கதைகளாகக் கொடுக்கப்பட்டுள்ளன. இதழின் பெயர் யூகிக்கப்பட்டு, தேதி கிடைக்காததால் இதழின் பெயர் அடைப்புக் குறிகளுக்குள் போடப்பட்டிருக்கிறது கடைசியாக உள்ள ஒரு கதையில்.

இந்தத் தொகுப்பு சரோஜாவுக்கும் து. ராமமூர்த்திக்கும் என் அன்புக் காணிக்கை.

பல ஆண்டுகளாக மனத்தில் இருந்தும் செய்ய முடியாமல் போனதைச் சாத்தியப்படுத்திய காலச்சுவடு கண்ணனுக்கு என் நன்றியும் அன்பும். 2020இல் நான் இதைத் தொடங்கியபோது என் மனநிலைக்கேற்ப ஒத்துழைத்த காலச்சுவடு பதிப்பகத்தில் பணியாற்றும் கலாவுக்கும் அச்சுப் பிரதியைத் தயாரிப்பதில் வெகுவாக உதவிய ம. ஸ்டெனோலினுக்கும் என் நன்றி. காலம் தாழ்ந்து வந்தாலும் இத்தொகுப்பை சரோஜா ராமமூர்த்தியின் குடும்பம் வரவேற்கும் என்று நம்புகிறேன்.

அம்பை

27-5-2022

1

புது வெள்ளம்

கடுங்கோடை ஒழிந்து சிலு சிலு என்று காற்று தொடங்கியிருந்தது. காவிரி ஆற்றில் புது வெள்ளம் கரை புரண்டு ஓடிக்கொண்டிருந்தது.

ஆற்றங்கரை ஓரத்தில் பெரிய அரச மரம். சூரிய கிரணங்கள் அரச மரத்து இளம் தளிர்களைப் பொன்னைப்போல் மின்னச் செயதன. அநத மரத்தின் கிளையொன்று வளைந்து ஆற்றின் மேல் சாய்ந்திருந்தது. அந்தக் கிளை மேலிருந்து, கால்களை அலட்சியமாய்க் கீழே ஓடிக் கொண்டிருந்த ஆற்று நீரில் தொங்கப் போட்டுக் கொண்டு ஒய்யாரமாய் உட்கார்ந்திருந்தாள் கன்னி.

“தே பொண்ணு! ஆத்துலே வெள்ளம் போவது, மரத்து மேலே குந்திகிட்டு இருக்கே? ஒரு பொம்புளைக்கு இவ்வளவு தைரியமா இறங்கி வா” என்று அதட்டிக்கொண்டே வேலன் அங்கு வந்தான்.

வேலன் அந்த ஊர் பண்ணை ஐயா வீட்டு வேலைக்காரன். குடியானத் தெருவில் அவன்தான் மிகுந்த பணக்காரன். வயது இருபத்தைந்து இருக்கும். இன்னும் கல்யாணம் ஆகவில்லை. அதற்கு வேளை வரவில்லையோ அல்லது வந்துதான் பாதி வழியில் நிற்கிறதோ, இந்த விஷயம் அந்த ஊரில் யாருக்கும் தெரியவில்லை. வேலன் கன்னியைக் குழந்தைப் பருவத்திலிருந்து அறிவான். அவள் மேல் அவன் ஒரு கண் வைத்திருந்தான் என்று மட்டும் ஊரார் சொல்லிக்கொண்டார்கள்.

கன்னி வேலன் பக்கம் திரும்பி ஒரு அலக்ஷியமான பார்வை பார்த்தாள்.

"ஏன், நான் இங்கே குந்திக்கிட்டு இருந்தா உன் கண்ணை உறுத்துதோ? நீ உன் வேலையைப் பார்த்துக்கிட்டுப் போயேன்" என்றாள்.

வேலனுக்கு அவள் தன்னை அப்படிக் கேட்டது பிடிக்கவில்லை. அவன் பதில் சொல்வதற்குள் அவள் கிளையை விட்டு இறங்கி வந்துவிட்டாள்.

"இந்தப் பொம்பளைகளுக்கு வாய் ஜாஸ்திதான்" என்று சொல்லிக்கொண்டு வேலன் துணி தோய்க்கத் தொடங்கினான்.

"என்ன சொன்னே? இன்னொரு தரம் அந்த மாதிரி சொன்னா, தெரியும் சேதி" என்று கோபமாகச் சொல்லிவிட்டு, கன்னி தண்ணீர் குடத்தை 'ஜக்'கென்று இடுப்பில் தூக்கி வைத்துக்கொண்டு நடந்தாள்.

அவளுக்கு வேலன் மேல் என்னமோ இன்று கோபம் கோபமாக வந்தது. கொஞ்ச காலமாகத் தன்னை அவன் கவனிக்கவில்லை என்ற காரணமாக இருக்கலாம்.

அவள் சற்றுத்தூரம் சென்ற பிறகு,"ஏ கன்னி, உன்னைத்தானே! இங்கே வா" என்று வேலன் கூப்பிட்டான். கன்னிக்குச் சிரிப்பு வந்தது. அதைக் கஷ்டப்பட்டு அடக்கிக்கொண்டு, முகத்தைக் கடுகடுப்பாய் வைத்துக்கொண்டு திரும்பி வந்து நின்றாள்.

"இதென்ன பெரிய தொந்தரவால்ல போச்சு! எதுக்கு என்னைக் கூப்பிட்டே?" என்றாள்.

"ஐயையோ! நீ யாரம்மா நீ? எங்க வெள்ளைச்சாமி மகள் கன்னின்னு நினைச்சுன்னா. கூப்பிட்டேன். நீ யாரோ புதுசா ஆகாசத்துலேருந்து குதிச்சு வந்திருக்காப் போலே இருக்கே!"

"ஆமாம், நான் ஆகாசத்துலேயிருந்துதான் குதிச்சு வந்திருக்கேன். உனக்கென்ன? உன்ன பார்த்ததும் நானும்தான் எங்க வேலன்னு நினைச்சேன். இப்பத்தான் தெரியிது, நீ வேலனில்லை, மைசூர் மகாராஜா" என்று கோபமாய்ச் சொல்லி, கன்னி உடனே குபுக்கென்று சிரித்து விட்டாள்,

ஜான் வேலனும் அவளுடன் சேர்ந்து சிரித்தான். "அப்படியா சமாசாரம்? வா வா ... உங்க அப்பன் கிட்டே சொல்றேன். உனக்கு இன்னும் கல்யாணம் பண்ணி வைக்காமே இருக்கிறதுதான் தப்பாப் போச்சு. கல்யாணம் பண்ணியிருந்தா இவ்வளவு பொல்லாத்தனம்

இருக்குமா, உனக்கு?" என்று அவள் கன்னத்தை நிமிண்டிவிட்டு அவளுடன் நடந்தான்.

வேலன் வெள்ளைச்சாமியின் மகளைக் கல்யாணம் செய்துகொள்ளப் போகிறான் என்று தெரிந்ததும், அந்த ஊரில் யாரும் அவர்கள் கல்யாணத்தைக் குறுக்கே விழுந்து தடுக்கவில்லை.

கல்யாணம் ஆகி ஒரு வருஷம் அவர்களின் வாழ்க்கை இன்பமாகக் கழிந்தது. அந்த வாழ்க்கையில் பிளவு ஏற்படுத்து வதற்குத்தானோ என்னமோ அந்த ஊரில் மகாபாரதம் வாசிக்கத் தொடங்கினார்கள். பிளவு ஏற்பட்டது பாரதத்தினால் மாத்திரமல்ல. "சுபத்ரா பரிணயம்" நாடகம் ஆட ஏற்பாடும் செய்தனர். வெளியூரிலிருந்து பெயர் போன கூத்துக் கம்பெனி ஒன்றை வரவழைக்கவும் தீர்மானமாயிற்று. அதில் ஸ்ரீமதி அபய சுந்தரி முக்ய நடி. அந்த அம்மாள் தன்னிடம் சரணமடைந்தவர்களை விடுவதில்லையாம்! அதனால் அவளுக்கு அந்தப் பெயர் ஏற்பட்டது என்று ஊகிக்கலாம்.

வெள்ளிக்கிழமை ஆட்டம். அன்று பகல் எல்லாம் வேலனுக்கு ராஜோபசாரம் நடந்தது. ஏனென்றால் அன்று நாடகத்தில் அவன் தான் அர்ஜுனன் வேஷம் போட வேண்டியவன். முதலில் வேலனுக்குக் கொஞ்சம் பயமாய்த்தான் இருந்தது, என்னடா பெயர் பெற்ற ஆட்டக்காரியுடன் நடிக்க வேண்டுமே என்று. அதுவரையில் ஏதோ சில்லறை ஆட்டங்களில் அவன் நடித்திருக்கிறானே ஒழிய, இந்த மாதிரி பெரிய நாடகத்தில், அதுவும் ஸ்ரீமதி அபய சுந்தரியோடு நடிக்கும் திறமை வாய்ந்த நடிகன் இல்லை அவன். இருந்தாலும் பெரிய பெரிய பட்டணங்களில் எல்லாம் தன்னை விட மோசமாக நடிக்கிறவர்களுக்கெல்லாம் "மேடை இளவரசன்" என்றும், "யுவராஜா" என்றும் பட்டங்கள் வழங்குவது தெரிந்திருந்தால், அவன் அவ்வளவு பயந்து போயிருக்க மாட்டான்.

அன்று இரவு பத்து மணிக்குக் கூத்து ஆரம்பித்தார்கள். வேலன் அர்ஜுனன் வேஷத்தில் ஜமாய்த்து விட்டான். அவன் இவ்வளவு திறமையாய் நடிப்பான் என்று அபய சுந்தரி நினைக்கவே யில்லை. அவன் சுபத்திரையைப் பார்த்து, 'கிளியே! மயிலே! முத்தே!' என்று கொஞ்சும் போதெல்லாம் ஆட்டம் பார்க்கும் கன்னிக்குக் கோபமாய் இருந்தாலும், ஆட்டத்தில்தானே, பரவா யில்லை என்று பேசாமல் இருந்துவிட்டாள். ஆனால் அன்றைய தினத்திலிருந்து கன்னியைச் சனியன் பிடித்துக்கொண்டான். அபய சுந்தரி வேலனுக்கு அபயப் பிரதானம் கொடுத்து ஆதரிக்கத்

தொடங்கினாள். பகல் இரவு எந்த நேரத்திலும் அவனை அவள் வீட்டில்தான் பார்க்கலாம். ஒரே அடியாக ஒரு மாதம் மகாபாரதக் கதையைச் சல்லடை போட்டுச் சலித்து ஒன்று விடாமல் ஆடித் தீர்த்துவிட்டார்கள். கடைசியில் கூத்துக் கம்பெனியும் ஊருக்குக் கிளம்பியது. ஏதோ அவசர ஜோலியாய் அடுத்த ஊர் போவதாகச் சொல்லிவிட்டு வேலன் கூத்துக் கம்பெனியோடு போய்விட்டான். போனவன் திரும்பி வராததனால் கன்னிக்கு அவனை எதிர்பார்த்து எதிர்பார்த்துக் கண்கள் பூத்துப் போயின.

கன்னிக்கும் வேலனுக்கும் விவாகம் நடந்து மூன்று தடவை காவிரி ஆற்றில் புது வெள்ளம் வந்து போய்விட்டது. கல்யாணம் நடந்து ஒரு தடவைதான் அத் தம்பதிகள் ஒற்றுமையாயிருந்தார்கள். இப்பொழுது மாமியாரும் மருமகளும் தனியாய் வசித்து வந்தனர். தள்ளாத கிழவி அடிக்கடி மகனை நினைத்துக்கொண்டு அழுவாள். “தரித்திரமே! வந்து காலடி வச்சவுடனே என் மவனைத் துரத்திட்டியே!” என்று கன்னியைக் கரிப்பாள். கல்யாணம் ஆன புதுசிலோ மாமியார் கன்னியைப் பார்த்து, “மவாலட்சுமி மாதிரி அதிர்ஷ்டம் வந்திருக்கு” என்று சொன்னாள். மனித சுபாவமே இப்படித்தான்!

ஆடிக் காற்று விர் விர்ரென்று சுழன்று அடித்தது. அரசங் கிளையில் உட்கார்ந்து குயில், “அக்வூ” என்று கத்தியது. சிறுமிகள் வேளைக்கொரு தரம் ஆடிப் பண்டிகையைக் கொண்டாட ஆவலோடு எதிர்பார்த்திருந்தனர். “ஹோ” என்ற சப்தத்துடன் ஜலம் புரண்டு வந்தது. அரச மரத்துக் குயில் “அக்வூ அக்வூ” என்று ஆற்றைச் சுற்றிச் சுற்றிப் பறந்தது. சிறுமியர் எல்லோரும் புது வெள்ளத்தைப் பற்றி வீட்டில் சொல்வதற்காக ஓடினர்.

கன்னி இடுப்பில் குடத்துடன் ஆற்றை நோக்கி வந்தாள். புது வெள்ளம் அவள் பழைய எண்ணங்களைத் தூண்டியது. “புது வெள்ளமும் போவலை; அந்த அரசங் கிளையும் போவலை; அவங்க துணி தோச்ச கல்லும் போவலை; அவங்க மாத்திரம் பூட்டாங்க” என்று தனக்குள் சொல்லிக்கொண்டாள். இந்தத் தடவை அவள் அந்த அரசங் கிளையில் ஏறி உட்காரவில்லை. உட்கார்ந்து நாலு வருஷம் ஆகிறது. பேசாமல் தண்ணீர் மொண்டுகொண்டு வந்த வழியே திரும்பினாள்.

“ஹோ” என்ற சப்தம் இன்னும் அடங்கவில்லை. ஆற்றில் சுழன்று ஜலம் ஓடிக்கொண்டிருந்தது. இரவு ஒரு மணிக்கு மேலிருக்கும். கன்னி பரபரப்புடன் வீட்டை விட்டு வெளியில்

வந்தாள். அவள் கால்கள் அவளை அறியாமல் ஆற்றங்கரையை நோக்கி அவளை இழுத்தன. இருட்டில் தன் எதிரில் ஓர் உருவம் வருவதைப் பார்த்தாள். நடையிலிருந்தே அதை அடையாளம் கண்டுகொண்டு "அம்மாடியோ" என்று அலறி வீழ்ந்தாள். மறுபடியும் விழித்துப் பார்க்கையில் ஆற்றங்கரை அரச மரத்தடியில் தான் படுத்திருப்பதை உணர்ந்தாள். பக்கத்தில் வேலன் உட்கார்ந்திருந்தான்.

"இந்த ராவுலே எங்கே கிளம்பினே? பிராணனை விடவா?" என்று அவன் கேட்டான்.

கன்னி கோபத்துடன் எழுந்து உட்கார்ந்தாள். "இல்லாட்டி போனா, நாலு வருஷமா என்னை விட்டுட்டுப் போயிட்டீங்களே, நான் எதுக்கு உசிரை வச்சிண்டு இருக்கணும்?"

"இல்லை கன்னி. அந்த கூத்தாடிச்சி எனக்கு ரொம்ப பணம் தரதாச் சொன்னா. எல்லாத்தையும் சேர்த்துக் கிட்டு உங்கிட்ட வரலாம்னு இருந்தேன். அந்த மோசக்காரி என்னை ஏமாத்திப்புட்டா. கையிலிருந்த காசும் அவளுக்குத் தொலைச்சுட்டேன். அவ வீட்டு வேலைக்காரப் பயலா உழைச்சேன். கடைசியிலே மனசு வெறுத்துப்போய் ஆத்துலேயாவது விழுந்து பிராணனை விடலாம்னு வந்தேன். நீ இங்கே எனக்கு முன்னாலே வந்து இருக்கயே!" என்றான்.

அப்பொழுது நிலா நடுவானில் மங்கின ஒளியுடன் பிரகாசித்துக் கொண்டிருந்தது. கன்னியின் முகம் சந்தோஷத்தால் மலர்ந்திருந்தது.. ஆகாயத்திலிருந்த அந்தப் பூர்ண சந்திரன் அதிக அழகா, கன்னியின் முகம் அதிக அழகா என்று தெரியாமல் திகைத்துப்போனான் வேலன்!

◆

ஆனந்த விகடன், ஜூலை 9, 1939

2

பிச்சைக்காரன்

குறுகுறுவென்று மாசி நிலவு ஊர் முழுதும் படர்ந்து வீசிக்கொண்டிருந்தது. எங்கள் வீட்டுக்கு எதிரில் இருந்த பூட்டப்பட்ட பங்களாவின் தென்னை மரங்கள் காற்றில் 'உய்ய்' என்று ஆடி அசைந்தன. தெருவில் போவோர் வருவோருடைய இரண்டொரு வார்த்தைகளின் சத்தம் இடை யிடையே கேட்டது. அத்துடன் இராப் பிச்சைக் காரன் ஒருவன், "தாயே! ஒரு பிடி அன்னம் போடு, அம்மா!" என்று தெருக்கோடியில் கத்திக்கொண்டு நின்றான்.

ஈஸிசேரில் சாய்ந்திருந்த என் கணவர் ஏதோ சிந்தனையில் ஆழ்ந்திருந்தார். அவருடைய சிந்தனையைப் பிச்சைக்காரனின் தீனக் குரல் கலைக்கவில்லை. நானும் அதை ஒரு வினாடிதான் கேட்டேன். மேற்கொண்டு அர்த்தமற்ற சிந்தனை யில் — எண்ணச் சுழலில் என் மனமும் அகப்பட்டுத் திண்டாடிக்கொண்டிருந்தது.

மணி ஏழுக்கு மேல் இருக்கலாம். நிலவில் விளையாடிக் கொண்டிருந்த எங்கள் பெண் கிரிஜா, பாதி விளையாட்டில் திடுக்கிட்டு நின்றாள். வெளி'கேட்'டின் அருகில் போய் நின்று பயம் நிறைந்த கண்களால் தெருக்கோடியை இரண்டு தரம் உற்றுக் கவனித்தாள். பிறகு பயம் கலந்த மிரண்ட பார்வையுடன் என் அருகில் வந்து உட்கார்ந்து கொண்டாள்.

"ஏன் வந்துட்டே, அம்மா? விளையாடினது போதுமா?" என்று கேட்டேன்.

"பூச்சாண்டி, அம்மா! கோடியிலே கத்தறான்!" என்று நாக்குழறப் பதிலளித்தாள் அவள்.

"வெறுமனே பிச்சைக்காரனுக்குப் பயப்பட்டாயானால் அவனிடம் உன்னைப் பிடித்துக்கொடுத்துவிடுவேன்!" என்று சொல்லிக்கொண்டே, இதுவரையில் சிந்தனையில் ஆழ்ந்திருந்த என் கணவர் கிரிஜாவைத் திரும்பிப் பார்த்தார்.

அவருடைய மிரட்டல் அவ்வளவாக எனக்குப் பிடிக்க வில்லை. காரணம் அவரே அடிக்கடி என்னிடம் குழந்தைகளை 'பூச்சாண்டி' மிரட்டல் ஒன்றும் மிரட்டக்கூடாது என்று சொல்லியிருந்ததுதான்.

"பிச்சைக்காரன்னா பூச்சாண்டி இல்லை. பிச்சைக் காரன்னா..." என்று மேலே சொல்வதற்கு நான் தயங்கினேன்.

பிச்சைக்காரன் என்றால் என்ன என்று ஐந்து வயதுக் குழந்தைக்கு எப்படி வியாக்கியானம் செய்ய முடியும்? ஒரு நிமிஷம் எழுந்து நின்று பிச்சைக்காரன் எவ்விடத்தில் இருக் கிறான் என்று அறிந்து கொள்வதற்காகத் தெருக்கோடியைப் பார்த்தேன். பரட்டைத் தலையும், அழுக்கேறிய துணியும், கையில் ஓடும் ஏந்தி அந்த மெலிந்த உருவம் ஒவ்வொரு வீட்டு வாசலிலும் மணிக் கணக்கில் நின்று ஏமாந்து நகர்ந்து வந்துகொண்டிருந்தது. ஏழு மணிக்கு முதலில் கேட்ட குரல் எங்கள் வீட்டருகில் வரும்போது மணி எட்டு ஆகிவிட்டது.

"தாயே! அம்மணீ! ஒரு கவளம் அன்னம் அம்மா!" என்று கத்திக்கொண்டே அவன் எங்கள் வீட்டருகில் வந்துவிட்டான்.

கிரிஜாவின் உடம்பு ஒரு நிமிஷம் நடுங்கி ஓய்ந்தது. குழந்தையை அணைத்துப் பிடித்துக்கொண்டேன்.

"இதென்ன, இப்படிப் பயப்படுகிறாளே?" என்றேன், என் கணவரைப்பார்த்து.

"அது நீ குழந்தை வளர்த்த லக்ஷணம்! 'பூச்சாண்டி' கதை சொல்லிப் பயமுறுத்தியிருப்பாய்!" என்றார் அவர்.

எனக்குக் கோபம் வந்தது. "சரி நான்தான் குழந்தையைப் பயந்தாங்கொள்ளியாக்கிவிட்டேன். அப்படியே இருக்கட்டும்! இப்போது 'பிச்சைக்காரன் என்றால் பூச்சாண்டியா?' என்று கேட்கிறாள். அதற்குப் பதில் சொல்லுங்கள்" என்றேன்.

"பிச்சைக்காரன்னா பூச்சாண்டி இல்லை, அம்மா! மனுஷன்தான்!" என்று அவள் அப்பா வியாக்கியானம் செய்தார்.

"பின்னே, அவன் ஏன் அப்பா நம்மைப்போல் இல்லை?" என்றாள் குழந்தை.

"இந்தக் கேள்விக்கு என்ன பதில் சொல்வது?" என்று நாங்கள் விழித்துக்கொண்டிருந்தபோது, "அம்மா! தர்மலக்ஷ்மி, கொஞ்சம் ஏதாவது போடுங்க!" என்றான் அந்தப் பிச்சைக்காரன் மீண்டும்.

"அவன் என்ன கேட்கிறான், அம்மா?" என்றாள் கிரிஜா என்னைப் பார்த்து.

"சாதம் கேட்கிறான், போடலாமா?" என்று கேட்டுக்கொண்டே எழுந்தேன் உள்ளே போவதற்கு. 'கேட்'டருகில் நின்றிருந்த அந்தப் பரட்டைத் தலை உருவத்தினிடம் போவதற்கு எனக்கும் சிறிது பயமாகத்தான் இருந்தது. சிறு வயதில் நான் கேட்ட பேய் பிசாசுகளின் கதைகள்கூட நினைவுக்கு வந்தன. ஒரு கையில் விளக்கையும் எடுத்துக்கொண்டுபோய்ச் சாதத்தை அவன் கலயத்தில் கொட்டினேன்.

"மகராஜி! நல்லா இருப்பீங்க!" என்று வாழ்த்திக்கொண்டே, "இந்தக் குழந்தை என்னா பேச்சு பேசுதம்மா!" என்று சொல்லி விட்டுக் கிரிஜாவைப் பார்த்தான் அவன்.

குழந்தையின் பயம் நன்றாகத் தெளிந்துவிட்டது.

"ஏன் நீ சொக்காய் போட்டுக்கலை?" என்று கேட்டாள் அவனைப் பார்த்து.

"எனக்கு சொக்கா யார் கொடுப்பாங்க?" என்றான் பிச்சைக்காரன்.

அவன் முகத்தையும் என் முகத்தையும் மாறி மாறிப் பார்த்தாள் கிரிஜா. அவள் பார்வையில், 'அவனுக்கு சொக்காய் கொடுக்கலாமா?' என்கிற கேள்வி தென்பட்டது.

"வா, போகலாம்" என்று குழந்தையின் கையைப்பற்றி அழைத்தேன்.

"போகலாம் இரு, அம்மா! அப்பாகிட்டே சொல்லி அவனுக்கு ஒரு சொக்காய் வாங்கிண்டு வரேன்!" என்று கூறி உள்ளே ஓடினாள். அவள் எண்ணம் பலிக்கவில்லை. சொக்காய் லேசில் கிடைத்துவிடுமா? அதுவும் இந்தக் காலத்தில்? பிச்சைக்காரன் ஆவல் நிறைந்த கண்களுடன் உள்ளே பார்த்துக்கொண்டு நின்றான்.

"போ, அப்பா! குழந்தை ஏதோ வெறுமனே சொல்கிறது. இராக்காலத்தில் சொக்காய் யார் தரப் போகிறார்கள், உனக்கு?" என்றேன் நான்.

பிச்சைக்காரன் நகரவில்லை. குழந்தையின் வரவை எதிர்பார்த்துக்கொண்டு நின்றான்.

சரோஜா ராமமூர்த்தி

குழந்தை வெறுங்கையுடன் திரும்பி வந்தாள். அவள் முகத்தில் தோல்வியின் சின்னம் காணப்பட்டது.

“போ, அப்பா! குழந்தை பேச்சைக் கேட்டுக்கொண்டு வீணாய்க் காத்திருக்காதே!” என்று நான் பிச்சைக்காரனை அனுப்பப் பார்த்தேன்.

“எதாச்சியும் பழசு பார்த்துக் குடுங்க, அம்மா!” என்றான்.

எனக்கு, கிரிஜாவின் மேல் கோபம் வந்தது. “போடி கழுதை! இல்லாததையெல்லாம் கிளப்பி விட்டுவிட்டு, என்னபாடு படுத்தறே, நீ?” என்றேன்.

பிச்சைக்காரன் முணுமுணுத்துக் கொண்டே ‘கேட்’ அருகிலிருந்த புல் தரையில் உட்கார்ந்தது, கலயத்தில் இருந்த சோற்றைப் பிசைந்து சாப்பிட ஆரம்பித்தான். அவன் மனத்திலிருந்து சொக்காய் கிடைக்கும் என்கிற நம்பிக்கை போகவில்லை. சாப்பாடு முடிந்ததும் கலயத்தைக் கந்தையில் சுற்றித் தலைக்கடியில் வைத்துக் கொண்டு தரையில் படுத்துவிட்டான். நிச்சிந்தையான அவன் உள்ளத்தைக் கண்டு எனக்கும் சிறிது பொறாமை ஏற்பட்டது

“இன்னும் உள்ளே வர மனசில்லையா, உனக்கு?” என்று என் கணவர் கூப்பிட்டு என் சிந்தனையைக் கலைத்தார்.

“சொக்காய் குடுப்பா, அவனுக்கு! குளிரப் போறது!” என்றாள் கிரிஜா.

“ஆமாம், ஆமாம், நீ உள்ளே வா!” என்று அவளைக் கூப்பிட்டார் அவர். ‘கேட்’டை சாத்திக்கொண்டு உள்ளே வரும்போது பிச்சைக்காரன் கண்கள் பரிதாபமாக எங்களைப் பார்த்தன.

உள்ளே அழைத்தபோது, நான் பாத்திரக்காரனுக்குப் போட்டு வாங்குவதற்காக வைத்திருந்த பழைய துணி மூட்டை பீரோவின் மேலிருந்து பளிச்சென்று என் கண்ணில் பட்டது. ஒரு நிமிஷம் தயங்கினேன். மறு வினாடி விறுவிறுவென்று மூட்டையைப் பிரித்தேன். இரண்டு மூன்று ‘ஷர்ட்டு’கள் இருந்தன. அரைப் பழசு அவை. இரண்டு வேஷ்டிகள் வேறு. “அந்தச் சொக்காயை வேண்டுமானால் அவனுக்குக் கொடேன்!” என்றார் என் கணவர்.

“குடும்மா!” என்றாள் குழந்தையும்.

“ஆமாம், கல்லாட்டமா இருக்கிற சொக்காயை இவனுக்குக் கொடுக்கிறா! பாத்திரக்காரனுக்குப் போட்டாலும் நல்ல பாத்திரமாகக் கிடைக்கும்” என்று சொல்லிக்கொண்டே மூட்டைக்குள் மறுபடி அந்தச் சொக்காயைத் திணித்துவிட்டேன் நான்.

எல்லாத் துணிகளையும் போட்டு ஒரு 'டிபன் ஸெட்' வாங்கவேண்டுமென்பது என் விருப்பம். இது நெடு நாளைய ஆசை. இந்த ஆசையை இப்போது அடக்க முடியுமா?

○○○

விடியற்காலம், தெருவில் சாணம் தெளிக்கவந்த வேலைக்காரி, உரத்த குரலில் யாரையோ அதட்டுவது கேட்டு விழித்துக் கொண்டேன்.

"எழுந்திருய்யா! நல்லா தூங்கறே நீ!" என்று சொல்லிக் கொண்டே, சாண நீர் நிறைந்த 'பக்கெட்'டை "நக்"கென்று 'கேட்'டருகில் வைத்தாள் அவள்.

"பாவம்! அவனை எழுப்பாதே!" என்றேன் நான் வெளியே வந்து.

"நல்லா இருக்குது, அம்மா! எழுந்திருச்சி எங்காவது போகட்டுமே. விடிஞ்சி எழுந்திருக்கச்சே, வாசல்லே நல்லா இருக்குது இது!" என்றாள் அவள். என்ன கத்தியும் அவன் எழுந்திருக்காமற் போகவே, முகத்தருகில் குனிந்து "ஐயா, ஐயா!" என்று கூப்பிட்டாள். பிறகு, நிமிர்ந்து ஒரு கணம் யோசித்தாள்; திரும்பவும் குனிந்து பார்த்தாள்.

அடுத்த கணம், "நல்லா இருக்குது இது! ஐயாவை எழுப்பி மொதல்லே இந்தப் பொணத்தைக் கிளப்ப வழி பண்ணுங்கோ! கண்டவன்களுக்கெல்லாம் இடம்விட்டா இப்படித்தான் நடக்கும்!" என்றாள் என்னைப் பார்த்து.

என் வாயடைத்துப் போய்விட்டது.

குழந்தை சொன்ன மாதிரி அவன் குளிரில் தான் விறைத்து இறந்துவிட்டானோ? ஆம், அதில் என்ன சந்தேகம்?

அதற்குள் தூக்கம் கலைந்து அங்கே வந்த குழந்தை, அந்தப் பிச்சைக்காரனின் உடலை முனிசிபாலிடியார் அப்புறப் படுத்துவதைப் பார்த்துவிட்டு, "அவனை ஏன் அப்படித் தூக்கிண்டு போறா, அம்மா?" என்று என்னைக் கேட்டாள்.

"அவன் செத்துப் போய்விட்டான்! அதனால்தான் அப்படித் தூக்கிண்டு போறா!" என்றேன் நான்.

"ஏன் செத்துப் போனான்?" என்று கேட்டாள் குழந்தை.

அவளுக்கு என்ன பதில் சொல்வது?

கல்கி, ஏப்ரல் 27, 1947

3

நவராத்திரிப் பரிசு

நவராத்திரிக்குப் பத்துத் தினங்களுக்கு முன்னிருந்தே கௌரி என்னைத் தொந்தரவு செய்துகொண்டிருந்தாள். அவள் தொந்தரவு பொறுக்கமுடியாததாய் இருந்தது. 'இந்தப் பெண்ணோடு போய் ஏன் சிநேகம் வைத்துக் கொண்டோம்?' என்றும் சில சமயம் நான் நினைத்துண்டு. கௌரி எதிரகத்துப் பெண்; பத்து வயதிருக்கும். முப்பது ரூபாய் சம்பளத்தில் ஏழு ஜீவன்கள் பிழைக்கவேண்டும். மகாலட்சுமி—கௌரியின் தாயார்—இந்தக் காலத்து ஸ்திரீகளின் கோஷ்டியில் சேராதவள், ஊரில் எத்தனை 'பாஷன்' தலை விரித்து ஆடட்டும்; அந்த அம்மாளின் கொசாம் புடைவையும் தலை முடிச்சும் நெற்றியில் மதுரைக் குங்குமமும் சிறிதாவது மாறுதல் அடைய வேண்டுமே! கௌரி நல்ல சிவப்பு; தந்தம் மாதிரி உடம்பு; தலை நிறைய மயிர். பொதுவாக லட்சணமாக இருப்பாள். குணம் சௌஜன்ய மானது. நவராத்திரி வருகிறதென்றால் அவளுக்கு மிகக் குதூகலம். அவர்கள் வீட்டிலும் கொலு வைப்பார்கள். மகாலட்சுமிக்கு அவள் பிறந்தகத்தில் வாங்கிக்கொடுத்த பொம்மைகள் வர்ணம் போயும் உடைந்தும் இருந்தன. ஒரு நாள் அவர்கள் வீட்டிற்குப் போயிருந்தபோது, "நவராத்திரி வருகிறதே, ஒன்றும் ஏற்பாடு செய்யவில்லையா?" என்றேன்.

"என்ன செய்கிறது? பொம்மைகளெல்லாம் மூளியாகக் கிடக்கின்றன. பொறுக்கி எடுத்தால் இருபது பொம்மை கூடத் தேறாதுபோல் இருக்கே" என்றாள் மகாலட்சுமி.

“அதற்காகக் கொலுவைக்காமல் இருப்பதா? இருப்பதைக் கொண்டு குறைக்காமல் செய்யவேண்டியதுதான். பராசக்தி பூஜையாயிற்றே!”

“கௌரி சதா தொந்தரவு செய்கிறாள். ‘இந்த வருஷம் புதுப் பொம்மை வாங்கம்மா; பழசு வச்சா நான் யாராத்துக்கும் போய்க் கூப்பிடமாட்டேன்’ என்று மூன்று நாளாக ரகளை. நான் என்ன பண்ண அம்மா? தங்கமான குழந்தையை அடையக் கொடுத்துவைத்தும் தரித்திரமாய் இருக்கிறேன்” என்று கவலைப்பட்டாள் மகாலட்சுமி.

கௌரி எங்கோ போயிருந்தவள் ஓடிவந்தாள். வந்தவள் என்னைக் கவனிக்காமல், “கோபியாத்துக் கூடத்திலே குளம் மாதிரிச் சின்னதா வெட்டாறா. ‘என்னத்துக்கடி?’ என்று பங்கஜத்தைக் கேட்டா,‘அதுலே ஜலம் விட்டு மீன் மாதிரி பொம்மை இருக்கு பார், அதைவிட்டா மிதக்கும். சுத்திச் செடிபோட்டால் குளத்தங்கரை மாதிரி இருக்குமடி’ என்றாள். நம்மாத்திலே ஒண்ணும் இல்லையாம்மா?” என்றாள். “உன் பின்னால் யார் வந்திருக்கா பார்” என்றதும் என்னைப் பார்த்துவிட்டு, “நீங்கள் கொலு வைக்கப்போறதில்லையா மாமி?” என்றாள் கௌரி.

“இன்னும் இருக்கிறதே; இப்பொழுதுமுதல் என்ன அவசரம்?” என்றேன்.

“போன வருஷம் உங்காத்துப் பொம்மையிலே அந்த மகிஷாசுரமர்த்தனி ஒண்ணுதான் எனக்குப் பிடிச்சிது. அது இருக்கா மாமி?” என்றாள்.

“இல்லாமல் என்ன? இருக்கிறது.”

“இந்த வருஷங்கூடப் போன வருஷம் மாதிரி தினம் ஒரு அலங்காரம் பண்ணுவேளோ?” என்று ஆச்சரியத்துடன் கேட்டாள்.

“செய்கிறது” என்றேன் நான்.

“அந்த மாதிரிப் பொம்மை இந்த ஊரில் யாராத்துலேயும் இல்லை” என்று அவள் தானே சொல்லிக்கொண்டாள்.

நாங்கள் இந்த ஊருக்கு வந்து இரண்டு வருஷத்துக்கு மேல் ஆகிறது. போன நவராத்திரியின்போது ஊருக்கு நான் புதிது. எதிரகத்துக் கௌரியைத்தான் தெரியும். கொலு வைத்தேனே ஒழிய அவள்தான் ஊரழைக்கப் போவாள். என்னிடம் இருந்த பொம்மையில் மகிஷாசுரமர்த்தனி ஒன்றுதான் பெரியது. சுமார் மூன்று அடி உயரம் இருக்கும்; சர்வலக்ஷணமும் பொருந்தி யிருக்கும்.

தினம் ஓர் அலங்காரம் செய்யும்போது கௌரி என் பக்கத்திலேயே இருப்பாள்.

"மாமி, இந்தப் பொம்மை எங்கே வாங்கினேள்?"

"நான் வாங்கவில்லை அம்மா. என் தாயார் இறந்து போவதற்குமுன் வாங்கிக் கொடுத்தாள். அவள் ஞாபகப் பொருள் இது" என்றேன்.

"இந்த மாதிரிப் பொம்மை கிடைக்காதா மாமி?"

"என் கண்ணில் அகப்படவில்லை. இது வாங்கி எட்டு வருஷம் ஆகிவிட்டது" என்றேன்.

கௌரி நாள் தவறாமல் அந்தப் பொம்மையை ஒரு மணி நேரமாவது நின்று பார்க்காமல் இருக்கமாட்டார்கள். மஹிஷாசுர மர்த்தனி அவள் மனத்தைக் கவர்ந்துவிட்டாளோ என்னவோ?

○○○

நவராத்திரிக்கு முதல் நாள்.

பொம்மைப் பெட்டியைக் கிளறிக்கொண்டிருந்தேன். கௌரி என்னோடு அலைந்துகொண்டிருந்தாள். அவளகத்துப் பொம்மைகளிடம் மதிப்பு இல்லை அவளுக்கு.

"மாமி, மாமி, இந்த நாயைப் பார்த்தேளோ? உங்காத்துக் 'குண்டு' மாதிரியே இருக்கே. ஐயையோ! அந்தச் சிப்பாயைப் பாருங்களேன்" என்று குதித்துக்கொண்டிருந்தாள். நான் மஹிஷாசுரமர்த்தனியை வெளியில் எடுத்ததுதான் தாமதம். கையிலிருந்த அத்தனை பொம்மைகளையும் வைத்துவிட்டு என்னிடம் ஓடிவந்துவிட்டாள்.

"நாளைக்கு என்ன மாதிரி அலங்காரம் பண்ணப் போறேள்?" என்று கேட்டாள்.

"நீதான் சொல்லேன்."

"அந்த வெள்ளைப் புடைவையைக் கட்டி ஸரஸ்வதி அலங்காரம் பண்ணலாமே."

"ஸரஸ்வதி பூஜை அன்றுதானே அப்படிச் செய்ய வேண்டும்? இன்று சயன அலங்காரம் செய்யலாம்" என்றேன் நான்.

"ஹூம்... ... சரி" என்று ஆமோதித்தாள் கௌரி. அன்று பூராவும் மஹிஷாசுரமர்த்தனியை இடுப்பிலே வைத்துக் கொண்டு சுற்றிக்கொண்டிருந்தாள்.

"அடி அம்மா! அவளிடம் இப்படி அந்தப் பொம்மையைக் கொடுத்திருக்கையே, நாளும் கிழமையுமா உடைச்சு வைக்கப் போறாளே!" என்று எச்சரித்தாள் மகாலட்சுமி.

"நான் ஒண்ணும் உடைக்கமாட்டேன் போ" என்று அம்மாவை விழித்துப்பார்த்தாள் கௌரி.

மறு நாள் அவளிடமிருந்து அந்தப் பொம்மையை வாங்கப் பட்ட பாடு தெய்வமறிந்து போயிற்று. அவளுக்கே கொடுத்து விடுவேன் என்று நினைத்துக்கொண்டிருந்தாள். பொம்மை ஒன்றும் பிரமாதமில்லை. ஆனால் இறந்த என் அன்னையின் பரிசானதால் அதைக் கொடுக்க எனக்கு மனம் வரவில்லை.

முதல் நாள் கொலு முடிந்ததும் கௌரி என்னிடம் வந்து, "மாமி, நான் ஒன்று கேட்கிறேன் தருவேளோ?" என்றாள்.

"என்ன வேணும் சொல்லு?"

மஹிஷாசுரமர்த்தனி மாதிரி ஒண்ணு வாங்கிக் கொடுங் களேன். இதைக் கேட்கலை நான். வேறே சின்னதா இருந்தாலும் தேவலை" என்றாள்.

"உனக்கு அந்தப் பொம்மை வாங்கித்தரவேண்டும் என்று போன வருஷமே கடையெல்லாம் தேடிப் பார்த்தேன். கடைக்காரனைக் கேட்டால், 'ஒவ்வொரு சமயம் ஒவ்வொரு மாதிரி வரும்; இப்பொழுது இல்லையே' என்று சொல்லிவிட்டான். உனக்கு வேறே ஏதாவது நல்லதாக வாங்கித் தரேன்."

அதற்கு அவள் ஒன்றும் சொல்லாமல் மௌனமாக இருந்தாள்.

கௌரிக்கு என்னிடம் மிகுந்த விசுவாசம். பொம்மைக்கு அலங்காரம் செய்வதற்குப் பகல் ஒரு மணியில் இருந்தே தொந்தரவு செய்ய ஆரம்பித்துவிடுவாள்.

"என்ன மாமி, பேசாமல் இருக்கேளே. நாழி ஆகலையா? சாவியைக் கொடுங்கோ. எல்லாவற்றையும் எடுத்து வெளியில் வைக்கிறேன்" என்று நச்சரிப்பாள்.

அவள் தொந்தரவு பொறுக்காமல் சாவியைக் கொடுத்து விடுவேன். அதை வாங்கிக்கொண்டாவது பேசாமல் இருப்பாளா?

"நீங்களும் வாங்கோ மாமி" என்று என் கையைப் பிடித்து இழுத்துக்கொண்டு கூடத்துக்குப் போவாள்.

"இது என்னடி தொந்தரவு?" என்று நான் கடிந்து கொண்டால்கூட—பாவம்—அவளுக்குக் கோபமே வருவதில்லை.

சரோஜா ராமமூர்த்தி

"இப்படி நம்மிடம் ஆசையாக இருக்கிறதே இந்தப் பெண். அந்தப் பொம்மையைக் கொடுத்துவிடுவோமே" என்று அடிக்கடி நினைப்பதுண்டு. ஆனால் அம்மாவின் நினைவு வந்தால் அந்த எண்ணம் மறைந்துபோகும். 'நல்லதாக வேறு வாங்கித் தந்தால் போகிறது' என்று நினைப்பேன். மறுநாள் அவளுக்காக இரண்டு பொம்மைகள் வாங்கிக் கொடுத்தேன். முதலில் வாங்கிக்கொண்டு போனவள் சிறிது நேரத்திற்கெல்லாம் அவை களைக் கொண்டுவந்து வைத்துவிட்டு, 'எனக்கு வேண்டாம் மாமி; அம்மா வையறா" என்றாள்.

மகாலட்சுமி அந்த மாதிரி மனுஷி இல்லை. எனக்குத் தூக்கிவாரிப்போட்டது.

நான் மாலையில் மகாலட்சுமியைப் பார்த்ததும், "என்ன மாமி! கௌரியை வைதீர்களாமே. நான் அவ்வளவு செய்யக் கூடாதா அவளுக்கு?" என்றேன்.

"இதென்னடி வெட்கக் கேடு!" என்று ஆச்சரியப்பட்டாள் மாமி.

"நான் ஒண்ணும் சொல்லலையே. பொம்மையைக் கொண்டுவந்தவள் திரும்பவும் எடுத்துக்கொண்டு போய் விட்டாள்."

"கௌரி! பொய் சொல்ல எத்தனை நாளாகப் பழக்கம்?" என்றேன் நான்.

கௌரி பேசாமல் கண்ணில் நீர் துளும்பப் போய் விட்டாள்.

○○○

அன்று ஸரஸ்வதி பூஜை. கௌரிக்குத் தெரியாமல் பொம்மை களைக் கொண்டு போய் அவள் அம்மாவிடம் கொடுத்தேன். இரண்டு நாட்களாக அவள் என் வீட்டுப் பக்கமே வரவில்லை. காரணம் தெரிந்ததுதானே! கௌரியின் கோபம் தணிய வேண்டுமானால் மகிஷாசுரமர்த்தனி அவள் வீட்டுக்குப் போகவேண்டும்!

"கௌரி, இன்று ஸரஸ்வதி வேஷம் போட்டிருக்கேன்; நீ வரமாட்டாயா?" என்று கூப்பிட்டேன்.

"நான் வரலை மாமி" என்று முகத்தைத் திருப்பிக்கொண்டாள்.

நான் மனத்திற்குள் சிரித்துக்கொண்டேன்.

"இந்தக் குழந்தைகள், தாங்கள் கோரும் வஸ்து கிடைக்கா விட்டால் என்ன ரகளை பண்ணுகிறதுகள்! அடே அப்பா!

"கௌரியின் கோபந்தான் என்ன? பிரமாதமாக இருக்கிறதே" என்றேன், மகாலட்சுமியைப் பார்த்து.

"அவள் கிடக்கிறாள். வராமல் போகிறாளா என்ன?" என்றாள் மகாலட்சுமி.

விளக்கு ஏற்றினதும் கௌரி தன் ஆவலை அடக்க முடியாததனாலோ என்னவோ ஓடி வந்து தூரத்தில் நின்று பொம்மையைப் பார்த்துவிட்டு ஓடிப்போய்விட்டாள்.

"கௌரி, கௌரி!" என்று இரண்டு தரம் கூப்பிட்டேன். அவள் வாசற்படி இறங்கியதும் என்னைத் திரும்பிப் பார்த்த பார்வை என் மனத்தைக் கலக்கிவிட்டது.

"சீ என்ன காரியம் செய்துவிட்டோம்? அப்படி என்ன பிரமாதம் இது? பொம்மையைக் கொடுத்துவிட்டால்தான் என்ன?"……… ஆனால் அம்மாவின் ஞாபகம் மறைந்துவிடுமே" என்று ஒரு வழியும் தோன்றாமல் திகைத்தேன்.

நவராத்திரி கழித்து மூன்று நாள் வரையில் கௌரி எங்கள் வீட்டுப்பக்கமே வரவில்லை. வீட்டில் அனைவரும், "கௌரி ஊரில் இல்லையா என்ன?" என்று கேட்க ஆரம்பித்து விட்டார்கள்.

"போய்ப் பார்த்துவிட்டு வருவோம்" என்று கௌரியின் வீட்டுக்குப் போனேன். கூடத்தில் படுத்துக்கொண்டிருந்தாள்.

"கௌரிக்கு என்ன உடம்பு?" என்று கேட்டேன்.

"ஜுரம்" என்றாள் மகாலட்சுமி.

கௌரி கண்ணைத் திறந்து பார்த்துவிட்டுக் கண்ணை மூடிக்கொண்டாள்.

"கௌரி! உடம்புக்கு என்னம்மா?" என்றேன்.

"ஜுரம் மாமி" என்றாள் கௌரி.

"ஸரஸ்வதி பூஜையன்று ராத்திரிப் படுத்தவள் தான்" என்றாள் மகாலட்சுமி.

என் மனத்தை என்னவோ செய்தது.

'ஒருவேளை அந்தப் பொம்மை அவளை இப்படிச் செய்துவிட்டதோ?' அன்று அவள் என்னைப் பார்த்த பார்வை மறுபடியும் என் கண் எதிரில் தோன்றி மறைந்தது. அங்கிருந்து வீட்டுக்குப் போனதும் பொம்மையைப் பெட்டியிலிருந்து

சரோஜா ராமமூர்த்தி

எடுத்து வெளியில் வைத்தபிறகுதான் என் மனம் நிம்மதி யடைந்தது.

மறுநாள் காலை கௌரியிடம் பொம்மையைக் கொடுத்தேன். அவள் ஆவலோடு, "ஏது மாமி, எனக்காக வாங்கினேளா?" என்றாள்.

"இல்லை; என் பொம்மைதான்."

"உனக்கு வேண்டாமாடி அம்மா? இந்த அசடு கேட்கிற தென்று கொடுத்துவிட்டு நிக்கறயே" என்றாள் மகாலட்சுமி.

"பரவாயில்லை; அவள்தான் வைத்துக்கொள்ளட்டும்" என்றேன் நான்.

"இது எனக்கு நவராத்திரிப் 'பிரைஸ்' இல்லையா மாமி" என்றாள் கௌரி.

"ஆமாம் நவராத்திரிப் பரிசுதான்" என்றேன்.

கௌரி என்னைச் சேர்த்து அணைத்துக்கொண்டாள்.

இந்த வருஷம் மஹிஷாசுரமர்த்தனிக்கு அலங்காரம் பண்ணக் கௌரியின் வீட்டுக்குப் போகாமல் இருக்க முடிய வில்லை.

நவராத்திரிப் பரிசு சிறுகதைத் தொகுப்பு, 1947.

4

மீனாக்ஷியின் வீணை

"வீணைத் தந்திகளை மீட்டிக்கொண்டிருந் தாள் மீனாக்ஷி. நான் உள்ளே நுழைந்த சமயம் சரியானதுதான் என்று நினைத்துக் கொண்டே மீனாக்ஷியின் எதிரில் போய் அமர்ந்தேன்.

"வா, உட்கார்!" என்று என்னை வரவேற்றுவிட்டு மீண்டும் தந்திகளை மீட்டி வீணையின் மேல் படிந்திருந்த தூசியை துணியால் தட்ட ஆரம்பித்தாள் மீனாக்ஷி. மீனாக்ஷி அம்மாமிக்கு வயது ஐம்பது இருக்கும். ஆனால், அந்த ஊரில் இரண்டு வயதுக் குழந்தை முதல் கிழம்வரையில் அம்மாமியை, "மீனாக்ஷி" என்றுதான் கூப்பிடுவது வழக்கம். தவறி யாராவது "அம்மாமி!" என்று அழைத்துவிட்டால் மீனாக்ஷிக்குக் கோபம் வந்துவிடும். அவள் சுயமரியாதைக்கோ, மதிப்புக்கோ ஆசைப்படும் மனுஷி அல்ல.

"எங்கே வந்தாய்? விசேஷமில்லாமல் வர மாட்டாயே?" என்று மீண்டும் என்னை விசாரித்தாள் மீனாக்ஷி.

"விசேஷத்தோடுதான் வந்திருக்கிறேன் மீனாக்ஷி! நாளை விஜயதசமியன்று கிரிஜாவுக்கு வீணை சொல்லித்தர ஆரம்பிக்கலாம் என்று நினைக்கிறேன். நல்ல வீணையாக வாங்கித் தர முடியுமா என்று உங்களிடம் கேட்டுவிட்டுப் போகலாமென்று வந்தேன்."

மீனாக்ஷியின் கணவர் வீணை வாங்குவதில் பெயர் போனவர் என்பது அந்த ஊராரின் அபிப்பிராயம்.

சரோஜா ராமமூர்த்தி

“வீணை சொல்லித் தரும்படி உன் பெண்ணுக்கு அப்படி என்ன வயசாகிறது?” என்று மீனாக்ஷி என்னைக் கேட்டாள்.

“விஜயதசமி அன்றுதான் அவளுக்கு எட்டு வயது நிறையப்போகிறது. வீணைதான் சொல்லிக்கொள்ளவேணும் என்று ஆசைப்படுகிறாள். அவள் ஆசையைக் கெடுப்பானேன்?”

மீனாக்ஷி ஒரு மாதிரியாகச் சிரித்தாள். பிறகு, “ஆசையைக் கெடுக்கக் கூடாது; வாஸ்தவந்தான். பிற்காலத்தில் அந்த ஆசை பரிபூரணமாக நிறைவேற வேண்டுமே. அதுதான் கவலையாக இருக்கிறது. பெண் ஜன்மங்களுக்கு ஏதோ சுதந்தரம் கொடுத்துவிட்டதாகச் சிலர் பாவித்துக்கொண்டிருக் கிறார்கள். கிரிஜாவின் அபிலாஷை பூர்த்தியாவது அவள் கணவனிடந்தானே இருக்கிறது? குழந்தைக்கு ஆசையுடன் அற்புதமான வித்தையைப் போதிக்கிறாய். பிற்காலத்தில் வீணை— என் வீணை மாதிரி— புழுதி படிந்து மூலையில் கிடந்தால் அதை அப்பியசித்தவருக்கு மனவருத்தந்தானே?” என்றாள் மீனாக்ஷி.

களை பொருந்திய அவள் முகத்தில் வருத்தத்தின் குறிகளும் சிந்தனைகளும் தோன்றின. “கேள் அம்மா! இந்த வீணை என்னுடையது. என் உயிரினும் இனிய பொருளாக இதை மதித்து நடந்துவந்தேன். ஏழு வயதில் இது என்னை அடைந்தது. இன்றைக்கும் என்னிடந்தான் இருக்கிறது. அதனுள் இருக்கும் ஸப்தஸ்வரங்களைத் தட்டி நாதத்தை வெளியிடும் யோக்கியதையும் எனக்கு ஏற்பட்டது. ஆனால் அதிர்ஷ்டம் என் விஷயத்தில் மோசம் செய்துவிடவே இந்த வாத்தியத்தை வருஷக் கணக்காகப் பெட்டியிலேயே வைக்கும்படி நேர்ந்துவிட்டது. நான் வீணையைத் தொடுவதில்லை என்று தெரிந்து என் தகப்பனார் சாகும்வரையில் மனம் புழுங்கினார். அதெல்லாம் பழைய கதை. தூசு படிந்து வீணாகிவிடுமே; பார்க்கலாம் என்று வெளியில் எடுத்தேன்.”

“அப்படி உங்களுக்குத் தடை விதித்தது யார் மீனாக்ஷி? மாமாவா?” என்று கேட்டேன்.

“சே சே, அவருக்குச் சங்கீதம் என்றால் உயிர். அது ஒரு கதை அம்மா. அவகாசமிருந்தால் சொல்லுகிறேன் கேள். தடை விதித்தவர் மண்ணோடு மண்ணாகப் போய்விட்டார். ஆனால், மனிதன் செய்யும் தீமையும் நன்மையும் உலகத்தில் அவனுக்கு அழியாத பெயரை ஏற்படுத்திவிடுகின்றன. என் மாமனார் இறந்து பதினைந்து வருஷங்கள் ஆகிவிட்டன. இந்த வீணையைப் பார்க்கும் போதெல்லாம் அவருடைய கண்டிப்பான உத்தரவு மனசை வருத்துகிறது” என்று சொல்லிவிட்டு மீனாக்ஷி ஆரம்பித்தாள்.

○○○

“எனக்குக் கல்யாணம் ஆனபோது வயது பதினொன்று. என் தகப்பனார் சங்கீதத்துக்குப் பேர்போன தஞ்சாவூர் ஜில்லாவில் பிறந்தவர். சிறுவயதாக இருந்தபோதே வீணை சதாசிவையரை அவருக்குப் பரிசயமாம். அந்தக் காலத்திலேய வீணையின் நாதத்துக்குத் தன் மனசைப் பறிகொடுத்தார். குடும்பபாரத்தினால் சங்கீதத்தை விட்டுவிட்டு உத்தியோக வழியில் புகுந்தார். அவருக்குச் சீமந்த புத்திரியாக நான் பிறந்தவுடன் தம்முடைய வெகுநாளைய ஆவல் நிறைவேறும் என்று ஆனந்தப்பட்டாராம். ஏழு வயது முடியும்போதே தகுந்த வீணை வித்துவான் ஒருவரிடம் எனக்கு வீணை கற்றுக் கொடுக்க ஆரம்பித்தார். ஸரஸ்வதி கடாக்ஷத்தாலும் என் தகப்பனாரின் ஊக்கத்தினாலும் வீணையில் கீர்த்தனங்கள் நன்றாக வாசிக்க நான்கு வருஷங்களுக்குள் திறமை ஏற்பட்டது. என் புக்ககத்துக்காரர் நான் வீணை வாசிக்கும் அழகைப் பார்த்து ஆசைப்பட்டே என்னை அவர்கள் பிள்ளைக்குக் கல்யாணம் பண்ணிக்கொண்டார்கள். கல்யாணத்தில் நலங்கு, ஊஞ்சலின் போது என் கணவர் தம் தங்கையிடம் ஜாடையாகப் பல கீர்த்தனங்களின் பெயரைச் சொல்லி என்னை வாசிக்கச் செய்தார். என் நாத்தனார் ராஜமும் வீணை வாசிப்பாள். என்னைவிட ஒரு வயது சிறியவளாக இருப்பாள். நான் வாசிக்க ஆரம்பித்தது முதல் அவள் என்ன காரணத்தினாலோ கல்யாணத்தில் வாசிக்கவில்லை. இரண்டொருவர் சொல்லியும் சிரித்து மழுப்பிவிட்டாள். எனக்கு மட்டும் அவள் வாசிப்பைக் கேட்க வேண்டுமென்று ரொம்ப ஆசையாக இருந்தது. ‘ராஜம்! ஒரு பாட்டு வாசியேன்’ என்று நான் அவளைச் சந்தித்தபோதெல்லாம் கேட்டேன்.

“வாசித்தால் போகிறது மன்னி. நீதான் அடுத்த மாசம் ஊருக்கு வரப்போகிறாயே” என்று கூறினாள் ராஜம்.

அதற்குப் பிறகு நான் புக்ககம் போகும் வரையில் பல தடவை ராஜத்தை கேட்டும் அவள் வாசிக்கவில்லை.

“வீணை வாசிப்பைக் கேட்பதற்கென்று என் கணவர் தம் தகப்பனாருக்குத் தெரியாமல் எங்கள் வீட்டுக்கு வந்து போவார். வந்தால் மணிக்கணக்கில் வாசித்தால் கூட அவருக்கு அலுப்பு ஏற்படாது. இரவுச் சாப்பாட்டுக்கு அப்புறம் மேல்மாடியில் உட்காருவோம். என் தகப்பனாரும் கூட இருப்பார். ‘நான் ஆசைப்பட்டது நிறைவேறிவிட்டது அப்பா. இனிமேல் இந்த வித்தை சீர்குலையாமல் நீதான் பார்த்துக் கொள்ளவேணும்’ என்று அவர் மாப்பிள்ளையிடம் கூறுவார்.

“அப்பொழுது என் கணவர், ‘இதற்காக ஏன் கவலைப்படுகிறீர்கள்? ராஜத்தோடு மீனாக்ஷியும் கற்றுக்

கொள்ளட்டுமே. வித்தைக்கு எல்லை உண்டா என்ன?' என்று சொல்லிக்கொண்டே என்னை அன்புடன் பார்ப்பார். நிலவு பொழியும் பல இரவுகளில் பன்னிரண்டு வயதுச் சிறுமியாகிய என்னைத் தன் தூய மனத்துடன், 'மீனாக்ஷி! வீணைத் தந்திகளை மீட்டி இன்ப நாதத்தை எழுப்பும் உன் விரல்களுக்கு என்ன பரிசு கொடுப்பது?' என்று ஆசையுடன் கூறிய கணவரின் வார்த்தைகளால் நான் உள்ளக் கிளர்ச்சி அடையவில்லை. அதற்கு வேண்டிய வயதும் வரவில்லை. 'ராஜம் என்னைவிட உயர்வாக வாசிப்பதால்தான் என் எதிரில் வாசிக்கவில்லை; புக்ககத்தில் அவள் எதிரில் எப்படி வாசிப்பது?' என்கிற பிரச்னைதான் என் மனசை வாட்டிக்கொண்டிருந்தது.

"என் சங்கீதத்தில் மனசைப் பறிகொடுத்த கணவர், நான் எப்பொழுது புக்ககம் வருவேன் என்று காத்திருந்ததாக முதல் நாள் இரவே என்னிடம் கூறினார். அப்போ எனக்கு வயது பதினைந்து. நான் வந்த அன்றையிலிருந்து ராஜம் முகத்தைக் கடுகடுவென்று வைத்துக்கொண்டிருந்தாள். ஊரில் இருப்பவர்கள் ஏற்கனவே என்னுடைய சங்கீதத் திறமையைப்பற்றிக் கேள்விப்பட்டிருந்தார்கள். புது நாட்டுப்பெண்ணைப் பார்க்கும் சாக்கை வைத்துக்கொண்டு அந்த ஊரார் என் பாட்டைக் கேட்க வந்தார்கள்.

"புக்ககம் வந்து பதினைந்து நாட்கள் வரையில் நான் ஓய்ச்சல் ஒழிவில்லாமல் வீணை வாசிக்கும்படி நேரிட்டது. அப்பொழுதெல்லாம் ராஜத்தின் முகத்தில் எள்ளும் கொள்ளும் வெடிக்கும். கல்யாணத்தில் என்னுடன் கலகலப்பாகப் பேசியவள் அவள் வீட்டுக்கு நான் வந்ததும், அதிகமாகப் பேசுவதை நிறுத்திக்கொண்டாள். மாமியார் இல்லாத வீட்டில் பேசத் துணையின்றி நான் சங்கடப்பட்டேன்.

இதற்கிடையில் ஊருக்குப் போயிருந்த ராஜத்தின் வீணை வாத்தியார் வந்து சேர்ந்தார். கல்யாணம் விசாரிக்க வந்திருந்தபோது என் மாமனார், 'என் நாட்டுப்பெண்ணும் நன்றாக வீணை வாசிப்பாள். இன்னும் அவளுக்கு ஏதாவது தெரியாமல் இருந்தால் சொல்லிக் கொடுங்கள்' என்று அவரிடம் கூறினார். அன்றையிலிருந்து ராஜமும் நானும் பாடம் சொல்லிக்கொள்ள ஆரம்பித்தோம்.

"மன்னியின் எதிரில் வாசிக்க எனக்கு வெட்கமாக இருக்கிறது ஸார்" என்று ராஜம் பிடிவாதம் பிடித்தாள்.

"வெட்கம் என்ன அம்மா? பழகப் பழக நீயும் அந்த மாதிரி வாசிக்கப் போகிறாய்" என்றார் வாத்தியார்.

“இருந்தபோதிலும் சில நாட்களில் ராஜம் தனக்கு உடம்பு சரியில்லை என்று பாட்டுச் சொல்லிக்கொள்ள வரமாட்டாள். இதைப் பார்த்தபோது, ‘வேண்டுமானால் பாட்டை நிறுத்தி விடலாமா?’ என்று எனக்குத் தோன்றும்.

“அன்று விஜயதசமி. முதல் நாள் பூஜையில் அலங்காரத்துடன் வைக்கப்பட்டிருந்த இரண்டு வீணைகளையும் எடுத்து வைத்துக்கொண்டு இருவரும் வாசிக்க ஆரம்பித்தோம். வாத்தியாரும் மாமனாரும் உட்கார்ந்திருந்தார்கள். என் கணவரும் ஒரு பக்கமாக உட்கார்ந்திருந்தார்.

“‘புதுக் கீர்த்தனை ஒன்று ஆரம்பிக்கிறேன்’ என்று வாத்தியார் கல்யாணி ராகக் கீர்த்தனம் ஒன்றை ஆரம்பித்தார். ஆரம்பத்தில் இரண்டொரு தரம் ராஜம் அபஸ்வரமாக வாசித்ததைப் பொறுமையுடன் கண்டித்தார். மேலும் அவள் அவ்வாறு வாசிக்கவே, ‘என்ன அம்மா இது? நாலு வருஷமாகக் கல்யாணி ராகத்தில் எவ்வளவோ கீர்த்தனங்கள் சொல்லிக் கொடுத்திருக்கிறேன். கவனித்து வாசிக்கக் கூடாதா?’ என்று கடிந்துகொண்டார்.

“ராஜத்தின் கண்களில் சரசரவென்று நீர் பெருகிற்று. ‘அதற்காகத்தான் ஸார் சொன்னேன்; மன்னியைப்போல் எனக்கு வாசிக்கத் தெரியாது என்று. நான் இனிமேல் உங்களிடம் சொல்லிக்கொள்ளவில்லை. நீங்களும் என்னை அலக்ஷயம் செய்ய வேண்டாம்’ என்று சொல்லிவிட்டு விசித்து விசித்து அழ ஆரம்பித்தாள்.

“அடேயப்பா! என்ன கோபம் வருகிறது? மன்னி மாதிரி நீயும் வாசிப்பதுதானே?” என்றார் வாத்தியார். ராஜம் தொப்பென்று வீணையைப் போட்டுவிட்டு உள்ளே போனாள்.

“என் மாமானாரின் முகம் சிவந்துவிட்டது.

“இந்தா மீனாக்ஷி! உன் வீணையைக் கொண்டுபோய்ப் பெட்டியில் வை. இந்த வீட்டிலே நீ வீணை வாசிக்கக் கூடாது தெரியுமா?” என்றார் அவர்.

என் கணவர் திடுக்கிட்டு என்னைப் பார்த்தார்.

“நான் அப்படி ஒன்றும் தவறாகச் சொல்லிவிடவில்லையே. குழந்தைக்கு நல்லதைத்தானே சொன்னேன்?” என்று விநயமாக கேட்டார் வாத்தியார்.

“போறும் ஐயா. போய்விட்டு வாருங்கள்” என்றார் மாமனார். என் கணவர் மாடிக்கு விடுவிடு என்று போய்விட்டார்.

"வீணையைப் பெட்டியில் வைத்துவிட்டு ராஜத்தைப் போய்ப் பார்த்தேன். அவள் முகத்தில் என்றும் இல்லாத அமைதி நிலவியது."

ooo

மீனாக்ஷி கதையை முடித்தாள். வீணைக்கு மாமாவிடம் சொல்வதாகவும் கூறினாள். விஜயதசமி அன்று வீணை வந்து சேர்ந்தது. மீனாக்ஷியே சரளி வரிசை கிரிஜாவுக்கு ஆரம்பித்து வைத்தாள். அதில் எனக்கு ஒரு திருப்தி ஏற்பட்டது.

நவராத்திரிப் பரிசு சிறுகதைத் தொகுப்பு, 1947

5

மூன்று உள்ளங்கள்

அதிகாலை, ஒருவர் முகம் ஒருவருக்குத் தெரியாத நேரம். நாட்டுப்பெண்ணும் பிள்ளையும் 'டாக்சி'யில் வந்து இறங்கினார்கள். வாலாம்பாள் லொக் லொக் என்று இருமிக்கொண்டே கதவைத் திறந்துவிட்டுச் சற்று ஒதுங்கி நின்றாள். தெருக் கூட்டுகிற வள்ளியம்மை, கோலமாவுத் தகரத்தை நகர்த்தி வைத்துவிட்டுச் சின்ன எஜமானியைக் கவனிப்பதில் முனைந்திருந்தாள். இருபது வருஷங் களாகக் களை இழந்துகிடந்த அந்தப் பங்களா அன்று புது அழகு பெற்று விளங்கியது. வாசலில் மாவிலைத் தோரணம் கட்டி, கட்டுக்கட்டாகக் கோலம் போட்டுச் செம்மண் இட்டிருந்தாள் வள்ளியம்மை. அவள் சின்ன ராஜா—அந்த வீட்டுப் பிள்ளைக்கு அவள் வைத்திருந்த செல்லப்பெயர்—நான்கு வயதுப் பையனாக இருந்ததிலிருந்து வேலை செய்து வருபவள் அவள். அந்தச் சின்ன ராஜாவுக்குக் கல்யாணமாகி மனைவியுடன் வருகிறான் என்பது அவளுக்கு மட்டற்ற மகிழ்ச்சியை அளித்தது.

நாகராஜன் மனைவி சுசீலா பரந்த நோக்க முடையவள். படிப்பினால் கர்வம் அடையாமல், குடும்ப வழக்கங்களையும் பழகியிருந்தாள். மாமியா ரிடம் நாட்டுப்பெண்ணால் நல்ல பெயர் வாங்க முடியாது என்கிற எண்ணத்தை மாற்ற முடியும் என்று கல்யாணம் நடப்பதற்கு முன்பு நினைத் திருந்தாள். அந்த வீட்டில் முதல் முதல் நுழைந்தவுடன் வாலாம்பாளின் தீக்ஷண்யமான பார்வை ஒரு கணம் சுசீலாவைத் திகைக்க வைத்தது. கூடத்தில்

சென்றதும், சுசீலா பயபக்தியுடன் வாலாம்பாளுக்கு நமஸ்காரம் செய்தாள்.

"மகராஜியாக இரு" என்று கரகரத்த தொண்டையில் வார்த்தைகள் தெளிவாக வராமல் தடுமாறின.

"இன்னொரு ஆசீர்வாதம் செய்ய மறந்துவிட்டாயே, அம்மா! பதினாறும் பெற்றுப் பெரு வாழ்வு வாழச் சொல்ல வில்லையே?" என்று கேட்டுவிட்டு நாகராஜன் ஆவல் ததும்பும் கண்களுடன் சுசீலாவைப் பார்த்தான். சுசீலா மாமியாரைப் பார்த்தாள். மறுபடியும், சுட்டெரித்து விடுவதுபோன்ற அதே பார்வை! தன் கண்களை வேறுபக்கம் திருப்பிக்கொண்டாள் சுசீலா.

"ஏண்டி, அம்மா! இன்றோடு என் பொறுப்புத் தீர்ந்து விட்டது. புதுசாயிற்றே என்று இன்றைப் பாட்டை நான் பார்த்துக் கொண்டுவிடுகிறேன். நாளையிலிருந்து வீட்டுப் பொறுப்பெல்லாம் உன்னுடையது. இருபது வருஷமாக—உன் மாமனார் போனதிலிருந்து—நாகராஜனையும் காப்பாற்றி, இந்தக் குடும்ப பாரத்தையும் வகித்து, இந்த இருமல் வியாதி யோடும் இரவு பகலாக ஈடு கொடுத்து, மனம் ஒடிந்து போயிருக்கிறது, அம்மா. இனிமேல், உன் கையில் விட்டுவிட்டேன்" என்றாள் வாலாம்பாள் நாட்டுப்பெண்ணைப் பார்த்து.

"ஆமாம் அம்மா! தள்ளாத காலத்தில் அது எவ்வளவு நாளைக்கு உழைக்கும்?" என்று பரிந்து பேசினாள் வள்ளியம்மை.

சுசீலா ஒரு புன்னகையுடன், மாமியாரின் உத்தரவை ஏற்றுக்கொண்டாள்.

வாலாம்பாள் மறுபடியும் தன் கரகரத்த தொண்டையில் ஆரம்பித்தாள்:

"இந்த வாசல் ரேழி அறை என்னுடையது. இந்தா, வீட்டுச்சாவி!" என்று சொல்லிச் சுசீலாவிடம் சாவிக்கொத்தைக் கொடுத்தாள்.

"வாங்கிக்கொள் அம்மா" என்றாள் வள்ளியம்மை.

ஊரிலிருந்து வந்ததும் இவ்விதம் பிரமாதமாகத் தனக்கு வரவேற்புக் கிடைக்குமென்று சுசீலா எதிர்பார்க்கவில்லை. சாவிக்கொத்தில் எந்த எந்த அறைகளின் சாவிகள் இருக்கின்றன என்றே அவளுக்குத் தெரியாது. இருந்தாலும், மரியாதையாகச் சாவிக்கொத்தை வாங்கிக் கொண்டாள். வாலாம்பாள் முகத்தில் திருப்தி நிறைந்த பொறாமை படர்ந்தது. இவ்வளவு காலமாக வகித்துவந்த பெரிய பொறுப்புப் போய்விட்டதே என்கிற எண்ணம்

பொறாமைக்குக் காரணமாக இருக்கலாம்; குடும்பத் தொல்லை விட்டதே என்று திருப்தியும் ஏற்பட்டிருக்கலாம்.

சுசீலா அந்த வீட்டுக்குள் நுழைந்து ஒரு நாள் ஆயிற்று. அடுத்த நாள் எழுந்திருந்தபோது மணி ஆறரைக்குமேல் ஆகிவிட்டது. சமையல் அறையில் சந்தடி எதுவும் இல்லை. வள்ளியம்மை மட்டும் காபிப் பாத்திரங்களைப் பளபளவென்று தேய்த்து வைத்திருந்தாள். வாலாம்பாள், வார்த்தையில் சொன்னதைக் காரியத்திலும் நிறைவேற்றிவிட்டாள். சுசீலா, மெதுவாக ரேழி அறைக்குள் எட்டிப் பார்த்தாள். பச்சைக் கம்பளியை இழுத்துப் போர்த்துக் கொண்டு வாலாம்பாள் நிம்மதியாகத் தூங்கிக்கொண்டிருந்தாள். சமையல் அறைக்குள் நுழைந்த சுசீலாவுக்கு எல்லாம் புதிதாக இருந்தன. காபிப்பொடி, சர்க்கரை முதலியவற்றைத் தேடி எடுப்பதற்குள் அரை மணி நேரம் ஆகிவிட்டது. காபியை எடுத்துக்கொண்டு வாலாம்பாள் அறைக்குள் நுழைந்தபோது, அவள் அரைத் தூக்கத்தில் இருந்தாள்.

"அம்மா!" என்று ஒருதரம் கூப்பிட்டாள்.

"எழுந்துவிட்டாயா? மணி ஏழு இருக்குமா?" என்று கேட்டுக்கொண்டே எழுந்து உட்கார்ந்தாள். சுசீலாவுக்கும் வயதான ஒரு பாட்டி இருந்தாள். அவள் விடியற்காலமே எழுந்து ஸ்னானம், ஜபம், தபம் இவைகளை முடித்துக்கொண்டு, மாட்டுப்பெண்ணுக்குக்—சுசீலாவின் தாயாருக்கு—கறிகாய் நறுக்கிக்கொடுப்பதைச் சுசீலா பார்த்திருக்கிறாள். ஆனால், இம்மாதிரி வீட்டுக்குள் ஒரு சிறு பெண் நுழைந்ததும், குடும்பப் பொறுப்பு அவ்வளவையும் அவள் தலையில் போட்டுவிட்டு ஏழு மணி வரையில் தூங்குகிற பழங்காலத்து மனுஷியும் இருக்கிறாள் என்பது அவளுக்கு ஆச்சரியமாகத்தான் இருந்தது.

"என்ன சமைக்கிறது அம்மா?"

"விறகுமச்சின் கீழ் ஆணியில் கூடையில், பெரிய கத்தரிக்காய் வைத்திருக்கிறேன். அதை உப்பும், உறைப்புமாக எனக்குத் துவையல் செய்துவிடு. அப்புறம் உன் பாடு. அவனுக்குக் காரமே ஆகாது."

சமையல் திறமை எல்லாவற்றையும் சிரமப்பட்டு உபயோகித்து, வாலாம்பாளிடம் நல்ல பெயர் வாங்க வேண்டுமென்று சுசீலா சிரமப்பட்டுத் துவையலைச் செய்திருந்தாள். வாலாம்பாள், சாப்பிட்டு முடிந்ததும், "ஏண்டி அம்மா! உனக்குக் கத்தரிக்காய்த் துவையல் செய்து வழக்கமில்லையா?" என்றுகேட்டதும் சுசீலாவின் முகம் வாடிவிட்டது. தாயாருடன் சாப்பிட்டுக்கொண்டிருந்த நாகராஜன் அம்மாவையும், மனைவியையும் ஒரே சமயத்தில் மாறி மாறிக் கவனித்தான்.

சரோஜா ராமமூர்த்தி

"குழம்பு எப்படிடா இருக்கிறது?"

"நன்றாகத்தான் இருக்கிறது" என்று சொல்லிச் சுசீலாவைப் பார்த்தான் நாகராஜன். அவள் தன் முகத்தை வேறு பக்கம் திருப்பிக்கொண்டிருந்தாள்.

"ஆமாம், வசனம் சொல்லுவார்களே, 'வேப்பிலைத் துவையலும்' என்று, அந்த மாதிரி, ஆம்படையாள் கையால் செய்தால் எல்லாம் அமுதமாகத்தான் இருக்கும்."

முதல் அத்தியாயமாகச் சமையல் விஷயத்தில் பொறாமை படர்ந்தது.

நாகராஜன் சிரித்துக்கொண்டே ஆபீஸ் அறைக்குள் நுழைந்தான்.

அன்று பௌர்ணமிக்கு முந்திய இரவு, சுசீலா அந்த வீட்டுக்குப் பழைய மனுஷியாகிவிட்டாள். வேலைக்காரி வள்ளியம்மையிலிருந்து தோட்டக்கார ராமு வரையில் சின்ன எஜமானியிடம் விசுவாசமாக இருந்தார்கள். அவள் வந்ததி லிருந்து வீடு களையோடு இருப்பதாக ஒருவருக்கொருவர் பேசிக்கொண்டார்கள். ஆனால், இவ்வளவு சுகங்களுக்கும் இடையில் சுசீலாவின் மனத்தில் வேதனை ஒன்று குமுறிக் கொண்டே இருந்தது. வாலாம்பாளின் தீக்ஷண்யமான பார்வை யும். நடுநடுவே அவள் சொல்லிவந்த வார்த்தைகளும் சுசீலாவை வேதனைப்படச் செய்தன.

குளுமையான நிலவிலே நாகராஜன் சாய்வு நாற்காலியில் சாய்ந்திருந்தான். சுசீலா கன்னத்தில் கை ஊன்றி, ஆகாயத்தைப் பார்த்துக் கொண்டிருந்தாள்.

"என்ன யோசனை செய்கிறாய்?" என்று பேச்சை ஆரம்பித்தான் நாகராஜன்.

"ஒன்றும் இல்லை; மீதிக் காலத்தையும் இந்த வீட்டில் எப்படிக் கழிக்கப் போகிறேன் என்று கவலையாக இருக்கிறது" என்றாள் சுசீலா.

"அப்படி என்ன உனக்கு இங்கே கஷ்டம்? வீடு நிறைய வேலைக்காரர்கள் இருக்கிறார்கள். வள்ளியம்மை நான் குழந்தையாக இருந்தபோதிலிருந்து இருக்கிறவள்."

"அதெல்லாம் இல்லை. உங்கள் அம்மா என்னைக் கண்ணாலேயே சுட்டுவிடுகிறார். ரேழி அறையைக் கடந்து நான் வாசலுக்குப் போகும்போதெல்லாம் அவருடைய கடுமையான பார்வையை என்னால் சகிக்க முடியவில்லை." அவள் கண்கள் கலங்கிப் போயிருந்தன.

சரோஜா திறக்கும் உலகம்

அவள் முகத்தை பார்த்ததும் அவன் பயந்துபோனான்.

"சுசீ! என்ன இப்படி அசடாக இருக்கிறாய்?" வேறு ஒன்றும் கேட்க அவனுக்குத் தெரியவில்லை. அவள் மௌனமாக மாடிப்படியைத் திரும்பிப் பார்த்தாள். மாடிப்படியில் அந்த உருவம் நின்ற நிலை அவளைத் திடுக்கிட வைத்தது.

"அவர்! — உங்கள் அம்மா!... வந்திருக்கிறார்" என்று அவள் ஆரம்பித்ததும், வார்த்தைகள் நாக்கிலேயே ஒட்டிக் கொண்டன. அவன் மாடிப்படியைப் பார்த்தான்.

"என்ன அம்மா?" என்று கேட்டுக்கொண்டே எழுந்தான்.

"ஒன்றும் இல்லை — எல்லோரும் சதாரணமாகப் பீடிகை யுடன் ஆரம்பிக்கும் வார்த்தை — மாரடைப்பதுபோல் இருந்தது. நீ வந்து என் அறையில் படுத்துக்கொள்கிறாயா? அவள் வேணுமானால் இங்கே படுத்துக்கொள்ளட்டும்."

"ஏன், நானும் வருகிறேனே" என்றாள் சுசீலா. கணவனைத் தன்னிடமிருந்து பிரித்துவிட விரும்புகிறாள் என்று அவள் மனம் கூறிற்று.

"அசடு! நீ எதற்காகத் தூக்கத்தைக் கெடுத்துக் கொள்ள வேண்டும்? பேசாமல் இங்கேயே தூங்கு. இந்த மார்வலியில் பொழுது விடிவதற்குள் மூச்சு நின்றுவிட்டால் வீட்டுத் தஸ்தாவேஜுகளைப்பற்றி இன்று வரையில் தெரியாது. சொல்ல வேண்டும். நீ வேறு எதற்கு?"

குடும்ப விஷயத்தைத் தெரிந்துகொள்ளப் பிள்ளைக்குத் தான் பாத்தியதை. தனக்கு இல்லை! மாமியார்களின் மனப் போக்குத்தான் எவ்வளவு விசித்திரமானது!

தாயாரின் பின்னால் நாகராஜன் சென்றான். சுசீலா, கோபமும் துக்கமும் நிறைந்தவளாய் அறையில் படுக்கையில் போய்ப் படுத்துக்கொண்டாள். வீட்டிலே வேலை செய்யத் தனக்குப் பாத்தியதை; சொத்து சுதந்தரங்களைப்பற்றி அறிந்துகொள்ள உரிமை இல்லை.

இரவு தூங்கியபோது மணி மூன்று. அதற்குள், சந்தடி செய்யாமல் மூன்று தடவை கீழே போய்க் கதவு இடுக்கின் வழியாக மாமியாரின் அறையைக் கவனித்துவிட்டு வந்தாள். வாலாம்பாள் அசையாமல் படுத்திருந்தாள். நாகராஜன், தன் அம்மாவின் கால்களை வருடிக்கொண்டே தூங்கிவிழுந்தபடி இருந்தான்.

"மார் வலி என்று சாக்குச் சொல்லி, என்னிடமிருந்து பிரித்துவிட்டாள், பார்த்தாயா?" இதே கேள்வியை மனம் திருப்பி திருப்பிக் கேட்டது.

காலையில், நாகராஜன் முகம் வாடி இருந்தது. இரவெல்லாம் கண் விழித்ததால் கண்கள் குழி விழுந்து சிவந்திருந்தன. சுசீலா அவனுடன் பேசவில்லை. பாதிச் சமையல் ஆகிக்கொண்டிருந்தபோது சமையலறைக்குள் நாகராஜன் வந்து உட்கார்ந்தான்.

"இன்றைக்கு லீவு போட்டுவிட்டேன்" என்றான்.

"அம்மாவுக்குச் சிசுருஷை செய்வதற்காகவா?" என்று கேட்டாள் சுசீலா.

நாகராஜன் சிரித்து விட்டான்.

"மார்வலியும் இல்லை; ஒன்றும் இல்லை. என்னவோ வயசாகிவிட்டாலே புத்தி தடுமாறிவிடுகிறது."

"ஊஹும்." இது, சுசீலாவின் பதில்.

"உனக்கு என்மேல் கோபம் தானே?"

"சே சே, தன்னந்தனியாய் மாடியில் படுத்துக்கொள்ளச் சொல்லிவிட்டுக் கிழவிக்குத் துணை இருக்கப்போனால், எனக்குக் கோபம் வருவது நியாயமா?" என்று சற்றுப் பரிகாசமாகவே கேட்டாள் சுசீலா.

"நீ வந்ததிலிருந்து உன்னுடனேயே பேசுகிறேனாம். அவளுடன் பேசுவதில்லையாம். இதுதான் அவள் குறை!"

சுசீலாவுக்கு இந்த ஒரு வார்த்தையிலேயே மாமியாரின் குணம் புரிந்துவிட்டது. ஊரார் மெச்சப் பிள்ளைக்குக் கல்யாணம் பண்ணினாளே தவிரத் தன்னைக் கண்டால் அவளுக்குப் பிடிக்கவில்லை என்பது விளங்கிவிட்டது.

சுசீலா மேலும் பேசுவாள் என்று நினைத்து, சிறிது நேரம் அங்கேயே நாகராஜன் உட்கார்ந்திருந்தான். ஆனால், அவளுடைய பேச்சுக்கு மாறாக அடுப்பிலிருந்து தளதளவென்கிற சத்தத்துடன் சாதம்தான் கொதித்துக்கொண்டிருந்தது.

வாலாம்பாளுக்கு அன்று மார்வலி வந்தது உண்மையோ இல்லையோ, அந்தச் சம்பவம் நடந்து ஒரு வாரத்துக்கெல்லாம் திடீரென்று குளிர்காய்ச்சல் வந்துவிட்டது. சுசீலா, மனத்திலிருந்த வெறுப்பையெல்லாம் அடக்கிக்கொண்டு, கணவன் மனங்கோணாமல் சிசுரூஷைகள் செய்தாள். வேளைக்கு வேளை மருந்து கொடுத்தாள். உடம்பு வலிக்கிறது என்று சொன்னால், உடம்பைப் பிடித்துவிட்டாள். இவ்வளவு செய்தும் வாலாம்பாள் சிற்சில சமயங்களில் நாட்டுப்பெண்ணை வெளியே அனுப்பிவிட்டுப் பிள்ளையிடம் ரகசியம் பேசியது மட்டும் அவள் மனத்தைப் புண்படுத்தியது.

"அம்மா என்னை வெளியே போகச் சொல்லிவிட்டு உங்களிடம் என்ன சொல்லுகிறார்?" என்று வருத்தத்தை வெளிக்காட்டிக் கொள்ளாமல் கேட்டாள் சுசீலா.

"என்ன சொல்கிறாள்? நீயே முக்கால் பங்கு என் மனத்தை அபகரித்துக்கொண்டு விட்டாயாம். அவள் இறந்துவிட்டாலும், உன் வீட்டு மனுஷாளுடன் அதிகம் பழக வேண்டாம் என்று சொல்லுகிறாள். அசட்டு மனுஷி!" என்றான் நாகராஜன் அலக்ஷ்யமாக.

சுசீலாவுக்கு ரோசம் பொத்துக்கொண்டு வந்தது.

"வஞ்சனையையும் எண்ணத்தையும் பாருங்கள்! இந்த மனுஷிக்கு ராத்திரி பகலாக உழைக்கிறேனே, என்னைச் சொல்ல வேண்டும்!" என்றாள் கண்களில் நீர் ததும்ப.

"போனால் போகிறது, சுசீலா. இன்னும் கொஞ்ச நாளில் சாகப் போகிறவள். அவளுக்குத் தெரிந்தது அவ்வளவுதான்!" என்று அவளைத் தேற்றினான் நாகராஜன்.

"அவர் வஞ்சனை அவரோடு இருக்கட்டும்!" என்று பெருமூச்சுவிட்டுக் கணவனின் தேறுதல் வார்த்தைகளைக் கொண்டு ஆறுதல் அடைய முயன்றாள் சுசீலா.

வாலாம்பாள் படுத்து இரண்டு வாரத்துக்கெல்லாம் நாகராஜனைச் சுசீலாவிடம் ஒப்பித்துவிட்டுப் போகவேண்டிய தெய்வ சம்மதம் ஏற்பட்டது. இல்லாவிடில், அந்தக் கிழவி இந்தத் தம்பதிகளின் தாம்பத்தியப் பாதையில் மாறாத ஒரு கசப்பை உண்டாக்கியே இருப்பாள்.

தாயாரின் கர்மங்களை நியமப்படி, பயபக்தியுடன் செய்து முடித்தான் நாகராஜன். சுசீலாவும் வாலாம்பாளின் வஞ்சனையைப் பாராட்டாமல் பிதுர் கிருத்தியங்களில் சிரத்தையுடன் ஈடுபட்டாள். ஆனால், அவள் கபடமற்ற மனத்தில் வாலாம்பாளின் தீக்ஷண்யப் பார்வையும் கடுஞ் சொற்களும் பதிந்து போய்விட்டன. இரவில் திடீர் திடீரென்று படுக்கையில் அலறிப் புடைத்துக் கொண்டு, "அதோ பாருங்கள்! அம்மா குறட்டை விடுகிற மாதிரியே இல்லையா?" என்று நல்ல தூக்கத்தில் இருக்கும் நாகராஜனைத் தட்டி எழுப்புவாள். "அதெல்லாம் ஒன்றும் இல்லை, தூங்கு" என்று சொல்லிவிட்டு நாகராஜன் மறுபடியும் நித்திரையில் ஆழ்ந்துவிடுவான். பொழுது விடிந்ததும் இரவு அவள் பயந்ததைச் சொல்லிப் பரிகாசம் செய்வான்.

"போங்கள், உங்களுக்குப் பரிகாசமாக இருக்கிறதாக்கும். ரேழி அறையில் அம்மா நடமாடுகிற மாதிரியே எனக்குத்

தோன்றுகிறது, அவர் இந்த வீட்டைவிட்டுப் போகவில்லை. என்னிடம் ஏற்பட்ட சந்தேகம் அவருக்குக் குறையவில்லை. உங்கள் அன்பை நான் அடைந்துவிட்டேன் என்று பொறாமைப் பட்டுக்கொண்டே இருந்தார்" என்றாள் சுசீலா பயம் நிறைந்த கண்களுடன்.

"அடி, அசடே!" என்றுதான் நாகராஜனுக்குச் சொல்லத் தோன்றியது.

அன்று அமாவாசைக்கு முந்திய தினம். சுசீலா வழக்கம் போல் சமையல் வேலைகளை முடித்துவிட்டுத் தெருவில் வள்ளியம்மையோடு பேசிக்கொண்டு உட்கார்ந்திருந்தாள். வாலாம்பாள் இறந்துபோய் மூன்று மாதங்களுக்கு மேல் ஆகிவிட்டன.

"அம்மா! உன்னைப் பார்த்தால் சந்தேகமாக இருக்குதே; தலை முழுகி எவ்வளவு நாள் ஆச்சு?" என்று சந்தோஷம் தொனிக்கும் குரலில் கேட்டாள் வள்ளியம்மை.

"போடி! மூணு மாசந்தான் ஆறது. உடம்பு சரியாக இல்லை. இந்த வீட்டிலேயே இருக்கப் பிடிக்கவில்லை. ஐயரிடம் சொன்னால் காதில் போட்டுக் கொள்ளமாட்டேன் என்கிறார்."

"ஏன் வீட்டுக்கு என்ன அம்மா?"

"அந்த அம்மாளுக்கு என்னைக் கண்டாலே பிடிக்கவில்லை. நான் அடி வைத்த நாளிலிருந்து என்னைக் கண்டால் கரித்தார். என்னவோ! அவர் என்னை ஏதாவது செய்துவிடப் போகிறாரே!"

"பைத்தியம் மாதிரி பேசிறியே அம்மா!"

"பைத்தியம் என்னடி? ராத்திரி ஆகிவிட்டால், மனத்தை என்னவோ பண்ணுகிறது. இந்த ரேழி அறையைப் பார்த்தாலே மனம் நடுங்குகிறது."

வள்ளியம்மை பேசாமல் சுசீலாவின் முகமாறுதலைக் கவனித்தாள். சுசீலாவின் அழகிய முகம் வெளிறிப் போயிற்று. கன்னத்தில் இருந்த ரத்தமெல்லாம் சுண்டிவிட்டதுபோல் முகம் பயங்கரமாகக் காணப்பட்டது.

"அம்மா!" என்று ஓர் அடி முன்னால் வந்தாள் வள்ளியம்மை.

சுசீலாவுக்குத் தலை சுற்றியது. கண்கள் புரண்டன. திருதிருவென்று விழித்தாள். ஆயிரக்கணக்கில் வாலாம்பாளின் முகம் தோன்றி மறைவதுபோல் பிரமை தட்டியது. கீழே விழுந்தவளை வள்ளியம்மை தாங்கிப் பிடித்துக்கொண்டாள்.

நாகராஜன், வேதனை நிறைந்த கண்களுடன் சுசீலாவின் நெற்றியில் கைவைத்துப் பார்த்தான். அது நெருப்பாகக் காய்ந்தது. வள்ளியம்மையின் மூலமாக விவரங்களை அறிந்தான். 'இருதயத்துக்கு அதிர்ச்சி' என்றார் டாக்டர். நோயாளியை இனி இந்த வீட்டில் வைப்பதே பிசகு என்றும் அபிப்பிராயப்பட்டார்.

ஆஸ்பத்திரியில் சுசீலாவுக்கு சுயப் பிரக்ஞை வர மூன்று நாட்கள் ஆயின. ஆனால், ஜுரம் மட்டும் தணியவில்லை. பரிதாபமான கண்களுடன் நாகராஜனின் முகத்தைப் பார்த்துக்கொண்டே இருந்தாள். அவள் மனத்தில் பலவிதமான போராட்டங்கள் நிகழ்ந்தன. வாலாம்பாள் எண்ணம் போல, கணவனிடமிருந்து தன்னைப் பிரித்துவிடவே இந்த வியாதி வந்திருப்பதாக நினைத்துக் கொண்டாள். அப்படி நினைத்த போது அவள் மனம் வெடித்துவிடுவதுபோல் தோன்றியது. கன்னத்தில் தாரை தாரையாகக் கண்ணீர் வழிந்தது.

சுசீலாவின் ஜுரம் படிப்படியாகக் குறைய ஆரம்பித்தது.

"இங்கே இருக்கிறவரையில் சந்தோஷமாக இருக்கிறது. அந்த வீட்டுக்குப் போகவேண்டுமே என்று கவலைப்படுகிறேன்" என்றாள் சுசீலா, ஒரு நாள், நர்ஸிடம்.

நர்ஸ் ஒரு விதமாகச் சிரித்துக்கொண்டாள். சுசீலாவின் உடம்பு பூரண குணம் அடைந்ததும், வீட்டுக்கு அழைத்துப் போகலாம் என்று டாக்டர் கூறிவிட்டார். வீட்டுக்கு போகும் அந்த நாளும் வந்தது. டாக்சியில் ஏறி உட்கார்ந்த சுசீலாவின் முகம் வாட்டமடைந்தது. நாகராஜன் அதைக் கவனிக்காதவன்போல் உட்கார்ந்திருந்தான். ஆனால், டாக்சியோ அவள் முன்பின் பார்த்திராத ஒரு வீட்டின்முன் நின்றது. வாசலில் வள்ளியம்மையும் நின்றிருந்தாள். "வா, அம்மா" என்று சொல்லித் திருஷ்டி கழித்து, எஜமானியை வரவேற்றாள் வள்ளியம்மை. சுசீலா வெட்கத்துடன் நாகராஜனைப் பார்த்தாள்.

"என்னிடம் சொல்லவே இல்லையே. வேறு வீடு பார்த்து விட்டீர்களா, என்ன?"

"ஆமாம்" என்றான் நாகராஜன். அதே சமயத்தில் சுசீலா வின் பார்வையில் திருப்தி நிறைந்திருந்ததையும் அவன் கவனித்தான்.

நவராத்திரிப் பரிசு சிறுகதைத் தொகுப்பு, 1947

சரோஜா ராமமூர்த்தி

6

பாகீரதி

அந்த வருஷம் மார்கழி மாதத்தில் மற்ற வருஷங்களைப்போல் பனிச்சாரல் அதிகமில்லை. கொல்லைக் கிணற்றடியில் பாகீரதி உதயராகத்தில் திருப்பாவை பாடிக்கொண்டே ஸ்நானம் செய்துகொண்டிருந்தாள். அவள் மெல்லிய குரல் விடியற்கால நிசப்தத்தில் கலந்து மனத்திற்கு அமைதியை அளித்தது.

பாகீரதி, மார்கழி மாதத்தில் மட்டும் பிராதக்கால ஸ்நானம் செய்கிற வழக்கம் என்று இல்லை. வருஷம் பூராவும் அவளுக்கு மார்கழிதான். அவளுடைய பதினைந்தாவது வயதிலிருந்து குளிருக்கும் வெயிலுக்கும் அவள் தேகம் ஈடுகொடுத்து, உரம் பெற்றுவிட்டது.

பாகீரதியின் வீட்டார் எங்கள் வீட்டுக்கு வந்து ஏழெட்டு மாதங்கள் ஆகியிருக்கும். நம் சமூகத்தில் ஆயிரக் கணக்காக இருக்கும் பால்ய விதவைகளில் அவளும் ஒருத்தி என்றுதான் முதலில் நினைத்துக் கொண்டிருந்தேன். நாளடைவில் அவளுடைய ஜீவியத்தில் ஏதோ மறக்கமுடியாத சம்பவம் நடந்திருக்கிறது என்பது மட்டும் தெரிந்தது. மனத்துக்குள் குமுறிக் கொண்டிருக்கும் துக்கத்தைக் கிளறுவது எனக்கு அவ்வளவாக இஷ்டமில்லாததால் அதை அறியப் பிரயத்னப்படவில்லை. அன்று பாகீரதியின் குரலைக் கிணற்றடியில் கேட்டவுடன் அவளுடைய பரிதாபமான முகம் என் மனத்தை என்னவோ செய்தது. வேதனை மிகுதியால் நித்திரை கலைந்துவிடவே எழுந்திருந்து கொல்லைப்பக்கம்

போனேன். இன்னும் பால் வடியும் முகம்; வைதவ்வியத்தால் களையை இழந்துவிட்டாலும், லக்ஷணமாகத்தான் இருந்தது. ஸ்நானம் செய்துவிட்டு, குடத்தில் ஜலத்துடன் என் எதிரில் வந்தாள் பாகீரதி.

"என்ன மாமி? ஸ்நானம் ஆகிவிட்டதா?" என்று கேட்டேன். "ஆகிவிட்டது அம்மா; இன்று என்ன இவ்வளவு சீக்கிரம் எழுந்துவிட்டாய்?" என்றாள்.

"தூக்கம் பிடிக்கவில்லை. அதோடு உங்கள் பாட்டு நன்றாக இருந்தது; இன்னும் கொஞ்சம் பாடுவீர்கள், கேட்கலாம் என்று வந்தேன்" என்றேன்.

பாகீரதி ஒரு மாதிரியாகச் சிரித்துக்கொண்டாள்.

"ஐயோடி! என் பாட்டும் நானும்" என்று வெறுப்புடன் சொல்லிவிட்டு, "போகிறேன்! பூஜை செய்துவிட்டு அடுப்பு மூட்டினால் சரியாக இருக்கும்" என்று சொல்லிக்கொண்டே போய்விட்டாள்.

வக்கீல் நாகநாதையருக்கு மனைவி இல்லை. ஒரு பெண்ணையும் பிள்ளையையும் வைத்துவிட்டு அவள் இறந்துவிட்டாள். அப்போது அவருக்கு வயது நாற்பதுக்குள் இருக்கும். பாகீரதி அவருக்கு மைத்துனி ஆக வேண்டும். தங்கை இறந்து போன போது வந்தவளைக் குழந்தைகளைக் கவனிப்பதற்காகத் தம் வீட்டிலேயே வற்புறுத்தி வைத்துக்கொண்டார் அவர்.

பாகீரதியை விடியற்காலம் ஐந்து மணிக்குள் கிணற்றடியில் பார்த்தால் உண்டு. இல்லையென்றால் சமையல் அறைக்குள்தான் பார்க்க முடியும். ஒருவர் எதிரிலும் அவள் வருவதில்லை. வீட்டில் மற்ற வேலைகளைச் செய்வது, வருகிறவர்களை விசாரிப்பது முதலியவற்றை வக்கீலுடைய பெண் லக்ஷ்மிதான் கவனித்து வந்தாள். பாகீரதியின் குரல் அதிகமாகக் கேட்காது. உதயத்தி லிருந்து அஸ்தமனம்வரையில் சலியாத உழைப்பு, கண்ணன் கீதையில் சொல்லியிருக்கும் கடமையை நன்கு உணர்ந்தவள் பாகீரதி என்று சொல்லலாம். தங்கை குழந்தைகள் பெரியம்மாள் வார்த்தைக்கு மறுத்துப் பேசமாட்டார்கள்.

பாகீரதி உள்ளே போனபிறகு கூட அவள் குரல் இனிமை என் காதிலேயே ஒலித்துக்கொண்டிருந்தது. அவர்கள் குடிவந்த நாளாய் பாகீரதியைப்பற்றி விசாரிக்க வேண்டுமென்ற ஆவல் ஏற்பட்டதில்லை. அன்று காலை அவள் பாட்டைக் கேட்டபிறகு ஏதோ ஒருவித அனுதாபம் அவளிடம் தோன்றி என் மனத்தை வதைக்க ஆரம்பித்தது.

சரோஜா ராமமூர்த்தி

நாகநாதருடைய பெண் லக்ஷ்மி தோட்டத்தில் வாழை இலை நறுக்க வந்தாள்.

"உன் பெரியம்மா என்ன செய்கிறாள்?" என்று அர்த்த மில்லாமல் கேட்டு வைத்தேன்.

"அப்பாவுக்கு இரண்டாந்தரம் டிபன் செய்து கொண்டிருக்கிறாள் மாமி, ஏன் மாமி, ஏதாவது வேண்டுமா உங்களுக்கு?"

"வேலையில்லாமல் ஒழிவாய் இருக்கிறாளாக்கும் என்று பார்த்தேன்" என்றேன்.

சாயங்காலம் பாகீரதி கிணற்றடியில் ஏதோ வேலையாய் இருந்தாள். என்னைக் கண்டதும், "காலையில் என்னைக் கேட்டாயாமே, லக்ஷ்மி சொன்னாள். என்ன விசேஷம்" என்று விசாரித்தாள்.

"விசேஷம் ஒன்றும் இல்லை. உங்களிடம் இரண்டு தமிழ்ப் பாட்டுக்கள் கற்றுக் கொள்ளலாம் என்கிற உத்தேசம். உங்களுக்கு ஒழிந்த வேளையில் சொல்லிக் கொடுத்தால் போதும்."

"ஒழிவு என்று எனக்கு ஒருவேளை இருப்பதைப் பார்த்திருக்கிறாயா அம்மா" என்று சொல்லிவிட்டுப் பாகீரதி கண்கலங்க நின்றாள்.

அவள் மனத்தைப் புண்படுத்திவிட்டோமே என்று எனக்கு வருத்தமாகப் போய்விட்டது. அவள் சிறிது சமாளித்துக் கொண்டு, "விடியற்காலம் ஸ்நானம் செய்யும்போது கொஞ்ச நேரம் பகவத் பஜனை செய்கிறேனே, அதைத்தவிர மற்றப் பொழுதில் பகவானை நினைக்க எனக்குப் போது ஏது" என்றாள்.

வாஸ்தவந்தான். அவளை வெளியில் பார்ப்பதே அபூர்வமாக இருக்கும்போது எனக்குப் பாட்டும், கதையும் சொல்லித்தர முடியுமா அவளால்? ஆனால், உண்மையில் அவள் வரலாற்றை அறிந்துகொள்ள ஆசைப்பட்டேனே தவிர, பாட்டுக் கற்றுக்கொள்ள அல்ல.

"என்ன அம்மா யோசிக்கிறாய்?" என்றாள் பாகீரதி.

"ஒன்றும் இல்லை மாமி! என்னைப்பற்றித் தவறாக நினைத்துக் கொள்ளாதீர்கள். உங்கள் வரலாற்றைத் தெரிந்து கொள்ளவேண்டும் என்று என் மனம் துடிக்கிறது. நான் இன்னொருவர் விஷயத்தில் அதிகமாகத் தலையிடமாட்டேன்" என்று தயங்கிக்கொண்டே சொன்னேன்.

"என் கதையைக் கேட்பதால் புண்ணியமா ஏற்படப் போகிறது? அதைக் கேட்டால் கதை எழுதுகிறவர்கள் ஒரு நல்ல கதை எழுதிவிடலாம். நாளைக்கு விடியற்காலம் கபில தீர்த்தத்துக்கு ஸ்நானம் செய்யப் போகிறேன். கூட வந்தாயானால் என் புண்ணிய கதையைச் சொல்கிறேன்!" என்றாள்.

"ஆகட்டும்" என்று ஒப்புக்கொண்டேன்.

விடியற்காலம் மணி ஐந்துக்குக் குறைவாக இருக்கலாம். பனிக்காற்று, சிலுசிலுவென்று அடித்துக்கொண்டிருந்தது. ஆகாயத்தில் நக்ஷத்திரங்கள் சுடர்விட்டுப் பிரகாசித்துக்கொண்டிருந்தன. நாகநாதையருடைய பிள்ளை பாலு எங்களுக்கு முன்பு போய்க்கொண்டிருந்தான். ஊருக்கு வெளியே போகும்வரையில் பாகீரதி தன் வழக்கப்படி மெதுவாகப் பாடிக்கொண்டே வந்தாள். அந்தக் குளிர்ந்த வேளையில், "கார்மேனிச் செங்கண், கதிர் மதியம் போல்முகத்தான்" என்று அவள் பாடியபோது வானத்தில் சிற்சில இடங்களில் கன்னங் கரேலென்று பரவி இருந்த மேகக்கூட்டமும், கீழ்த்திசையில் ரவியின் வருகையை அறிவிக்கப் பரவியிருந்த ஒளியும் கண்ணனுடைய உருவத்தையே நினைவூட்டின.

"இந்தக் குளிரில் எப்படித்தான் ஸ்நானம் செய்யப் போகிறேனோ?" என்று பேச்சை ஆரம்பித்தேன்.

"எல்லாம் இரண்டு நாளைக்குச் செய்தால் வழக்கமாகி விடுகிறது. பாலுவின் அம்மா இருந்தாளே, அவள் என்னைப் பார்த்து இப்படித்தான் கேட்பாள்: 'என்ன அக்கா, இரவு பதினோரு மணிவரையில் உழைத்துவிட்டுத் திரும்பவும் விடியற்காலம் நாலு மணிக்கே எழுந்துவிடுகிறாயே' என்பாள். என் கதையை கேட்க வேண்டும் என்கிறாயே" என்று பாகீரதி ஆரம்பித்தாள்.

"நாகநாதன் — என் தங்கையைக் கல்யாணம் செய்து கொண்டதால் ஏற்பட்ட புது உறவு அல்ல. அவனுக்குப் பால்யத்திலேயே தாயார் தகப்பனார் இரண்டு பேரும் போய்விட்டார்கள். கொஞ்சம் சொத்து உள்ள குடும்பம் என்று பெயர். அத்தைக் கிழவி ஒருத்தி இருந்தாள். கண் தெரியாது. அவள் இருந்தவரைக்கும், பிள்ளை ஏதோ சாப்பாட்டுக்குக் கஷ்டப்படாமல் இருந்தான். அவளும் போனபிறகு பண்டிகை பருவங்களுக்கு எங்களகத்தில் சாப்பிட வருவான். அப்பொழுது அவனுக்கு வயது பதினெட்டு, பத்தொன்பது இருக்கலாம். அவன் வீட்டுக்கு வரப்போக ஆரம்பித்தபோது எனக்குப் பதினான்கு வயது; கல்யாணம் ஆகிவிட்டது. என் கணவருக்குக் கல்யாணமான ஆறு மாதத்துக்கெல்லாம் பாரிச வாய்வு வந்து கால்கை இழுத்துவிடவே, வைத்தியம் செய்வதற்காக எங்கள் வீட்டிலேயே

வைத்துக்கொண்டிருந்தோம். கூடத்தில் ஒரு பெஞ்சியில் படுத்துக் கொண்டிருப்பார். சிசுருஷைகளையெல்லாம் என் தாயாரும் நானும்தான் செய்து வந்தோம்.

"நாகநாதனை இரண்டு மூன்று மாதங்கள் வரையில் நான் நன்றாகக் கவனித்ததில்லை. ஒரு நாள் அம்மா அப்பாவிடம் அவனைப்பற்றிச் சொல்லிக்கொண்டிருந்தாள்: 'பிள்ளை மூக்கும் முழியும் ராஜா மாதிரி இருக்கிறான். நம்ம சுந்துவையாவது நல்ல இடத்தில் கொடுக்கலாம். பெரிய மாப்பிள்ளையின் குடும்பம் எப்படி என்று தெரிந்தே பாகீரதியைக் கொடுத்துத் தலையில் கல்லைப் போட்டுக்கொண்டாயிற்று.'

"அன்று இரவு ஏதோ வேலையாக வந்த நாகநாதனை முதல் முதலாகச் சரியாகக் கவனித்தேன். என் மனத்தை என்னவோ செய்தது. 'நம்மைவிடச் சுந்து அழகில் சிறந்தவள் இல்லை. பள்ளிக்கூடம் போக அழுது, அவளுக்கு இரண்டு எழுத்துக்கூட வாசிக்கத் தெரியாது. அவள் அதிர்ஷடத்தைப் பார்த்தாயா?' என்று வேதனைப் பட்டேன்.

"அவன் வந்தபோது அப்பா சாப்பிட்டுக் கொண்டிருந்தார். கூடத்தில் இவரும் நன்றாகத் தூங்கிக்கொண்டிருக்கவே," 'அப்பா இல்லையா?' என்று கேட்ட நாகநாதனைப் பார்த்து, 'உட்காருங்கள் சாப்பிடுகிறார்' என்று அன்றைத் தினமே முதல் முதலாகப் பேசினேன். அவன் சிறிது நேரம் என்னையும் என் கணவரையும் மாறி மாறிப் பார்த்துவிட்டு, 'உடம்பு இப்போது தேவலையா?' என்று கேட்டான்.

"தேவலை என்று எப்படிச் சொல்ல முடியும்?" என்று மெதுவாகக் கூறினேன்.

"நாகநாதன் வருத்தம் நிறைந்த முகத்துடன் என்னையே உற்றுப் பார்த்துக் கொண்டிருந்தான். நான் வெட்கத்துடன் சமையல் அறைக்குள் போய்விட்டேன்.

"அன்றைய தினத்திலிருந்து அவனுடன் பேசுவது சகஜ மாகப் போய்விட்டது. அப்பாவிடம் அவன் அடிக்கடி என்னைப் பார்க்கும் போதெல்லாம், 'கல்யாண விஷயத்தில் மட்டும் யோசித்துச் செய்ய வேண்டும்' என்பான். என்னைப்பற்றி நாகநாதன் அக்கறையாக விசாரிக்கவே அவனிடம் எனக்கு அன்பு ஏற்பட்டது. வீட்டில் ஏதாவது செய்தால், அவனுக்காக எடுத்து வைத் திருப்பேன். 'தங்கைக்கு ஆத்துக்காரராக வரப்போகிறானோ இல்லையோ?' என்று அம்மா சந்தோஷத்துடன் சொல்லிக் கொண்டிருப்பாள்.

“கையில் இருக்கும் நல்ல வரனை விட்டுவிடக் கூடாது என்று அந்த வருஷமே சுந்துவுக்கும் நாகநாதனுக்கும் கல்யாணம் நடந்தது. சுந்து தனக்கு அழகிய கணவன் வாய்த்ததைப்பற்றிப் பெருமையோ, கர்வமோ கொள்ளவில்லை. அவள் வழக்கம் போல் தன் தோழிகளுடன் விளையாடப் போய்விடுவாள். ‘இந்த மாதிரி அகத்துக்காரர் கிடைத்தால், நாள் பூராவும் அவருக்குப் பணிவிடை செய்துகொண்டிருக்கலாமே’ என்று நான் எண்ணிக் கொண்டேன்.

“தங்கைக்குக் கல்யாணம் என்ற சந்தோஷமே எனக்கு ஏற்படவில்லை. கல்யாணச் சந்தடியெல்லாம் ஓய்ந்து ஒரு வாரத்துக்கு மேல் ஆகிவிட்டது. நாகநாதன் வழக்கம்போல் வந்து போய்க்கொண்டிருந்தான். சுந்து அவனைக் கவனிப்பவளாகவே தோன்றவில்லை.”

அதுவரையில் சொல்லிவிட்டுப் பாகீரதி பெருமூச்சுவிட்டாள். நான் கதையைச் சுவாரஸ்யமாகக் கேட்டுக்கொண்டு வந்தவள், திடுக்கிட்டு அவள் முகத்தைக் கவனித்தேன். காலை ஒளியில் அவள் முகம் வெளுத்திருந்தது. கண்கள் ஏதோ வெறிபிடித்தவளைப்போல் மிரண்டு பார்த்துக்கொண்டிருந்தது. பிறகு சிறிது நேரம் கழித்து மறுபடியும் பாகீரதி ஆரம்பித்தாள்.

“சுந்துவின் அதிர்ஷ்டம் ஆரம்பமானவுடன், என் வாழ்க்கை இருளடைய ஆரம்பித்தது. என் கணவருக்கு நாளுக்கு நாள் உடம்பு அதிகமாகவே, நாங்கள் எல்லோரும் கவலைப்பட ஆரம்பித்தோம். என் மனத்தை அறுத்து வந்த துக்கத்தை யாரிடமாவது சொல்லி, அழ வேண்டும்போல் தோன்றியது.

“வீட்டில் வைத்தியரை அடிக்கடி அழைத்துவர யாராவது வேண்டியிருக்கிறது என்று சொல்லி நாகநாதனை வீட்டிலேயே இருக்கச் சொல்லியிருந்தோம். நான் மறைவாகப் போய்க் கண்ணீர் வடிக்கும்போதெல்லாம், அவன் ஏதாவது தேறுதல் வார்த்தைகள் சொல்லுவான். என் வாழ்க்கை எப்படி ஆகுமோ என்று இதுவரையில் எல்லோர் மனத்திலும் போராட்டத்தை உண்டு பண்ணி வந்த புதிர் விடுபட்டது. திடீரென்று என் கணவர் இறந்துவிட்டார். நாகநாதன் என்னை ஒருநாள் சந்தித்தபோது, ‘நான் முதல்முதல் பார்த்த பால்வடியும் முகம் பாழடைந்து போய்விட்டதே!’ என்று அழுதேவிட்டான்.

“ஐயோ! இதென்ன இப்படி அழுகிறீர்களே?” என்று நானும் நடுங்கிப்போனேன்.

“உன் காலத்தை எப்படிக் கழிப்பாய்?” என்றான்.

"நான் தேம்பி தேம்பி அழுதேன். அசடன்! 'சுந்துவை நான் கல்யாணம் செய்து கொண்டிராவிடில்' என்று அவன் சிறிது நடுக்கத்துடன் கூறிச் சட்டென்று நிறுத்திக்கொண்டான். என் தேகம் பூராவும் நடுங்கியது.

"உங்கள் மனத்தை நான் அவ்வளவு கெடுத்துவிட்டேனா?" என்றேன்.

'சீ கெடுக்கிறதாவது.'

சுந்துவின் கள்ளங்கபடற்ற முகம் என்னைக் கேலி செய்வதுபோல் தோன்றியது.

"இனிமேல் சத்தியமாக உங்கள் எதிரில் வரமாட்டேன்" என்றேன்.

"'என்ன என்ன?' என்று அவன் பதற்றத்துடன் கேட்டுக்கொண்டு இருக்கும்போதே, அந்த இடத்தை விட்டு வந்துவிட்டேன். அதிலிருந்து அவன் எதிரில் இன்னும் நான் போகவில்லை. சுந்து இருந்தவரையில் இந்த வீட்டில் காலடி வைத்ததில்லை. அவள் இறப்பதற்கு முன்பு, 'அக்கா, உன்னைத் தவிர என் குழந்தைகளுக்கு வேறு கதி இல்லை' என்று அழுதுவிட்டுப் போனாள். லக்ஷ்மி புக்ககம் போய்விட்டால், நான் ஊருக்குப் போய்ப் பகவத் பஜனையில் காலத்தைக் கடத்துவேன் அம்மா!" என்று பாகீரதி சொல்லி முடித்தாள்.

கபில தீர்த்தம், அதன் சுற்றுப்புறம் எல்லாம் பாகீரதியின் கதையைக் கவனித்துக் கேட்பதுபோல் அமைதியாக இருந்தன. 'மாயனை மன்னு வடமதுரை மைந்தனை' என்று பாகீரதி குளத்தில் ஸ்நானம் செய்ய ஆரம்பித்தாள்.

நானும் குளிருக்குப் பயந்து நடுங்கிக்கொண்டே மெதுவாகத் தண்ணீரில் காலை வைத்தேன்.

நவராத்திரிப் பரிசு சிறுகதைத் தொகுப்பு, 1947

7

அவள்

சாயங்கால வேளைகளில் தினம் தவறாமல் நல்ல ஜலம் எடுப்பதற்காக இடுப்பில் குடத்துடன் அந்தப்பெண் எங்கள் வீட்டுக்கு அருகாமையில் உள்ள கிணற்றுக்கு வருவாள். ஊரில் பல சௌகர்யங்கள் இருந்தும் ஜல சௌகர்யம் குறைவாகவே இருந்தது. பெரும்பாலான கிணறுகளில் ஜலம் நன்றாகவே இருக்காது. எல்லோரும் அந்தக் கிணற்றுக்குத்தான் குடி தண்ணீருக்காகப் போயாக வேண்டும். அவள் ஊருக்குப் புதிதாக இருந்தாள். ஆனால் நெடுநாள் பழகி நடுவில் பிரிந்து போய்விட்ட உறவினர் யாருடைய முகத்தையோ அது எனக்கு நினைவூட்டியது. அவளோடு நான் பேசாவிட்டாலும், ஏதோ ஒருவித அன்பு அவளிடம் எனக்கு ஏற்பட்டிருந்தது.

"கல்கல்" என்று அவள் கால்களில் சதங்கை கட்டிய கொலுசுகள் ஒலிக்க வருவதைப் பார்ப்பதற்காகத் தினம் தெருவில் போய் நிற்பேன். இந்தக் காலத்துப் பெண்களில் அநேகர் கொலுசுகள் அணிவதில்லை. அது நாகரிகமில்லை, இருந்தாலும் எனக்கு என்னவோ அவை அழகாகத்தான் இருந்தன. கொடி போன்ற தேகமும், அழகிய உருண்டை முகமும். அதில் குவித்து மருட்சியைக் காட்டும் நீண்ட விழிகளும் அமர்ந்த நடையும் எல்லாமாகச் சேர்ந்து அவள் அழகியாக இருந்தாள். இயற்கை அவளுக்கு வைத்திருந்த ஒரே குறை தலையில் கூந்தலைக்

சரோஜா ராமமூர்த்தி

குறைவாக அளித்திருந்ததுதான். ஆனால் அதையும் அவள் சாதுர்யமாக வளைத்துக் கட்டி, அழகுபடுத்தி இருந்தாள்.

கிணற்றங்கரையிலும், ஆற்றங்கரையிலும்தான், கிராமத்தியப் பெண்கள் கூடுவது வழக்கம். வீட்டு வேலைகள், கணவன்–மனைவி சண்டை, மாமியார் படுத்துவது, ஊரைப்பற்றி அக்கப்போர் எல்லாவற்றையும் கொட்டி அளப்பார்கள். அவ்விதமே, கோடி வீட்டு ராதை என்னிடம் கேட்டாள்.

"ஏன் மாமி, அந்தப்பெண் யார் என்று உங்களுக்குத் தெரியுமா?" என்று.

"தெரியாதே அம்மா! யாராவது ஊருக்குப் புதிதாகக் குடிவந்திருப்பார்கள்" என்றேன்.

"ஆமாம், குடிதான் வந்திருக்கிறார்கள். ஆனால், வீட்டில் அவளைத்தவிர வேறு யாரையும் காணோமே?" என்றாள்.

"நீ கவனித்திருக்க மாட்டாய், காலையில் வீட்டுக்கார் ஆபீஸுக்குப் போய்விட்டிருப்பார். சிறுசுகள் போலிருக்கிறது. புதிதாகக் கலியாணமாகித் தனிக் குடித்தனம் ஆரம்பித் திருக்கலாம்" என்றேன்.

"அது என்னவோ மாமி. வீட்டில் அவளோடு யாருமே இல்லையென்றுதான் பின்கட்டில் அவள் வீட்டில் இருக்கும் மாமி சொன்னாள். காலையில் சமைத்துச் சாப்பிட்டுவிட்டு 'டிரஸ்' செய்துகொண்டு எங்கோ போகிறாள். சாயந்திரம் வரு கிறாள். மறுபடி மாலை ஏழு மணிக்கு 'டிரஸ்' செய்துகொண்டு எங்கோ போகிறாள். இரவு நேரம் கழித்து வருகிறாள். நாள் தவறாமல் யார் யாரோ வந்து பேசிவிட்டுப் போகிறார்கள், சிறு பெண் இப்படியெல்லாம் இருக்கலாமா?" என்றாள் ராதை.

எனக்கும் கொஞ்சம் யோசனையாகத்தான் இருந்தது. அதற்கேற்றார்போல் என் கணவரும் முதல் நாள் தான் என்னைக் கேட்டார். "ஊருக்கு யார் யாரோ புதிதாக வந்திருக்கிறார்கள். ரொம்ப ரொம்ப நாகரிகமானவர்கள், அழகானவர்கள் எல்லாம் வந்திருக்கிறார்களே, நீ பார்த்தாயா?"

"நான் பார்த்தேனோ இல்லையோ. நீங்கள் கவனித்தீர்கள் இல்லையா?" என்று சற்று கடுமையாகக் கேட்டேன் அவரை. பிறகு எனக்கே நான் கேட்டது தவறு என்று தோன்றியது. நாம் தினம் தவறாமல் அவள் ஜலம் எடுக்க வரும்போது ஓடிப்போய்த் தெருவில் நின்று பார்க்கிறோமே, அதைப்போல் இவரும் ரயிலில் பார்த்திருப்பார். அவள்தான் வேளை தவறாமல்

ஊர் சுற்றுகிறாளே என்று நினைத்துக்கொண்டேன். பாவம்! தாயார் தகப்பனார் யாருமில்லை போல் இருக்கிறது. எங்கோ வாத்தியார் வேலையோ, நர்ஸ் வேலையோ ஏதாவது இருக்கும். ஆனால் யார் யாரோ வந்து எதற்காக இவளைப் பார்க்கிறார்கள்?

ராதையுடன் கிணற்றங்கரையில் பேசிவிட்டு, வீட்டுக்கு வந்தவுடன் என் கணவர் வாயிற்படியில் நின்றிருந்தார்.

"உன்னைப்போலப் பெண்தானே அவளும். அவளையே பார்த்துக்கொண்டு வாயைப் பிளந்துகொண்டு நிற்கிறாயே" என்றார் அவர்.

"இருங்கள். அவள் போட்டுக்கொண்டிருந்த ரவிக்கை ரொம்ப நன்றக இருந்தது. பார்த்துக்கொண்டிருந்தேன். நீங்கள் மட்டும் பார்ப்பது நன்றாக இருக்கிறதா?" என்று கேட்டுக்கொண்டே உள்ளே நுழைந்தேன்.

"ஒரு புதிய விஷயம் சொல்லப் போகிறேன் உனக்கு. அவள் சினிமாவில் நடிப்பவளாம். புருஷனைத் 'தள்ளி' வைத்துவிட்டு வந்துவிட்டாளாம்" என்றார்.

"கிணற்றங்கரை வம்பை விட ஆபீஸ் வம்பு அபாரமாக இருக்கிறதே" என்றேன் நான்.

○○○

அஞ்சுகம்—அதுதான் அவள் பெயர்—நாள் தவறாமல் ஜலம் எடுத்துக்கொண்டு போவாள். அவளுடன் பேச வேண்டுமென்று எனக்கு ஆசையாக இருந்தது. ஏனெனில், அவளுடன் கிணற்றங்கரையில் கூடும் பெண்கள் யாருமே பேசவில்லை. அவள் வந்தவுடன் எல்லோரும் ஏதோ அசுத்தத்தைக் கண்ட மாதிரி விலகிப்போய் நிற்பார்கள். ஒருத்தி முகத்தை ஒருத்தி பார்த்துக்கொள்வாள். புன்சிரிப்பு சிரித்துக்கொள்வார்கள். அவள் அங்கிருந்து போகிறவரைக்கும் நயன பாஷையிலேயே பேசிக்கொள்வார்கள். அவள் போனவுடன் "பார்த்தாயா, அவளும் அவள் புடவையும்!" என்று ஒருத்தி ஆரம்பிப்பாள்.

"இந்தப் பஞ்சகாலத்தில் எங்க வீட்டுக்காரருக்கும்தான் சம்பளம் இருநூறு வருகிறது. பளிச்சென்று ஒரு சில்க் புடவை வாங்கிக்கொள்ள முடிகிறதா? பத்து தேதிக்குள் பணப்பை காலி ஆகிவிடுகிறதே. இவளுக்கு மட்டும் ஏது வேளைக்கு ஒரு புடவை, வேளைக்கு ஒரு அலங்காரம் என்று செய்துகொள்ளப் பணம்?" என்று அம்புஜம் ராதையைக் கேட்பாள்.

“போடி! மானங்கெட்டப் பிழைப்பு பிழைக்கிறவளுக்கு இதெல்லாம் கிடைக்காமல் என்ன? என்ன வேண்டியிருக்கோ?”

ராதை தலை பின்னிக்கொண்டு நான் பார்த்ததில்லை. பகவான் நல்ல சௌந்தர்யத்தை அவளுக்குக் கொடுத்திருந்தும், அவளுக்கு அதைக் கவனிக்கவே அவகாசமில்லை. வீட்டில் இரண்டு குழந்தைகள், கணவன், வேறு யாரும் இல்லை. இருந்த போதிலும், அவளுக்கு அலங்காரம் செய்துகொள்ளக்கூட அவகாசம் இல்லை என்று என்னிடம சொல்லிக்கொள்வாள். வீட்டுக்காரர் ஆசையுடன் வாங்கிவந்த பூவைப் பாத்திரத்துக்குள் போட்டு மூடி வாடி வதங்க வைக்கும் சுபாவமுடையவள். “ஐயையோ! நேற்று ராத்திரி பூ வாங்கி வந்தார். காலையில் வைத்துக் கொள்ளலாம் என்று வைத்திருந்தேன். வேலைத் தொந்திரவில் மறந்துவிட்டது” என்று சொல்லிப் பூவை எடுத்து என் எதிரில் தூர எறிவாள். கணவனின் அன்பை அறிந்து நடந்துகொள்ளப் பாவம், அவளுக்குத் தெரியாது. அஞ்சுகத்தின் அலங்காரத்தை அவள் வெறுத்ததில் ஆச்சரியமில்லை.

2

அஞ்சுகம் வழக்கம்போல் ஜலமெடுக்க வந்தாள். அன்று கிணற்றங்கரையில் பெண்கள் கூட்டம் அதிகமில்லை. அஞ்சுகம் ஜலத்தை எடுத்துக்கொண்டு கிளம்பினாள். தயங்கி தயங்கி நான் நிற்பதைக் கவனித்துகொண்டு போக ஆரம்பித்தாள்.

“வாயேன் அம்மா!” என்று நானும் தயங்கிக்கொண்டே கூப்பிட்டேன்.

அவளும் நானுமாகச் சென்று உள்ளே ஊஞ்சலில் உட்கார்ந்து கொண்டோம்.

“இந்த ஊருக்கு வந்த நாளாய் என்னுடன் யாருமே பேசவில்லை அம்மா!” என்றாள் என்னிடம். அவள் குரலில் வருத்தம் தொனித்தது.

“அப்படியா? பேசாமல் என்ன? பேசுவார்கள். எல்லாம் நாளடைவில் சகஜமாகப் பழகுவார்கள்” என்று அவள் மனம் ஆறுதலடையும் வண்ணம் சொல்லிவைத்தேன்.

ராதையும் அம்புஜமும் அவளைப்பற்றி அடுக்கும் சொற்களைப் பாவம், அவளிடம் வர்ணிப்பானேன்? இவ்வளவு வெறுப்பு ஏற்படும்படி அஞ்சுகத்தினிடம் என்னதான் கெட்ட குணம் இருக்கப் போகிறது? அவள் வரலாற்றையும்தான்

கேட்டுவைப்போமே என்றும் தோன்றியது. இருந்தாலும் என்ன நினைத்துக்கொள்வாளோ என்று பேசாமல் இருந்துவிட்டேன்.

"நான் போய் வருகிறேன் அம்மா. பொழுது போகாவிட்டால் உங்கள் வீட்டிற்கு வருகிறேன். நீங்களும் எல்லோரையும் போல என்னை ஒதுக்கிவைத்துவிடாதீர்கள்!" என்று கூறிவிட்டு அவள் புறப்பட்டுச் சென்றாள்.

அஞ்சுகம் எங்கள் வீட்டிற்கு வந்துவிட்டுப் போனது ஊரில் எல்லோருக்கும் தெரிந்துவிட்டது!

"உனக்கென்னடியம்மா குறைவு! நல்ல ஆளாகப் பார்த்துத்தான் சிநேகம் பிடித்திருக்கிறாய்" என்று அம்புஜம் பரிகாசம் செய்தாள்.

"இனிமேல் உன் பெண்ணுக்கு அவளைக் கொண்டே நாட்டியம் சொல்லிக் கொடுப்பாய்!" என்றும் கூறினாள்.

"அப்படித்தான் இருக்கட்டுமே" என்று நானும் விட்டுக் கொடுக்காமல் அவளிடம் கூறினேன்.

அஞ்சுகம் அநேகமாக ஒவ்வொரு மாலையும் வருவாள். சிறிது நேரம் என்னிடம் பேசிக்கொண்டிருந்துவிட்டுப் போவாள். அவள் வாங்கிக்கொண்ட புடவைகள், நகைகள் எல்லாவற்றையும் கொண்டுவந்து காண்பிப்பாள். என் பெண் கிரிஜாவுக்கு ரிப்பன்கள் வாங்கி வருவாள். இதையெல்லாம் அவளுக்கு எப்படிக் கிடைக்கின்றன? யார் வாங்கிக் கொடுக்கிறார்கள்? ஒரு தினமாவது அவள் ஏன் தன் கணவனைப்பற்றியோ, கூடப் பிறந்தவர்களைப்பற்றியோ, நம்மிடம் பேசவில்லை என்றெல்லாம் சந்தேகங்கள் என் மனத்தில் எழுவதுண்டு. ஆனால் சந்தோஷமாக வாழ்க்கை நடத்துகிறாள் என்று மட்டும் எனக்குத் தெரிந்தது. மற்ற விஷயங்களை நாம் கிளறிக் கேட்பானேன் என்று பேசாமல் இருந்துவிட்டேன். வழக்கம்போல் அவள் அன்று வந்ததும் என்னுடன் கலகலவென்று பேசவில்லை.

"என்ன அஞ்சுகம்! பேசாமல் யோசனை செய்துகொண் டிருக்கிறாய்?" என்று கேட்டேன் நான்.

அவள் மளமளவென்று கண்ணீர் பெருக்கினாள். எனக்கும் வருத்தமாக இருந்தது. அவளாகவே சிறிது நேரம் கழித்து "இந்த ஊர் எனக்குப் பிடிக்கவில்லை" என்றாள்.

"ஏன்?" என்றேன் நான்.

"என்னைக்கண்டால் உங்கள் ஊர்க்காரர்களுக்கு இளப்பமாக இருக்கிறது!" என்றாள்.

“என்ன நடந்தது சொல்லேன்” என்று அவளை வற்புறுத்திக் கேட்டேன். அவள் கண்களிலிருந்து நீர் பெருகியதேயொழிய பதில் ஒன்றும் வரவில்லை.

என் மனம் அவளுக்காக வருந்தியது. ‘சமூகம் முன்னேற வேண்டும் என்றுதான் எல்லோரும் ஆசைப்படுகிறோம். இளம்பெண் ஒருத்தி துணை இல்லாமல் அவள் பிழைப்புக்கு ஏதோ தொழில் செய்துகொண்டிருந்தால் அதை ஏன் தவறுதலாக நாம் நினைக்க வேண்டும்? அவள் நடிகையாகத்தான் இருக்கட்டுமே. அவளுக்கும் விருப்பு, வெறுப்பு உண்டல்லவா? அவள் மட்டும் சமூகத்தில் மானமாக வாழ உரிமையில்லையா?’ என்று எண்ணமிட்டேன்.

நானும் அஞ்சுகமும் ஒருவரோடொருவர் பேசாமல் வெகுநேரம் உட்கார்ந்திருந்தோம்.

3

அவள் என்னிடம் தன் குறையைச் சொல்லி அழுத பிறகு ஒருவாரம் வரைக்கும் அவளை நான் பார்க்கவில்லை. திடீரென்று ஒரு தினம் மாலை பெட்டி படுக்கையுடன் என் வீட்டுக்குள் நுழைந்தாள்.

“என்ன அஞ்சுகம்! இந்தப் பக்கமே காணோமே?” என்றேன்.

“வாராமல் என்ன அம்மா! வேறு ஒரு ஊரில் இடம் பார்த்தேன். இனிமேல் இந்த ஊரில் நான் இருக்கக் கூடாது அம்மா. உங்கள் ஊர்க்காரர்கள் என்னை அடித்துத் துரத்தினாலும் பரவாயில்லை. ஆனால்...”

அவள் மறுபடியும தேம்பி தேம்பி அழுதாள்.

“போகிறது! நீ ஒன்றும் சொல்ல வேண்டாம். அடிக்கடி வந்துவிட்டுப் போ” என்றேன்.

அதற்குப் பிறகு வாரம் ஒரு முறை இருட்டிய பிறகு வருவாள். எங்கள் ஊரை வெளிச்சத்தில் பார்ப்பதற்கே அவள் பயந்ததாகத் தோன்றியது! கொஞ்சகாலம் அந்த ஊரில் அவள் வாழ்க்கை நிம்மதியாகத்தான் இருந்திருக்க வேண்டும். ஏனெனில் அவள் வந்துபோகும் பொழுதெல்லாம் சந்தோஷ மாகத்தான் இருந்தாள். எங்கள் வீட்டுக்கு அவள் வருவதைப்பற்றி ஊரில் பலவிதமாக விவாதம் நடந்தது. பிறகு அதுவும் ஓய்ந்துவிட்டது. ஒரே விஷயத்தைப்பற்றிப் பேசி பேசி எல்லோரும் சளைத்துவிட்டார்கள்.

பழையபடி ஒரு தினம் அவள் முகத்தில் வருத்தம் தோன்றியது.

"என் நிழல் என்னை விடமாட்டேன் என்கிறதே அம்மா. அங்கேயும் என்னை விரட்டி அடிக்கிறார்களே" என்றாள் என்னிடம். எனக்குத் தூக்கிவாரிப்போட்டது. "நல்ல உலக மம்மா இது" என்று நினைத்துக் கொண்டேன். அஞ்சுகத்தை அதற்குப் பிறகு நான் ஆறு ஏழு மாதங்கள் வரை பார்க்கவில்லை. அநேகமாக அவளை நான் மறந்துகூடப் போய்விட்டேன். கிரிஜா மட்டும் அடிக்கடி "ஏன் அம்மா அந்த மாமி வருவ தில்லை இப்போ?" என்று கேட்பாள்.

அஞ்சுகத்தை பார்த்து ஏழெட்டு மாதங்கள் கழித்து ஒரு தினம் குழந்தைக்குத் துணி வாங்கச் சென்னைக்குப் புறப்பட்டேன். அடக்கமே உருவாக அஞ்சுகம் பெண்கள் வண்டியில் ஒரு மூலையில் உட்கார்ந்திருந்தாள்.

அசோகா, மார்ச், 1948

சரோஜா ராமமூர்த்தி

8

வரதட்சிணை!

டாக்டர் கமலம் நோயாளிகளை கவனித்து விட்டு, பின் உணவருந்தி விச்ராந்தியாக நாற்காலி யில் உட்கார்ந்து தினசரி பத்திரிகையொன்றைப் படித்துக்கொண்டிருந்தாள். அவள் எதிரில் மேஜை மீது நூறு ரூபாய்க்கு நோட்டுக்களாகவே கிடந்தன. அவைகளை எடுத்து அலமாரியில் வைத்துப் பூட்டக்கூட அவகாசம் இல்லாமல் இருந்தாள் கமலம்.

மாதம் ஐந்நூறு அறுநூறு என்று சம்பாதிக்கும் திறமையை உடையவள் கமலம். இன்று அவள் யாரிடமும் கைநீட்டிக் காலணா கேட்கும் நிலையில் இல்லை. ஆனால், நாலைந்து வருஷங்களுக்கு முன்பு டாக்டர் கமலம் சாதாரண கமலமாகத்தான் இருந்தாள். அத்துடன், ‘பெண்ணுக்கு வயசாகிறதே, தகுந்த இடமாகப் பார்த்துக் கல்யாணம் செய்துவைக்க வேண்டுமே’ என்று சதா கவலைப்படும் பெற்றோர்களுக்குச் சாதாரணப் பெண்ணாக இருந்தாள்.

மின்சார விசிறியின் பித்தானை அமுக்கி விசிறியைச் சுற்றவிட்ட பிறகு செய்திப் பத்திரிகையை மேஜை மீது வைத்துவிட்டு, ஆயாசத்துடன் நாற்காலியில் சாய்ந்துகொண்டாள் கமலம். காற்றின் வேகத்தில் மேஜை மீது இருந்த ரூபாய் நோட்டுகள் பறந்து சிதறிக் கீழே விழுந்துவிடாமல் இருக்க அவை மீது அவள் புஸ்தகம் ஒன்றைத் தூக்கிப் போட்டாள்.

அப்பொழுது வெளியே ஏதோ வேலையாகச் சென்றிருந்த அவள் தந்தை பெண்ணைத்

தேடிக்கொண்டு உள்ளே வந்தார். வந்தவர் ஆச்சர்யத்துடன், "கமலம்! கேட்டாயா விஷயத்தை? ஐந்து வருஷங்களுக்கு முன்பு உன்னை வந்து பார்த்தானே ஒரு பிள்ளையாண்டான், நாகராஜன் என்று? அவனுக்கு இன்னும் கல்யாணம் ஆக வில்லையாம். நமக்குச் சம்மதமானால் அவன் உன்னைக் கல்யாணம் செய்து கொள்கிறானாம். ஒரு நாளைக்கு வருகிறேன் என்று கூடச் சொன்னான்" என்றார் அவர்.

கமலம் முகத்தில் கேலிப் புன்னகையுடன், "வரச் சொல்லுங்கள் அப்பா" என்று சுருக்கமாகவே பதிலளித்தாள்.

"கல்யாணமே வேண்டாம்" என்று சமீப காலமாகப் பிடிவாதமாக இருந்த கமலத்தின் மனமாறுதலைக் கண்டு அவர் ஆச்சர்யமடைந்தார். என்னதான் படித்து வேலையில் இருந்தாலும் எவ்வளவு காலம்தான் கமலம் கல்யாணமில்லாமல் இருக்கமுடியும் என்று கவலைப்பட்டுக்கொண்டிருந்தவரின் மனத்துக்கு ஆறுதல் ஏற்பட்டது.

தகப்பனார் அறையை விட்டு வெளியே போனதும் கமலத்துக்குச் சிரிப்பு பொத்துக்கொண்டுவந்தது. சற்று வாய் விட்டுச் சிரித்துவிட்டு, கடந்துபோன விஷயங்களைத் தன் நினைவுக்குக் கொண்டு வர முயற்சித்தாள் கமலம்.

○○○

ஐந்து வருஷங்களுக்கு முன்பு கமலம் இண்டர் வகுப்பு வரையில் படித்துவிட்டு, மேலே கல்யாணம் செய்து கொள்ளுவதா அல்லது வேலைக்குப் போவதா என்று தெரியாமல் விழித்துக் கொண்டிருந்தாள். அவள் பெற்றோரோ படித்தது போதும், 'நல்ல வரனாக வந்தால் கல்யாணம் செய்து கொடுத்துவிடலாம்' என்கிற தீர்மானத்துக்கு வந்திருந்தார்கள். அவள் தகப்பனாரும் தீவிரமாக வரன் தேடுவதில் முனைந்தார். முதலில் ஜாதகம் சரியாக இருக்கிறதா என்று பார்த்த பிறகு, பெண்ணைப் பார்ப்பதற்குப் பிள்ளை வீட்டார் வந்தார்கள். சம்பிரதாயப்படி சிற்றுண்டி முடிந்த பின்பு பெண்ணை வரச்சொல்லி, பாட்டுப் பாடச் சொன்னார்கள். இந்த 'நடிப்பு'க்காகவே கமலம் சில பாட்டு களைக் கற்றுவைத்திருந்தாள். கமலம் சுமாரான அழகி. அவளைக் குரூபி என்றோ, கறுப்பென்றோ குறை கூறி இது வரையில் எந்தப் பிள்ளை வீட்டாரும் ஒதுக்கவில்லை. அவளுடைய கல்யாணத்துக்குக் குறுக்கே நின்றது வரதட்சிணை ஒன்றுதான். பிள்ளையின் படிப்பு, அந்தஸ்து இவற்றுக்குத் தகுந்தபடி வரதட்சிணையும் உயர்ந்துகொண்டேபோயிற்று.

மத்திய சர்க்காரில் முன்னூறு ரூபாய் சம்பாதிக்கிறான். பி.ஏ. பட்டதாரி, மேலும் வேலை உயர்வு கிடைக்கும் என்று எதிர்பார்ப்பதால் வரதட்சிணையும் மூவாயிரம் ரூபாய்க்கு உயர்ந்துவிட்டது!

இன்னொரு வரன் வந்தது. பிள்ளைக்கு நிறைய பூஸ்திதி இருப்பதாகவும். அதற்காகப் பெண் வீட்டார் சீர் வகையறாக்கள் முதலியவற்றை ஏழெட்டு ஆயிரத்துக்குச் செய்யவேண்டும் என்று அவர்கள் விரும்பினார்கள். பாத்திரங்களே ஆயிரம் ரூபாய்க்கு மேல் வாங்கவேண்டும் என்றும் கூறினார்கள். அந்தப் பிள்ளை வீட்டார். கணவன், மனைவிக்கு ஆயிரம் ரூபாய்க்குப் பாத்திரம் வாங்கி என்ன செய்யப் போகிறார்களோ, அந்த விஷயம் பகவானுக்குத்தான் வெளிச்சம்! பிள்ளைகளின் படிப்பு, உத்தியோகம், ஆஸ்தி முதலியவை வரதட்சிணை என்கிற பேரத்திற்குள் அகப்பட்டுத் திண்டாடின.

ராமனாதய்யர் — கமலத்தின் தகப்பனார் — செய்வது இன்ன தென்று புரியாமல் விழித்தார். பிள்ளை வீட்டாரைத் திருப்திப் படுத்த வேண்டுமானால் எங்காவது புதையல் கிடைக்க வேண்டும், அல்லது கொள்ளை அடிக்கப் போகவேண்டும். ஏற்கனவே பணம் காசு வைத்துக்கொண்டிருப்பவர்கள் மேலும் பணத்துக்காக இறக்கை கட்டிக்கொண்டு பறந்தார்கள்.

"பெண்ணுக்கு வயசாகிறதே? பேசாமல் இருக்கிறீர்களே! எனக்கு வெளியில் தலை காட்ட முடியவில்லை" என்று அவர் மனைவி கண்ணீர் சிந்தினாள்.

"நீ வெளியில் தலையைத் தாராளமாகக் காட்ட வேண்டு மானால் எனக்கு ஏழெட்டாயிரம் தேவையாக இருக்குமே!" என்று சிறிது ஹாஸ்ய உணர்ச்சியுடன் தம் மனத்தாங்கலையும் வெளியிட்டுக்கொண்டார் ராமனாதய்யர்.

"அதற்காகப் பெண்ணை அப்படியே நிறுத்தி வையுங்கள், கன்யாகுமரிக்குத் துணையாக!" என்று அலுத்துக்கொண்டே அடுப்பங்கரைக்குள் விரைந்தாள் அவர் மனைவி.

'இந்தப் பெண்களின் போக்கே அலாதியாக இருக்கிறது. கடையில் கத்தரிக்காய்க்கு மேலே ஓரணாக் கொடுத்து வாங்கி விட்டால் காசை கரியாக்குவதாகப் புலம்பித் தீர்த்துவிடு கிறார்கள். ஆனால், பெண்ணுக்குக் கல்யாணம் பண்ணுவதற்கு மட்டும் தலையை அடகு வைத்தாவது செய்ய வேண்டும் என்று தீர்ப்புக் கூறுகிறார்கள்! நல்ல பெண்கள்!' என்று நினைத்தார் ராமனாதய்யர்.

கடைசியாக அவருடைய நண்பர் ஒருவர் புதிதாக ஒரு வரனைப்பற்றிக் கூறினார். பிள்ளையாண்டான் பிரபல பாங்கி ஒன்றில் முன்னூறு ரூபாய் சம்பாதிப்பதாகவும் கிராமத்தில் கொஞ்சம் ஆஸ்தி இருப்பதாகவும் கூறினார். ராமனாதய்யர் ஒன்றும் தீவிரமாக முனையவில்லை. நண்பர் சொல்லுகிறாரே என்று பிள்ளையை அழைத்துவரச்செய்தார். முன்னாடியே மனைவியிடமும் பெண்ணிடமும் அதைப் பற்றிக் கூறினார்.

"எதற்கு அப்பா வீண் சிரமம்? என்னை மேலே படிக்க வைத்துவிடுங்கள். பேசாமல் சம்பாதித்து என்னைக் காப்பாற்றிக் கொள்ளுகிறேன். இவர்களுக்குக் கொட்டிக் கொடுக்க ஆயிரம் ஆயிரமாக நீங்கள் சேர்த்தா வைத்திருக்கிறீர்கள்?" என்றாள் கமலம்.

"என்னவோ பார்க்கலாம் அம்மா. ஒருவேளை இவர்கள் பேராசைக்காரர்களாக இருக்க மாட்டார்களோ, என்னவோ?" என்றார் தகப்பனார்.

கமலத்துக்கு அன்று அலங்காரம் செய்துகொள்ளக்கூடப் பிடிக்கவில்லை. விளம்பரப் பொம்மை மாதிரி பிரத்யேக அலங்காரம் எதுவும் வேண்டாம் என்று சாதாரண நூல் புடவையையே உடுத்திக்கொண்டாள்.

"ரொம்ப நன்றாக இருக்கிறதடீ, நீ பண்ணுகிற காரியம்!" என்று கடிந்த தாயாரின் கோபத்தைக்கூட அவள் பொருட் படுத்தவில்லை.

மாலை ஐந்து மணிக்கு மேல் பிள்ளை வீட்டார் வந்து சேர்ந்தார்கள். வழக்கப்படி சிற்றுண்டிக்கு அப்புறம் பெண்ணை வரச்சொன்னார்கள். பெண்ணை நாகராஜனுக்கு மிகவும் பிடித்துப் போயிற்று. முகூர்த்தம் வைத்துக் கொள்வதுபற்றியும் மற்ற விவரங்களையும் கேட்டார் ராமனாதய்யர்.

நாகராஜனுக்குப் பெற்றோர் இல்லை. கூட வந்திருந்தவர்கள் அவனுடைய மாமாவும் அம்மாமியும்தான். மாமா தொண்டையைக் கனைத்துக்கொண்டார். பிறகு, "ஸார்! கையில் நாலாயிரம் கொடுத்துவிடுங்கள். பிறகு உங்கள் பெண்ணுக்குச் செய்வதை நீங்கள் குறைக்கவா போகிறீர்கள்? பையன் நன்றாகப் படித்திருக்கிறான். எம்.ஏ. படிப்பென்றால் எங்களுக்கு எவ்வளவு செலவாகி இருக்கும் என்று யோசித்துப் பாருங்கள்!" என்றார்.

கமலத்தின் முகம் ஜிவுஜிவு என்று குங்குமம்போல் சிவந்தது. "பிள்ளையைப் படிக்கவைப்பது பெண் வீட்டாரிட மிருந்து கொள்ளை அடிப்பதற்காகவா?" என்கிற கேள்வி அவள் மூளையைக் குழப்பியது.

“மாமா எனக்காக மிகவும் சிரமப்பட்டிருக்கிறார்” என்று ஒத்துப்பாடினான் நாகராஜன்.

ராமனாதய்யர் முகத்தைத் தொங்கப்போட்டுக்கொண்டு உட்கார்ந்திருந்தார் சிறிது நேரம். முதலிலேயே “நாலாயிரம் ரொக்கமாகக் கேட்பவர்கள், பிறகு சுரண்டாமல் இருக்கப் போகிறார்களா? ஆடிக்கு, தீபாவளிக்கு, கார்த்திகைக்கு என்று பாத்திரங்களாகவும், நகைகளாகவும் கேட்டே தீருவார்கள். பெண்ணைப் பெற்றவர்கள் பாபத்தைச் செய்துதான் இருக்க வேண்டும். இல்லாவிடில் வரதட்சிணை என்று இவ்வளவு பெரிய தண்டனை அவர்களுக்குக் காத்திருக்குமா?” என்றெல்லாம் நினைத்தார்.

ஒருவாறு சமாளித்துக்கொண்டு, “ஸார்! நான் பிள்ளை குட்டிக்காரன். இவளைத் தவிர எனக்கு இன்னும் மூன்று குழந்தைகள் இருக்கிறார்கள்” என்றார் விநயமாக.

மாமாவும், அம்மாமியும் நாகராஜனின் முகத்தை ஒரு தினுசாகப் பார்த்தார்கள். ஊருக்குப் போய்த் தங்கள் அபிப்பிராயத்தை அறிவிப்பதாகச் சொல்லிவிட்டுப் போனவர்கள்தாம். அவர்கள் அபிப்பிராயம் தான் தெரிந்திருக்கிறதே நாலாயிரம் ரூபாய் என்று!

அதற்குப் பிறகு ராமனாதய்யர் மனம் ஒடிந்துபோனார். யாராவது கமலத்தைப் பார்க்க வருகிறார்கள் என்றால், கமலம் ஒரேயடியாகக் காளிரூபம் எடுக்க ஆரம்பித்தாள். பணத்தைக் கொண்டு பேரம் பேசும் இந்தக் கல்யாணமே தனக்கு வேண்டாம் என்று பிடிவாதம் பிடித்தாள்.

“என்னைக் கஷ்டப்பட்டு எப்படியாவது டாக்டருக்குப் படிக்க வைத்துவிடுங்கள் அப்பா” என்று தகப்பனாரிடம் கெஞ்சி, அனுமதியும் பெற்றாள் கமலம்.

ООО

கல்யாணம் என்றாலே முகதைச் சுளித்துக் கொள்ளும் பெண் இப்போது பிள்ளையை வரச்சொல்லிவிட்டாளே என்றுதான் ராமனாதய்யர் சந்தோஷப்பட்டுக் கொண்டார். கமலமும் சிந்தனையில் ஆழ்ந்தாள்.

அதே நாகராஜன் — வரதட்சிணை நாலாயிரம் வேண்டும் என்று கூசாமல் தன் கல்விக்கு விலை கேட்ட நாகராஜன் — மறுபடியும் தன்னைப் பார்க்க வருகிறானாம். வரட்டுமே! இப்பொழுது அவனுடைய உத்தியோகமும், வருமானமும்

உயர்ந்திருக்கும். அதற்குத் தகுந்தாற்போல் வரதட்சிணையும் உயர்ந்திருக்குமோ, என்னவோ!

கமலம் மனத்துக்குள் சிரித்துக்கொண்டாள்.

நாலைந்து வருஷங்களுக்கு முன்பு பார்த்த நாகராஜனின் உருவத்தில் மாறுதல் ஒன்றும் அதிகம் இல்லை. முன்பு அவனுக்குப் பக்க பலமாக அவனுடைய மாமாவும் அம்மாமியும் வந்திருந்தார்கள். இன்று அவன் மட்டும் தனியாகக் கமலத்தை இரண்டாம் முறையாக பார்க்க வந்திருந்தான்.

கமலம் முன்பு அவன் வரவுக்காகக் காத்திருந்தாள். இன்று, அவன் வந்து அரைமணி ஆகியும் கமலத்தைக் காணவில்லை. அவசரமாக ஏதோ 'கேஸ்' விஷயமாக வெளியே போய் இருந்த கமலம், திரும்பி வருவதற்கு ஒரு மணி நேரம் பிடித்தது.

பாவம்! ராமனாதய்யர் மட்டும் வாசலுக்கும் உள்ளுக்கும் பெண் வரவில்லையே என்று பழைய மனப்பான்மையுடனேயே அலைந்துகொண்டிருந்தார்.

தெருவில் வண்டி வந்து நிற்கும் சத்தம் கேட்டது. கமலம் சாவதானமாக இறங்கி உள்ளே வந்தாள். கையில் இருந்த மருந்துப் பெட்டியை மேஜை மீது வைத்துவிட்டு, "வாருங்கள், நமஸ்காரம்" என்று கூறி நாகராஜனை வரவேற்றாள்.

அன்று பார்த்த கமலத்தினிடம் இருந்த சங்கோஜமோ, பயமோ எதுவுமின்றி எளிமையும் அன்பும் உருக்கொண்ட கமலமாக இருந்தாள் அவள் இப்போது.

"என்னைப் பார்க்க நீங்கள் வரப்போவதாக அப்பா சொல்லி இருந்தார். கொஞ்சம் அவசரமாகப் போகவேண்டியிருந்தது. அதனால் தாமதம் ஆயிற்று" என்றாள் கமலம், தானும் நாற்காலியில் அமர்ந்துகொண்டு.

"ஓ! அதனால் என்ன பரவாயில்லை! நம் கல்யாண விஷயத்தைப்பற்றி உங்கள் அபிப்பிராயத்தைத் தெரிந்து கொள்ளலாம் என்றுதான் வந்திருக்கிறேன்" என்றான் நாகராஜன்.

"'அபிப்பிராயம்' என்று புதுசாக என்ன இருக்கிறது? எனக்காக அப்பா மிகவும் சிரமப்பட்டிருக்கிறார். ஆயிரம் ஆயிரமாக என் படிப்புக்குச் செலவழித்து இருக்கிறார். நானும் மாசம் அறுநூறு ரூபாய்க்கு மேல் சம்பாதிக்கிறேன். படிப்புக்கும் உத்யோகத்துக்கும் விலை எல்லோரும் கேட்கிறார்கள் அல்லவா?

அப்படிக் கேட்பதற்கு ஆண்களுக்கு மாத்திரம்தான் உரிமை இருக்கிறதா என்ன? எனக்கும் வரதட்சிணை நாலாயிரம் தருவதானால் உங்களை மணந்துகொள்ளத் தயாராக இருக்றேன்" என்றாள் கமலம்.

வார்த்தைகளுக்கு மனித ஹிருதயத்தைத் தாக்கும் சக்தி உண்டென்பது உண்மையானால் நாகராஜனின் வெளிறிப்போன முகம் அதற்கு அத்தாட்சியாக இருக்க வேண்டும்.

வாயடைத்து அவன் உட்கார்ந்திருந்த போது கமலம், "எனக்கு நாழியாகிறது...நிறைய அவகாசம் எடுத்துக்கொண்டு யோசனை செய்து ஒரு முடிவுக்கு வாருங்கள்" என்றாள்.

"கமலம், கமலம்!" என்று ராமனாதய்யர் ஏதோ சொல்ல வாயெடுத்தார்.

ஆனால், தன் மருந்துப் பெட்டியுடன் இன்னொரு நோயாளியைக் கவனிக்கக் கமலம் வண்டி ஏறிச் சென்றுவிட்டாள் என்பதை சிறிது நேரம் கழித்துத்தான் அவரும் உணர்ந்தார்.

ஆனந்த விகடன், ஜூன் 28, 1953

9

நம்பிக்கை

நம்பிக்கை

கண்களை இடுக்கிக் கூர்ந்து பார்த்து அரிசி பொறுக்கிக்கொண்டிருந்தாள் கிழவி. வயசு அறுபதுக்கு மேல் இருக்கும். ஆனால், பத்து வருஷங்களுக்கு முன்பு நான் பார்த்தமாதிரியே இருந்தாள் அவள். உழைத்து வலிமை பெற்ற கைகள். வளைந்த மூக்கு, கூர்ந்து பார்க்கும் தன்மை பெற்ற கண்கள். நெற்றியில் நீளமாகக் குத்தப்பட்ட பச்சை. கிழவியின் நிறம் வெளுப்புத்தான். இளமையில்

சரோஜா ராமமூர்த்தி

அழகாகத்தான் இருந்திருப்பாள். முறத்தில் இருந்த அரிசியைப் புடைத்து டப்பாவில் கொட்டிக்கொண்டே கிழவி என்னைக் கூர்ந்து பார்த்தாள். வெளியே பிசுபிசு என்று மழை தூறிக் கொண்டிருந்தது. கிழவியின் கண் இமைகளிலும் பிசுபிசுவென்று ஈரம் தென்பட்டது.

"என்ன பார்க்கிறாய் கிழவி? சாப்பிட்டாயா?" என்று கேட்டேன்.

"ஹும்" என்று உதட்டைப் பிதுக்கி, 'ஆம்' என்கிற பாவனை யாகத் தலையை அசைத்தாள் அவள். மறுபடியும் சிறிது நேரம் மௌனமாக இருந்தாள். பிறகு திடீரென்று ஏதோ நினைத்துக் கொண்டவள்மாதிரி, "அம்மா, என்னை உங்கள் வீட்டில் வேலைக்கு வைத்துக்கொள்கிறீர்களா? வீட்டோடு குழந்தைகளைக் கவனித்துக்கொண்டு விழுந்து கிடக்கிறேன்" என்று கேட்டாள் என்னைப் பார்த்து.

எனக்கு மிகவும் ஆச்சரியமாகப்போய்விட்டது. நான்கு மாதங்களுக்கு முன்பு வீட்டில் வேலைக்கு யாரும் இல்லாமல் மிகவும் கஷ்டப்பட்டேன். கிழவியைப் பல தடவை கேட்டும் பார்த்தேன். வர முடியாது என்று மறுத்துவிட்டாள். புதிதாகக் கல்யாணம் ஆகி வந்திருக்கும் பேரன் மனைவியைத் தனியாக விட்டுவர முடியாது என்று பிடிவாதமாக மறுத்துவிட்டாள். ஏதாவது அவசரமாகச் சில்லறை வேலைகள் செய்ய வேண்டு மானால் வருவாள். வேலைகளை அரை நொடியில் முடித்துக் கொண்டு போய்விடுவாள். போதாக்குறைக்கு, பேரன் மனைவிக் கென்று பழைய ரவிக்கைகள், புடைவைகள் வேறு கேட்டுத் தொந்தரவு செய்துகொண்டே இருப்பாள். அப்படிப்பட்டவள் இப்போது வீட்டோடு வேலைகளைச் செய்துகொண்டு விழுந்து கிடக்கிறேன் என்கிறாள். நான் வியப்புடன் தன்னையே பார்ப்பதைக் கவனித்த கிழவி கண் இமைகளில் துளும்பி நின்ற இரண்டு சொட்டுக் கண்ணீரைப் புடைவை முன்றானையால் துடைத்துக்கொண்டு, "கேட்கிறேன், பேசாமல் இருக்கிறாயே, அம்மா!" என்று கூறி என் வியப்பை மேலும் அதிகப்படுத்தினாள்.

"நீயா வேலைக்கு வருவாய், கிழவி, உன் பேரன் மனைவியை விட்டுவிட்டு? அவளைக் காக்காய் கொத்திக்கொண்டு போய் விடாதா?" என்று சிரித்துக் கொண்டே கேட்டேன்.

"இல்லை அம்மா. நிசமாக வருகிறேன். எனக்கு இப்போது உலகத்தில் யாரும் இல்லை. இந்த இரண்டு கைகளாலும் உழைத்துத்தான் சாப்பிடவேண்டும்."

"உன் பேரன் நாகப்பன் எங்கே, கிழவி?" என்று என்னையும் அறியாமல் கேட்டுவிட்டேன் அவளை.

வெளியே பிசுபிசுவென்று தூறிக்கொண்டிருந்த மழை பலமாகப் பெய்ய ஆரம்பித்தது. கிழவியின் இடுங்கிய கண்களி லிருந்தும் மழைத் துளிகள்போல் கண்ணீர்த்துளிகள் சிதறி விழுந்தன. கிழவி பேசினாள் கண்ணீருக்கிடையே.

2

கோலாரின் தங்கச் சுரங்கத்திலே கிழவி கன்னியம்மாளின், அந்தக் காலத்தில் யுவதியாக இருந்த கன்னியம்மாளின், கணவன் திடீரென்று சுரங்கம் இடிந்து விழுந்து இறந்துவிட்டான். தமிழ் நாட்டிலிருந்து வந்த அந்தத் தம்பதிக்கு அவ்வூரில் வேறு உற்றார் உறவினர் யாரும் இல்லை. தொட்டிலில் கிடக்கும் பச்சிளங் குழந்தையாகிய சாமியப்பனைக் கன்னியம்மாளுக்குத் துணையாக விட்டுவிட்டு அவள் கணவன் சென்றுவிட்டான். கன்னியம்மாள் விரும்பியிருந்தால் திரும்பவும் தமிழ் நாட்டுக்குச் சென்று உறவினருடன் சேர்ந்து வாழ்ந்திருக்கலாம். ஆனால், அவள் அப்படிச் செய்யவில்லை. நொந்து வந்தவர்களை உறவினர்கள் எதுவரையில் ஆதரிப்பார்கள் என்பதைக் கன்னியம்மாள் உணர்ந்திருந்தாள். ஆகவே குழந்தையுடன் உழைத்துச் சாப்பிட்டு வாழவேண்டும் என்று தீர்மானித்தாள்.

குழந்தை சாமியப்பனை வளர்க்க அவள் அல்லும் பகலும் உழைத்தாள். குழந்தைக்கு நல்ல பசும்பால் வாங்கிப் புகட்டி னாள். ஒருவேளை சாப்பிட்டு ஒருவேளை பட்டினி கிடந்து சாமியப்பனை நல்ல பள்ளியில் சேர்த்துப் படிக்க வைத்தாள். வேலை செய்யும் வீடுகளில் யார் எது கொடுத்தாலும் குழந்தைக் கென்று எடுத்து வந்து கொடுத்து ஆதரித்து வளர்த்தாள் மகனை.

மகன் வளர்ந்து பெரியவனானான். தாயின் அன்பான பராமரிப்பில் மதமதவென்று வளர்ந்துவிட்டான் சாமியப்பன். கட்டுமஸ்தான உடம்பும் கூரிய பார்வையும் எதிலும் அலட்சி யத்துடன் நடந்துகொள்ளும் தன்மையும் அவனிடம் நிறைந் திருந்தன. தாயின் கஷ்டத்தை உணராமல் தான்தோன்றித் தனமாக ஊர் சுற்றுவான். சாப்பிடும் வேளைக்கு வந்து கன்னியம்மாளை அதட்டி உருட்டிச் சாப்பிட்டுவிட்டு வெளியே போய்விடுவான்.

சாமியப்பன் தன்னிடம் அன்பாக இல்லையே என்று கன்னியம்மாள் வருந்தவில்லை. தன்னை ஆதரிக்கவில்லையே என்றும் அவள் வருந்தவில்லை. பொறுப்புணர்ச்சி இல்லாமல் அவன் சோம்பேறி வாழ்க்கை நடத்துகிறானே என்றுதான் வருந்தினாள். அவளுடன் பழகுகிறவர்கள், ‘மகனுக்குக் கல்யாணம் செய்துவைத்தால் திருந்திவிடுவான்’ என்று கூறினார்கள். கன்னியம்மாளுக்கு வயசு நாற்பதுக்கு மேல் ஆகிவிட்டதால்

உழைத்து உழைத்து உடலும் உள்ளமும் அலுத்துப்போய் ஓய்வுபெற விரும்பின. மகன் சம்பாதித்து மருமகள் வீட்டுக்கு வந்து குடும்பம் நடத்தி, தான் 'அப்பாடா' என்று ஆசைதீர ஓய்வு பெறவேண்டும் என்று அவள் விரும்பினாள். சலியாமல் உழைத்த அவள் இரு கரங்களும் இந்த உணர்ச்சியால் தாக்கப்பட்டு வலிமை இழந்தவைபோல் தோன்றின அவளுக்கு. ஒரு நாள் வீட்டுக்குச் சாப்பிட வந்த மகனிடம் பேச்சை ஆரம்பித்தாள் அவள்.

"சாமி, சீக்கிரமாக ஒரு கல்யாணத்தைப் பண்ணிக் கொள்ளேன், அப்பா. எனக்கும் தள்ளவில்லை" என்றாள் கன்னியம்மாள்.

மகன், "உம், உம்" என்று அலட்சியமாகத் தலையை ஆட்டிக்கொண்டே சோற்றைப் பிசைவதில் ஈடுபட்டிருந்தான். அம்மா என்னவோ பிதற்றுகிறாள் என்றுதான் அவன் நினைத்திருக்க வேண்டும்.

"ஏண்டா, கேட்கிறேன், பேசாமல் இருக்கிறாயே!" என்று மறுபடியும் பேச்சை ஆரம்பித்தாள் அவள்.

"என்ன சொல்லவேண்டுமாம்?" என்று கிண்டலாகக் கேட்டான் சாமியப்பன்.

"நீ சரியென்று சொல்லிவிட்டால் பெண் பார்க்கிறேண்டா உனக்கு" என்று ஆசையுடன் மகனைப் பார்த்துக்கொண்டே கூறினாள்.

கலயத்தில் இருந்த சோற்றை உண்டுவிட்டு சாமியப்பன் நிமிர்ந்து தாயைப் பார்த்தான். நாலைந்து வருஷங்களுக்கு முன்பு கூடக் கன்னியம்மாள் இளமை குன்றாமல் இருந்தாள். விதவைக் கோலத்திலும் அவள் அழகு சுடர்விட்டுப் பிரகாசித்தது. ஆனால், அதற்குள் அம்மா எப்படி மாறிவிட்டாள்? நெற்றியில் சுருக்கங்கள், கண்களும் கொஞ்சம் இடுங்கிப்போய் இருந்தன. கட்டுவிடாத உடல் தளர்ந்திருந்தது. ஆவலுடன் தன் முகத்தையே உற்றுப் பார்க்கும் தாயைப் பார்த்து, "பாரேன் அம்மா" என்றான் சாமியப்பன்.

இளமையில் கணவனால் கைவிடப்பட்டவளுக்கு நம்பிக்கை ஊட்டியவன் சாமியப்பன் தானே? மகன் பெரியவனாகிவிட்டால் தன்னுடைய உழைப்பும் கஷ்டமும் முடிந்துவிடும் என்றல்லவா இதுகாறும் கன்னியம்மாள் நம்பியிருந்தாள்? ஆனால் மகன் சோம்பேறியாகத் திரிந்து வந்தபோது அந்த நம்பிக்கை தளர்ந்துவிட்டது. மறுபடியும் அது வளர மகனுக்கு மணமுடித்து அவனைப் பொறுப்புணர்ச்சி உடையவனாகச் செய்யக்

கன்னியம்மாள் பாடுபட்டாள். அதற்காக அவனிடம் சம்மதமும் பெற்றுவிட்டாள்.

சிறுகச் சிறுகச் சீட்டுக் கட்டிச் சேர்த்த தொகையை ஒரேயடியாகக் கையில் வாங்கி எண்ணிப் பார்த்தபோது கன்னியம்மாளுக்கு வியப்பும் திகைப்பும் ஏற்பட்டன. ஒரே மொத்தமாக அறுநூறு ரூபாய் என்றால் லேசா? மாதம் இரண்டு மூன்று என்றுதானே மகன் கல்யாணத்துக்கென்று சேமித்து வைத்திருந்தாள்? தெரிந்தவர்கள் இரண்டு பேரைக் கூட்டிக்கொண்டு கன்னியம்மாள் மருமகளுக்கு நகை நட்டு வாங்க கடைவீதிக்குப் புறப்பட்டாள். கன்னியம்மாள் பார்த்த பெண்ணும் மூக்கும் விழியுமாகக் குறுகுறுவென்று இருந்தாள்.

காதுகளில் கொப்பும் கம்மல்களும் கால்களில் சலங்கை கொலுசுமாகக் கிராம தேவதையே எழிலுருவம் தாங்கித் தன் வீட்டுக்கு வந்துவிட்டதாகக் கன்னியம்மாள் நினைத்து மருமகள் வள்ளிக்குத் தினம் விடிந்து அஸ்தமித்தால் திருஷ்டிகழித்துத் திருப்தி அடைந்தாள். சாமியப்பனும் கொஞ்சம் திருந்திய மாதிரியே இருந்தான். புது வாழ்வில் மோகம் கொண்டு வீடே கதியாகக் கிடந்தான். சிறிசுகள் தாராளமாகப் பழகவேண்டும் என்று கன்னியம்மாள் பகலில் வீடே தங்குவதில்லை. இரவில் அண்டை அயலில் யார் வீட்டிலாவது போய்ப் படுத்துவிடுவாள். எப்பொழுதாவது வீட்டுக்குள் வந்தால் மகன் கடுகடுவென்று எரிந்து விழுவான். ஆனால், மருமகள் வள்ளி அத்தையிடம் பிரியமாக இருந்தாள். அத்தைக்கு இது பிடிக்கும், அது பிடிக்கும் என்று ருசியாகச் சமைத்துப்போடுவாள். மகன் எப்படி இருந்தால் என்ன? அம்பலத்து உறவைவிட அடுக்களை உறவுதானே முக்கியம்? உழைத்துச் சலித்துப்போன உடலுக்கும் அன்பை அடைய ஏங்கி நின்ற உள்ளத்துக்கும் வள்ளி ஆறுதல் அளித்தாள்.

“அத்தை, வயசான காலத்தில் நீங்கள் ஏன் வெளியே போய் வேலை செய்யவேணும்? சும்மா வீட்டோடு கிடவுங்கள், அத்தை!” என்று ஆறுதலுடன் கூறுவாள் வள்ளி.

வறண்ட பாலையில் பெருமழை பெய்ததுபோல் இருந்தது கன்னியம்மாளுக்கு, வள்ளியின் இங்கித மொழி, இப்படியே தென்றலைப்போல் சுகமாக இருந்த வாழ்க்கையில் புயல் வீச ஆரம்பித்தது. வள்ளி தலை முழுகவில்லை. இது கன்னியம்மாளுக்கு மகிழ்ச்சி தரும் விஷயம்தான். ஆனால் அந்த விஷயம் மகிழ்ச்சியைத் தராமல் பேரிடியைத் தலையில் எறிந்தது. வள்ளி ஆண்குழந்தை ஒன்றைப் பெற்றுக் கன்னியம்மாளிடம் ஒப்படைத்துக் கண்ணை மூடிவிட்டாள். இளமையின் ருசியை அநுபவித்த சாமியப்பன் விரைவில் இன்னொரு கல்யாணத்தை முடித்துக்கொண்டான்.

தூளியிலே தூங்கும் மூத்தாள் குழந்தை தங்கள் இன்ப வாழ்க்கையைக் கெடுக்க இருப்பதாகவே சாமியப்பனும் அவன் இரண்டாம் மனைவியும் நினைத்தனர். மூத்தவளுக்கு இருந்த குடித்தனப் பாங்கும் கன்னியம்மாளிடம் அன்பும் சிறியவளுக்குச் சிறிதும் இல்லை. சதா, "குழந்தையைக் கவனித்தாயா?" என்று கேட்கும் கிழவியின் வார்த்தை தொணப்பலாகத் தோன்றியது அவர்களுக்கு. யாரோ ஒருத்தி பெற்றுவிட்டுப் போனதை இவள்தான் கவனிக்க வேண்டுமா என்ன? வாழ்க்கையின் இன்பலாகிரியை அநுபவிக்க அவள் வந்திருக்கிறாளே தவிர, கடமையை உணர்ந்து மூத்தாள் குழந்தையிடம் பாசமும் பரிவும் காட்டி வாழ்வதற்கு அன்று. ஆகவே சாமியப்பனும் அவன் இளைய மனைவியும் குழந்தையையும் கிழவியையும் விட்டு விட்டுச் சொல்லாமல் கொள்ளாமல் எங்கோ போய்விட்டனர். கிழவியின் நொந்த மனத்தில் வேலைச் செருகியதுபோல் இருந்ததது அவர்கள் செய்கை.

வாயில் விரலை வைத்துச் சூப்பிக்கொண்டு தூளியில் தூங்கும் பேரன் நாகப்பன் தன் வாழ்க்கைக்கு ஒளி காட்டுவாள் என்று கன்னியம்மாள் நம்பினாள். நம்பிக்கையுடன் உழைத்தாள். பாசமும் பரிவும் காட்டி வளர்த்தாள். அவன் பெற்றோரின் முகங் கூடத் தெரியாமல் கிழவியிடம் அன்புடன் நடந்து கொண்டான்.

கூலி வேலை செய்து சம்பாதிக்கும் காசை அப்படியே கொண்டுவந்து பாட்டியிடம் கொடுத்துவிடுவான். பேரன் உத்தம னாக இருப்பதைப் பார்த்து பாட்டியின் மனசில் ஆனந்தம் பொங்கியது. கள்ளமற்ற இளமைப் பருவத்தின் குணங்கள் அவை. சூதும் சுயநலமும் நிரம்பிய பருவம் வேறு இருக்கிறது. அப்பொழுது நாகப்பன் எப்படியெல்லாம் மாறுவான் என்பதைக் கிழவி உணரவில்லை.

நாகப்பன் வளர்ந்து பெரியவானகிவிட்டான். அவன் தாய் வள்ளியை உரித்து வைத்ததுபோல் அதே சிரித்துப் பேசும் கண் களும், சரளமான சுபாவமும் அவனிடம் குடிகொண்டிருந்தன. பேரன் தன் மகனைப்போல் இருக்கமாட்டான், அவன் தாயைப்போல இருப்பான் என்று கிழவி ஏமாந்துபோனாள். இல்லாவிடில் அவன் நாலு காசு சம்பாதிப்பதற்கு முன்பே அவனுக்குப் பெண் பார்க்கக் கிளம்புவாளா அவள்?

அன்று மகனிடம் அவன் கல்யாணத்தைப்பற்றிக் கேட்ட மாதிரியே இன்று பேரனிடமும் அவன் கலயத்தில் சோற்றைப் பரிமாறிக்கொண்டே கேட்டாள் கிழவி.

"குழந்தை, எனக்கு வயசாகிறதடா கண்ணே! சீக்கிரம் ஒரு கல்யாணத்தைப் பண்ணிக்கொள், அப்பா!"

நாகப்பன் சிரித்தான். "கல்யாணமானால் அப்பாவைப் போல மனசு மாறி ஊரைவிட்டே ஓடிடுவேன், பாட்டி!" என்றான், நகைத்துக்கொண்டே. தன் மனத்தில் பாய்ந்திருந்த வேலை யாரோ பின்னும் ஆழமாகச் செருகியது போல் இருந்தது கிழவிக்கு. பாட்டியின் வாடிய முகத்தைப் பேரன் பார்த்துவிட்டு, "ஆகட்டும், பாட்டி. இதற்காக நீ ஏன் வருத்தப்பட வேண்டும்?" என்று கூறினான்.

நாகப்பனுக்குக் கல்யாணம் நடந்துவிட்டது. அவன் கல்யாணத்துக்கும் கிழவிதான் பணம் சேர்த்து வைத்திருந்தாள். கிழவி மத்தியான்ன வேளைகளில் சிறிசுகளைத் தனியாக விட்டுவிட்டு வீடு வீடாகச் சென்று அரிசி புடைத்து, நெல் குத்திச் சம்பாதித்து வந்தாள். ஆனால், மகனிடம் பட்ட சூட்டைக் கிழவி மறக்கவில்லை. அதனால், அடிக்கடி பேரன் மனைவியைக் கண்டித்தாள். அளவுக்கு மீறிப் புருஷனிடம் சல்லாபம் கூடாது என்று எச்சரித்தாள். போதையைத் தரும் கள்ளைப் போலவே மனைவியின் காதலும் மனத்தை நிலை தடுமாறச் செய்துவிடும் என்று கிழவி நினைத்திருக்க வேண்டும்.

"ஏ பெண்ணே! இங்கே வா. காலைக் கொஞ்சம் பிடித்துவிடு, பார்க்கலாம்" என்று பேரன் மனைவியை அவனிடமிருந்து பிரித்துத் தன்னிடம் இழுத்துக்கொள்வாள் கிழவி. உள்ளே நாகப்பன் மனைவியின் கடைக்கண் வீச்சில் கட்டுண்டு கிடக்கும்போது வெளியே கிழவி அவளைக் கூப்பிட்டு அவளிடமிருந்து பிரித்தால் காதலரின் மனம் எப்படி இருக்கும்?

"இதென்னடா தொந்தரவு? கிழ நச்சு என்கிறது சரியாக இருக்கிறதே" என்றான் நாகப்பன்.

"உங்களைப் பெற்றவர்கள் கூட இல்லை. பாட்டியாம் பாட்டி!" – இது மனைவியின் வார்த்தை.

பெற்றவள் புறக்கணித்துப் போன பிறகு வளர்த்தவள் யார் என்பதை நாகப்பன்தானே உணரவேண்டும்? நேற்று வந்த அவன் மனைவிக்கு அதைப்பற்றி என்ன தெரியும்?

"பாட்டிக்கு ஏதாவது பணம் கொடுத்துவிடுங்கள். அவள்பாட்டுக்குக் காய்ச்சிக் குடித்துவிட்டு இங்கே கிடக்கட்டும். நாம் இரண்டு பேரும் வேறாகப் போய்விடலாம்."

கிழவி வெளியே தூங்கவில்லை. வயசான பிறகு தூக்கம் வருகிறதா? கிழவி காதைத் தீட்டிக்கொண்டு கவனித்தாள். நாகப்பன் சிறிது நேரம் மௌனமாக இருந்தான்.

"என்ன, பேசாமல் இருக்கிறீர்களே ?" என்று கொஞ்சினாள் மனைவி.

"ம்...ம். ஆகட்டும். பாட்டிக்குப் பாம்புச் செவி. கத்தாதேடி!" என்று செல்லமாக அவள் கன்னத்தில் தட்டினான்.

பொழுது விடிந்ததும் கிழவி கையில் அரிசி சலிக்கும் சல்லடையைத் தூக்கிக்கொண்டு எங்கள் வீட்டுக்கு வந்தாள்.

"ஆகட்டும் கிழவி. இங்கேதான் இரேன்" என்றேன் நான்.

கிழவி மூட்டையில் இருந்த அரிசியைச் சல்லடையில் கொட்டிச் சலிக்க ஆரம்பித்தாள். நெல் வேறு, அரிசி வேறாகப் பிரிந்து கீழே விழுந்தது. மூட்டைக் கணக்கில் எவ்வளவோ இடங்களில் அரிசி சலித்திருப்பாள் கிழவி. நெல்லையும் கல்லையும் வேறாகப் பிரித்திருப்பாள். மனிதப் பண்பில் ஊறிப் போயிருக்கும் சுயநலம் என்கிற துர்க்குணத்தைப் பிரித்துப் பார்க்கும் தன்மையை மட்டும் அவள் ஏன் உணரவில்லை? மகன் இல்லாவிடில் பேரன் காப்பாற்றுவான் என்று ஏன் கிழவி ஏமாறவேண்டும்? நம்பிக்கைதான் அதற்குக் காரணமாக இருக்கவேண்டும்.

வெளியே வானம் வெளுத்துவிட்டது. பங்களூரிலேயே மழை அடைத்துக் கொண்டு பெய்வதில்லை. வாயிற் கதவருகில் தலையில் துணியைப் போர்த்துக்கொண்டு நாகப்பன் வந்து நின்றான். "பாட்டி" என்று அழைத்தான் அவன்.

கிழவி அவனை ஏறிட்டுப் பார்க்கவில்லை.

"ஏனப்பா! தள்ளாதவளை இப்படிச் செய்யலாமா நீ?" என்று கேட்க வாயெடுத்தேன். அதற்குள் கிழவி சரேவென்று எழுந்தாள். "வீட்டுக்குப் போய் சாப்பிட்டு வருகிறேன், அம்மா. குழந்தை தேடிக்கொண்டு வந்துவிட்டான்" என்று தளராத நம்பிக்கையுடன் அவள் சென்றாள்.

கலைமகள், ஆகஸ்ட், 1954

சரோஜா திறக்கும் உலகம்

10

அம்மாவின் அன்பளிப்பு

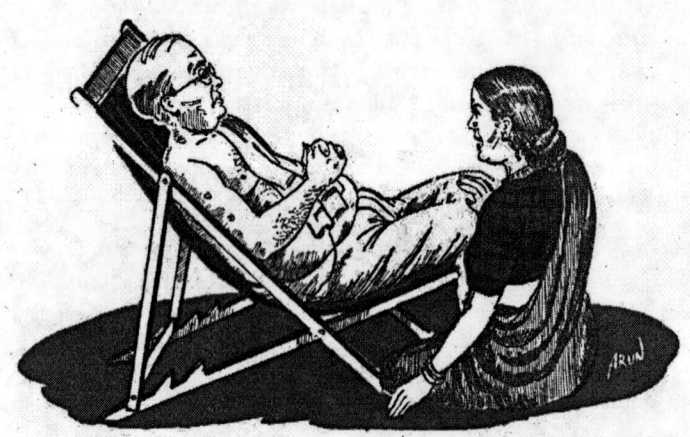

அம்மாவின் அன்பளிப்பு

பகல் போஜனத்திற்கு அப்புறம் சாமிநாதன் சாய்வு நாற்காலியில் சாய்ந்து உட்கார்ந்திருந்தார். கீழே அவர் எதிரே தர்மாம்பாள் ராமாயணப் புஸ்தகம் ஒன்றை வைத்துக்கொண்டு படிப்பதில் முனைந்திருந்தாள். இன்று காவிரி நதி பாய்ந்தோடும் குக்கிராமங்களில் ஒன்றாகிய பூந்தோட்டத்தில் இரண்டு பக்ஷிகள் போல் இருக்கும் இவர்கள் ஐந்தாறு குழந்தை குட்டிகளை பெற்ற சம்சாரிகள். சாப்பிட்டு, நிம்மதியாகத் தூங்கக்கூட பொழுதில்லாமல் தர்மாம்பாள் தவித்திருக்கிறாள். காலையில் எழுந்தால் ஓயாமல் இரவு வரையில் உழைத்துச் சலித்துப் போயும் இருக்கிறாள். சதா வேலையென்று

தள்ளாமையைப் பாராட்டாமல் குழந்தைகளுக்கும் குடும்பத்துக்கும் உழைத்தும் இருக்கிறாள். சாமிநாதனும் அலுப்புச் சலிப்பின்றி கைநிறைய சம்பாதித்தும் குழந்தைகளுக்கு வேண்டியது செய்திருக்கிறார். குழந்தைகள் பெரியவர்கள் ஆகிவிட்டார்கள். தாய், தந்தை இருவரின் தயவு இல்லாமல் அவர்களே சம்பாதித்துப் பிழைக்கக்கூடிய நிலைக்கு வந்துவிட்டார்கள். குஞ்சுப் பறவைகளுக்கு இறக்கைகள் முளைத்தவுடன் பறந்து செல்வதுபோல் வேலை நிமித்தமாக வெளியூர்களுக்குச் சென்றுவிட்டனர். ஆசார சீலத்திலும், காவிரி நதியிடமும் கொண்ட பிரேமையால் சாமிநாதனும் தர்மாம்பாளும் மட்டும் பூந்தோட்டத்திலேயே தனியாகத் தங்கிவிட்டனர். இதனால் பிள்ளைகளுக்குப் பொற்றோர் மீது மனஸ்தாபம்கூட உண்டு. நிமிஷம்கூட ஒழிவில்லாமல் அடுப்பங்கரையிலேயே தர்மாம்பாள் அடைந்துகிடந்த காலம் வேறு. இப்பொழுது பொழுதை எப்படிக் கழிப்பது என்று புரியாமல் திண்டாடிக்கொண்டிருந்தாள் தர்மாம்பாள். காலையில் எழுந்தவுடன் காவிரி ஸ்நானம், பிறகு பூஜை புனஸ்காரங்கள். கணவருக்குத் தேவைகளைக் கவனிப்பது. பிறகு சாப்பாடு, மத்தியான வேளைகளில் ராமாயணம் படிப்பது, மாலையில் கோவிலுக்குப் போவது, இரவு சாப்பிடுவது.

இந்த வாழ்க்கை அலுத்துவிட்டது. வீடு நிறைய குழந்தைகள் இருந்தபோது ஓழிவு வேண்டுமென்று நினைத்த மனம் இப்பொழுது ஓய்வை வெறுக்கிறது. நாலு குழந்தைகளுக்குச் சமைத்துப்போட்டு அவைகளைக் கவனித்து வளர்ப்பதில் இருக்கும் ஆனந்தம் வேறெதிலும் இல்லை என்றே தர்மு இன்று நினைத்திருக்க வேண்டும். அரைக்கண் தூக்கத்தில் இருந்த கணவரை ஏறிட்டுப் பார்த்தாள் தர்மாம்பாள். செக்கச்செவேலென்று ராஜா மாதிரி இருந்தவர் உடல் தளர்ந்து, சோர்ந்து படுத்திருப்பதைப் பார்த்ததும் அவளுக்குத் தன் தனிமையின் வெறுப்பு அதிகமாகியது. ராமாயணத்தைப் ‘பட்’டென்று மூடிவிட்டு, “ஏன்னா தூங்குகிறீர்களா?” என்று அவரை எழுப்பினாள் தர்மாம்பாள்.

“ம்… ம்… ம்…” என்று முனகினார் அவர்.

“தூங்குகிறீர்களா என்கிறேன்?” என்று திரும்பவும் கேட்டாள் தர்மாம்பாள் சற்று உரத்த குரலில்.

சாமிநாதன் விழித்துக்கொண்டுவிட்டார். சற்று கடுமையாக மனைவியைப் பார்த்து, “என்னடி இது குறைத் தூக்கத்தில் எழுப்பிவிட்டாய்?” என்று அதட்டினார் அவர்.

“திடீரென்று நினைத்துக் கொண்டேன். அடுத்தவாரம் தீபாவளி வருகிறதே, தலைக்கொன்று பட்டு வேஷ்டியும், பட்டுப்

புடவையும் குழந்தைகளுக்கு அனுப்பி வைப்போமா என்று உங்களைக் கேட்பதற்குத்தான் அவசரமாக எழுப்பினேன்" என்றாள் தர்மாம்பாள்.

"யாருக்கு? உன் பெண்களுக்கா? இல்லை, உன் பிள்ளைகள், நாட்டுப்பெண்களுக்கா?" என்று சாமிநாதய்யர் கேட்டார்.

"எல்லோருக்கும்தான்! எல்லோரும் நம் குழந்தைகள் தானே? அவர்கள் எல்லோரும் சிறிசாய் இருக்கும்போது பட்டுப் பாவாடை வேண்டும், ஜரிகை வேஷ்டி வேண்டும் என்று நச்சரிப்பார்கள். இப்பொழுது நம்மை யார் கேட்கிறார்கள்?" என்றாள் தர்மாம்பாள்.

அவள் கண்களில் குழந்தைகளின் பேரில் அவளுக்கு ஏற்பட்டிருந்த எல்லை மீறிய அன்பு சுடர்விட்டது.

சாமிநாதன் தன்னுடைய முக பாவத்தை இன்னும் கடுமையாகச் செய்துகொண்டார்.

"போடீ! வேலை கெட்டவளே! பெரியவன் ராமு மாதம் ஐந்நூறு ரூபாய் சம்பாதிக்கிறான். போடுகிறதெல்லாம் 'ட்வீட் சூட்'தான். கோபு மாதம் ஆயிரம் ரூபாய் சம்பாதிக்கிறான். உன் வேஷ்டிக்கும், புடவைக்கும்தான் அவன் காத்துக் கிடக்கிறான்! பாலுவுக்கு முன்னூறு ரூபாய் சம்பளம். குஷிப் பேர்வழிடி அவன். அவன் மனைவி அதற்குமேல். வேளைக்கொரு புடவை, நாழிக்கொரு அலங்காரமுமாக இருக்கிறாள். உன் புடவைக்கும் துணிக்கும்தான் அவர்கள் எல்லோரும் காத்துக்கிடக்கிறார்களோ?"

சாமிநாதன் பேசிய ஒவ்வொரு பேச்சும் ஊசியால் குத்துவது போன்ற வேதனையைத் தர்முவுக்கு அளித்தது. தான் பெற்று சீராட்டி வளர்த்த குழந்தைகள் தன்னிடமிருந்து ஒன்றும் எதிர்பார்க்கமாட்டார்களா? அவர்கள் தேவை அறிந்து அவர்களுக்காகவே வாழ்ந்துவந்த அவளிடமிருந்து இனிமேல், அவர்கள் ஒன்றையும் எதிர்பார்க்கவில்லையா?

தர்முவின் மனத்தில் வேதனை பொங்கி வழிந்தது. அவள் தாய் உள்ளம் அதை நம்ப மறுத்தது. ஆனால், பிள்ளைகளும், பெண்களும் மட்டும் என்ன? குழந்தைகளாக இருந்தபோது, "அம்மா! அது வேண்டும், இது வேண்டும்" என்று நச்சரித்து வந்தார்களே. இப்பொழுதெல்லாம் அம்மாவிடமிருந்து என்ன கேட்கிறார்கள்? பெரியவன் ராமு லீவில் வந்திருந்தபோது டப்பா நிறைய வடகமும், வற்றலும் நிரப்பி அவனிடம் தர்மாம்பாள் கொடுத்தபோது, "என்னம்மா இதெல்லாம்? யார் தூக்கிக்கொண்டு போகிறது?" என்ற கூறி திருப்பி அம்மாவிடமே கொடுத்து

விட்டான். எத்தனை தினுசு பொரியல்கள் இருந்தாலும் வற்றல் வடகம் இல்லாமல் அவன் சாப்பிடமாட்டான். தர்மாம்பாள் தன்னிடம் ஹடம் பிடித்து அது வேண்டும் இது வேண்டும் என்று தொந்தரவு செய்து சாப்பிட்ட ராமுதான் அவன் இன்றைக்கும் என்று நினைத்துக்கொண்டிருக்கிறாள். புது புது சூழ்நிலையில் மகன் மாறிவிட்டான் என்று அவள் உணரவேயில்லை.

கோபு ஒருதரம் கிராமத்துக்கு வந்திருந்தபோது முருங்கக் கீரை போட்டு செய்த அடையைச் சுடச்சுட அவன் எதிரில் கொண்டுபோய் வைத்தாள் தர்மு.

"ஐயையே! இதெல்லாம் யாரம்மா சாப்பிடுகிறது? உடம்புக்கு ஒத்துக் கொள்ளுமா என்ன?" என்று கூறி சிறிதாக ஒரு மூலையில் பிட்டு வாயில் போட்டுக்கொண்டு தட்டை அம்மா விடம் கொடுத்துவிட்டான் அவன். முருங்கைக்கீரை அடை என்றால் பிராணன் கோபுவுக்கு! சிறுவனாக இருந்த போது அம்மாவுக்குக்கூட வைக்காமல் அடுப்பங்கரையில் புகுந்து திருடித் தின்றுவிட்டுப் போய்விடுவான் அவன். இப்பொழுது 'கேக்'குகளும் பிஸ்கோத்துகளும் சாப்பிட்டு சாப்பிட்டு வழக்க மாகிவிட்டது அவனுக்கு! முருங்கைக்கீரை அடை சாப்பிடுவ தென்றால் ஆயிரம் ரூபாய் சம்பாதிக்கும் ஒருவனுக்கு அகௌரவ மாக இருக்காதா?

தர்மாம்பாள் பெருமூச்செறிந்தாள். பூமியில் விழுந்த நாட்களாகக் குழந்தைகளுக்கு இது பிடிக்கும் அது பிடிக்கும் என்று அவர்களோடு மனம் ஒன்றி உழைத்து வந்து அவள் கண்ட பலன் என்ன? குழந்தைகள் அவளையே பைத்தியக்காரி யாக்குவது போல், "இதென்னமா இது?" என்று திருப்பிக் கேட் கிறார்கள். சாமிநாதன்தான் விவேகி. தன்னுடைய கடமையைச் செய்து முடித்துவிட்டு 'ஹாய்'யாக இருக்கிறார். பிள்ளைகள் எப்பொழுதாவது கிராமத்துக்கு வந்தாலும் 'வந்தாயா' என்று கேட்பதில்லை. கிராமத்தைவிட்டுப் போனாலும் கேட்ப தில்லை. அவரவர்கள் வழி அவர்களுக்கு என்று இருந்துவிடு கிறார் அவர். ஆனால், தர்மாம்பாளின் மனம் அப்படி இல்லை. குழந்தைகள் தன்னை லட்சியம் பண்ணவில்லையே என்று அவளுக்கு மிகவும் வருத்தம். வடகம் பிழிந்து உலர்த்திவிட்டு சாமுவை ஆயிரம் தடவை நினைத்துக் கொள்வாள். முருங்கைக் கீரை அடை சுட்டுவிட்டு கோபுவை வெறுமனே நினைத்துக்கொள் வாள். பிஞ்சுக் கத்தரிக்காயைப் பொரிச்ச கூட்டு செய்துவிட்டு பாலுவை நினைத்துக்கொள்வாள். தொண தொணவென்று பிள்ளைகளைப்பற்றியும் பெண்ணைப்பற்றியும் அவள் எதாவது பேசிக்கொண்டிருந்தால், "ஏண்டி! என்னைப் பார்த்தால்

உனக்கு மனுஷனாகத் தோன்றவில்லையா?" என்று சாமிநாதன் மனைவியைப் பார்த்துக் கேட்பார்.

"அவர்களுக்கெல்லாம் வேண்டாதவளாக ஆனமாதிரி உங்களுக்கும் வேண்டாதவளாகப் போய்விடுவேனோ என்னவோ ஒரு நாள்!" என்று சலித்துக் கொண்டே அவர் கேட்பதற்குப் பதில் கூறுவாள் தர்மாம்பாள்.

"சரியான பைத்தியம் நீ!" என்று சிரித்துவிட்டுப் போய் விடுவார் சாமிநாதன்.

ooo

தீபாவளி சமீபித்துக்கொண்டே வந்தது. பெற்றோருக்குத் தீபாவளிச் செலவுக்காக சாமுவிடமிருந்து நூறு ரூபாய் பணம் வந்தது. கோபு வேறு ஐம்பது ரூபாய் அனுப்பி இருந்தான். பாலு புது மோஸ்தரில் ஜரிகைக் கரை போட்ட புடவை ஒன்று அம்மாவுக்கு அனுப்பி இருந்தான். நல்ல வேளையாக அம்மா ஆறு கெஜம் புடவை உடுத்தமாட்டாள் என்பது அவனுக்கு நினைவு இருந்திருக்க வேண்டும்! ஒன்பது கெஜப் புடவையையே அவன் வாங்கி அனுப்பி இருந்தான். அம்மாவும், அப்பாவும் சந்தோஷமாகத் தீபாவளி கொண்டாட வேண்டும் என்று வேறு பிள்ளைகள் எழுதி இருந்தார்கள்.

அவர்கள் பெற்றோரிடமிருந்து ஒன்றையும் எதிர்பார்க்க வில்லை. ஒன்றும் கேட்டு எழுதவில்லை. தர்மாம்பாளின் மனம் குறைபட்டுக்கொண்டே இருந்தது. அகத்துக்காரரிடம் சொன்னால் அவளைப் பைத்தியம் என்று ஏசுகிறார். குழந்தை களுக்குத் தீபாவளியன்று தன் கையால் ஏதாவது அனுப்ப வேண்டும் என்று தோன்றியது. அந்த அபிலாஷையை அவளால் ஒதுக்க முடியவில்லை. பெட்டியைத் திறந்து தான் சேமித்து வைத்திருந்த ஐம்பது ரூபாயை எடுத்துக்கொண்டு அந்த ஊரிலேயே பெரிது என்று யாவரும் மதிக்கும் ஜவுளிக்கடைக்குச் சென்றான் தர்மு. பிள்ளைகளுக்கு சாதாரண 'மில்' வேஷ்டி களும், நாட்டுப்பெண்களுக்குச் சாதாரண நூல் சேலைகளும் வாங்கினாள். தன் கணவருக்குத் தெரியாமல் கடைக்காரரையே அவாவர்கள் விலாசத்துக்கு அனுப்பும்படி கூறிவிட்டு வந்தாள் தர்மு. சாமிநாதனுக்குத் தெரியாமல் தைரியமாக முதன் முதலாக அவள் செய்த வேலை இதொன்றுதான்.

தீபாவளி இரண்டு தினங்கள் இருக்கும்போது சாமிநாதன், மட்டும் "ஏண்டி! குழந்தைகளுக்கு எதாவது அனுப்ப வேண்டும்" என்று சொல்லிக்கொண்டு இருந்தாயே, திடீரென்று அந்தப் பேச்சையே நிறுத்திவிட்டாயே என்றுகூடக் கேட்டார்.

சரோஜா ராமமூர்த்தி

"ஆமாம்... நீங்கள்தான் கேலி செய்தீர்களே என்னைக் கர்நாடகமென்று! கர்நாடகத்தின் பேச்சென்றால் யார் காதில் போட்டுக் கொள்ளுகிறார்கள்?" கணவருக்குச் சுடச்சுடப் பதில் கொடுத்தாள் தர்மு. கணவர் மட்டுமா அவளை படு கர்நாடகமாக மதித்திருக்கிறார்? பிள்ளைகளும் பெண்களும் கூடத்தான் அவ்விதம் நினைத்து அவளை ஒன்றும் கேட்பதில்லையே! தீபாவளிக்கென்று அம்மா அனுப்பி இருக்கும் புடவைகள் துணிகளைப்பற்றித் தூஷித்து அவர்கள் கடுதாசி எழுதாமல் இருந்தால் அதுவே விசேஷமல்லவா? என்ன வேண்டுமானாலும் அவர்கள் எழுதட்டும். அதைப்பற்றி தர்மாம்பாளுக்கு அக்கறை இல்லை. அவளுக்குக் குழந்தைகளுக்குச் செய்ய வேண்டும் என்கிற அபிப்பிராயம் இருந்தது; செய்தாள். இனிமேல் அவர்கள் பாராட்டினாலும் சரி, தூஷித்தாலும் சரி, அதைப்பற்றிக் கவலை இல்லை.

○○○

தீபாவளி அன்று மத்தியான்ன விருந்துக்கு அப்புறம் சாமிநாதன் சாய்வு நாற்காலியில் சாய்ந்து உட்கார்ந்திருந்தார். அடுப்பங்கரை அலுவல்களை முடித்துக்கொண்டு தர்மு வாசலுக்கு வந்தபோது சாமிநாதன் அவளைப் புன்சிரிப்புடன் பார்த்தார்.

"ஏண்டி! எனக்குத் தெரியாமல் பேரம் செய்யக் கற்றுக் கொண்டு விட்டாயோ! எப்பொழுதடி உனக்கு சாமர்த்தியம் வந்தது?" என்று கேட்டார் மனைவியைப் பார்த்து.

"என்னது?" என்று ஆச்சர்யத்துடன் கேட்டாள் தர்மு.

"இதோ பார்? உன் பிள்ளைகள் கடுதாசி எழுதி இருக் கிறார்கள்." தர்மாம்பாள் மூக்குக் கண்ணாடியை எடுத்து மாட்டிக்கொண்டு கடிதங்களை வாசிக்க ஆரம்பித்தாள். ராமு எழுதி இருந்தான்.

பிரியமுள்ள அம்மாவுக்கு ராமு அநேக நமஸ்காரங்கள். நீ அனுப்பிய வேஷ்டியும், புடவையும் மிகவும் நன்றாக இருந்தன. நூறு ரூபாயில் உன் நாட்டுப் பெண்ணுக்குப் புடவை வாங்கி இருந்தேன். இருந்தாலும் தீபாவளி அன்று நீ அன்புடன் அனுப்பி இருந்த புடவைதான் விலை மதிக்க முடியாத பரிசு என்று சொல்லி அவள் அதை உடுத்திக் கொண்டாள்.

கோபுவின் கடிதத்தை தர்மு எடுத்தபோது அவள் கண்களில் கண்ணீர் துளிர்த்துவிட்டது.

"அன்புள்ள அம்மாவுக்கு கோபு நமஸ்காரம். சின்ன வயசிலே நீ அன்புடன் வாங்கிக் கொடுத்துக் கட்டிக்கொண்ட

சரோஜா திறக்கும் உலகம்

சாய வேஷ்டியை உடுத்திக்கொண்டது போன்ற திருப்தியும், பெருமையும் அடைந்தேன். என்னதான் நான் 'ட்வீட்' சூட்டுகளாகத் தைத்துக் கொண்டாலும் அம்மாவின் அன்பளிப்பாக இருக்குமா அவைகளெல்லாம்?"

தர்முவின் கண்களிலிருந்து ஆனந்தபாஷ்பம் பெருகியது. பாலுவுக்கும் அம்மா பரிசனுப்பியதைப்பற்றித் திருப்திதான். அவன் கடிதத்தைப் படிக்காமலேயே கணவரிடம் திருப்பிக் கொடுத்துவிட்டாள் தர்மாம்பாள்.

சுதேசமித்திரன் தீபாவளி மலர், அக்டோபர் 24, 1954

11

வாழ்வின் ஒளி

"இந்த மாதிரி மனுஷனோடு முகம் கொடுத்துப் பேசுவதே தவறாயிற்றே? நானாயிருந்தால்?..." என்று கௌரி நீட்டி முழக்கிச் சொல்லிவிட்டு அதிர்ந்து பேசிய களைப்புத் தீர ஒரு தரம் பெருமூச்சுவிட்டாள்.

"அப்படி ஒரேயடியாகப் பேசிவிட முடியுமா? கணவன் மனைவி என்றால் அவர்களுக்குள் ஆயிரம் இருக்கும் இருந்தாலும் இப்படி இருக்கக் கூடாதடி. அம்மா! மனைவியைப் பிடிக்காவிட்டாலும் தன்னுடைய குழந்தையையாவது வந்து பார்க்க வேண்டும் என்று இருக்காதோ?" — லலிதாவும் நீண்டதொரு பெருமூச்சு விட்டுவிட்டு, இவ்விதம் கூறினாள்.

கன்னத்தில் கையை ஊன்றிக் கொண்டே தன் அண்டையில் கவலையின்றி உறங்கும் சிசுவைக் கவனித்தவாறு உட்கார்ந்திருந்தாள் நீலா. அவளுடன் ஒன்றாக விளையாடிய பெண்கள் இவ்விதம் அனுதாபம் தெரிவிப்பதை அவள் விரும்பவில்லை. அவர்கள் என்னவோ பரிதாபத்துடன் பேசுகிறார்கள். ஆனால் அந்தச் சொற்கள் அவளை வாட்டி எடுத்தன.

கௌரியும் தான் புக்ககம் போய் விட்டுப் பிறந்தகம் வந்திருக்கிறாள். "நாங்கள் ஒன்றாகச் சினிமாவுக்குப் போனோம். அவர் என் பிறந்த நாளைக்காக இந்தப் புடவையைப் பரிசாகக் கொடுத்தார்" என்றெல்லாம் அவள் பெருமையுடன் பேசும் போது நீலாவின் முகம் வாடிப்போய்விடும்.

லலிதாவின் விஷயமே வேறு. பெரிய குடும்பத்தில் வாழ்க்கைப்பட்டவள்தான். ஆனால், அவள் முகம் கோணும்படி அந்த வீட்டில் யாரும் நடக்கமாட்டார்களாம்.

"குடும்பம் பூராவுக்கும் தீபாவளிக்குத் துணிமணி வாங்குவதானால் என்னைத்தான் கடைக்கு அழைத்துப் போவார் என் மாமனார்" என்று பல முறை நீலாவிடம் கூறி அவள் பெருமைப்பட்டிருக்கிறாள்.

மறுபடியும் அவர்கள் நீலாவின் குழந்தையைப் பார்க்க வந்தபோது மேற்கூறிய சர்ச்சையில் ஈடுபட்டார்கள். "மூக்கும் விழியுமாக அப்படியே நடராஜனை உரித்து வைத்திருக்கிறது" என்று வேறு சொன்னார்கள்.

நீலாவுக்கு எரிச்சல் பற்றிக்கொண்டுவந்தது.

"குழந்தையைப் பார்க்க வருகிறவர்கள் வரட்டும், பார்த்துவிட்டுப் போகட்டும். இவர்களை யார் இல்லாத வெட்டிப் பேச்செல்லாம் பேசச் சொல்லியது?" என்று மனத்துக்குள் குமுறித் தீர்த்தாள் அவள்.

படுக்கையில் படுத்திருந்த குழந்தை ஒரு தரம் தன் சிறு வாயைத் திறந்து சிரித்தது. எதற்குச் சிரிப்பது, எதற்கு அழுவது என்று புரியாத பருவத்தில் அதன் சிரிப்பே தனி அழகுதான். அது தன்னைப் பார்த்துத்தான் தன் தோழிகளைப்போல ஏசிச்

சரோஜா ராமமூர்த்தி

சிரிக்கிறதோ என்று கூட நினைத்தாள் நீலா. இதற்குள் வந்திருந்த பெண்கள் குழந்தை சிரிப்பதைக் கவனித்துவிட்டார்கள்.

"அடியே! இத்தனூண்டு இருந்துண்டு இது சிரிக்கிறதைப் பார்த்தியாடி? சிரிக்கும்போது கூட நீலா ஆத்துக்காரர் மாதிரி தானடி இருக்கிறது!" என்றாள் கௌரி.

"ஆத்துக்காரர் மேலே இவளுக்குக் கொள்ளை ஆசை. அதான் அப்படியே உரிச்சு வைச்சிருக்கு" என்று கூறி லலிதா விஷமத்தனமாகப் புன்னகை புரிந்தாள்.

ஆமாம்! நீலாவுக்குத் தன் கணவனிடம் அசாத்யமான அன்பு. அந்த அன்பு வெளியில் தெரியாது. குடத்துள் விளக்கைப்போல அது அவள் மனத்துக்குள் பொங்கிக்கொண்டிருந்தது. ஆனால், நடராஜன் தன் மனைவியின் அன்பை உணரவில்லை. அதைப் பகிர்ந்துகொள்ளவும் ஆசைப்படவில்லை. சிநேகிதிகள் குழந்தைக்குப் பரிசுகள் அளித்துவிட்டுப் போய்விட்டார்கள்.

தெய்வ சன்னிதானத்துக்கும், குழந்தைகள் இருக்கும் இடத்துக்கும் வெறுங் கையுடன் போகக் கூடாது என்று சொல்லு வார்கள். அதன்படியே நீலாவோடு படித்த பெண்கள் குழந்தையைப் பார்த்துவிட்டு, அதற்கு ஏதேதோ கொடுத்து விட்டுத்தான் போனார்கள்.

ஆனால் எல்லோருமாகச் சேர்ந்து அவளுக்கு அளித்த கௌரவத்தை நீலா அவ்வளவாகப் பாராட்டவில்லை.

அவள் நடராஜனுடன் இருந்தபோது முதலில் இந்த விஷயத்தை அவனிடம் எப்படி வெளியிடுவதென்று தயங்கினாள். பிறர் எதிரில் தன் மனைவியை ஏறிட்டுப் பார்க்கவும் அஞ்சிய அந்த அப்பாவி தனிமையிலும் அவளிடமிருந்து ஒதுங்கியே இருந்தான்.

"அழகிலே சிறந்தவளாகவும் சங்கீதத்தில் தேர்ந்தவ ளாகவும்தான் பார்த்து விவாகம் செய்துகொள்வேன் என்று வாயரட்டை அடித்தாயே, சிவப்புத் தோல் ஒன்றுதான் பிரமாதமாக இருக்கிறது. முகத்தில் லக்ஷ்மீகரம் என்பதே இல்லை. பாடச் சொன்னால் வாயே திறக்கமாட்டேன் என்கிறாளே; ஒரு வேளை ரகசியமாக உனக்குப் பாடிக் காண்பிப்பாளோ என்னவோ?—"

நடராஜனின் சகோதரி இவ்விதம் அவனை நலங்கின் போது ஏசிக் காட்டினாள்.

"அவளுக்குப் பதிலாக நீ பாடிவிடேண்டா! உனக்குத்தான் பாடத் தெரியுமே?"— கல்யாணத்தில் ஏதாவது பேசிக் கொண்டே

சரோஜா திறக்கும் உலகம்

யிருக்கவேண்டுமென்று கங்கணம் கட்டிக்கொண்டிருந்த ஒருவரின் வார்த்தை இது.

நீலாவுக்கு உண்மையில் பாடத் தெரியாது. அவள் அப்படி அழகியுமில்லை. இந்த மாதிரி பெண்ணை ஏன் கல்யாணம் பண்ணிக்கொண்டான் என்பதும் ஒருவருக்கும் புரியாது. நடராஜனுக்கே அது புரியவில்லை.

அன்றிலிருந்து நடராஜன் மனைவியிடம் ஒதுங்கியே நடந்துகொண்டான். மனைவியின் கையில் இருக்கும் காப்பி டம்ளரை வெறுப்புடன் வாங்கிக்கொண்டான். மனைவி ஏதாவது கேட்டாலும் வெறுப்பாகவே பதில் கூறினான். உலகமே இருண்டுவிட்டதுபோல் நடந்துவந்தான்.

இந்த நிலையில் நீலா தாய்மை அடைந்ததை அவன் எப்படி மகிழ்ச்சியுடன் வரவேற்பான்—

கணவன் மனைவியின் முதல் சந்திப்பான மணவறை யிலேயே அவன் மனத்தில் விஷ விதையை ஊன்றிவிட்டார்களே! 'தன் மனைவி அழகில்லை. தன் மனைவிக்குப் பாடத் தெரியாது'— இந்த வார்த்தைகள் அவனுக்கு மனப்பாட மாகிவிட்டிருந்தன. கொழு கொழுவென்றிருந்த நீலா துரும் பாக இளைத்துப் போகவே, மனைவியின் ரூபம் கோரமாக அவன் கண்களுக்குக் காட்சி அளித்தது.

ஒரு தினம் அவளைப் பார்த்து, "எங்களையெல்லாம் போலத்தானே நீயும் சாப்பிடுகிறாய்? உன்னைப் பார்க்கவே சகிக்கவில்லையே" என்று இரைந்தான். "சைனா தேசத்துப் பிரேதம் மாதிரி உன் மூஞ்சியும் நீயும்!" என்று கடிந்துகொண்டான்.

நீலா தனிமையில் கண்ணீர் உகுத்தாள். கட்டாயம் அவன் மனம் மாறிவிடும் என்று நம்பினாள். அந்த நம்பிக்கையால் ஒரு தினம் அவனிடம் தனிமையில் தான் தாய்மை அடைந் திருப்பதைப்பற்றியும் கூறினாள்.

"ஆஹா! அது ஒன்றுதான் எனக்குக் குறைச்சலாக இருந்தது" என்றான் நடராஜன் எரிச்சலோடு.

"சொல்லிவிட்டுப் போகட்டும். குழந்தையைப் பார்த்தால் மாறிப் போய்விடுவார்" என்று தனக்குத் தானே சமாதானம் கூறிக் கொண்டாள்.

இந்த நிலையில் நீலாவுக்குப் பிறந்தகத்திலிருந்து அழைப்பு வந்தது. "உடம்பைக் கவனித்துக்கொண்டு போகலாம்" என்று

அவள் தமையன் அவளை வரச் சொல்லி எழுதி இருந்தான். "போகட்டுமா?" என்று கணவனைக் கேட்டாள்.

"ஆஹா, தாராளமாய்ப் போ. அங்கே நெய் ஆறும் பாலாறும் பெருகி வழிகிறது. இங்கே வேப்பங்காயை விழுங்கு கிறாய். அதுதானே?" என்று நிஷ்டூரமாகப் பதில் அளித்தான் நடராஜன்.

"ஐயோ, ஐயோ, அப்படிச் சொல்லாதீர்கள். தினம் பொழுது விடிந்தால் எனக்கு 'டானிக்' வாங்கித் தரவே சரியாக இருக்கிறதே. நான் வந்ததிலிருந்து நீங்களும் சிரமப்படுகிறீர்கள். அண்ணாதான் கொஞ்ச நாளைக்கு வைத்துக்கொண்டு செய்யட்டுமே" என்று நீலா கண்ணீர் பொங்கக் கூறினாள்.

மனித வாழ்வுக்கு நெய்யும், பாலும், பழமும், மற்ற சௌகரி யங்களும் எவ்வளவு அவசியமோ அவ்வளவு மன நிம்மதியும் தேவை என்பதை நடராஜன் மறந்துவிட்டான்; அதைப்பற்றிச் சிந்தித்துப் பார்க்கும் சக்தியையும் அவன் இழந்துவிட்டான். மனைவி எப்படிக் கணவனுடன் ஒத்து இல்லறம் நடத்தவேண்டும் என்று தர்ம சாஸ்திரம் போதிக்கிறதோ அவ்வாறே கணவனும் நடந்துகொள்ளவேண்டும் என்பது அவனுக்கு நினைவு இல்லை. மனைவியை உற்சாகமாக வைத்துக்கொள்ளத் தெரியவில்லை.

நிலாவின் உள்ளே வளரும் ஜீவன் அந்த நிம்மதியைத் தேடித் தரும் என்னும் ஆசையால் உந்தப்பட்டு, நீலா பிறந்தகம் போய்ச் சேர்ந்தாள். அங்கே மகவையும் ஈன்றாள்.

உடல் பலஹீனத்தையும் கவனியாமல் கணவனுக்குக் கடிதம் எழுதினாள்.

"குழந்தை சிவப்பாக நன்றாக இருக்கிறான். உங்களைப் போலவே உருண்டை முகம். சுருள் சுருளாகக் கேசம். நல்ல உயரமாக இருப்பான்போல் இருக்கிறது. கண்கள் கோடி தாமரை வண்ணம்போல் சிவந்திருக்கின்றன. உங்கள் அனுமதி கேட்டுப் பெயர் வைக்கலாம் என்பது என் தீர்மானம். அவன் கண்களைப் பார்த்தால் தாமரைக் கண்ணனாகிய கண்ணனின் நினைவு வருகிறது.

"'கண்ணா' என்று அழைக்கலாமா? தேவகியின் கலி தீர்த்தவ னல்லவா? உங்கள் நலத்துக்கு எழுதுங்கள். முடிந்தால் வந்து குழந்தையைப் பாருங்கள்."

உள்ளத்தைத்தொடும் கடிதம். வார்த்தைகளின் அர்த்தத்தை உணர்ந்து அதன்படி நடக்க வேண்டும் என்று நடராஜன்

நினைத்திருந்தால் கடிதத்தைப் படித்தவுடன் ரயில் ஏறி இருப்பான். தன் குழந்தையைப் பார்க்க.

குழந்தையைப் பார்க்க அவன் வராததைத்தான் நீலாவின் தோழிகள் குறிப்பிட்டுப் பரிதாபத்துடன் அன்று பேசிக் கொண்டார்கள்.

"நான் கூட உன் கணவனைக் கட்டாயம் வரும்படி கடிதம் போட்டேனே, ஏனம்மா வரவில்லை? உனக்கு ஏதாவது மாப்பிள்ளை எழுதி இருக்கிறானா?" என்று அவள் தமையன் விசாரித்தான்.

"அவருக்குக் காரியாலயத்தில் வேலை அதிகம், அண்ணா. முடிந்தால் வராமல் இருக்க மாட்டார்"—இந்த மாதிரி சந்தர்ப்பங் களில்தான் பெண்மையின் பெருமை அளவு கடந்து பெருகிவிடு கிறது. கணவனின் குற்றத்தை, பலவீனத்தை வெகு சாமர்த்திய மாக மறைத்து மழுப்பிவிடும் சாமர்த்தியம் பெண்களுக்குத்தான் உண்டு!

2

குழந்தை கண்ணனுக்கு மூன்று மாதங்கள் ஆகிவிட்டன. மனைவியைப் பிரிந்த கணவன், "நீ எப்பொழுது வருவாய்?" என்று மனைவியை அழைப்பதில்லையா? நாலு நாட்கள் தவணை கொடுத்துப் பிறந்தகம் அனுப்பும் கணவன்மார்கள் உலகத்தில் இருக்கிறார்கள்.

நடராஜனிடமிருந்து தன்னை வரச்சொல்லிக் கடிதம் வரும் என்று நீலா எதிர்பார்த்தாள். "குழந்தை சிரிக்கிறான்" என்று வெட்கத்தை விட்டு எழுதிப் பார்த்தாள். அதற்கும் சரியானபடி பதில் வரவில்லை. எப்படியாவது தன்னை ஏசிக் காட்டிய தோழிகளின் எதிரில் தன் கணவனை வரவழைத்துவிடவேண்டும் என்று நீலா வரும்பினாள். அது சாத்தியமாக இல்லை. ஆகவே "குழந்தையுடன் புறப்பட்டு வருகிறேன்" என்று கணவனுக்கு எழுதிவிட்டாள். தன் தீர்மானத்தைத் தமையனிடம் அவள் தெரிவித்தபோது, "என்னம்மா அவசரம்? உன்னை வரச்சொல்லி ஒருவரும் எழுதவில்லையே? இன்னும் இரண்டு மாசங்கள் கழித்துப் போனால் போயிற்று" என்றான் அவன்.

"இல்லை, அண்ணா! போகத்தான் வேண்டும். அவர்களுக்கும் குழந்தையைப் பார்க்கவேண்டும் என்று இருக்காதா?" என்று பிடிவாதம் பிடித்து ரயில் ஏறினாள் நீலா.

கணவன் வீட்டிலிருந்து வரும்போது தனியாக வந்தவளுக்கு இன்று ஒரு பெரிய புதுத் துணை கிடைத்தது. மூன்று

மாசத்துக் குழந்தையாக இருந்தாலும் அவள் வாழ்வுக்கு ஒளி தரப்போகிறவன் அவன்தான் என்று அவள் மனம் சொல்லிக் கொண்டேயிருந்தது.

ரயிலில் கூட்டம் அதிகம் இல்லை. வயது முதிர்ந்த ஒரு பெரியவரும் இன்னும் சிலரும் இருந்தார்கள். வழியில் அவர் நீலாவைப் பார்த்து, "உனக்கு ஏதாவது வேண்டுமா, அம்மா? குழந்தையுடன் தனியாக வருகிறாயே?" என்று விசாரித்தார். குழந்தையின் பெயர் கண்ணன் என்று கேட்டு அளவிலாத மகிழ்ச்சியடைந்தார்.

சிறைவாசத்தில் அவதிப்பட்ட தேவகியின் கண்ணீரைக் கண்ணன் பிறந்தவுடன் துடைத்ததைப் பன்னிப் பன்னிப் பேசினார். துன்பத்தைத் துடைக்க இறைவனே குழந்தையாக வந்து பிறந்தான் என்று பாகவதக் கதையில் வரும் அழகிய கவிதையைச் சொல்லி அதன் அர்த்தத்தையும் விளக்கினார். கிழவருக்கு நீலாவைப்பற்றி ஒன்றுமே தெரியாது! கண்ணன் என்கிற பெயர் ஒன்றே அவரை இவ்வளவு பேசும்படி தூண்டியது.

நீலா, நிறைந்த மனத்தினளாக ரயிலில் இரவைக் கழித்தாள். கிழக்கே சூரியன் தோன்றிவிட்டான்.

"அம்மா குழந்தை! ஊர் வந்துவிட்டதே, எழுந்திரு" என்று பெரியவர் நீலாவைத் தட்டி எழுப்பினார். பால ரவியின் கிரணங்கள் ஓடும் ரயிலின் ஜன்னல் வழியாகத் தூங்கும் கண்ணனின் முகத்தில் வழுந்து விளையாடின. குழந்தையின் முகத்தில் வீசும் ஒளியைப் பார்த்து நீலா, "இதுதான் என் வாழ்வின் ஒளியா? இவன்தான் என் வாழ்க்கைக்கு ஒளி காட்டுபவனா?" என்று தன்னையே கேட்டுக்கொண்டாள்.

ரயில் நிலயத்துக்கு வந்து நின்றது. ஆவலுடன் சுற்றிப் பார்த்த நீலாவுக்கு எதிரில் நடராஜன் நின்றான்! பெருமையுடன் குழந்தையை அவன் கைகளில் கொடுத்துவிட்டு நிமிர்ந்து பார்த்து முறுவலித்தாள் நீலா.

ஆனந்த விகடன், ஜூலை 31, 1955

12

கதிரவனே சாட்சி

[மேஜையின்மீது விளக்கின் ஒளி படர்ந்து விழுந்துகொண்டிருந்தது. நெற்றியில் திருநீறு அணிந்து இறைவனை வணங்கிவிட்டு ரவி விளக்கடியில் படிக்க உட்கார்ந்தான்.]

காய் கதிர்ச் செல்வனே!

கள்வனோ என் கணவன்?

கணீரென்று சிலப்பதிகாரச் செய்யுளைப் பாடம் செய்துகொண்டிருந்தான். அடுத்து அவன் படிக்கப்போகும் வரியை ஆவலுடன் கேட்பதற்கு நிமிர்ந்து உட்கார்ந்தேன். கதிரவனைச் சாட்சிக்கு

அழைத்த கற்பின் தெய்வமாம் கண்ணகியைப் போற்றி வணங்கியவாறு, அடுத்த அடியைக் கேட்க ஆரம்பித்தேன்.

கள்வனோ அல்லன்:

கருங்கயல் கண் மாதராய்!...

உண்மை மறைக்கப்படாமல் இருக்க அக்காலத்தில் கதிரவனும் சாட்சி சொல்ல இருந்தான் என்பதை நினைத்த போது என் உள்ளத்திலே ஒரு சிலிர்ப்பு ஏற்பட்டது. உவகையினால் இதயம் பூசித்தது. அப்பூரிப்பு அடங்குவதற்குமுன், வாசற் கதவைத் திறந்துகொண்டு இன்ஸ்பெக்டர் பொன்னம்பலம் உள்ளே வந்தார். சிலப்பதிகாரச் செய்யுளை அவரிடம் கூறி, நான் மகிழ்ந்துகொண்டிருந்தபோது அவர் முகம் திடீரென்று கறுத்தது. உள்ளத்தில் தாங்க முடியாத சுமை ஒன்றை வைத்திருக்கிறார் என்பது புலனாகியது. அவர் கூறிய அந்த நிகழ்ச்சிக்குக் காரணமானவர்களே கதையைக் கூறுகிறார்கள். கேட்டுப் பார்க்கலாம்.

கதிரவன்

அன்று, உயிர்கள் மயக்கம் தெளிந்து எழும் விடியற்காலை. அதோ! அந்தக் குளத்தில் மலர்ந்து சிரிக்கிறதே தாமரை, அது மெல்ல மெல்ல என்னைக் கண்டதும் இதழ்களை மலர்த்தி மென்மணம் நாற்றிசையும் பரவ என்னைப் பார்த்துத் தலையை ஆட்டி வரவேற்பதைக் கண்டேன். குளத்துக்கு அடுத்தாற்போல் இருக்கும் ஓட்டு வீட்டினுள் ஒரு பையன் பாடிக் கொண்டிருந்தான்.

'நீ ஒளி, நீ சுடர்,

நீ விளக்கம். நீ காட்சி—'

அந்த மழலை மொழி என் உள்ளத்திலே அமுதத்தைப் பெய்வதுபோல் இருந்தது. இந்தத் துதியைக் கேட்டுக் கொண்டே கீழ்வானத்தில் வர்ணக் கோலங்கள் வரைந்தவாறுதான் உலகை எட்டிப் பார்த்தேன். பரந்து கிடக்கும் ஏரிக்கரை. கதிர்கள் குலுங்கும் வயல்கள். மலர்களையும் கனிகளையும் சிந்தும் சோலைகள். பாலைப்பொழிந்து தரும் பசுக்கூட்டங்கள் சதங்கையின் நாதம் போன்ற மழலைமொழி பேசி ஆடித்திரியும் குழந்தைகள். பழுத்துப்போன கிழங்கள். இளமையின் வாயிலில் நிற்கும் ஆடவர்கள்—பெண்கள். தர்மம் தவறாது நடத்தும் தம்பதி. இப்படி அனைவரையும் பார்த்துக்கொண்டே, மெல்ல வான வெளியில் மேலே வர ஆரம்பித்தேன்.

...ஓட்டு வீட்டுக்குள்ளிருந்து ஒரு தீனமான குரல் கேட்டது.

"ஐயோ! அடிக்காதீர்கள்! அப்பா! என்னை அடிக்கா தீர்கள்!..."

நான் குரல் வந்த திசையைப் பார்த்து அப்படியே நின்றேன். ஒரு பெண்—அபலை—சபலை—மங்கை என்று எது வேண்டு மானாலும் சொல்லலாம். அடிபட்டு உடல் கன்றி, அடிப்பவனைப் பார்த்துக் கதறி அழுதாள். வான வீதியில் ஒரு தேக்கம். கறுத்த மேகம் ஒன்று சரசரவென்று என்னை நோக்கி வந்தது.

அடுத்த வினாடி சடசடவென்று பல கண்ணீர்த் துளிகள் வானத்திலிருந்து கீழே விழுந்தன.

கீழே இருந்தவள் அழுதுகொண்டே இருந்தாள். அவன்— அவள் கணவன்—கையில் ஒரு விறகுக் கட்டை இருந்தது, அதை அவன் இப்படியும் அப்படியும் ஆட்டியவாறு, அவளைப் பார்த்துக் கர்ஜித்தான். கையில் காலதண்டத்தை வைத்துக் கொண்டு நிற்கும் யமனைப்போல் இருந்தான் அவன். முகத்தில் குரூரம். கண்கள் சிவந்து, உடல் துடிக்க அவன் நிற்பதை நான் மேகத்துள் இருந்து எட்டிப் பார்த்தேன்.

"என்னை அடிக்காதீர்கள். உங்களை விட்டால் எனக்கு யார் இருக்கிறார்கள்?"—முகத்தைப் பொத்திக்கொண்டு அந்தப் பெண் தேம்பிக்கொண்டே, இவ்விதம் கூறினாள். எதிர்வீட்டி லிருந்த அவள் தோழி ஜானகி, இவள் அலறுவதைக் கேட்டுத் தன் வீட்டு ஜன்னலைத் திறந்து பார்த்தாள்.

"பார்த்தீர்களா அந்தப் பாவி இப்படி அவளை அடிக்கிறதை!" என்று தன் கணவனைப் பார்த்துக் கேட்டாள்.

"அதான் தினம் பொழுது விடிந்து பொழுது போனால் பார்கிறோமே!" என்று சலித்துக்கொண்டான் அவன்.

அந்தப் பெண், கன்னத்தில் வழியும் நீரைத் துடைத்துக் கொண்டே, அடுப்பங்கரைக்குள் சென்று, அடுப்பு மூட்ட ஆரம்பித்தாள். பிறைபோன்ற நெற்றியில் குங்குமம் இட்டு, அவள் சற்றுமுன் பட்ட அடிகளை எல்லாம் மறந்துவிட்டு, உணவு சமைப்பதில் ஈடுபட்டாள்.

கார்மேகம் என்னை விட்டு விலகித் தூரம் போய்விட்டது. நானும் மேலே எழுந்து வர ஆரம்பித்தேன்—

கணவன்

வானத்தில் சூரியன் மேலே வருவதைப் பார்த்துக் கொண்டே என் தீர்மானம் சரியானதா என்று என்னையே நான் கேட்டுக்கொண்டேன். ஒருத்தியை மணந்துகொண்ட

பிறகு வேறொருத்தியை மனத்தாலும் நினைக்கக்கூடாதாம். அது பாவமாம். கற்பு நிலை இருவருக்கும் பொதுவாம்! சாஸ்திரம் பேசுகிறாள் என் மனைவி, என் எதிரே ஒரு பெண் குருத்துப்போல, பூத்தக் குலுங்கும் மலர்க் கொடியைப்போல, முழுமதியைப்போல வாளிப்பாக நின்றால், நான் என் மனத்தை எவ்வாறு கட்டுப்படுத்துவேன்? என் மனைவியின் தூரத்து உறவினளான இந்தப் பெண் அவள் பெற்றோர்களுடன் இதே ஊருக்கு வந்தாள். நான்தான் அவர்களுக்கு வீடு தேடி வாசல் தேடித் தந்தேன். அந்தச் சிறுமியை அன்று நான்தான் பள்ளியில் சேர்த்தேன். நான் காரியாலயம் போகும்போது, அவளை உடன் அழைத்துச் சென்றேன். கைநிறைய மிட்டாய்களை வாங்கி அளித்தேன். கதம்பம் வாங்கி வந்தாலும் அவளுக்கென்று எடுத்துக்கொண்டு அவள் வீட்டை நோக்கி ஓடுவேன்... அன்று நான் அவளிடம் கொண்டிருந்த அன்பு, தெளிந்த நீரைப்போல மாசுமருவற்று இருந்தது. என் மனைவியும் அவளும் நெருங்கிப் பழகினார்கள். என் மனைவி முதல் குழந்தையை பிரசவித்துப் புக்ககம் வந்தபோது, இந்தப் பெண் தெருவில் ஆரத்தி சுற்றி அவளையும் குழந்தையையும் வரவேற்றாள்.

என் மனைவியின் கையிலிருந்த குழந்தையை வாங்கிக் கொஞ்சியவாறு அந்தப் பெண் உள்ளே வந்தாள். "அடியே இந்து! நீ நன்றாக வளர்ந்துவிட்டாய். மூணு மாசத்தில் எப்படி வளர்ந்திருக்கிறாய்?" என்று அதிசயித்தவாறு என் மனைவி இந்துவைத் திரும்பி திரும்பிப் பார்த்தாள்.

"ஆமாம்! நீ போட்ட பூசனிச் செடி கூட வளர்ந்து மதாளித்துப் படர்ந்து பூவும் பிஞ்சும் தாங்கி இருக்கிறதே, பெண் களின் வளர்ச்சியும் அப்படித்தான். திடீரென்று காட்டாற்றில் வெள்ளம் வருவதுபோல வளர்ந்துவிடுவார்கள்" என்றார் இந்துவின் தாய், என் மனைவியைப் பார்த்து.

நான் இந்துவையே கண் இமைக்காமல் பார்த்துக்கொண் டிருந்தேன். இடையில் சந்தனவண்ணப் பாவாடை—மேலே அரக்கு மேலாக்கு. செழுமையான திரண்ட கன்னங்கள். மெத்து மெத்தென்று உருண்டையான கரங்கள், களங்கமற்ற முகம். நாலைந்து வருஷங்களாகப் பார்த்துவந்த இந்துவா அவள்? காலம் அவளிடம் தன் கைவண்ணத்தைக் காட்ட ஆரம்பித்து விட்டது.

இந்து என்னைப் பார்த்துத் தலையைக் குனிந்துகொண்டாள். அந்த வயசில் பெண்களுக்கு நாணம் எங்கிருந்தோ வந்து விடுகிற புதுமையைக் கண்டேன்.

மனைவி குழந்தையுடன் உள்ளே போய்விட்டாள். கூடத்திலே இந்து மட்டும் நின்றிருந்தாள்.

"இந்து!" என்றேன் மறுபடியும்.

"என்ன?" என்று தன் கண்களை மலர்த்திக் கேட்டாள் அவள்.

"நீ அழகாக இருக்கிறாய் இந்து!"

"ஓஹோ!" என்றுவிட்டு 'களுக்'கென்று சிரித்தாள் அவள்.

"எப்படி அத்தான் இந்த உண்மையைக் கண்டுபிடித்தீர்கள்? கொலம்பஸ் கண்டு பிடித்த மாதிரி."

"குறும்பாகப் பேசுகிறாய்!"

"அடேயப்பா! அப்புறம்?"

அவள் பேச்சும், சிரிப்பும், குறும்பும் என்னை வேதனைப் படுத்தின. இதற்குள் அவள் தாய் உள்ளே இருந்து கூடத்துக்கு வந்தாள். என்னை ஒரு மாதிரியாகப் பார்த்துவிட்டு, "இந்து! நம் வீட்டுக்குப் போய்க் கூடத்து அலமாரியில் கோரோஜனை இருக்கிறது எடுத்து வா. குழந்தைக்கு ஜலதோஷமாம்..." என்று கூறிவிட்டு, விடுவிடு என்று அந்த அம்மாள் உள்ளே போய்விட்டாள். அந்த அம்மாளின் பார்வையும், பேச்சும் என்னைத் தாக்கிய மாதிரித்தான் இருந்தன. ஆனால், ஆசையை வென்றவன் யாராவது உண்டா?

இந்து கோரோஜனை டப்பாவுடன் மறுபடி வந்தாள்.

"இந்து! இங்கே வாயேன் ஒரு விஷயம்."

அந்தப் பெண்—குழந்தைப் பிராயத்திலிருந்து பழகிய அவள்—என் அருகில் வந்து நின்றதும், "இந்து! வருகிறாயா இன்று ஒரு நடனத்துக்குப் போய் வரலாம்" என்று அழைத்தேன்.

"அம்மாவைக் கேட்கவேண்டும் அத்தான். முன்னைப்போல நான் வெளியில் போகக்கூடாதென்று அம்மா சொல்கிறாள்."

நான் சிரித்துக்கொண்டேன்.

ஆமாம், போகக்கூடாதுதான். அன்ற மலர்ந்த மலர். அதோ தெரிகிறதே எங்கள் வீட்டுக் கொல்லையில், குளத்தில் மலர்ந்திருக்கிறதே தாமரை, அதைப் போன்றவள் இந்து. அவள் மாசு அடையாமல் இருக்கவேண்டும் என்பதில் அவளைப் பெற்றவளுக்கு அக்கறை இராதா?— என்று என் நல்ல மனம் கூறியது.

மனத்தை இரண்டு விதமாகப் பிரிக்கலாம். உன்னத லட்சியங்களையும், உயர்ந்த எண்ணங்களையும், உண்மை நெறியையும் கடைப்பிடிக்கும்போது அது கடவுளின் பீடமாக மாறிவிடுவதை உணரலாம். அங்கே தில்லைநாதனும் அருள் சுரக்கும் அம்மையும் வெற்றிவேலனும் வேய்ங்குழல் கண்ணனும் நிருத்தியம் புரிவதாகப் பெரியவர்கள் சொல் கிறார்கள். வெறும் மாமிசம், தசை, நரம்பு, இரத்தம் சேர்ந்த இதயத்திலே தகாத எண்ணங்களும் பொய் பித்தலாட்டங்களும் மோகாந்தகாரமும் ஏற்பட்டு, அது இருண்டு போகும்போது அங்கே கொலை, களவு, காமம் முதலியவை பிறக்கின்றன என்றும் பெரியவர்கள் சொல்கிறார்கள். என் மனம் இரண்டு வித எண்ணங்களில் அகப்பட்டுக்கொண்டு அவதிப்பட்டது. நானும் பலமுறை என் மனத்துக்கு அறிவுரைகள் வழங்கினேன். ஆனால், பாழும் எண்ணங்கள் என் நல்ல மனத்தை— அறிவை— அமுத்திக்கொண்டு மேலெழுந்தன. ஒருத்தியைக் கல்யாணம் பண்ணிக்கொண்டுவிட்ட பிறகு, வேறொருத்தியை நினைக்கக்கூடாது என்கிற எண்ணத்தை அடியோடு என் மனம் வெறுத்தது. இந்து என் மனத்தில் ஏறி அமர்ந்தாள். அவள் சிரித்தாள், பாடினாள், ஆடினாள், அந்தச் சிரிப்பும், ஆட்டமும், பாட்டும் என்னைப் பாடாய்ப் படுத்தின...

மனைவி

என் கணவரின் இந்தப் போக்கு என்னைப் பாடாய்ப் படுத்தியது. என்னைக் கண்டால் ஏதோ ஒரு அசுத்தத்தைப் பார்ப்பதைப்போல் அவர் ஒதுங்கி வந்தார். சதா சிந்தனையில் மூழ்கி உட்கார்ந்திருக்கும் அவரிடம் நெருங்கிப் பேசவே எனக்கு என்னவோபோல் இருந்தது. ஆனால், மனம் கேட்கவில்லை. அவருடைய மனத்தில் என்னதான் இருக்கிறதென்று அறிந்து கொள்ள ஆசைப்பட்டேன். அன்று வானத்தில் முழுமதி இல்லை. இருந்தாலும், தாரகைகளின் ஒளிச்சுடர் உலகத்துக்கு மங்கிய வெளிச்சத்தைக் கொடுத்தது.

முழங்கால்களைக் கட்டிக்கொண்டு வானத்தையே அண்ணாந்து பாக்கும் அவர் அருகில் சென்று உட்கார்ந்து, அவர் முகத்தைக் கவனித்தேன். அவர் தமக்குத்தாமே பேசிக்கொண்டார்.

“இங்கே பாருங்கள். உங்கள் மனசில் ஏதோ ஏக்கம் இருக்கிறது. என்னிடம் அது என்னவென்று சொல்லுங்களேன்.”

“உம்... உன்னிடமா?” என்று கேட்டார் அவர், சிந்தனை யிலிருந்து விடுபெற்று.

“ஆமாம்.”

"நான் சொல்வதைக் கேட்பாயா? அதன்படிச் செய்வாயா?"

கணவன் கூறுவதைக் கேட்டு அதன்படி நடப்பதுதான் நம்முடைய பெண் குலத்துக்கே வழக்கமாயிற்றே? நான் ஏன் கேட்காமல் இருக்கப் போகிறேன்? "சொல்லுங்கள்" என்று கூறி, அவர் கரங்கள் இரண்டையும் பற்றி என் கண்களில் ஒற்றிக் கொண்டேன்.

"எனக்கு..." என்று தயங்கினார் ஒரு கணம். ஆனால், மறுகணம் நீண்ட பெருமூச்சு ஒன்று அவரிடமிருந்து வெளிப்பட்டது.

"எனக்கு இந்துமதி வேண்டும் சாரதா, வேறே ஏக்கம் எனக்கு ஒன்றுமில்லை. அந்த எண்ணம் என்னை நெருப்பாகக் கொல்லுகிறது. ஊழித் தீயாகப் பொசுக்குகிறது. வடவாக்கினி யால் வெந்து சாம்பலாகி வருகிறேன்..."

நான் அப்படியே நின்றேன். அவர் கண்கள் இரண்டும் நெருப்புத் துண்டங்கள்போல் சிவந்து காணப்பட்டன. இரை கிடைத்த பாம்பைப்போலப் பெருமூச்சு விட்டார். அவர் உடலின் ஒவ்வோர் அணுவும் ஆத்திரத்தில் துடித்துக் கொண்டிருந்தது. எனக்கு அவரைப் பார்த்ததும் சிரிப்புத்தான் வந்தது.

"உங்களுக்கென்ன பைத்தியமா? கல்யாணமாகி ஒரு குழந்தை இருப்பவருக்கு இந்த மாதிரி ஆசையா? வேண்டுமென்று கேட்கிறீர்களா? இல்லை; என்னைச் சோதித்துப் பார்க்க உங்களுக்கு ஆசையா?"

"பைத்தியம்! யார் பைத்தியம்? நீதான் பைத்தியம்! நான் இல்லை. தந்தப் பொம்மைபோல, மலர்ந்த செந்தாமரையைப் போல, குத்து விளக்குப்போல, இந்துமதி என் எதிரில் நடமாடு வதைப் பார்த்த பிறகுகூடவா எனக்குப் பைத்தியம் பிடிக்கும்? உனக்குப் பிடித்தால் தேவலை மனைவி பைத்தியம் என்று கூறித் தள்ளியாவது வைத்துவிடலாம்..."

கணவரை விட்டுப்பிடிக்க வேண்டும் என்று எனக்குத் தோன்றியது.

"போகட்டும். நான் வந்து ஒரு மாசம் ஆகிறதே. நம் குழந்தையைப்பற்றி நீங்கள் ஒரு வார்த்தைகூட என்னிடம் சொல்லவில்லையே."

"நீயும் உன் குழந்தையும் நாசமாய்ப் போங்கள். இங்கே என் எதிரில் நின்று கொண்டு தொணதொணவென்று பேசாதே. மறைவாய்ப் போய்த்தொலை..."

சரோஜா ராமமூர்த்தி

இரவு நீண்டுகொண்டே போயிற்று, தலையணை நனைந்தது. என் நெஞ்சு காய்ந்தது. கண்களின் ஊற்றுகள் வற்றி உலர்ந்தன. இதயத்தில் விழுந்த இந்த அடியை நான் எப்படித் தாங்க முடியும்? இவர் கண் எதிரில் வளர்ந்த இந்துவின் பேரிலா ஆசை? ஆசை எவ்வளவு அற்பமானது என்றுதான் எனக்குத் தோன்றியது.

இந்துமதி

ஆசை அற்பமானது அல்ல. "நாடகத்துக்குப் போகலாம் வா" என்று அத்தான் அழைத்தால் அந்த ஆசையை நான் எப்படித் தியாகம் செய்வது? பள்ளிக்கூடத்தில் அன்று மாலை 'தனி வகுப்பு' இருக்கிறது என்று வீட்டில் கூறிவிட்டு, அத்தானுடன் நாடகத்துக்குச் சென்றேன். முதல் வகுப்பில் நாங்கள் இருவரும் உட்கார்ந்தோம். நான் நாடகத்தைக் கவனித்தேன். அத்தான் என்னைக் கவனித்தார். நானே ஒருதரம் இடையில் அவரைக் கடிந்துகொண்டேன்.

"என்ன அத்தான்! நாடகம் பார்க்க வந்தீர்களா; இல்லை, என்னையே பாக்கிறீர்களே. அதற்காகக் கேட்கிறேன்."

"உன்னை நான் பார்க்கக்கூடாதா இந்து...?"

"என்னை நீங்கள் பார்த்ததே இல்லையா?"

"இந்து! நாடகம் பார்த்தது போதும், வீட்டுக்குப் போகலாம் வா" என்று நடுவில் எழுந்துவிட்டார் அத்தான்.

"ஐந்து ரூபாய் கொடுத்து டிக்கெட்டுகள் வாங்கி வீணாக்கி விட்டீர்களே" என்று கடிந்தவாறு, நான் வீட்டுக்குக் கிறம்பினேன்.

அவருடைய பெருமூச்சும், சிவந்த கண்களும், தளர்ந்த நடையும் என்னை என்னவோ செய்தன. இனிமேல் இந்த மனிதருடன் பேச்சு, வியவகாரம் வைத்துக்கொள்ளக்கூடாது என்றுகூடத் தோன்றியது. விடுவிடுவென்று அவருக்கு முன்னால் வீட்டுக்கு நடையைக் கட்டினேன். மணி ஏழரைக்குமேல்தான் ஆகியிருந்தது. இருந்தாலும், அம்மா வாசலில் நின்றுகொண்டிருந்தாள்.

"எங்கேயடி போய் இருந்தாய்?"—முகம் சிவக்கக் கேட்டாள் அம்மா, என்னைப் பாராமல் சற்று தொலைவில் வரும் அத்தானைப் பார்த்தக்கொண்டு.

அவசரத்தில் பொய் கூற வரவில்லை.

"அத்தானுடன்... நாடகத்துக்கு..."

"போவாய்... போவாய்... நீ சின்னக் குழந்தை பார். யாருடன் வேண்டுமானாலும் நாடகத்துக்குப் போகலாம்..."

என்று கத்திக்கொண்டே, உள்ளே போய்விட்டாள். அப்புறம் அவள், இனிமேல் நாங்கள் அந்த ஊரிலேயே இருக்கக் கூடாது என்று தீர்மானித்துக்கொண்டாள்.

நானும் அத்தான் வீட்டுப் பக்கம் போகக் கூடாது என்று தடை போட்டுவிட்டாள்.

கணவன்

இந்துமதி அடுத்த தெரு வழியாகப் பள்ளிக்கூடம் போகிறாள் என்பது தெரிந்ததும், அதற்குக் காரணம் என் மனைவியாகத்தான் இருக்க வேண்டும் என்று நினைத்தேன். அவள் அந்தத் தெரு வழியே நடந்து எங்கள் தெரு முனையைத் தாண்டிப் போகும்போது நான் வாசலில் நின்று உள்ளம் வெதும்ப அவளைக் கவனித்தேன். ஒரு பொருள் நமக்குக் கிடைக்காது என்று ஏற்படும்போது, அது கிடைக்க வேண்டும் என்கிற ஆவலும் ஆசையும் நம் மனத்தை அரிக்கத் தொடங்கிவிடும். ஆகாயத்திலே உலவும் தண்மதி தன்னுடன் வந்து விளையாட வேண்டும் என்று அழும் குழந்தைக்கு எப்படி உலகம் புரியவில்லையோ, அதேமாதிரி ஒரு நிலை என் மனத்துக்கும் ஏற்பட்டிருந்தது.

அன்று ஏதோ ஒரு விடுமுறை நாள். இந்துமதி தலைநிறையப் பூ வைத்துக் கொண்டு, பட்டுப் புடவை சரசரக்கத் தெருவோடு போய்க்கொண்டிருந்தாள். வாசலில் நின்றிருந்த நான், "இந்து!" என்று அழைத்தேன்.

அவள் தலைநிமிர்ந்து பார்த்தாள்.

"ஏன் இந்து, எங்கள் வீட்டுக்கு வருவதில்லை? வாயேன்!..."

இந்து வாசற்படி அருகில் வந்து நின்றாள். மிகவும் மெதுவான குரலில், "நான் இங்கே வரக்கூடாது என்று அம்மா சொன்னாள்" என்று விட்டு, தெருவில் இறங்கி நடந்துவிட்டாள்.

மிகச் சமீபத்தில் அவள் நின்றிருந்த அந்த ஒரு வினாடி காலம் என் மனதில் பல எண்ணங்களை வளரவிட்டது. எனக்கும் அவளுக்கும் இடையே நிற்கும் பெரிய கற்சுவர்போல் தோற்றமளித்தாள் என் மனவி சாரதா. மனத்தை எவ்வளவோ கட்டுப்படுத்தினேன். ஆனால், மனம் பேய்போல் ஆட ஆரம்பித்துவிட்டது. நின்றிருந்தவன் உள்ளே சென்றேன், அடுப்பங்கரையில் வேலையாக இருந்த என் மனைவியின் முன்னால் நின்று, "சாரதா!" என்று கத்தினேன்.

"ஏன்? ஏன் இப்படிக் கத்துகிறீர்கள்?" "சாரதா! என் இந்துவை இங்கே அனுப்பக்கூடாது என்று நீதானே அவள் தாயிடம் சொல்லி இருக்கிறாய்?"

சாரதா சிரித்தாள். அந்தச் சிரிப்பு என் வேதனையை அதிகப்படுத்தியது.

“என்ன இப்படியெல்லாம் பேசுகிறீர்கள்? வயசாகவில்லையா உங்களுக்கு?” என்றாள் சாரதா.

அவள் நிதானம் என் உடலைச் சுட்டெரித்தது. அருகில் கிடந்த விறகுக் கட்டையைக் கையில் எடுத்தேன் ... அவள் கதறலில் என் உள்ளம் அமைதியைத் தேடியது.

மனைவி

ரத்தம் தோய்ந்த கீறல்கள் என்னை வேதனைப்படுத்தின. முதல் நாள் அவரிடம் அடிபட்டபோதுமுதல் தேகம் ரணமாக வலித்தது. ஆனால், அடுத்தடுத்து அவர் தம் ஆத்திரத்தை என்மீது காட்ட ஆரம்பித்ததும், வசவுகளும் அடிகளும் சகஜ மாகிவிட்டன. தேகத்தில் பட்ட காயத்திலிருந்து கசியும் ரத்தத்தைவிட என் இதயம் சொட்டு சொட்டாக ரத்தம் சிந்த ஆரம்பித்தது.

கணவனுக்கும் மனைவிக்கும் வாழ்க்கையில் பல பிணக்குகள், சண்டைகள் ஏற்படுவதுண்டு. கணவன் தன்னைப் புறக்கணித்துவிட்டு, வேறொருத்தியிடம் நாட்டம் கொள்கிறான் என்பதை எந்த இளம் மனைவியும் சகிக்கமாட்டாள்.

நான் அதை மட்டும் சகிக்க மறுத்தேன் ... ‘என்னிடம் என்ன குற்றம் கண்டார் இவர்?’ என்று என்னையே பல முறைகள் கேட்டுப்பார்த்துக்கொண்டேன். குற்றம் ஒன்றுமில்லை. மனிதனுக்கு ஏற்படும் பல பலவீனங்களில் இந்தப் பெண் ஆசையும் ஒன்று. இந்து வளர்ந்துவிட்டாள். வசந்த காலத்து மலர்போல, பூரண நிலவுபோல அவள் இருப்பதால், அவர் மனம் அங்கே கிடந்து சுழலுகிறது. என்ன இருந்தாலும் இவருடைய போக்குப்படி விடுவதா என்று பிடிவாதமாக அவருடைய பேச்சை மறுத்து வந்தேன்.

அன்று விடிந்ததும் கனத்த இதயத்துடன் எழுந்து குடும்ப அலுவல்களைக் கவனிக்க ஆரம்பித்தேன். வானத்தில் கதிரவன் மேலே எழும்பி வந்தான். அடுப்பிலே பால் காய்ந்துகொண் டிருந்தது. ‘பில்டரி’ல் இருந்த டிக்காக்ஷனை எடுத்துப் பாத்திரத்தில் ஊற்றிப் பாலைக் கலந்து காப்பி தயாரித்தேன். கூடத்தில் தலையைப் பிடித்துக்கொண்டு உட்கார்ந்திருந்த என் கணவ ரின் அருகில் சென்று, “உள்ளே வாருங்கள் காப்பி சாப்பிடலாம்” என்று அழைத்தேன். அவர் முன்னாள் இரவு பூராவும் தூங்காமல் — தூங்க முடியாமல் — பட்ட அவதி எனக்கல்லவா தெரியும்? புராண காலத்து ராவணனும், இந்திரனும், சந்திரனும் என்

மனத்திரையில் மாறிமாறி வந்தார்கள். ஐயோ! அவர்களுக்கு நேர்ந்த அழிவு? என்னால் கற்பனை செய்து பார்க்க முடியவில்லை.

"காப்பி ஆறுகிறது. சூடாகச் சாப்பிட்டு ஓய்வு எடுத்துக் கொள்ளுங்கள் தலைவலி போய்விடும்…"

"என்ன? ஓய்வு எடுத்துக்கொள்ளவா? நீ இருக்கும்வரையிலா? அலைகடலுக்கு ஓய்வு உண்டா?…"

அவர் பயங்கரமாகச் சிரித்தார். விருட்டென்று எழுந்து என் தலைப் பின்னலைப் பிடித்து இழுத்தார். அருகில் கிடந்த தடியை எடுத்தார். தீனமான குரலில் கதறினேன். "என்னை அடிக்காதீர்கள்" என்று கெஞ்சினேன். சற்று முன் பளீரென்று காய்ந்த கதிரவன், மேகத்துள் மறைந்து போனான். வானம் எனக்காகக் கண்ணீர் வடித்தது.

கதிரவன்

நீண்ட பகல் பூராவும் அந்த வீட்டினுள் இருந்து அழுகையும் சச்சரவும் கேட்டுக்கொண்டே இருந்தன. மேற்கு மூலையில் எழும்பி வரும் மேகத் திரள்கள் பளீர் பளீர் என்று மின்னலை வெட்டிக்கொண்டு வான வீதியில் பரவ ஆரம்பித்தன, அன்று ஊழிக்காலத்து இருட்டு அந்த ஊரில் பரவிவிட்டது.

தாமரைக்குளம்

ஒரு பக்கம் இந்து இடுப்பில் குடத்துடன் வந்தாள். சலனமற்றிருந்த நீர்ப் பரப்பில் குடம் அமிழ்ந்து 'குபுக்'கென்று தண்ணீரைக் குடித்தது. இடுப்பில் குடத்துடன் ஏறினாள் இந்து.

அவன் வந்தான்—

இடுப்பில் இருந்த குடத்தைப் பறித்துக் கீழே தள்ளினான்.

இந்து காற்றைவிட வேகமாக அங்கிருந்து ஓடிவிட்டாள்.

வானம் இடித்தது.

சாரதா என்னை நோக்கி ஓடி வந்தாள்.

நெற்றியிலே வட்ட வடிவமான குங்குமம். கண்ணில் தீப்பொறி.

"ஐயோ! அப்படிச் செய்யாதீர்கள்! கடவுள் பொறுக்க மாட்டார்!"

மின்னல் வெட்டியது—

"எப்படிச் செய்யாதீர்கள்? பாவி!…"

சரோஜா ராமமூர்த்தி

மற்ற வார்த்தைகள் மழையின் பேரொலியில் தேய்ந்து போயின. உலகத்து அநியாயங்களைப் பார்க்கப் பிடிக்காமல் வேகமாகக் கதிரவன் வான விளிம்பை நோக்கிச் சென்றான்.

○○○

இருட்டு... இருட்டு... கொட்டுகிற மழை...

மைச்சிமிழைப்போல அந்த இருட்டில் பல விளக்குகள், டார்ச்சுகள் என்னைச் சுற்றி வீசப்பட்டன. உயிரைத் திருணமாக மதிக்கும் பலர் என்னுள் மூழ்கி, சாரதாவை வெளியே எடுத்தார்கள்.

உயிரோடு அல்ல.

கணவனின் வெறி அவள் மாசற்ற தியாக நெருப்பில் சுட்டுப் பொசுங்கிப்போயிற்று.

"ஐயோ! அவள் என் மனைவி சார்!"

"எப்படி வந்திருப்பாள்? அடடா? மழை பெய்து சறுக்கி இருக்க வேண்டும்..."

"ஆமாம் சார்..."

○○○

ஒரு தினம்தான் ஊரில் சிறிது பரபரப்பு காணப்பட்டது. அப்புறம் அமைதி. வழக்கம்போல் அவரவர் காரியங்கள் நடந்தன. ஆனால் ஊரில் சில பெண்கள் மட்டும் பேசிக்கொண்டார்கள்: 'சாரதா ஏன் மடிந்தாள்? எப்படி மடிந்தாள்?...'

'அதோ எரிந்துகொண்டு வருகிறானே கதிரவன், அவன்தான் கண்டவன் உண்மையை! நமக்கென்ன தெரியும்?' என்று முடிவு கூறினாள் ஒரு பாட்டி. அவள் கதிரவனைச் சுட்டிக்காட்டி, வானத்தையும் அண்ணாந்து பார்த்தாள்.

சுதேசமித்திரன், ஜூலை 26, 1958

13

கதையும் கன்னியும்

மேஜைமீது அன்றைய தபாலில் திரும்பி வந்திருந்த கதை ஒன்று, எழுத்தாளன் கேசவனைப் பார்த்து ஏங்குவதுபோல் கிடந்தது. அவன் சோர்ந்த உள்ளத்துடன் கதையுடன் வந்திருந்த கடிதத்தைப் படிக்க ஆரம்பித்தான். ஆசிரியர் அவனைக் காதல் கதைகள் எழுதுமாறு கேட்டுக்கொண்டிருந்தார். தற்காலத்தில் கதைகளில் வரும் கதாபாத்திரங்களில் எவ்வளவுக்கெவ்வளவு பெண்கள் அதிகமாக இருக்கிறார்களோ, அவ்வளவும் கதையின் மதிப்பை உயர்த்துகிறதென்றும் அவர்கள் காதல் புரிவதை வர்ணித்து எழுதுவதில்தான் எழுத்தாளனின் திறமை வெளியாகிறதென்றும் அம்மாதிரிக் கதைகள்தான் அவர்கள் பத்திரிகைக்கு வாசக நேயர்களை அதிகமாகத் தேடித் தருகின்றன என்றும் குறிப்பிட்டிருந்தார் அவர்.

கேசவனுக்குக் காதல் பிடிக்காது என்பதல்லை. காதலைப்பற்றி அனுபவம் ஏற்படாத ஒரு பிரும்மச்சாரி, காதல் கதைகள் எப்படி எழுதுவது என்பதுதான் அவனுடைய முக்கியமான பிரச்னை யாக இருந்தது. விதவைத் தாய் ஒருத்தியுடன் வசித்து வரும் ஏழைப் பட்டதாரி அவன். செலவைச் சமாளிக்க நாலு 'டியூஷன்'கள் வைத்துக்கொண்டு, காலம் கடத்திவந்தான்.

பச்சை மிளகாய் நாலு காலணா விற்கும் இந்தக் காலத்தில் வருவாய் போதாமல் திண்டாடவே, கதைகள் எழுத ஆரம்பித்தான். திரும்ப திரும்பப் பசியும், பஞ்சமும், வாழ்க்கைப் பிரச்னைகளுமே

சரோஜா ராமமூர்த்தி

அவன் மூளையில் சுழன்று மோதவே, அவைகளைக் கருவூலமாக வைத்தே கதைகள் புனைய ஆரம்பித்தான். ஒன்றிரண்டு கதைகள் வெளியாகி, சன்மானமும் கிடைத்தது. சமீப காலமாக அவன் கதைகளை ஆசிரியர்கள் திருப்பி அனுப்பிவந்தார்கள். இதற்குக் காரணம் புரியாமல் விழித்தபோது 'குழலோசை' பத்திரிகாசிரியர் மேற்கண்ட விதமாகக் கடிதமும் எழுதி, அவன் சந்தேகத்தைத் தெளிய வைத்திருந்தார்.

சிந்தனையில் தோய்ந்து போய் உட்கார்ந்திருக்கும் கேசவனின் எதிரில் அவன் தாய் வந்து உட்கார்ந்தாள். வாழ்க்கையில் ஏற்பட்டிருந்த ஏமாற்றமும் துயரமும் சேர்த்து அவள் உள்ளத்தை வாட வைத்துவிட்டன. போதாக்குறைக்கு மகன் பி.ஏ. படித்துவிட்டு வேலையில்லாமல் கதை எழுதுகிறேன் என்று சொல்லிக்கொண்டு, வெட்டிப் பொழுது போக்குவது அவளுக்கு அவ்வளவாகப் பிடிக்கவில்லை. அப்படியாவது அவன் ஏதாவது உருப்படியாக முன்னுக்கு வந்துவிட்டானா என்ன? பத்து கதைகள் அனுப்பினால் இரண்டுகூடப் பிரசுரம் ஆகாது. ஒன்று மாற்றி ஒன்று தபாலில் வந்தனத்துடன் திரும்பி வருவதைப் பார்த்துவிட்டு அவள் அலுத்துக்கொள்வாள்.

அன்று காலையில் கொல்லைப் பக்கம் 'அவுட் ஹவுஸ்ஸி'ல் குடி இருக்கும் பெரியவரிடம் தன் மனக்குறையை அந்த அம்மாள் வெளியிட்டாள். அவர் வேலையாக இருக்கும் கம்பெனியிலாவது சிபாரிசு செய்து, ஏதாவது வேலை தேடித்தரச்சொல்லிக் கேட்டுக்கொண்டாள். தற்சமயம் நாலு 'டியூஷ'னில் வரும் வரும்படி போதவில்லை என்று குறைபட்டுக்கொண்டபோது, பெரியவர் தகவல் விசாரித்துக் கூறுவதாகச் சொன்னார்.

தான் எதிரில் வந்து உட்கார்ந்தும் அவன் பாட்டுக்கு ஏதோ காகிதத்தில் நாலு வரி எழுதுவதும், அடிப்பதுமாக இருப்பதைப் பார்த்து பொறுமை இழந்தவளாக அவள், "ஏண்டா! எழுதி எழுதிக் கிழித்தால், காதல் கதை எழுத வந்துவிடுமாடா? அதையெல்லாம் தூரத் தூக்கி எறிந்துவிட்டு, பேசாமல் எங்காவது வேலைக்குப் பிரயத்தனம் செய். கொல்லை வீட்டு மாமா அவர் ஆபீஸில் தகவல் விசாரித்து வருவதாகச் சொன்னார். மூன்று மணிக்குமேலே அவரைப் போய்ப் பார்" என்று ஆயாசத்துடன் கூறிவிட்டு, அந்த அம்மாள் அலுப்புடன் படுத்துவிட்டாள்.

கேசவன் அம்மா கூறுவதைத் தட்ட மனமில்லாமல், கதை எழுதுவதை நிறுத்திவிட்டு, கொல்லை வீட்டுப் பெரியவரைப் பார்க்கக் கிளம்பினான்.

அந்த வீட்டு வாயிற் கதவு சற்றே திறந்திருந்தது. உள்ளே ஒரு பெண் மெல்லிய குரலில் பாடுவதும் கேட்டது. கேசவன்

தயங்கியவாறு வாசற்படியிலேயே சிறிது நேரம் நின்றான். மெல்லிய குரலில் பாடிக்கொண்டே சமையலறையை விட்டுப் பசும் பொற்சிலைபோல் அந்தப் பெண் வெளியே வந்தாள். கூடத்தில் மாட்டியிருந்த நிலைக் கண்ணாடியின் முன்பு நின்று வாசனைத் தைலத்தைத் தன் உள்ளங்கையில் ஊற்றித் தலையில் தேய்த்துக் கொண்டாள்.

கேசவன் மூச்சுக்கூட பலமாக விடாமல் தன் காதல் கதைக்கு வேண்டிய 'பிளாட்டை' அந்தக் கன்னியைத் திருட்டுத்தனமாகப் பார்ப்பதன்மூலம் தேடிக்கொண்டிருந்தான். ஆனால், இந்த இருமலும் தும்மலும் பாழாய்ப்போன ஒரே சமயத்தில் அவை அவனை வாட்டி எடுக்க, அவிழ்ந்த கூந்தலுடன், "யார் அது?" என்று கேட்டுக்கொண்டே, வெளியே வந்தாள் அந்தப் பெண்.

கேசவன் முகத்திலே அசடு வழிந்தது. "மன்னிக்க வேண்டும். மாமாவைப் பாக்க வேண்டும்."

"ஓ! அப்படியா? அவரே உங்களைப் பார்க்க வரவேண்டும் என்று சொல்லிக் கொண்டிருந்தார். ஒருவேளை இன்று சாயந்திரமே வந்தாலும் வருவார்..."

"எதற்கு?... எனக்கு ஏதாவது வேலை..." என்று வாய்த் தவறுதலாக ஆரம்பித்த கேசவன், நாக்கை உள்ளுக்கு இழுத்துக்கொண்டு வாயை இறுக மூடிக்கொண்டான்.

"உங்களை ஒரு 'டியூஷனுக்கு' ஏற்பாடு செய்ய வேண்டும் என்று சொல்லிக் கொண்டிருந்தார். அதற்காக இருக்கும் என்று நினைக்கிறேன்."

"'டியூஷனா' இப்போது மூன்று பையன்களுடன் கத்துவது போதாதா?"

"பையன்களுடன் கத்துகிறமாதிரி பெண்களுடன் கத்த வேண்டிய நிர்ப்பந்தம் இருக்காதல்லவா? பெண்கள்தானே தேர்வுகளில்கூட முதலாக அதிகப் பேர்கள் வருகிறார்கள்? அப்படி முதலாக வர ஆசைப்படும் ஒரு பெண்ணுக்கு என்றுதான் அப்பா என்னிடம் சொன்னார்."

கேசவன் களை பொருந்திய அவள் முகத்தை ஏறிட்டுப் பாத்துவிட்டு மறுமொழி ஒன்றும் கூறாமல் தன் வீட்டுக்குள் போய்விட்டான்.

2

அன்று மாலை கொல்லைவீட்டுப் பெரியவர் விளக்கு வைத்த பிறகு அவனைத் தேடி வந்தார். "மத்தியானம் வீட்டுக்கு வந்தீர்களாமே!

எனக்கே உங்களைப் பத்து தினங்களாகப் பார்க்க வரவேண்டும் என்கிறது சார். ஆபீசிலே சக்கையாய்ப் பிழிந்து எடுக்கிறான். வீட்டிலே உட்கார்ந்துகொண்டு என்ன பண்ணப் போகிறோம் என்று வேலைக்குப் போகிறேன் சார். குழந்தையும் பள்ளிக்கூடம் போய்விட்டால், கொட்கொட்டென்று பொழுது போகிறதில்லை."

"எந்தக் குழந்தை?" என்று ஒன்றும் புரியாமல் விழித்தான் கேசவன்.

"என் பெண் நிரஞ்சனிதான் சார். பத்தாவது படிக்கிறாள். இந்த வருஷம் முதல் வகுப்பில் தேற வேண்டுமாம். சில 'சப்ஜெக்ட்ஸில்' போதவில்லை என்கிறாள். 'டியூஷனுக்கு' உங்களை ஏற்பாடு செய்யவேண்டும் என்கிறது. அதுதான் ஆபீஸில் சக்கையாய்ப் பிழிந்து எடுக்கிறானே! வீட்டுக்கு வந்தால், உங்களை வந்து பார்க்க முடியாமல் ஒரே அலுப் பாகப் படுத்துவிடுவேன்" என்றார் பெரியவர்.

கேசவன் தன் சம்மதத்தைக் கூறாமல் இருக்கும்போதே, பெரியவர் வெளியே சென்ற சில நிமிஷங்களுக்குள் நிரஞ்சனி கையில் கட்டுப் புஸ்தகங்களுடன் கேசவனைத் தேடி வந்தாள்.

அன்று வெள்ளிக்கிழமை குத்துவிளக்குபோல் அழகுப் பதுமையாக வரும் அந்தப் பெண்ணைக் கேசவனின் தாய் வாய்குளிர அழைத்துக் குங்குமம் இட்டு, ஆசீர்வதித்தாள்.

எழுத்தாளன் கேசவன் சில நிமிஷங்கள் சரித்திராசிரிய னாகவும், சில நிமிஷங்கள் பொருளாதார நிபுணனாகவும் மாறவேண்டிய நிர்ப்பந்தம் ஏற்பட்டது. நிரஞ்சனியின் நிரடான கேள்விகளுக்கு விளக்கம் கூறி, அவளைச் சிரிப்பிலும் திகைப் பிலும் ஆழ்த்தினான். தமிழ்ப் பாடத்தின்போது சிலப்பதிகாரத் தில் வரும் கானல் வரிப் பாடங்களுக்குப் பொருள் கூறி, அவள் கன்னம் சிவப்பதைக் கண்டு களித்தான்.

இப்படியே நாட்கள் ஓடிக்கொண்டிருந்தன. 'குழலோசை' ஆசிரியர் கேசவனை தீபாவளி மலருக்குக் காதல் கதை கேட்டிருந்தார். அவருடைய கடிதம் அவன் மேஜைமீது அமர்ந்து பயங்கரமாக அவனை மிரட்டிக்கொண்டே இருந்தது.

அவனுடைய வாழ்க்கையிலேயே காதல் உதயமாகிக் கொண்டு வருவதை உணர்ந்த அவன், தன் கதாநாயகியாக நிரஞ்சனியை வைத்துக் கதை எழுத ஆரம்பித்தான். கதையின் ஓட்டம் பிரமாதமாக இருந்தது. நிரஞ்சனியின் கருங்கூந்தலும், செவ்வரி படர்ந்த கண்களும், மாதுளை மொட்டெனக் குவிந்த அதரங்களும், மைதீட்டிய விற்போன்ற புருவங்களும், நிலா

வண்ண உடலும் கொண்டு அவனுடைய கதாநாயகியும் விளங்கினாள். அந்த எழில் உருவம் கையில் ஒரு கட்டுப் புத்தகத்துடன் ஒரு வெள்ளிக்கிழமை விளக்கேற்றும் வேளையில் கதாநாயகனின் இல்லத்தில் நுழைந்த காட்சியைத் தத்ரூபமாக எழுதியிருந்தான் கேசவன். கதாநாயகி கதாநாயகனிடத்தில் கவிதையும், காவியமும் பாடங் கேட்டுக்கொண்டே இருந்தாள். கிளியும், குயிலும் காதலர்களிடம் தூது செல்லும் பல பாடல் களைப் படித்து அவளுக்குக் கதாநாயகன் பொருள் கூறினான்.

கேசவனின் பேனா மேலே எழுத முடியாமல் 'மக்கர்' செய்தது. கதையில் ஓட்டம் தடைபட்டது. நிரஞ்சனியும் தலையில் கட்டுக் கதம்பம் சூடி, புதுப்புடவை உடுத்தி, கட்டுப் புத்தகங்களுடன் அவனைத் தேடி வந்தாள். பேனாவை மூடிவைத்துவிட்டு, அவன் நிமிர்ந்து உட்கார்ந்தான்.

"இன்று பாடத்துக்கு வரமாட்டேன் என்று கூறினாயே, வீட்டில் ஏதோ விசேஷம் என்று சொல்லவில்லை நீ?" என்று கேட்டான் கேசவன்.

நிரஞ்சனி புன்சிரிப்புடன் புத்தகங்களை மேஜைமீது வைத்துவிட்டு நின்றாள்.

"யாருடைய குழந்தைக்கோ ஆண்டு நிறைவு என்று சொன்னாய். பார்த்தாயா? எனக்கு எல்லாம் மறந்துவிடுகிறது."

அவள்'களுக்'கென்று சிரித்தவாறு "எங்கள் வீட்டில் குழந்தை ஏது? என் சிநேகிதி ஒருத்தியின் குழந்தைக்கு ஆண்டு நிறைவு. போய்விட்டுப் பொழுதோடு வந்துவிட்டேன். நேற்று பாதியில் விட்ட அந்தப் பாட்டுக்கு விளக்கம் கேட்டுப் போகலாம் என்று வந்தேன். அப்படியே என் 'காம்போசிஷன்' நோட்டுப் புத்தகத்தையும் தருகிறீர்களா? பிழைகளைத் திருத்திவிட்டீர்களா?"

கேசவன் அவளுக்குப் பதில் ஏதும் கூறாமல், அவளுடைய கருமணிக் கண்களை உற்று நோக்கினான்.

"நீங்கள் கதை எழுதுகிற 'மூடில்' இருப்பதாகத் தெரிகிறது. பாடம் நாளை கேட்டுக்கொள்கிறேன். உள்ளே போய் மாமி யுடன் பேசிவிட்டு வருகிறேன். நோட்டுப் புத்தகத்தை மட்டும் கொடுத்துவிடுங்கள்" என்று கூறியவாறு, நிரஞ்சனி கேசவனின் தாயைத் தேடிக்கொண்டு போனாள்.

அவள் அங்கிருந்து போனதும் கேசவனுக்கு அந்த அறையில் இருக்கப் பிடிக்கவில்லை. கதையை மடித்து மேஜை அறையில் கிடந்த ஒரு நோட்டில் வைத்துவிட்டு, அவனும் சமையலறைப் பக்கம் தாகம் எடுக்கிறதென்று சொல்லியவாறு போய் நின்றான்.

“ஏண்டா ! நிரஞ்சனி எப்படிப் படிக்கிறாள் ? அவள் அப்பா மனசு வைத்தால் உனக்கு நல்ல வேலையாகப் பார்த்து வாங்கித் தருவார். அவளுக்குக் கவனித்துப் பாடம் சொல்லிக் கொடு என்ன, தெரிந்ததா ?”

“தெரிகிறது அம்மா. அவளுக்கென்ன ? ரொம்பக் கெட்டிக் காரி” என்றான் கேசவன், நிரஞ்சனியைப் பார்த்துச் சிரித்தபடி.

“தகப்பனார் வெளியிலிருந்து வந்துவிடுவார்” என்று கூறியவாறு, நிரஞ்சனி அவனிடமிருந்து ‘காம்போசிஷன்’ புத்தகத்தை வாங்கிக்கொண்டு வீட்டுக்குச் சென்றாள்.

3

அதன் பிறகு நான்கு தினங்கள் நிரஞ்சனி பாடம் கேட்க அவன் வீட்டிற்கு வரவில்லை. அவனும், ‘இண்டர்வ்யூ’ அது, இது என்று மூன்று நான்கு நாட்கள் வீட்டில் தங்காமல் வெளியில் சுற்றிக்கொண்டிருந்தான்.

அன்று காலைத் தபாலில் ‘குழலோசை’ ஆசிரியர் அவனுக்குக் கணடிப்பாகக் கதையை மறு தபாலில் அனுப்பச் சொல்லி எழுதி இருந்தார். காலம் தாழ்த்தி வந்தால், கதை மலரில் வெளியிட இயலாது என்பதையும் வெகு நாசூக்காகக் கடிதத்தில் காண்பிக்கப்பட்டிருந்தது.

கேசவன் அன்று ஏதோ நோட்டுப் புத்தகத்தில் மடித்து வைத்த அந்தக் கதையைத் தேடிப் பார்த்தான். மேஜையின் இரண்டு அறைகளையும் தலைகீழாகக் கவிழ்த்துப் பார்த்தான். காலையில் அவன் அம்மா வாசலில் பேப்பர்காரனிடம் பழைய பேப்பர் போட்டது நினைவுக்கு வந்தது.

ஆத்திரத்துடன் அடுப்பங்கரைக்கு விரைந்து சென்று, “ஏனம்மா ! காலையில் பேப்பர் போட்டாயே, அத்துடன் என் கதையையும் சேர்த்துப் பொட்டலம் கட்டிப் போட்டுவிட்டாயா என்ன ? என்னைக் கேட்காமல் எதையும் தொடாதே என்று உனக்கு எத்தனை தடவை சொல்லுவது ?” என்று இசைந்தான்.

“பழைய பேப்பர் போடும்போது நீகூட வாசல் அறை யில்தானேடா இருந்தாய் ? உன் கதையை ஒன்றும் நான் போடவில்லை. அவ்வளவு மூளை இல்லாதவளா நான் ? போடா ! போய்த் தேடிப் பார் அங்கேதான் இருக்கும்...”

“தேட வேண்டியதுதான் ! அது எந்தக் கடையில் மளிகை சாமான்கள் மடித்துக் கொடுக்கப் போய்ச் சேர்ந்ததோ — இன்று சனிக்கிழமை. திங்கட்கிழமை கதை தனக்குக் கிடைக்கும்படி அனுப்பச் சொல்லிக் கடிதம் வந்திருக்கிறது. இங்கே நான்

கதையைத் தொலைத்துவிட்டு உட்கார்ந்திருக்கிறேன். அதுவும் சாதாரண கதையா? காதல் கதை! காதல் கதை எழுதவே எனக்கு வருகிறதில்லை…”

“காதல் கதையா? எப்படியடா உனக்கு எழுத வந்தது?” என்று கூறியவாறு, தனக்குள் சிரித்துக்கொண்டே தன் வேலை களைக் கவனிக்க ஆரம்பித்தாள்.

வாசல் ரேழியில் யாரோ வரும் சத்தம் கேட்டது. அவசரமாக நிரஞ்சனி உள்ளே வந்து, கூடத்தில் இருந்த மேஜைமீது இரண்டு நோட்டுப் புத்தகங்களை வைத்துவிட்டு, “சார்! நான் நாளைக்குப் பாடம் கேட்க வருகிறேன். டவுனில் புதுப்படம் ஒன்று இன்று ‘ரிலீஸ்’ ஆகிறது. நானும், ஒரு சிநேகிதியும் போகிறோம்” என்று கூறியவாறு, வெளியே போய்விட்டாள்.

அவனுக்கு இருந்த வேதனையில் அவள் கூறுவதைக் காதில் வாங்கிக் கொள்ளாமல், மேஜை மீது கிடந்த நோட்டுப் புத்தகங்களை எடுத்து, தன் அறை அலமாரியில் வைப்பதற்குக் கொண்டு போனான். யாருக்கும் சுலபத்தில் கிடைக்காத கற்பனைத்திறன் தனக்குக் கிடைத்துப் பெயரும் புகழும் ஏற்படும் வேளையில் இப்படி அவனுடைய முதல் காதல் கதை தொலைந்து போகவேண்டுமா என்பதுதான் அவனுடைய உள்ளக் குமுறுலாக இருந்தது. இந்தப் பாழும் ‘டியூஷ’ன்களைக் கட்டிக்கொண்டுதான் அழவேண்டும்போலும் என்று நினைத்து, நிரஞ்சனியின் நோட்டுப் புத்தகத்தைப் பிரித்தான் அவன்.

அதனுள் அவனுடைய கதை ஒழுங்காக மடித்து வைக்கப்பட்டிருந்தது. குற்றாலத்து அருவியில் குளித்தமாதிரி உள்ளம் உவகையால் மலர, கதையைக் கையில் எடுத்தான். ஆஹா! பாதியில் நின்று போன கதை முழு உருவத்துடன் அவன் முன் கிடந்தது. நிரஞ்சனியின் முத்து முத்தான எழுத்துக்கள் அவனைப் பார்த்துக் கண் சிமிட்டின.

கதாநாயகிக்குப் பாடம் சொல்லிக்கொடுத்து வந்த கதா நாயகன், ஓர் எழுத்தாளன். அவன் காதல் கதை ஒன்றை முடிக்கத் தெரியாமல் திண்டாடுவதை உணர்ந்த அவள், அக்கதையை சுபமாக முடித்துத் தருவதாகவும அவன் அவளையே தன் வாழ்க்கைத் துணைவியாக ஏற்றுக்கொள்வதாகவும் கதை முடிக்கப்பட்டிருந்தது.

கேசவன் கதையைப் பன்முறைகள் படித்தான். அவனைவிட அவள் அழகாக, கவிதை நயம் துள்ள, எழுதி இருந்தாள். கதையை

மடித்து வைத்துவிட்டு, கொல்லைப் பக்கம் சென்றவன், அங்கே நிரஞ்சனி சினிமாவுக்குப் போகாமல் வீட்டினுள் உட்கார்ந்து பாடுவது கேட்டது.

கொல்லை வாயிற்படியில் நின்றிருந்த கேசவனைக் கடைக்கண்ணால் பார்த்துவிட்டு, தலையைக் குனிந்து கொண்டாள் அவள்.

பிறகு யாவுமே முறைப்படி நடந்தன. வரதட்சிணை, சீர் வரிசைகள் எதிலும் தலையிடாத கேசவன், தன் காதலிக்கு ஒரு நிபந்தனை விதித்தான். இனிமேல் அவள் அவனுக்குப் போட்டியாகக் கதைகள் எழுதக்கூடாது என்று.

சுதேசமித்திரன், நவம்பர் 16, 1958

14

சுடர்க் கொழுந்து

தீபச் சுடர் பார்க்க அழகானது; தூயது; புனிதமானது. ஆனால் தொட்டால் சுடுமே! மீனாட்சியும் அப்படி அணுக முடியாதவளாக இருந்தாள்.

கோயில் மண்டபத்தில் நின்று நான்கு பெண்கள் பேசிக்கொண்டிருந்தார்கள். கணீரென்று வெண்கலக் குரலில் அவர்கள் பேசுவதைக் கேட்டவாறு நின்றான் சபாபதி.

"அடியே! மீனாட்சியைக் காவிப் புடவையும், கழுத்தில் உருத்திராட்ச மாலயும் கமண்டலம் ஏந்திய

சரோஜா ராமமூர்த்தி

கையுமாகச் சந்நியாசிக் கோலத்தில் நேற்று நான் பார்த்தேன்; தலையெல்லாம் சடை விழுந்து போயிருந்தது! மூல ஸ்தானத்தைப் பார்த்தவாறு இதே கோவிலில் நின்று கொண்டிருந்தாள்."

"போடி! கதை விடுகிறாய்! அவள்தான் செத்துவிட்டாளாமே, அவளுக்கு ஏதோ ஹிஸ்டீரியாவாம். புருஷனோடு வாழ மாட்டேன் என்றுவிட்டுப் போய்விட்டாளாம்."

"அதெல்லாம் ஒன்றுமில்லை. அவளைச் சின்ன வயசிலேயே பேய் பிடித்துக்கொண்டுவிட்டதாம். அதனால் புத்தி தடுமாறி விட்டதாம். அவள் உடலுடன் ஒட்டிப் பழகி அது வாழத் தொடங்கிவிட்டதாம். பேய் எப்படியடி புருஷனோடு வாழும்?"

"இறந்துவிட்டாள் என்று சொல்கிறாயே. எந்த ஊரில்? எப்படி இறந்தாள்? அவளுடைய பிசாசா நேற்று இந்தக் கோவிலுக்குள் வந்து நின்றுகொண்டிருந்தது?"

"ஆமாம், நின்றது அவள்தான் என்று உனக்கு எப்படித் தெரியும்?"

"ஐயோ, பாவம்! எனக்கு வெள்ளெழுத்தா, என்ன? அந்தக் கூர் மூக்கும், குறுகுறுக்கும் கண்களும், அவளுடையவைதான். ஆனால் முகத்தில்தான் என்ன ஒளி?"

"அவள் உன்னைப் பார்த்தாளா?"

"ஓ! பார்த்தாளே? தெரிந்ததாகக் காட்டிக்கொள்ளவில்லை. நானே ஜாடையாக அவளிடம் பேச முயன்றேன். 'தான் பேசுவதில்லை. மௌன விரதம்' என்று கையை நீட்டி ஜாடையில் தெரிவித்தாள்."

"அப்படியா?"

"ஆமாண்டி என்கிறேன். இடுப்பிலிருந்து சாக்குக்கட்டி ஒன்றை உருவி எடுத்து, 'கடவுளை நம்பு. நீ சுகமாக இருப்பாய்' என்று கீழே எழுதிவிட்டுப் போய்விட்டாள்."

"கிடக்கிறது, விடு. அவள் புருஷனைத்தான் பார்க்கச் சகிக்கவில்லை. மனுஷன் அப்படியே உருகிப் போய்விட்டான்."

"அவனை யாரடி உருகச் சொன்னது? அவனை வேறு கல்யாணம் பண்ணிக் கொள்ள வேண்டாம் என்றோ, சொத்தில் பங்கு கேட்டுக்கொண்டோ அவள் மல்லுக்கு நிற்கிறாளா? அவள்தான் 'ஜய சங்கர்' என்று சொல்லிக்கொண்டு சந்நியாசினியாகக் கிளம்பிவிட்டாளே!"

சரோஜா திறக்கும் உலகம்

"இது ஒரு பெரிய அதிசயம்தான்! ஒரு சண்டையில்லை, சச்சரவில்லை. புருஷனுடன் வாழ விருப்பமில்லை என்று அவள் பிரிந்து போய்விட்டாளே!"

"இப்பொழுதுதான் இதைப்பற்றியெல்லாம் அதிசயப்படு கிறோம். எத்தனையோ பெண்கள் இப்படி உடல் உறவை வெறுத்துப் போயிருக்கிறார்கள். தீபத்தின் சுடர் அழகாகத்தான் இருக்கிறது. தொட்டு அனுபவிக்க முடியுமா? தூர இருந்தே பார்க்க வேண்டியதுதான். எல்லோருமே மீனாட்சியைப்போல் ஆகிவிடுவார்களா?"

அந்தப் பெண்களின் பேச்சு முடிகிற வரையில் கேட்டுக் கொண்டு நின்ற சபாபதி மூலஸ்தானத்தை நோக்கித் திரும்பி னான். அவன்தான் சற்று முன் அவர்கள் பேசிய மீனாட்சியின் கணவனாக ஒரு காலத்தில் இருந்தவன்.

ஐந்து முகங்களுக்கும் குங்குமம் இட்டு எண்ணெய் ஊற்றித் திரியிட்டு மூல ஸ்தானத்தில் தீபம் ஏற்றியிருந்தார்கள். சுடர்கள் மெல்லிய காற்றில் அசைந்தாடிக் கொண்டிருந்தன. உருக்கிய தங்கம்போல் பளபளவென்று மின்ன, நடுவில் நீல நிறமும், சிவப்பு நிறமும் பாய்ந்தோட அவை மின்னிய அழகைச் சபாபதி பார்த்துக்கொண்டே நின்றுகொண்டிருந்தான். தொலைவில் நின்று பார்ப்பதற்குச் சுடர் சுந்தரமாகத்தான் இருந்தது. விவரம் தெரியாத குழந்தை அந்தச் சுடரைப் பார்த்தால் தன் தளிர்க்கரங்களால் அதைப் பிடித்து இழுக்கச் செல்லும். அப்புறம் கன்றிப்போன அதன் விரல்களும் கதறி அழும் அதன் பரிதாபமும் பார்க்கச் சகிக்க முடியுமா? ஆனால், சுடரைத் தொடுவதற்கு முன்பு அதன் அழகிலே இலயித்துப் போய்க் குழந்தை எதையுமே யோசிப்பதில்லை. சுட்ட பிறகுதான் சுடரின் குணம் தெரிகிறது.

சபாபதி வறட்சியாகத் தனக்குள் சிரித்துக்கொண்டான். தீபச்சுடர் அசைவதுபோல் மீனாட்சி அசைந்தாடிக்கொண்டே அவன் வீட்டினுள் நுழைந்ததும், அவனுடன் இரண்டு வருஷங்கள் வாழ்ந்ததும் ஒரு கனவுபோல் ஆகிவிட்டது. எல்லாக் கதை களிலும் வருவதுபோல் மீனாட்சி அவனைத் தவிக்கவிட்டுவிட்டு இந்த உலகத்திலிருந்து போய்விடவில்லை.

வலது காலை முதன் முதலாக எடுத்து வைத்து அவன் மனைக்குள் அவள் புகுந்தபோது கொட்டு மேளமும் குதூகல மும் நிரம்பி வழிந்தன. அப்புறம் எத்தனையோ சடங்குகள்; கட்டிப்போட்டாற்போல் மணையில் உட்கார்ந்து நொடிக் கொருதரம் அவளைப் பார்த்தவாறு தீயில் நெய் வார்த்து ஹோமம் செய்து கொண்டிருந்தான் அவன்.

சரோஜா ராமமூர்த்தி

மீனாட்சி சித்திரத்துப் பாவைபோல் குனிந்த தலை நிமிராமல் தன் கால் பெரு விரலைப் பார்த்துக்கொண்டே உட்கார்ந் திருந்தாள். அவளுக்கு எதிராகச் சுடர்விட்டு எரியும் குத்து விளக்கு ஒன்று இருந்தது. அவள் கட்டியிருந்த கருநீலப் புடவை யின் சாயல் அவளது கொழுவிய கன்னங்களில் நிழலாடியது.

சபாபதி அவளைத் திரும்பி திரும்பிப் பார்த்துச் சலித்துப்போனான். உணர்ச்சி அற்றவளாக ஒரே கதியில் அந்த நிலத்தையே பார்த்துக்கொண்டு அவள் உட்கார்ந்திருப்பது அவனுக்கு ஏக்கமாக இருந்தது. இந்தக் காலத்துப் பெண்கள் நாலும் தெரிந்தவர்கள். கல்யாணம் என்றால் பயந்து நடுங்கிப் போகிறவர்கள் அல்ல. மாலை மாற்றும்போதும் ஊஞ்சல் ஆடும்போதும் தன் கரம் பிடிப்பவனின் முகத்தைப் பார்த்துத் துணிவோடு முறுவலிக்கும் அநேக பெண்களை அவன் பார்த்திருக்கிறான்.

முதன் முதலாக அவளைப் பெண் பார்க்கச் சென்ற தினத்திலும் அடக்கவொடுக்கமாக அவன் முன்பு வந்து நின்று அவனை வணங்கிவிட்டு உட்கார்ந்தவள்தான். அந்தப் பூமியில் என்னதான் இருக்குமோ? தலையைக் குனிந்தவாறு தரையைப் பார்த்துக்கொண்டே உட்கார்ந்திருந்தாள்.

வழக்கம்போல் பாடச் சொன்னார்கள். சிற்றோடை ஒன்று சலங்கை ஒலி எழுப்புகிறாற்போல் 'வாரணமாயிரம்' என்று பாட ஆரம்பித்தாள். அவள் கண்கள் கனவு காண்பவைபோல் இந்த உலகத்து நிகழ்ச்சிகளைக் காணாமல், அன்று கோதையும், அரங்கனும் மணந்த மணக்கோலத்தைக் காண்பதுபோன்று எங்கோ இலயித்து நின்றன.

அந்தச் சுபாவம், நிதானம் யாவுமே பிடித்திருந்தன சபாபதிக்கு, அடுத்து நிச்சயமாகிக் கல்யாணமும் நடந்துவிட்டது. பூப்போன்ற அவள் கையைப் பற்றி ஆதுரத்துடன் தன் கைக்குள் புதைத்துக்கொண்ட சபாபதி அந்தக் கை இலேசாக நடுங்கிக்கொண்டிருப்பதை உணர்ந்தான்.

புருஷன் என்றால் 'பயங்கரமான புலி' என்பதுபோல் சொல்லி யாரோ அந்தப் பெண்ணின் மனத்தை விஷமாக அடித்திருக்கிறார்கள் என்பது அவனுக்குப் புரிந்துவிட்டது.

மீனாட்சி வீட்டுக்கு வந்ததும் அவளிடம் 'காதல் என்றால் என்ன?' என்று விளக்கமாகப் பேசிவிடவேண்டும் என்று தீர்மானித்துக்கொண்டான் சபாபதி.

கிருகப்பிரவேச முகூர்த்தம் நடக்கும்போதும் அவள் உணர்ச்சி அற்றவளாக நடந்துகொண்டது சபாபதிக்கு

வியப்பையே அளித்தது. அந்தக் கசமுசப் பேச்சுக்களும், கல்யாணச் சந்தடியும் ஓய்ந்தது. அவளைத் தனிமையில் சந்திக்க ஆவலுடன் காத்திருந்தான்.

ஓயாமல் அவன் எதிர்பார்த்திருந்த அந்தத் தனிமையும் வந்தது. மீனாட்சிக்கு அன்று அலங்காரம் பிரமாதம். ஜாதி மலரால் அலங்கரிக்கப்பட்ட தலைப் பின்னல். ஒரு கட்டு மல்லிகைப் புஷ்பம், காதில் ஜிமிக்கி, மாட்டல்கள், இடையைச் சந்தண வர்ணப் பட்டுப்புடவை அழகு செய்தது. இப்படியும் அப்படியும் அவள் திரும்பும்போது ஜிலுஜிலுவென்று ஒளி வீசும் நகைகள் வேறு.

மீனாட்சி மெதுவாக உள்ளே வந்தாள். அதே தலை குனிவு. அதே மௌனம். சுவர் ஓரமாக நின்றிருந்தவளை நோக்கிச் சபாபதி அடியெடுத்து வைத்தான். அடுத்த நிமிஷத்தில் மீனாட்சியின் மை விழிகள் அவனை ஏறிட்டுப் பார்த்தன. அவைகளின் இமை ஓரத்தில் பளபளவென்று மின்னும் கண்ணீர்த் திரையைக் கண்டு பின்வாங்கினான் சாபபதி.

முதல் நாள் முதல் சந்திப்பின் போது கண்ணீர். கணவனின் முகத்தை ஏறிட்டுப் பார்த்த மாத்திரத்தில் உடைப்பெடுத்துப் பெருகுவது போல் கண்ணீர் வெள்ளம் அவள் கன்னங்களில் பெருகி, மார்புச் சேலையை நனைத்தது.

சபாபதி மிகுந்த வியப்போடு அவளைப் பார்த்தான்.

ஓர் அடி எட்ட நின்றே அவளைப் பார்த்துக் கனிவுடன், 'மீனாட்சி! ஏன் இப்படி அழுகிறாய்?' என்று கேட்டான்.

கயல்விழிகள் இரண்டையும் புரட்டி அவனைப் பார்த்தாள் அவள். அந்த விழிகளில்தான் எத்துணை சோகம்? இலேசில் அகப்படாத ஓர் உன்னதப் பொருளைத் தேடும் ஆசையும் அந்தச் சோகத்தினூடே ஊடுருவிச் சென்றதைக் கண்டான்.

முதன் முதலாகத் தனிமையில் சந்திக்கும் தம்பதிகள் என்ன பேசுகிறார்கள், எப்படி நடந்துகொள்கிறார்கள், எப்படிப் பார்த்துக்கொள்கிறார்கள் என்று அறிந்துகொள்ள வாழ்க்கையின் அஸ்தமனத்துக்கு வந்துவிட்ட கிழங்கட்டைகள் கூட ஆவல் காண்பிப்பதுண்டல்லவா?

அறைக்கு வெளியே முணுமுணுவென்று பேசி, இலேசாகச் சிரிப்பது தெளிவாகக் கேட்டது. அறையில் மின்சார விளக்கு இருந்தாலும் சுபமாகக் குத்துவிளக்கை ஏற்றி வைத்திருந்தார்கள். முத்தை உருக்கி வார்த்து ஒரே அமைப்பாகக் கடைசல் பிடித்தது போல் தீச்சுடர் நிதானமாக எரிந்து கொண்டிருந்தது. நெற்றி முகப்பில் பளிச்சென்று குங்குமம் துலங்கியது. அதன் அருகில்

அசையாமல் நிற்கும் மீனாட்சியும் தீபத்தின் சுடரைப்போலவே இருந்தாள்.

சபாபதி முழு நிலவையும், பரந்த வானையும், ஆர்ப்பரிக்கும் அலைகடலையும், விண்மீன்களையும் ரசிக்கும் கவிஞனைப்போல் நிறைந்த மனத்துடன் மீனாட்சியின் எழிலை ரசித்தான். தன்னுடையவள் அழகானவள் என்பதில் அவன் பெருமைகொண்டு கம்பீரமாக அவளை நிமிர்ந்து பார்த்தான். அவள்தான் தலை நிமிரவே இல்லை. கட்டிலில் இருந்து ஜமக்காளத்தையும், தலையணையையும் உருவி எடுத்துக் கீழே விரித்துவிட்டு அவன், "மீனா! நான் ஒன்றும் 'பூச்சாண்டி' இல்லை. என்னைப் பார்த்து உன் பயம் தெளிகிறவரைக்கும் உன்னை நான் உரிமையுடன் அணுக மாட்டேன்" என்று கூறியவாறு மின்விளக்கை அணைத்துவிட்டு படுத்துவிட்டான்.

அடுத்த நாள் உலராமல் இருந்த ஈரக் கூந்தலை அள்ளிமுடிச்சிட்டு, மஞ்சள் மின்னும் முகத்துடன் மீனாட்சி, காப்பியுடன் அவன் அறைக்குள் நுழைந்தாள். காப்பியை அவன் மேஜையின் மீது வைத்துவிட்டுத் திரும்ப நினைத்தவளைச் சபாபதி கூப்பிட்டான்.

"மீனா!"

"..."

"மீனாட்சி! உன் மீன் விழிகளைச் சற்று என் பக்கம் திருப்பித்தான் பாரேன்."

அவள் குனிந்த தலை நிமிராமல் அவன் எதிரில் வந்து நின்றாள்.

"உனக்குப் பேசத் தெரியாதா?"

"தெரியும்."

"பின்னே ஏன் பேசமாட்டேன் என்கிறாய்?"

"என்ன பேச வேண்டும்?"

சபாபதிக்கு இந்தப் பதிலைக் கேட்டதும், வாயடைத்துப் போய்விட்டது.

"கணவனும், மனைவியும் என்ன பேசுவதா? ஏதாவது பேசேன். இவ்வளவு இனிமையான குரலைக் கொடுத்திருக்கும் கடவுள் உனக்குக் கல்நெஞ்சை ஏன் கொடுத்துவிட்டார்?"

மீனாட்சி வறட்சியாகச் சிரித்துக்கொண்டே வெளியே போய்விட்டாள். அவனுக்கு அவளைப்பற்றி ஒன்றுமே

சரோஜா திறக்கும் உலகம்

புரியவில்லை. மற்றவர்களுடன் சிரிக்கிறாள்; பேசுகிறாள். குடும்ப வேலைகள் அனைத்தும் விதரணையாகச் செய்கிறாள். கணவனின் உடல்நலம் பேணுவதில் எவ்வளவோ அக்கறை யுடன் இருக்கிறாள். ஆனால், அவள் அவனை நெருங்குவதில்லை. தன்னை அவன் நெருங்கி விடுவானோ என்கிற பயம் அவள் முகத்தைக் கவ்விக்கொண்டிருந்தது. ஒரே சமயத்தில் பெண்ணாகவும் இருந்தாள். அணுக முடியாத நெருப்பாகவும் இருந்தாள்.

ஒரு நாள் மாலை மங்கி வரும்போது சபாபதி சலித்த மனத்துடன் தெருவில் நின்றவாறு தொடுவானில் எழும்பும் நிலவைப் பார்த்துக்கொண்டிருந்தான். கதிரவனின் வெப்பத் துக்கும் நிலவின் குளிர்ச்சிக்கும் ஆற்றின் ஓட்டத்துக்கும் விளக்கம் கண்டுபிடித்து எழுதுகிறார்கள். மீனாட்சியின் மனத்துக்கு யாராவது விளக்கம் சொன்னால் தேவலை போல் இருந்தது அவனுக்கு. தெருவிளக்கை ஏற்றிவிட்டுத் திரும்பும் மனைவியைப் பார்த்த அவன் அவள் பின்னே உள்ளே சென்றான். 'விருட்'டென்று அவள் கைகளைப் பிடித்துக் கொண்டு, "மீனா! இப்படியே எத்தனை நாட்களுக்கு இருப்பதாக உத்தேசம்? நான் மனத்துக்குள் எரிந்து குமைந்து வருவது உனக்குத் தெரியவில்லையா?" என்று கேட்டான்.

மீனாட்சி பாம்பை மிதித்தவள்போல் அலறிவிட்டாள்.

"விடுங்கள், விடுங்கள். என்னை ஒன்றும் செய்யாதீர்கள். உங்களுக்குப் புண்ணியமாகப் போகிறது."

"புண்ணியமாவது, பாவமாவது? பிசாசே! என்னை அணு அணுவாகச் சித்திரவதை செய்கிறாயடி! இல்லறத்தின் தத்துவமே உனக்குப் புரியவில்லையோ! கடவுளின் படைப்புத் தொழிலையே அல்லவா நீ தாழ்வுபடுத்த முற்பட்டுவிட்டாய்?"

மீனாட்சி சோகப் புன்னகை புரிந்தாள், கேட்டாள்:—

"நீங்கள் எல்லா நூல்களையும் படித்திருக்கிறீர்கள். இல்லையா?"

"ஆமாம். படித்தேன்! நாசமாகப் போனேன். கற்பனையின் எழில் உருவமாகிய பெண்ணொருத்தியைப் படைத்து, அவளுடன் பேசி மகிழ்ந்திருக்கிறேன். கொஞ்சிக் குலாவியிருக்கிறேன். உண்மையில் நான் ஏமாந்து போனேன்!"

சபாபதியின் நெஞ்சில் கனன்று கொண்டிருந்த ஆசைத் தீ சீறிக்கொண்டு வெளியே பாய்ந்து வந்தது.

“நீங்கள் என்ன சொல்கிறீர்கள்!” என்று வெகுளியாகக் கேட்டு அவனை நிமிர்ந்து பார்த்தாள் மீனாட்சி.

“சொல்கிறேன், சுண்டைக்காய்க்கு உப்பில்லை என்று! நீ பெண்ணா? மரமா? இரண்டுமே இல்லாத ஓர் அருவமா? உன்னைப்பற்றி எனக்கு ஒன்றுமே தெரியவில்லை.”

“தெரிந்து கொள்ளாமலேயே இருங்கள். கல்யாணம் என்று என் கழுத்தை நீட்டுவதற்கு முன்பு நான் சிறிது யோசித்திருக்க வேண்டும். நம்முடைய உறவெல்லாம் சற்றுத் தள்ளியே இருக்கட்டும்.”

சபாபதி விக்கித்து நின்றான்.

“மீனாட்சி! நீ என்ன சொல்லுகிறாய்?”

“சொல்கிறது என்ன? இந்த இரண்டு வருஷங்களாக எப்படி இருந்தோமோ, அவ்விதமே இனியும் இருந்துவிடுவோம்...”

சுவாமி அலமாரியில் எரிந்து கொண்டிருந்த விளக்குத் திரியைத் தூண்டிவிட்டு, விரலில் படிந்த எண்ணெயைத் தலை வகிட்டில் துடைத்துக் கொண்டு சோகமாகப் புன்னகை புரிந்தாள் மீனாட்சி.

கொல்லை மாமரத்தில் ஆண் குயில் ஒன்று தன் பேடையை அழைத்துச் சோக கீதம் இசைத்துக் கொண்டிருந்தது.

சபாபதிக்கு ஆத்திரம் பற்றிக்கொண்டுவந்தது. தனக்கு அவளைக் கல்யாணம் செய்துவைத்த பாட்டியிடம் அன்றே கிளம்பிச் சென்றான். ஒருவேளை அவனுக்குப் பெற்றோர் இருந்திருந்து மணம் செய்து வைத்திருந்தால் அவன் இல்வாழ்க்கை வேறுவிதமாக அமைந்திருக்கலாம். பாட்டி மீனாட்சியைப் பற்றி வாய் நிறையப் புகழ்ந்தவள், “அவள் அன்பும், அடக்கமும், தெய்வ பக்தியும், ஒழுக்கமும் சபாபதிக்குக் கொடுத்து வைத்திருக்கவேண்டும். நல்ல குணவதியைக் கரம் பிடித்து விட்டான்” என்று சொல்லி சொல்லிப் பூரித்துப்போனாள். கடலின் ஆழத்தையும் வானத்தின் அளவையும் அறிவது போல் மீனாட்சியின் உள் மனத்தை அறிவதும் மிகமிகக் கடினமாக இருந்தது. உள் மனம் என்று அவளிடம் ஒன்று இருப்பதாகவே அவன் கருதவில்லை. மனிதப் பிறவிக்கு—அதிலும் பெண் பிறவிக்கு வேண்டிய—ஆசைகளை ஒதுக்கிவிட்டுத் தூய வாழ்வு வாழ ஆசைப்படும் அந்தப் பெண்ணை இல்லறத்தில் பிணைத்து வைத்தது தவறு என்று அவன் மனம் அவளுக்காகப் பரிந்து உருகியது.

அவன் உரிமையை, அவன் தேவையை வைத்து அவளை எடைபோடும்போது இயற்கையின் ஆவேசம்தான் மேலோங்கி நின்றது. 'மீனாட்சி என் மனைவி. அவள் என் விருப்பப்படி நடக்க வேண்டியவள். அவளுக்கென்று ஒரு தனி மனமே இருக்கக்கூடாது' என்று சபாபதி மௌனமாகக் குமைந்தான். புழுதி படர்ந்த சாலையில் பஸ் வேகமாகச் செல்வதுபோல் அவன் மனமும் பல எண்ணங்களைச் சிதறவைத்துக்கொண்டு கட்டுக்கடங்காமல் விரைந்து பறந்தது.

'திடு'மென்று வந்து நின்ற பேரனைக் கண்டதும் பாட்டி சின்னம்மாள் வாயெல்லாம் பல்லாக நின்றாள்.

"ஏண்டா, சபாபதி! அவளையும் அழைத்துக்கொண்டு வரக்கூடாதோ? கல்யாணம் பண்ணி அழைத்துப் போன வன்தானே? அவளைத் திரும்பவும் நான் பார்க்க வேண்டாமா?" என்று கேட்டாள்.

சபாபதி அருகில் வாளியில் இருந்த நீரை எடுத்து முகத்தில் சில்லென்று ஊற்றிக் கொண்டான்.

"ஏண்டா! அவள் ஏதாவது 'தலைகிலை முழுகாமல்' இருக்கிறாளா? என்ன இப்படித் திடும் என்று இங்கே வந்து சேர்ந்தாய்?" சின்னம்மாள் பேரனை ஊடுருவிப் பார்த்தவாறு கேட்டாள்.

"உனக்குப் பைத்தியமா, பாட்டி?" என்று கேட்டுத் தன்னுடைய மௌனத்தைக் கலைத்தான் பேரன்.

"ஆமாண்டா! உனக்கு மகன் பிறக்கிறான் என்றால் எனக்குப் பைத்தியமேதான் பிடித்துவிடும். உன் அப்பனும், அம்மாவும் உன்னைத் துளிக் குழந்தையில் போட்டுவிட்டு போன கண்ணராவியையும், அப்புறம் நான்பட்ட ஆயிரம் பாடுகளை யும் நினைத்தால், சபாபதிக்கு மகன் பிறக்கிறான் என்றால் எனக்குப் பித்துப் பிடிக்காமல் இருக்குமா?"

"உனக்குப் பிடிக்கிறதோ இல்லையோ, பாட்டி! எனக்குப் பைத்தியம் பிடிக்கட்டும்! நிம்மதியாகப் போய்விடும்!"

"ஏண்டா?" சின்னம்மாள் வியப்பே வடிவாக அவனைப் பார்த்தவாறு நின்றாள்.

சபாபதி என்னதான் அவள் வளர்த்த பிள்ளையாக இருந்தாலும் தன் மனத்தைத் திறந்து வெளியில் காட்ட முதலில் தயங்கினான். கண்ணீர் கலங்கும் அவன் விழிகளைப் பார்த்துப் பாட்டி பரிவுடன் அவன் அருகில் உட்கார்ந்து, "சபாபதி!

உன் மனசில் இருப்பதைச் சொல்லப்பா! நான் வந்து அந்தப் பெண்ணைக் கேட்கிறேன்” என்றாள்.

“பாட்டி! அவளுக்கு கல்யாணமே செய்திருக்கக் கூடாது. குடும்ப வாழ்க்கைக்கு அவள் ஏற்றவள் இல்லை.”

“அப்படியென்றால்? ... சமைக்கத் தெரியவில்லையா? உன்னோடு அன்பாகப் பழகத் தெரியவில்லையா?”

சபாபதி பாட்டியை வியப்புடன் அண்ணாந்து பார்த்தான்.

“பின்னால் சொன்னயே என்னவோ அன்பு என்று. அதை அவள் கொஞ்சம் கூடத் தெரிந்து கொள்ளவில்லை.”

“புதிதுதானே, அப்பா! போக போகச் சரியாகப் போய்விடும்!”

பாட்டியிடம் வந்து குறையைச் சொல்லியது குட்டிச் சுவரில் முட்டிக்கொண்டாற்போல் இருந்தது. ஏறக்குறைய மனத்தளவில் மீனாட்சிக்கும் பாட்டிக்கும் வித்தியாசமே இல்லை. பாட்டி உலக ரீதியில் வாழ்ந்து மறந்து மரத்துப் போனவள். அவள் நியாயமாக வாழ்ந்துவிட்டாள். மீனாட்சி மலர்ந்த வுடனேயே வாழ்க்கையை விட்டு விலகி ஓடுகிறாள். மலர் காயாகி கனியாவதுதான் உலக இயல்பு. அந்த இயல்பில் ஒட்டாமல் வாழ்வதற்கு ஆசைப்படுகிறாள் மீனாட்சி.

சலிப்போடு கிளம்பிய நெடுமூச்சுடன் விடைபெற்றுக் கொண்டு சபாபதி ஊருக்குத் திரும்பிவிட்டான்.

OOO

கணவன் வந்ததும் கால் கழுவச் செம்பில் தண்ணீர் கொடுத்து, இலை போட்டு உணவு பரிமாறினாள் மீனாட்சி.

“பாட்டியை அழைத்து வந்திருக்கக் கூடாதா?” மென் குரலில் கேட்ட அவளை ஆசை பொங்கப் பார்த்தான் அவன். “ஏன்? இங்கே நீ ஒரு பாட்டி இருப்பது போதாதா? இன்னொரு பாட்டி வேறு வேண்டுமா?”

மீனாட்சி தலைகுனிந்துவிட்டாள். அப்புறம் பேசவே இல்லை. இரவு ஊர்ந்து வந்தது. கனியின் சுவையைப் போலவும் மலரின் மணத்தைப் போலவும் தேனின் இனிப்பைப் போலவும் சபாபதியின் உள்ளம் அதை எதிர்பார்த்து விழைந்தது. மீனாட்சி நடுங்கினாள். பெரிய உருவில் ஊர்ந்து வரும் சாரைப்பாம்பைப் போல் அந்த இரவு அவள் மனத்தில் பயங்கரத்தை எழுப்பியது. வழக்கம்போல் அவன் கட்டிலிலும் அவள் தரையிலும் படுத்துவிட்டார்கள். அவ்வளவு சடுதியில் என்றுமே தூக்கம் அவள் இமைகளைத் தழுவியதில்லை. மெல்லிய மூச்சுக் காற்று

ஒலிக்க அவள் பதுமைபோல் அசங்காமல் தூங்கினாள். சபாபதி பூனைபோல் கூடத்து அலமாரி விளக்கைத் தூண்டிவிட்டான். அதன் சுடர் எழுப்பும் ஒளியில் பொன்னைப்போல் அவள் முகம் மின்னியது.

தங்கத் தட்டில் பதித்த சிவப்புக் கெம்புக் கல்லைப்போல் அவள் நெற்றிக் குங்குமம் ஒளிர்ந்தது.

வண்டு நுகராத மலருக்கு எத்துணை அழகு உண்டோ, அத்துணை அழகும் மீனாட்சியிடம் பொருந்தியிருந்தது.

"ஆணுக்குத்தான் துறவு பூணும் சக்தி, திறமை யாவும் இருக்கிறதா? என் கடமைகளைச் செய்து கொண்டே, இதோ நானும் இரண்டு வருஷங்கள் துறவியாக வாழ்ந்துவிட்டேன். வெற்றிப் பாதையில் முதல் கல் என்னால் சுலபமாகத் தாண்டப் பட்டுவிட்டது பாருங்கள்" என்று கூறுவதுபோல் மீனாட்சி கம்பீரமாகப் படுத்திருந்தாள்.

தலைக்கு மேலாகச் சாய்த்து வைத்திருந்த அந்தக் கைகளின் வாளிப்பான தோற்றமும், அலை பாயும் கூந்தலின் அழகும் சபாபதியை மயக்கிவிட்டன.

"மீனா! — மீனா!!" சபாபதியின் பிடிக்குள் அகப்பட்ட அவள் சிலிர்த்துக்கொண்டு எழுந்து நின்றாள்.

"என்ன?"

"என்ன, மீனா?"

"நான்... நான்... போய் விடுகிறேன். எனக்கும் உங்களுக்கும் ஒட்டாது."

"ஏன் மீனா இப்படி இருக்கிறாய்? வயது வந்த பெண் நீ கல்யாணத்தின் போதே நாலையும் யோசித்திருக்கவேண்டும்..."

சபாபதி அவள் பட்டுக் கன்னங்களில் பளீரென்று அறைந்தான்.

மீனாட்சி வாய்விட்டு அழவில்லை. கண்ணீர் கொப்புளிக்க அவனைப் பார்த்தாள்.

"நீங்கள்தான் யோசிக்கவில்லை. கல்யாணப் பெண்ணுக்கு இருக்கவேண்டிய மலர்ச்சியை என்னிடம் கண்டீர்களா? சொல்லுங்கள். ஒருதரமாவது உங்களை நான் ஏறிட்டுப் பார்த்தேனா? மணப்பந்தலில் நான் உட்கார்ந்திருக்கவில்லை. நானே அங்கு இல்லை. நான் அன்று கோதை கண்ட அரங்க னுடன் தெய்விக உலகில் உறவாடிக்கொண்டிருந்தேன்."

சரோஜா ராமமூர்த்தி

"மீனா!"

சபாபதி அவளைப் புரிந்துகொண்டுவிட்டான்.

காலைப்பொழுது வெளுத்து வந்தது. சாபபதி பாட்டி சின்னம்மாளைப் போய்த் தனக்குச் சமைத்துப் போடுவதற்கு அழைத்து வந்தான்.

மீனாட்சி போய்விட்டாள். அவனை விட்டே அவள் விலகிப் போய்விட்டாள்.

ooo

மூலஸ்தானத்தில் விளக்கு எரிந்து கொண்டிருந்தது. பக்தியுடன் ஒரு பெண் அதற்கு எண்ணெய் ஊற்றி மெதுவாகத் தன் நுனி விரலால் சுடரைத் தூண்டுகிறாள். சுடர் கொழுந்துவிட்டு எரிகிறது. தொலைவில் நின்று எரியும் சுடரைப் பார்க்கிறாள் அவள். பிறகு பக்தியுடன் கும்பிட்டுவிட்டு அவள் வெளியே செல்கிறாள்.

சபாபதி, தன் மனத்தின் புதிருக்கு விடை கிடைத்ததுபோல் அவள் செல்வதைப் பார்த்துக்கொண்டு நின்றான்.

"ஆம்! சுடர்க் கொழுந்தைத் தொலைவிலிருந்து பார்த்து வணங்கத்தான் முடியும்! அணுகினால் அந்த அழகே சுடும்" என்று அவன் வாய் முணுமுணுத்தது!

கல்கி, ஏப்ரல் 5, 1959

சரோஜா திறக்கும் உலகம்

15

வடு

பல நாட்கள் பழகியும் மனத்தளவில் நெருங்க முடியாத நட்பு அல்ல எங்களுடையது. ரேவதியும் நானும் உயிர்த் தோழிகள். வயசில் என்னைவிட மிகவும் சிறியவள் அவள். என்னை அவள் "நீங்கள்" என்று அழைத்தாள்; நான் அவளை "நீ" என்று உடனே அழைத்துவிட்டேன். வயசு வித்தியாசம் அதிகம் என்று ஒப்புக்கொண்டுதான் ஆகவேண்டும்.

புத்தம் புதிய மாங்கல்யச் சரடு கழுத்தில் மின்ன, தலை நிறையச் சாதி மல்லிகை மணக்க, புதுப் புடவை சரசரக்க ரேவதி எங்கள் வீட்டுக்குள்

சரோஜா ராமமூர்த்தி

வந்தபோது கற்பகாம்பாள்தான் உலா வந்துவிட்டாளோ என்று நான் சிறிது வியந்துவிட்டேன். சிறிது நேரம் நாங்கள் இருவரும் ஒருவரை ஒருவர் பார்த்துக் கொண்டு நின்றோம். "நீங்கள்தான்..." என்று நானும் பேச்சை நிறுத்திவிட்டு அவள் முகத்தை ஆராய்ந்தேன்.

"நேற்றுத்தான் அவர் உங்களைப்பற்றி எனக்குச் சொன்னார்." என்னைப்பற்றி அதிகமாக நான் ஒன்றும் நினைத்துக் கொள்ளாமல் இருக்கும்போது அவள் பேச்சை என்னால் ரசிக்க முடியவில்லை.

"இன்று வரலட்சுமிக்கு ஆரத்தி எடுக்கிறோம். அவசியம் வீட்டுக்கு வாருங்கள்." குங்குமச் சிமிழை நீட்டிவிட்டு, தாம்பூலம் பெற்றுக்கொண்டு சென்றுவிட்டாள். எங்களை இணைக்கும் பாலமாக இருந்த அந்தக் குங்குமச் சிமிழ் அவள் கையில் மின்னிய அழகை என்ன சொல்வேன்! செவேலென்று இருந்த அந்த உள்ளங்கையும், நீண்டு வளர்ந்திருந்த விரல்களும், பவழத்தைப்போல் பதித்திருந்த நகங்களும், அவற்றினிடையே மின்னிய அந்த வெள்ளிக் குங்குமச் சிமிழும் என் மனத்தை விட்டு அகல மறுத்தன.

கண்டிப்பாக அவளைப் பார்க்கவேண்டும். ஊருக்குப் புதிசானால் என்ன? புது ஊர் ஒன்றை நாடிச் செல்லும் நாம்கூட அங்கிருப்பவர்களுக்கு அந்நியர்களாகத்தான் இருப்போம். இந்த ராங்கி பிடித்த ஊரில், பிறத்தியாரைப்பற்றி யாருமே கவலைப்படாத ஊரில், ஒருத்தி—அதிலும் புத்தம் புதியவள்— என்னைத் தேடி வந்து அழைத்துப்போயிருக்கிறாள் என்றால் அவசியம் போகத்தான் வேண்டும்.

அப்படியே போனேன். இரண்டு அறைகள், பெயருக்கு ஜன்னல்கள். காற்றைக்கூடக் காசு கொடுத்து வாங்கத்தான் பல கம்பெனிகள் முளைத்திருக்கின்றனவே! மின்விசிறி ஒன்று "ரொய் ரொய்" என்று சுழன்று வெப்பமான காற்றை அள்ளி வீசியது.

அழகிய விமானத்தில் வரலட்சுமி கொலு இருந்தாள். அந்த வீட்டின் லட்சுமியும் அழகு சொட்ட சொட்ட இன்முகத்துடன் வரவேற்றாள் என்னை.

விளக்கு ஏற்றியவுடன் ரேவதியின் கணவன் ரகுநாதன் காரியாலயத்திலிருந்து வந்து சேர்ந்தான். நான் அவனை இதற்கு முன் பார்த்ததில்லை. அவன் என்னைத் தெரிந்துவைத்திருக்க வேண்டும்.

முகத்தில் புன்னகை ஒளிர, "ஓ! நீங்களா? ரொம்ப சந்தோசம். ரேவா உங்களை இவ்வளவு சீக்கிரம் சிநேகம் பிடித்துவிட்டாளே!"

என்றான். அதற்குள் ரேவதியே கையில் காபித் தம்ளர்களுடன் வந்துவிட்டாள்.

“காலையில் சொன்னீர்கள் இல்லையா, ‘இவர்கள் இந்த ஊரில்தான் இருக்கிறார்கள், போய்ப் பார்த்துப் பழகு’ என்று. உடனே ஏதோ ஒரு சாக்கு அகப்பட்டது.”

“பேஷ், பேஷ்!” என்றான் ரகுநாதன். அவனுக்கு அளவுகடந்த மகிழ்ச்சி. என்னிடம் தன் மனைவி பழகுவதனால் மட்டும் அவன் அளவு கடந்த மகிழ்ச்சியை அடைந்துவிடவில்லை. ரேவதி அவனுடைய நண்பர்களிடமும் சகஜமாகப் பழக வேண்டும் என்று சொல்லிக்கொண்டிருந்தானாம். சகஜமாகப் பழகுவதில் தவறு ஒன்றும் இல்லைதான். இந்த விஷயம் எனக்கு ரேவதி சொல்லித்தான் தெரிந்தது. மிக முற்போக்குவாதியாம் அவன். எந்த ஆண் பிள்ளையோடும் தனியாக அவன் மனைவி வெளியில் சென்று வந்தால் அவன் துளிக்கூடச் சந்தேகப்படமாட்டானாம். அடுத்த சில நாட்களில் பகல் வேளைகளில் ரேவதி எங்கள் வீட்டுக்கு வந்தபோது மேற்கூறியபடி என்னிடம் சொன்னாள்.

நான் கூறினேன், “குடும்ப வாழ்க்கைக்கும் இந்த விதமான கொள்கைகளுக்கும் முரண்பாடு இருக்கத்தான் இருக்கின்றன. நாம் படிக்கலாம், காரியாலயங்களில் பணிபுரியலாம், ஆடலாம், பாடலாம். ஆனால், ஒருவனுடைய உடைமை ஆனபிறகு சில விதிகளை அநுசரித்துத்தான் வாழ வேண்டும்.”

“அப்புறம் போனாயா?”

“இல்லை, இல்லை. இவருடைய நண்பரோடு நான் எதற்குப் போகவேண்டும். சொல்லுங்கள். நான் என்ன பச்சைக் குழந்தையா? அழுது அடம் பிடிப்பேனா? தம்முடைய கொள்கையை நிலைநாட்டிக்கொள்ளத்தான் என்னை வாட்டி எடுக்கிறார்.”

எனக்குப் பதில் சொல்லத் தெரியவில்லை. கொள்கைகளை இன்னொருவர் மனத்தில் புகுத்துகிறவன் முதலில் அதை ஆராய்ந்து பார்க்க வேண்டும்.

ரகுநாதன் ரேவதியைப்போல அமைப்பாக ஜோடிகள் அதிகம் பொருந்துவதில்லை. அவர்கள் வாழ்க்கை தெளிந்த நீரைப்போல, நிர்மலமான வானத்தைப்போல இருந்தால் எவ்வளவு நன்றாக இருக்கும்! கொள்கை, அது, இது என்று எதையோ பேசிக்கொண்டு, சீரான பாதையை விட்டு விலகி, நெருஞ்சிமுள் காட்டிலே நுழைவதுபோல இல்லையா இது? எப்படியோ இந்த வேதனை அந்தத் தாம்பத்தியத்துக்குள் புகுந்துவிட்டது. முள் எப்படியோ தைத்துவிட்டது. புரையோடிப் போகாமல் இருக்க வழி தேட வேண்டும்.

அன்று நான் அவர்கள் வீட்டுக்கு போயிருந்தபோது வீட்டிலே இன்னோர் இளைஞன் இருந்தான். ரேவதியும் இருந்தாள். இரண்டு அறைகள் கொண்ட அவர்கள் வீட்டில் அவள் சமையலறையில் புழுங்கிக்கொண்டு உட்கார்ந்திருப்பதையும், இளைஞன் அப்படியும் இப்படியும் போய்விட்டு வருவதையும் கண்டேன்.

"யார் ரேவதி இவர்?" — கேட்க வேண்டாம் என்று பார்த்தேன். கேட்கத் தூண்டியது மனம்.

"அவருடைய நண்பராம். வேலைக்காகப் பங்களூரிலிருந்து 'இன்டர்வ்யூ'வுக்கு வந்திருக்கிறார். வெளியே எங்கும் போகக் காணவில்லை. வீட்டைச் சுற்றி சுற்றி வருகிறார்."

"உன் கணவர் தாராளமாகப் பழகவேண்டும் என்று உத்தரவு போட்டுவிட்டுப் போனாராக்கும்!"

"ஆமாம்." முள்ளின் வேதனை, அதன் உறுத்தல் எல்லாமே அவள் பேச்சில் இழையோடின.

"சரிதான்" என்று சொல்லி நான் கிளம்பிவிட்டேன். உத்தரவு மேலிடத்திலிருந்து வந்திருக்கிறது. அவள் கீழ்ப்படிந்துதான் ஆக வேண்டும்!

அன்று மாலையே ரகுநாதன், ரேவதி, புது இளைஞன் மூவருமாகச் சினிமாவுக்குப் போவதைப் பார்த்தேன். அந்தத் தெருவில் எல்லாருமே பார்த்தார்கள். சிறிது நேரத்துக்கெல்லாம் ரகுநாதன் திரும்பிவிட்டான். அவர்கள் மட்டும் சினிமாப் பார்க்கிறார்களா என்கிற கேள்வி என்னுள் எழுந்தது போலவே, எல்லோர் உள்ளத்திலும் எழுந்திருக்கக் கூடும். ஆனால் நடந்தது வேறு. கொட்டகையில் இடம் இல்லை என்றதும் ரேவதி கணவனுடன் புறப்பட்டுவிட்டாள்.

"என்ன, நீயும் கிளம்பிவிட்டாய்?" என்று கேட்டு அவளை முறைத்துப் பார்த்தான் அவன்.

"நீங்களும் அவரும் பார்த்துவிட்டு வாருங்கள். நான் தனியாகவே வீட்டுக்குப் போய்விடுகிறேன்." கணவனின் கொள்கையை மீறிக் கொண்டு பேசிவிட்டாள் அவள். ரகுநாதனுக்கு ஆத்திரம் வந்தது. டிக்கட்டுகள் இரண்டையும் அவளிடம் கொடுத்துவிட்டுப் புறப்பட ஆரம்பித்தான். ஆனால் அந்த நண்பனின் முகத்தில் லேசாகத் தயக்கம் தெரிந்தது.

"நான் வீட்டுக்குப் போகிறேன்" என்று அவன் கூற, ரகுநாதன் சிரித்துக்கொண்டே, "இதில் என்ன அப்பா தவறு? நீதான் இருந்து பார்த்துவிட்டு வாயேன். காலம் முன்னேறுகிறது என்று கூறிப் பின்னோக்கியே சென்றுகொண்டிருந்தால்…" என்று சொல்லி

நடந்துவிட்டான். அப்புறம் அங்கே ரேவதி எப்படிப் படம் பார்த்தாள், அவள் மனநிலை என்ன என்பவற்றுக்கெல்லாம் அவன் மதிப்புக் கொடுக்கவில்லை.

ரகுநாதன் வீடு வந்து சேர்ந்ததும் அவனுடைய வாயைக் கிளற அடுத்த வீட்டுக்காரர் வந்து சேர்ந்தார்.

"என்ன ஸார் ஒண்டியாக...?"

"சினிமாவுக்குப் போனோம். 'ஹவுஸ் புல்.' இரண்டு டிக்கட்டுக்கள் கிடைத்தன. நண்பனையும் அவளையும் பார்க்கச் சொல்லி வந்துவிட்டேன். எனக்கு இதிலெல்லாம் பேதம் இல்லை."

அடுத்த வீட்டுக்காரர் இதை ஆமோதிக்கவில்லை என்பதை அவர் முகமே காட்டியது.

"எதற்கு ஸார்? கூடவே அழைத்து வந்துவிடுவதுதானே?" என்று அவர் கேட்காவிட்டாலும் அவனை ஒரு தினுசாகப் பார்த்துவிட்டுப் போனார்.

அடுத்த கட்டில் குடி இருக்கும் பாட்டியம்மாள் வந்தாள். "ரேவதி இருக்கிறாளோ?" சினிமாவுக்குப் போனதை, பகல் முழுவதும் இளைஞன் அந்த வீட்டில் தனியே இருந்ததை எல்லாவற்றையும் பார்த்தவள் அவள்.

"சினிமாவுக்குப் போயிருக்கிறாள், பாட்டி."

"தனியாகவா? நீயும் போகக் கூடாதோ?"

"போனேன் பாட்டி. இரண்டு டிக்கட்டுக் கிடைத்தது. என் சிநேகிதனும் அவளும் சினிமாப் பார்க்கட்டும் என்று வந்துவிட்டேன்."

தன் கொள்கைக்கு ஆள் சேர்க்க முயன்றான் ரகுநாதன். ஏதோ கொஞ்சநஞ்சம் முன்னேற்றங்களையும் கொள்கைகளை யும் புரிந்துகொண்ட பக்கத்து வீட்டுக்காரரே முறைத்தபோது. பழமையில் ஊறிய பாட்டி தம்பட்டம் தட்டப் போய்விட்டாள். அவள் ரகுநாதனைப் பார்த்த பார்வையிலும், கழுத்தைச் சொடுக்கிக்கொண்டு போன வேகத்திலும் ரகுநாதனின் கொள்கை லேசாக ஆட்டம் கண்டது. வாசலுக்கும் உள்ளுக்குமாக அலைந்தான்; தவித்தான்.

அன்று நல்ல நிலவு. ஊர் முழுவதும் பாலிலே குளித்துக் கொண்டிருந்தது. ரகுநாதன் வாயிற்படியிலேயே நின்று தெருவைப் பார்த்துக்கொண்டிருந்தான். தெருக்கோடியில் இரண்டு உருவங்கள் லேசாகத் தெரிந்தன. அருகில் வரவர ரேவதி பளிச்சென்று அவன் கண்ணுக்குத் தெரிந்தாள். இளம் பச்சைப் புடைவையும்,

சரோஜா ராமமூர்த்தி

மஞ்சள் வண்ணச் சோளியும், தலைநிறைய மல்லிகையுமாக அவள் வாயெல்லாம் புன்னகை வழிய வருவதைப் பார்த்த அவன் மனம் பற்றி எரிய ஆரம்பித்தது. அந்தப் புன்னகைக்குப் பின்னே முள்ளின் வேதனை அவள் நெஞ்சைத் தடவுவதை அவனால் காணமுடியவில்லை. தன் கொள்கையைப்பற்றி ஆழமாகச் சிந்திக்காதவனுக்கு மனைவியின் கருத்துக்கு மதிப்புக் கொடுக்க எங்கே தெரியப்போகிறது?

முகத்திலே குரோதம் பொங்க மௌனமாகவே சாப்பிட்டு முடித்தான். ரேவதி ஏதோ பிரமாதமாகக் குற்றம் புரிந்துவிட்ட தாக நினைத்தான். அவளுடன் பேசாமலே இரவு கழிந்தது. ஊரிலிருந்து வந்திருந்த இளைஞன், வேலை முடிந்துவிடவே அடுத்த நாள் காலையில் பிரயாணப்பட்டுவிட்டான்.

ஆனால், அந்த மௌனம் நீடித்துக்கொண்டே இருந்தது. ஏதோ ஒன்று அவன் மனத்துக்குள் புகுந்து அவனைச் சித்திர வேதனை செய்து கொண்டே இருந்தது. "ரேவதி அன்று ஏன் அப்படிப் பிரமாதமாக உடுத்துக் கொண்டாள்? அவள் ஏன் அப்படிப் புன்னகை வழிய அகமகிழ்ந்தாள்? ஏன்? ஏன்?" என்று அவன் உள்ளம் அலறிக்கொண்டே இருந்தது.

நீண்டு கொண்டிருந்த அந்த மௌனத்திரைக்குப் பின்னே ஏதோ பயங்கரமான ஒன்று ஒளிந்து கொண்டிருக்கிறது என்பது ரேவதிக்குப் புலப்பட்டுவிட்டது.

யார் அந்த மௌனத் திரையைக் கிழித்துப் பார்ப்பது? ரகுநாதன் உறங்கினான், விழித்தான், சாப்பிட்டான்; காரியால யத்துக்குப் போனான். ஆனால், கணவனுக்கும் மனைவிக்கும் இடையே சாணாக இருந்த இடம் முழமாகி நாளடைவில் கஜக்கணக்கில் நீண்டுகொண்டே போயிற்று.

செம்மையும் திருவும் பொலிந்த அவள் முகம் வாட்டம் அடைந்திருந்தது. அடிக்கடி ஏக்கப் பெருமூச்சுகள் கிளம்பின. அவை மிக மிகச் சன்னமாக இழைந்து வரும்போது அவள் பயந்துபோனாள். கணவனிடம் போய், "நீங்கள் ஏன் இப்படி இருக்கிறீர்கள்?" என்று கேட்டுவிடத் துடித்தாள்.

இரைந்து பேசி அவன் ஆரவாரித்திருந்தானானால் ஓரளவு அவள் மனச்சுமை குறைந்திருக்கும். அவனோ அவளுடன் பேசாமல், அவளைப் பார்த்துச் சிரிக்காமல் அணு அணுவாக வதைத்துக்கொண்டிருந்தான்.

காபி சாப்பிட உள்ளே வருகிறவன் தன் அறையிலேயே புழுங்கிக்கொண்டு உட்கார்ந்திருந்தான்.

"காபி சாப்பிட வாருங்கள்" என்று ரேவதி அழைத்தாள்.

"கொண்டு வா, இங்கே." காபி வந்தது. அதன் பிறகு வாயை மூடிக்கொண்டுவிட்டான். அப்படியே ஒவ்வொன்றும் தேவைப்படும்போது கேட்பான்; தேவை பூர்த்தியானதும் விலகிவிடுவான்.

குற்றவாளியைப்போல ரகுநாதன் தலைகுனிந்து கொண்டு தெருவோடு போவதும், ரேவதி ஈரம் கசியும் கண்களுடன் நடைப்பிணமாக நடமாடுவதும் எனக்குத் தெரிந்துதான் இருந்தன. கணவன் மனைவிக்கு இடையே புகுந்து பேசும் மன நிலையில் நான் இல்லை.

அன்று ரேவதியை அடுத்த வீட்டுப் பெண் கேட்டாள், "ஏன் ரேவதி, நீயும் அவரும் ஒருத்தருக்கொருத்தர் பேசிக்கொள்வ தில்லையா? உங்கள் வீடு ஒரே அமைதியாக இருக்கிறதே" என்று.

"ஏன்? ஏன்? பேசாமல் என்ன? பேசுகிறோமே!"

"பேசுகிறீர்களா? அப்படியா!" என்று வியப்பைக் காட்டிச் சென்றாள் அவள்.

அந்தச் சொல் ரேவதியின் மனத்தைச் சுண்டி இழுத்தது. அன்றிரவே, "நீங்கள் ஏன் ஒரு மாசமாக இப்படி இருக்கிறீர்கள்?" என்று கேட்டாள்.

"நீ ஏன் ஒரு மாசமாக ஏதோ குற்றவாளியைப்போல் இருக்கிறாய்? அதற்குப் பதில் சொல்."

"நானா குற்றவாளி? என்ன சொல்கிறீர்கள் நீங்கள்?"

"உண்மையைத்தான் சொல்கிறேன். அன்று சினிமாவுக்குப் போய்விட்டு வந்தாயே. அப்புறம் நீ சிரித்து நான் பார்க்கவே இல்லை."

"நீங்களுந்தான் சிரித்துப் பேசவில்லை."

"நீ சிரித்துப் பேசுவதுதானே? உன் மனசிலே விஷம் இருக்கிறது; ஏக்கம் இருக்கிறது. அதை மென்று தின்றுவிடப் பார்க்கிறாய்; முடியவில்லை."

நீண்டு கொண்டிருந்த மௌனம் பட்டென்று அறுந்து விழுந்தது. "என்ன சொன்னீர்கள்? என் மனசிலே விஷமா இருக்கிறது? கபடம் இல்லாத என் உள்ளத்தில் நஞ்சைப் புகட்டப்பார்த்தீர்கள். உங்கள் கொள்கையிலேயே உங்களுக்கு நம்பிக்கை இல்லை. என்னைப் பார்த்து பழிக்கிறீர்களே!

சரோஜா ராமமூர்த்தி

உங்களிடமிருந்து விலகி இருந்தே நான் உண்மையாக வாழ்ந்து காட்டுகிறேன்.”

ரேவதி கணவனிடமிருந்து பிரிந்து பிறந்த வீட்டுக்குச் சென்றது விந்தையான செய்திதான். அவசரப்பட்டுவிட்டாள் என்று நான் கருதினேன். அம்மாதிரி நிலையில் இருக்கும் இளம் பெண் ஒருத்தி வேறு என்னதான் செய்ய முடியும்? காரண காரியங்களைக் கூறி அவன் குற்றத்தை நன்கு அவன் மனத்துக்கு உணர்த்தியிருக்கலாம். ஏனோ அவள் அப்படிச் செய்யவில்லை. இவ்வளவு நெருக்கமான தோழியான என்னிடங்கூடச் சொல்லிக்கொள்ளாமல் சென்றது எனக்கு வேதனையை அளித்தது.

ரகுநாதன் அந்த ஊரில் இல்லை. ஒருமுறை அவனைப் பார்த்தபோது மனைவி பிரசவத்துக்காகப் பிறந்த வீடு சென்றிருப்பதாக மட்டும் கூறினான்.

இடையில் மூன்று ஆண்டுகள் வெகு சுலபமாக ஓடிவிட்டன. சடுதியிலே சலித்துவிடும் இந்த உலகத்தில் மனத்துக்குத் தெம்பும் மகிழ்ச்சியும் ஏற்படுத்துபவை பண்டிகை பருவங்கள், திருவிழாக் காட்சிகள்.

திருவல்லிக்கேணியில் திருவிழாவுக்குச் சென்றிருந்த நான் தற்செயலாக ரேவதியைச் சந்தித்தேன். இளைத்து, உருமாறிக் கறுத்து அந்தப் பெண் ஒரு சோக சித்திரமாக என் எதிரில் நின்றாள். இடுப்பில் இரண்டு வயசுக் குழந்தை இருந்தது.

“என்ன ரேவதி இப்படி ஆகிவிட்டாய்?”

சிரித்தாள் அவள். அதில் இழையோடிய துன்பமும் துயரமும் எத்தனை எத்தனை?

“ஏன் சிரிக்கிறாய், ரேவதி? குழந்தைக்கு என்ன பெயர்?”

“என்னவோ வைத்திருக்கிறேன்.”

“நீ என்ன செய்துகொண்டிருக்கிறாய் ரேவதி?”

“படிக்கிறேன் மாமி.”

இப்போது நான் சிரித்தேன்.

கணவனால் சந்தேகிக்கப்பட்ட பெண் படிக்கிறாள்; கணவனால் ஏமாற்றப்பட்டவள் படிக்கிறாள்; விதவை படிக்கிறாள். அவர்கள் எல்லோருமே உள்ளம் ஒன்றிப் படிக்கிறார்களா? ஒருவேளை விதவைகள் படிக்கலாம். அவர்களுக்கு வாழ்க்கை முடிந்துவிட்டது. மற்றவர்கள் எப்படி? ஏமாற்றியவன் வருவான்

என்று உள்மனம் சொல்ல, அவள் இல்லை இல்லை என்று அதற்கு மறுப்புக் கூறிக்கொண்டே படிப்பதாக நினைக்கிறாள்; தேய்ந்தும் வருகிறாள். அறிவு வளரலாம்; ஆனால் அவள் தேயத்தான் தேய்கிறாள்.

"வீட்டுக்கு வாயேன்."

"நானே வரவேண்டும் என்றிருந்தேன். எங்கள் பள்ளி இலக்கியச் சங்கத்தில் பேச வேண்டும் நீங்கள்."

எனக்குப் பேசத் தெரியாது என்று நான் கூறினாலும் அவள் விடுவதாக இல்லை. எப்படியோ என்னை அடையாற்றுக்கு வரவழைத்துவிட்டாள்.

சங்கத்திலே பேசி முடித்த பிறகு நானும் அவளும் சைதாப்பேட்டை வந்து ஒன்றாக ரெயில் ஏறினோம். அவள் சேத்துப்பட்டுக்கும் நான் பறங்கிமலைக்கும் போக வேண்டி யிருந்தது. ரெயிலடியில் இரண்டு முழம் பூ வாங்கினேன். சிறிது எடுத்து அவளிடம் கொடுத்தேன்.

"வேண்டாம், மாமி."

என் உள்ளம் அதிர்ந்தது. "என்ன ரேவதி இது? நீ என்ன படிக்கிறாய்? மங்கலப் பொருளை வேண்டாம் என்று கூற உனக்கு உரிமை இருக்கிறதா?"

"அதையெல்லாம்பற்றி நான் ஆராயவில்லை. எனக்குப் பிடிக்கவில்லை. விட்டுவிடுங்கள்" என்று அவள் அதை வாங்க மறுத்தவுடன் நான் பலவந்தமாக அவள் கூந்தலில் சூட்டி விட்டேன். ஆனால், ஏனோ அவள் அதை எடுத்து எறிய வில்லை. அவள் கண்களில் நீர் பளபளக்க எங்கோ பார்த்துக் கொண்டிருந்தாள்.

இரண்டு மின்சார வண்டிகளும் ஒன்றாக வந்தன. இருவரும் வெவ்வேறு திசைகளில் சென்றுவிட்டோம். என் உள்ளம் மட்டும் ஒருவிதமான ஏக்கத்தைச் சுமந்துகொண்டு வந்தது.

சில நாட்களுக்குப் பிறகு ஒரு தினம் பகலில் ரேவதியிடமிருந்து கடிதம் வந்தது;

அன்புள்ள ... ... அவர்களுக்கு,

நமஸ்காரம். உங்கள் ஊரை விட்டுப் பிரிந்த பிறகு உங்களுக்குக் கடிதம் எழுத வேண்டும் என்று பல நாட்கள் விரும்பி இன்று எழுதுகிறேன். அன்று ரெயில் நிலையத்தில் தாங்கள் கொட்டிய அன்பு மழையில் நனைந்த நான்

இன்னமும் அதன் தண்மையில் மூழ்கிக் களித்துக்கொண்டு தான் இருக்கிறேன்.

அவர் — அவர்தான், மாமி — இங்கே வந்திருக்கிறார். மங்கலமாக நீங்கள் தலையில் எனக்குச் சூட்டி அனுப்பிய மலருடன் நான் வீடு வந்தபோது அவர் தெரு வராந்தாவில் சோகமே உருவாக உட்கார்ந்திருந்தார். மடியில் என் — எங்கள் — குழந்தை உட்கார்ந்திருந்தாள்.

குழந்தையின் முகத்தைப் பார்த்துக் கொண்டே பேசினார் அவர். "ரேவதி, இந்தக் குழந்தையின் தகப்பன் என்கிற உறவிலே உன்னுடைய அன்பை யாசிக்க வந்திருக்கிறேன்."

"உள்ளே வாருங்கள்" என்றேன்.

உள்ளே வந்துவிட்டார் அவர். கணவனின் அன்பிலே திளைக்கும் பெண்கள், அவன் கொட்டும் வெம்மையை மாத்திரம் ஏனோ சகிப்பதில்லை. அதுவும் நீங்கள் கூறுவதுபோலச் சமீப காலமாகத்தான் உரிமை, சமத்துவம் என்று பேசிக்கொண்டு அடிப்படையான அன்பை வற்ற அடித்துவிடுகிறோமோ நாங்கள்?

இருவரும் மனத்தால் ஒன்றிவிட்டோம். எங்கள் இல்லறத்தைக் காண வாருங்கள்.

உங்கள் அன்புள்ள,
ரேவதி.

வண்டியின் பாரத்தைச் சுமக்கும் இரண்டு மாடுகளும் சீராகிவிட்டன. நான் நிம்மதி அடைந்தேன்.

கலைமகள், டிசம்பர், 1960

16

நினைவு

தபால்காரர் "போஸ்ட்" என்று குரலை உயர்த்தி அழைத்து ஓர் ஐந்து நயா பைசா கார்டை என்னிடம் கொடுத்துவிட்டு நகர்ந்தார். கார்டிலே இருந்த கையெழுத்து எனக்கு மிகவும் பழக்கமான எழுத்துத்தான். பம்பாயிலிருந்து என்னுடைய பாட்டி கடிதம் போட்டிருந்தாள். வெறும் அட்டைதான் என்றாலும், விலைமதிக்க முடியாத அன்பையும் பரிவையும் தாங்கி அந்தக் கடிதம் வந்திருக்கிறது. பாட்டி என்னுடன் நேரில் உட்கார்ந்து பேசுவதைப் போன்ற பிரமையை அந்த எழுத்துக்கள் கண்டிப்பாக எழுப்பக் கூடியவை. ஆனால், தபால்காரர் கடிதத்தைக் கொடுத்தவுடன் படிக்க முடியாதபடி எனக்கு வீட்டில் ஒரே அலுவல்கள், பள்ளிக்கூட அவசரம், ஆபீஸ் அவசரம் வேறு சேர்ந்துகொண்டன.

கடிதத்தை வாங்கிச் சமையலறை மாடத்தில் வைத்துவிட்டு என் அலுவல்களைக் கவனிக்கப் போய்விட்டேன். ஒன்பதரைக்கு வந்த கடிதத்தைப் படிக்க அவகாசமில்லாமல் ஒதுக்கி வைத்துவிட்டு, சாப்பிட்டு முடித்தவுடன் வெற்றிலைத் தட்டுடன் கூடத்துக்கு வந்தவளை அலமேலு மாமி குசலம் விசாரிக்க வந்துவிட்டாள்.

வேறொன்றுமில்லை. அவள் கதை எழுது கிறாளாம். ஒன்றுகூடப் பத்திரிகையில் இது வரையில் வெளிவரவில்லையாம். அறிந்தவர்கள் எல்லோருமே கதைகள் நன்றாக இருப்பதாக 'சர்டிபிகேட்' கொடுத்திருக்கிறார்கள்.

சரோஜா ராமமூர்த்தி

ஆனால், இந்தப் பத்திரிகை ஆசிரியர்கள் மட்டும் கதைகளை வேண்டுமென்றே உடனே மறு தபாலில் திருப்பிவிடுகிறார்களாம்! எப்படியும் தன்னுடைய ஒரு கதையாவது பத்திரிகையில் வரத்தான் வேண்டுமாம்.

கண்டிப்பாகவும், குழைவாகவும் அலமேலு மாமி தன்னுடைய குற்றச்சாட்டைக் கூறியவாறு நாலைந்து கதைகளை எனக்கு முன்னால் வைத்தாள்.

நோஞ்சான் குழந்தை மாதிரி ஒன்று இரண்டே பக்கத்தில் கசங்கிப் பரிதாபமாக இருந்தது. கதையைப் பிரித்துப் பார்த்தேன். நோஞ்சான் குழந்தைக்குத் தேவையான அத்தனை சத்துக்களும் இந்த நோஞ்சான் கதைக்குத் தேவையாக இருந்தன. நிதானமாகப் படித்துப் பார்த்து வைப்பதாகச் சொல்லி நோஞ்சான் கதையை வாங்கி வைத்துக்கொண்டேன். மாமியும் பரம திருப்தியுடனும் நம்பிகையுடனும் எழுந்து போய்விட்டாள்.

பதினோரு மணிக்கு அமைதி கண்டுவிட்ட எங்கள் தெருவை எட்டிப் பார்த்துவிட்டுத் தெருக்கதவைத் தாழிட்டுக்கொண்டு கடிதத்துடன் ஊஞ்சலில் சாய்ந்து உட்கார்ந்து படிக்க ஆரம்பித்தேன். வெற்றுக் கடிதப் படிப்பல்ல. பாட்டியுடன் நேருக்கு நேர் பேசுவதாக எழுந்த கற்பனை வெள்ளத்தில் திளைத்துக் கடிதத்தை நான்கு தடவைகள் ஊன்றிப் படித்தேன்.

"சௌபாக்கியவதி லக்ஷ்மிக்கு, ஆசீர்வாதம், க்ஷேமம், க்ஷேமத்துக்கு எழுது. இப்பவும், நானும் உன் மாமா, மாமி, குழந்தையுடன் இந்த மாதம் இருபத்திரண்டாம் தேதி வாக்கில் சென்னை வந்து சேருகிறோம். கைக்குழந்தைக்குத் திருப்பதிக்கு முடி கொடுக்கவேண்டும். மற்றவை நேரில்.

இப்படிக்கு,
உன் அன்புள்ள பாட்டி
பாகீரதி அம்மாள்

பாட்டி வருகிறாள், பாட்டி வருகிறாள்! ஊஞ்சலில் சாய்ந்திருந்தவாறு என்னையே நான் மறந்திருந்தேன். அப்போது உள்ளத்தில் நினைவு மலர்களாக எத்தனை எத்தனை எண்ணங்கள் பூத்துக் குலுங்கின?

திடீரென்று நான் பத்து வயதுச் சிறுமியாக மாறிவிடுகிறேன். காஞ்சீபுரத்தில் ஏகாம்பரநாதருக்குப் பிரும்ம உத்சவம் என்றும் என்னை அனுப்பும்படியும் இதே மணிமணியான கையெழுத்தில் அப்பாவுக்குப் பாட்டியிடமிருந்து கடிதம் வருகிறது. பள்ளிக்கூடம் விடுமுறை கிடையாதுதான். பங்குனியில் திருவிழா. பரீக்ஷை வந்துவிடுமே என்று அம்மா வேண்டாமென்கிறாள். நானா

கேட்கிறவள்? பிடித்தால் ஒரே பிடியாயிற்றே. எதிர்ப்புகளைச் சமாளித்துக்கொண்டு காஞ்சிக்குப் போய்ச்சேர்ந்துவிடுகிறேன். இரட்டைக்கட்டு வீடு சன்னிதித் தெருவில் அமைந்திருக்கிறது. தெருவில் பெரிய தேர்க்கோலம் போட்டுச் செம்மண் பூசியிருக்கிறார்கள். வாசலில் இரண்டு பக்கமும் பெரிய திண்ணைகள். திண்ணைக்குக் கீழே பன்னீர் மரம். திண்ணையில் உட்கார்ந்து பார்த்தாலே விண்ணை முட்டும் கோபுரம். அதன் உச்சியில் நீல மின்விளக்கு, எதிரே நாலு கால் மண்டபம்.

கோபுர வாயிலிலிருந்து தெருவை அடைத்து உயரமும், நீளமுமான பந்தல்கள் போட்டிருக்கிறார்கள். பந்தலுக்குள் வளையல் கடைகள், ரிப்பன் கடைகள், மாக்கல் மரச் சொப்புகள் (பிளாஸ்டிக் யுகத்துக்கு முந்தைய காலம்!) மரப்பாச்சிகள், கம்மர்கட்டு, எள்ளுருண்டை, வண்ண மிட்டாய்கள். அத்துடன் காஞ்சீபுரத்து மல்லிகைச் செண்டுகள் அடங்கிய புஷ்பக் கடைகள்.

காலையிலும் மாலையிலும் சுவாமிக்கும் அம்பிகைக்கும் அலங்காரம் செய்வதுபோல் எனக்கும் ராக்கோடி, குஞ்சலங்கள் வைத்துப் பின்னிவிடுவாள் பாட்டி. தலை நிறைய மல்லிகை மணக்கும். கையிலே ஏகப்பட்ட காசு. ரிப்பன், பொம்மைகள், சொப்புகள் வாங்கிப் பைகளில் நிறைத்துக் கொள்வேன். நாள் முழுதும் பந்தலில் சுற்றிவிட்டு விளக்கு வைத்ததோ இல்லையோ, தூக்கம் கண்களைச் செருக வீட்டினுள் நுழைந்தவளைத் தலையில் இரண்டு குட்டுக் குட்டித் தயிர் சாதத்தை வாயில் உருட்டி உருட்டி அடைத்துவிடுவாள் என் பாட்டி.

அப்புறம் எப்பொழுது தூங்கினேன் என்பதே எனக்குத் தெரியாது. எங்கோ கனவு உலகத்தில் பாண்டும், மேளமுமாக முழக்கிக் கொண்டு, 'டுமீல் டுமீல்' என்ற சத்தத்துடன் பேரிரைச்சலாய் ஏதோ வருகிறாற்போல் தோன்றும். சில்லென்று மூடியிருக்கும் என் இமைகளைத் தண்ணீரால் தடவி, "லக்ஷ்மி, லக்ஷ்மி... சுவாமி கிளம்பி வரார், பார். எழுந்திருடி அசடு... உத்சவம் பார்க்க வந்தாயா? தூங்க வந்தாயா?" என்று பாட்டி உலுக்கி எழுப்பிவிடுவாள்.

எதிரே ஜகஜ்ஜோதியாக ஏகாம்பரநாதரும் காமாட்சியும் மாவடி நிழலில் அமர்ந்து ஊர்வலம் வருவார்கள். இன்று நினைத்தாலும் மெய் சிலிர்க்கும் காட்சி. இந்த நினைவு என்கிற ஒன்றை மட்டும் இறைவன் ஏற்படுத்தாமல் இருந்தானாகில் மனித வாழ்க்கையின் தடமே மாறிவிட்டிருக்கும். பழைய இன்ப நினைவுகளில் புதிய துன்ப நினைவுகளைக் கரைக்க முடிகிறதல்லவா?

எல்லாவற்றையும்விட இறைவியின் திருக்கல்யாண விழா மிகவும் சிறப்பாக இருக்கும். காலையில் திட வைராக்கியத்துடன் ஒற்றைப் பூச்சரத்துடன் திருவாபரணம் ஏதுமின்றி அரனை நோக்கித் தவம் செய்யச் சம்பா நதிக்கரைக்குக் கிளம்பி விடுவாள். முகத்தில் அருளும், தெய்விகக் காதலின் ஒளியும் சுடர அன்னையின் அருந்தவக் கோலம் என் மனத்தை வெகுவாக ஈர்த்த நினைவுகளில் ஒன்று. பாட்டி அன்று என்னை அந்த வயதில் இந்த அருங்காட்சியைக் காண அழைத்திராவிடில் இன்று அதை எண்ணி இறும்பூது எய்தும் வாய்ப்பை நான் கண்டிப்பாக இழந்திருப்பேன். காதலின் பெருமையும், அதன் தெய்விகத்தன்மையும் தேய்ந்து வெறும் சொல் அலங்காரத் திலும் குதிப்பிலும் காதல் மலிந்து கடைச்சரக்காகிவிட்ட இந்தக் காலத்தில் அந்த அரிய காட்சி என் மனத்தில் எப்படிப் பதியப்போகிறது?

இளமையில் பதிவாகிற எண்ணங்களின் எதிரொலிதானே வாழ்க்கை.

மறுபடியும் திருவிழா கழிந்து நான் ஊர் திரும்பியதும் பள்ளிப் படிப்பில் கவனம் சென்றதைவிட, காஞ்சிக் கோயில் களில் என் எண்ணங்கள் தேங்கி நின்றன. அங்கேயே ஆண்டு முழுதும் இருக்கவேண்டும் என்கிற ஆசை. அதற்கு விரை விலேயே வாய்ப்பும் கிட்டியது. தாய் என்கிற செல்வத்தை நான் தொலைத்துவிட, தாயின் இடத்தில் பாட்டி அமரந்து என் முகத்தை ஆதரவுடன் தடவி அணைத்துக்கொண்ட நினைவு எக்காலத்திலும் பசுமையானது.

அந்த அணைப்பிலே அன்பு, கண்டிப்பு, கடமை ஆகிய பல சட்ட திட்டங்கள் ஊடுருவிச் சென்றன. ‘தாய் இல்லாத பெண் தறிதலை’ என்று யாரும் என்னைக் குற்றம் சொல்லக் கூடாதாம். பாட்டியின் கண்டிப்பு அது.

வைகறைப்பொழுதில் ஒருநாள் பாட்டி என்னை அவளுடன் எழுப்பிவிட்டாள். பல் தேய்த்து முகம் கழுவிப் பொட்டு வைத்து, திருவிளக்கை ஏற்றிவிட்டு, சமையலறையில் முன்னாள் தோய்த்த தயிர் ஆடையைக் கடைந்து வெண்ணெய் எடுக்க வேண்டும். ஆமாம்... உத்தரவென்றால் உத்தரவுதான்.

அந்த பழக்கத்தில் இன்றுகூடக் காலையில் கையில் பிசிறிய வெண்ணெயின் நடுவே பாட்டியின் முகம் பளிச்செனத் தெரிந்தது. தாழம்பூ நிறம், படிப்படியான நரைத்த கூந்தல், எடுப்பான நாசி, கண்டிப்பும் குழைவும் கொண்ட கண்கள். அவளைப்போல் நான் ஒன்றும் அழகியில்லை. அவள் என்னவோ நான் அவளைப்போல இருப்பதாகச் சொல்லிக்கொண்டிருந்தாள்.

‘எங்கள் லக்ஷ்மிக்கு முகத்தில் நல்ல களை. அவளை வலிய வந்தே எவனாவது கல்யாணம் பண்ணிக்கொள்ளப்போ கிறான்.’ பாட்டியின் ஜோசியம் இது.

பிற்காலத்தில் இவர் என்னை வலியத் தேடிவந்து மணந்துகொண்டார். மாலையும் கழுத்துமாக நாங்கள் அவளை நமஸ்கரித்த போது அந்த அன்பு உள்ளம் மனங்கனிய வாழ்த்திய வாழ்த்துகளின் பிரதிபலிப்பை நான் இன்று நிறைவோடு அனுபவித்துவருகிறேன்.

மாலை என் மகள் கிரிஜா பள்ளிக்கூடத்திலிருந்து வந்தாள். பறந்துகொண்டு சமையலறைக்குள் சிற்றுண்டிக்காக ஓடினாள். நான் அவளுக்கு முன்பாகச் சென்று, “இதோ பார்! பம்பாய்ப் பாட்டி இந்த மாசம் இருபத்திரண்டாம் தேதி வருகிறாளாம். வெண்ணெயை ரொட்டிக்குப் போட்டுக்கொள்ளாதே. நல்ல நெய்யாக உருக்கி வைக்கவேண்டும்... நமக்குக் கடையில் வாங்கிக் கொள்ளலாம்” என்றேன்.

அவள் உற்சாகத்துடன் வீட்டார் எல்லோரிடமும் செய்தியைச் சொல்லிவிட்டாள்.

“பாட்டியா வருகிறார்? கடிதம் வந்ததா?” என்று கணவர் கேட்டவாறு வந்தார்.

“ஆமாம்.”

“இனிமேல் இந்தத் தேவியின் தரிசனம் கிடைப்பதே அரிதாகிவிடும். பாட்டியோடு மாம்பலம், மயிலாப்பூர் என்று சுற்றிக் கொண்டேயிருப்பாய். பம்பாயில் இருப்பவர்கள் சென்னைக்கு வந்தால் சென்னையையே விலைக்கு வாங்கி விடுவார்கள். பாக்குப்பொடி, காப்பிக் கொட்டையிலிருந்து சீயக்காய்ப் பொடிவரை வாங்கி மூட்டை கட்டத்தான் அவர்களுக்கும் பொழுதிருக்கும்.”

நான் மௌனமாக இருந்தேன். பம்பாய்க்காரர்கள் வாங்கி வருகிற தூத்பேடா மட்டும் இவருக்கு அலுக்காது. தூக்கு நிறைய இருந்தாலும், போக வர ஒரு கை பார்த்துவிடுவார்.

பாட்டியும் நொடிக்கொருதரம் இவருக்கு உபசாரம் செய்தவாறு இருப்பாள்.

“ஆமாம், வருகிறவர்கள் வெறுமனே சென்னையுடன் போய்விடுகிறார்களே, இந்தத் தடவை மகாபலிபுரம் அழைத்துப் போக வேண்டும்” என்றார் இவர்.

"பார்க்கலாம். அவளுக்குத் தள்ளாமை வந்துவிட்டது. நம்முடன் வர முடிகிறதோ என்னவோ?"

பாட்டி வருகிறாள் என்பதில் உள்ளூற ஏற்பட்டிருந்த மகிழ்ச்சியைப்போல் பத்து மடங்கு பயமும் ஏற்பட்டிருந்தது. காரணம், அவள் சமையலறையிலிருந்து வாசல் வரை ஒரு பார்வை பார்த்து என் குடும்ப நிர்வாகத்தை எடை போட்டு விடுவாள்.

"இதை இப்படி வைத்தால் எடுப்பாக இருக்கும்... அதை நீ சரியாகச் செய்யவில்லை."

மாற்றங்களும் திருத்தங்களும் ஏற்றுக்கொள்ளக்கூடியவை. அவள் சொல்லித் திருத்தும் முறையிலே நான் அதை அப்படியே ஏற்றுக்கொண்டுவிடுவேன். இந்தக் கடிதத்துக்கு முன்னால் வந்த கடிதத்தில் என் கதை ஒன்றைப்பற்றிச் சரியாக விமரிசனம் செய்திருந்தாள்.

"நீ நன்றாகத்தான் எழுதியிருந்தாய். இருந்தாலும், என்னுள்ளே கதையின் கருத்து நன்றாகப் பதியவில்லை. மனத்தின் நுட்பத்தைக் கதைக் கரு தொடவில்லை என்கிறேன். ஏதோ மேலெழுந்தவாரியாகப் படிப்பவர்களுக்குப் பிடிக்கும். சுமார்தான்."

"ஊரெல்லாம் 'ஓஹோ' என்று புகழ்ந்த கதையைப் 'பூ'வென்றுவிட்டாரே உன் பாட்டி?" — இவர் கேட்டார்.

"சொல்லட்டும். சொல்லட்டும். அவள் சொன்னால் சரியாகத் தான் இருக்கும். எனக்கே அந்தக் கதை திருப்திகரமாக இல்லை. இப்படித் தைரியமாக அவளால்தான் சொல்ல முடியும்."

"இல்லையென்றால் நீதான் ஒத்துக் கொள்வாயா?" குறும்பு தவழக் கேட்டுப் புன்சிரிப்புடன் என்னைப் பார்த்தார்.

"நல்லதும் கெட்டதும் தனித்தனியாகப் புரிந்துகொள்ள வேண்டும் என்கிற வழியை அவள்தான் எனக்குக் கற்றுக் கொடுத்தவள்."

"நான் நன்றாக இல்லை என்றால் சரியென்றிருப்பாயா?"

நான் பதில் சொல்வதற்குள் தெருவில் புடவைக்காரர் வந்து நின்றார்.

"பம்பாய் அம்மா எப்போ வருவாங்க அம்மா! இரண்டு மூன்று புடவைகளுக்குக் கிராக்கி இருக்கும்னீக..."

"இருபத்திரண்டாம் தேதி வருகிறார்கள். அடுத்த நாள் வாருங்கள். பிடித்ததை எடுத்துக் கொள்ளட்டும்!" அவர் போய்விட்டார்.

"அப்படியே உனக்கும் புடவை வரும்படி உண்டு. உன் பாடு தேவலை. பாட்டி ஒன்று. அத்தை ஒன்று என்று ஏகப்பட்ட வரும்படி!"

இவருக்கு ஏன் இப்படிக் குமைச்சல் பீறிக்கொண்டு வரவேண்டும்? பாட்டி வருகிறாள் என்றால் இவருக்கு வயிற்றெரிச்சல். இவரை நான் சரியாகக் கவனிக்க மாட்டேனாம். பாட்டியும் பேத்தியும் ஓயாமல் பல விஷயங்களை அலசித் தீர்ப்போமாம்.

"இரவும் பகலும் நீங்கள் ஓயாமல் என்ன பேசுவீர்கள்?" என்று கேட்டார்.

"இதெல்லாம் யாருக்கு நினைவிருக்கிறது பேசி முடித்ததும் மறந்துவிடுகிறது."

"நெஞ்சழுத்தக்காரி நீ — சொல்லாவிட்டால் போயேன்."

அப்புறம் மனுஷன் நாலைந்து நாட்களுக்கு என்னுடன் பேசவில்லை.

என் எதிரே ஒவ்வொரு நாளும் விடிந்து மடிந்துவந்தன. தேதித்தாள்கள் இன்னும் வேகமாக ஓட வேண்டும் என்று ஆசைப்பட்டேன். பாட்டி வருகிறாள் என்கிற செய்தி என் நினைவில் எத்தனை எத்தனை ஆண்டுகளை பின்னோக்கி ஓடவிட்டன? இதயத்தின் ஆழத்தில் புதையுண்டு கிடந்த பால்ய நினைவுகளை நிழற்படம்போல் கண்டு ஆனந்திக்கும் வாய்ப்பை ஒரு கடிதம் ஏற்படுத்திவிட்டது.

அன்று இருபத்திரண்டாம் தேதி. விடிந்து எழுந்ததும் கண்களைக் கசக்கிவிட்டுக்கொண்டு தேதித்தாளைப் பார்த்தேன். அதில் இருபத்தியொன்று இருந்தது. வேண்டுமென்றே இவர் என்னைப் பார்த்துச் சிரித்தவாறு தாளைக் கிழித்தெறிந்தார். நான் எதிர்நோக்கிய இருபத்திரண்டு என் கண்கள் முன்பாக மினுக்கி நின்றது.

மாலை ஆறு மணிக்குப் பம்பாய் எக்ஸ்பிரஸ் வருகிறது. வெந்நீர் போட வேண்டும். சுட சுட சமைக்க வேண்டும். விருந்தாளிகளை வரவேற்கும் முறையில் எல்லாமே ஒழுங்காக இருக்க வேண்டும்.

சரோஜா ராமமூர்த்தி

வேலைகளை முடித்துக்கொண்டு கூடத்தில் கடிகாரத்தை எட்டிப் பார்த்தேன். ஐந்தரை ஆகியிருந்தது. இன்னும் குறைந்தது ஒன்றரை மணி நேரமாவது அவர்கள் வருவதற்கு ஆகலாம். நேரம் நெருங்க நெருங்க என்னுள்ளே ஒரு பரபரப்பு.

கணவர் சென்டிரலுக்குப் போக டாக்சி அழைத்து வருவ தாகச் சொல்லியிருந்தார். தெருவில் டாக்சியும் வந்து நின்றது. நான் உடுத்துக்கொண்டு வாசலுக்கு வந்ததும், 'தெருக்கோடி யில் சைக்கிளில் தந்திக்காரர் வருகிறாரே, யார் வீட்டுக்கோ?' என்று தயங்கினேன்.

நேராக அவர் எங்கள் வீட்டுக்குத்தான் வந்தார். கணவர் கையெழுத்திட்டு வாங்கித் தந்தியைப் பிரித்துப் படிக்கும்போது அவர் முகமும் கைகளும் இலேசாகச் சிவந்து நடுங்கின.

"என்ன?"

"ஒன்றுமில்லை. உள்ளே போகலாம்."

ஒன்றுமில்லை என்கிற சொல்லினுள்ளே விரும்பத்தகாத ரகசியம் ஒளிந்திருக்குமோ என்னவோ?

"இங்கே வா இப்படி—தைரியமாக இரு. நேற்று பகல் உன் பாட்டி மாரடைப்பால் காலமாகிவிட்டாள்!"

"என்ன? என்ன?" தந்தியை நடுங்கும் என் விரல்களால் பிரித்தபடி கேட்டு ஊடுருவிப் பார்த்தேன். தவறாக இருக்குமோ, வேறு யாருக்காவது வந்த தந்தியோ என்கிற நப்பாசை எனக்கு. காகிதத்தில் இருந்த நாலு வார்த்தைகளுக்கு இடையே அதே தாழம்பூ மேனியும், படிப்படியான நரைத்த கூந்தலும், எடுப்பான நாசியும், கண்டிப்பும் குழைவும் தோன்றும் கண் களும் — சில நாளாக நனவிலே பூத்த அந்த இன்ப நினைவுக்குள் இத்துன்ப நினைவு கரைந்து கண்கள் குளமாயின.

***கல்கி*, ஜனவரி 7, 1961**

17

வாழ்க்கை ஒரு நம்பிக்கை

ஊர் விழித்துக்கொண்டுவிட்டதா என்பதைப் பற்றி மீனாட்சிப் பாட்டிக்குக் கவலை இல்லை. அதுபாட்டுக்கு மெதுவாக விழித்துக்கொள்ளட்டும். நான் இனிமேல் படுக்கையில் இருக்க மாட்டேன் என்பது போல் விடியற்காலம் நாலு மணிக்கே மீனாட்சிப் பாட்டி எழுந்துவிடுவாள். பல் துலக்கி முகம் கழுவிக்கொண்டு, உள்ளே நுழைந்து பூஜை மாடத் திலிருந்து திருநீற்றை அள்ளிப் பூசிக்கொள்வாள். பிறகு

சரோஜா ராமமூர்த்தி

அவளுடைய அலுவல்கள் ஒவ்வொன்றாக ஆரம்பமாகிவிடும். வீட்டில் இரண்டு வேலைக்காரர்கள், மீனாட்சிப் பாட்டியின் பெண், மருமகள், பேரன், அவன் மனைவி இத்தனை பேர்களும் இருக்கிறார்கள். சாகிற காலத்தில் இவள் சிவனே என்று இருந்துவிட்டுப் போகலாம். அவள் இருக்கமாட்டாள். அவள் சுபாவம் அப்படி.

மீனாட்சிப் பாட்டி எழுந்து வருவது அந்தப் பசுமாடு களுக்கு எப்படியோ தெரிந்துவிடும். அவை கட்டுத்தறியில் இருந்தவாறு, தலையை ஆட்டி, உறுமி அவளை வரவேற்கும். பொட்டும் பிண்ணாக்கும் கலந்த நீரை அவைகளுக்கு வைத்துக் கொல்லைக் கதவுகளை மாடு கறப்பவனுக்காகத் திறந்து வைத்துவிட்டுப் போவாள் பாட்டி. இதைப்பற்றி அந்த வீட்டில் அபிப்பிராய பேதம், சர்ச்சை எல்லாமே நடந்து வந்தன.

"எவனாவது கொல்லை வழியாகப் புகுந்து அகப்பட்டதைச் சுருட்டிக்கொண்டு போகப்போகிறான், பார்" என்பார் மருமகன் கணேசன். அதற்கு இன்றுவரை அவள் மறுமொழி கூறியதில்லை. எத்தனையோ வருஷங்களாக அப்படித்தான் பழக்கம். எந்தத் திருடனும் எதையும் சுருட்டிக்கொண்டுபோக வரவில்லை என்பதுபோல் புன்னகையுடன் பேசாமல் போய்விடுவாள். மாமியாரிடம் தன் ஜம்பம் பலிக்காமல் போகவே மனைவியிடம் எரிந்துவிழுவார் கணேசன்.

"எனக்கு மானம் போகிறது. உன் அம்மாவைக் கொஞ்சம் சும்மா இருக்கச் சொல்லேன். வீட்டில் வேலைக்காரர்கள் இல்லையா? இந்த வயதில் நாலு மணிக்கே குடைந்துகொண்டு எழுந்து விடுகிறாளே?" என்பார்.

"அது அவள் சுபாவம். இங்கேதான் வேலைக்காரர்கள் இருக்கிறார்களா? என் அப்பா இருந்த காலத்தில்கூட இருந் தார்கள். எல்லோரும் தண்டச் சம்பளம் வாங்கிக்கொண்டிருந் தார்கள். அநேகமாக அவர்கள் வருவதற்குள் பாதி வேலை களை இவள் செய்துவிடுவாள்" என்றாள் மரகதம் சோபாவில் சாய்ந்தபடியே.

"நீ ஒன்றும் கூடமாட ஒத்தாசைக்குப் போவதில்லை யாக்கும்?"

"நான் எங்கே போகிறது? நாலடி நடந்தால் மூச்சுத்திணறல். மார்பில் வலி. புதிசாகக் கேளுங்கள்—"

கீழே மாட்டுக் கொட்டிலில் பால் கறக்கும் சத்தம் கேட்டது. நிலம் இன்னும் தெளியவில்லை. கனத்த இருள் போர்வையை மெல்ல மெல்லச் சக்திவாய்ந்த கரம் ஒன்று நீக்குவதுபோல்

சரோஜா திறக்கும் உலகம்

கிழக்கேயிருந்து ஒளி இலேசாக வந்து கொண்டிருந்தது. பால்காரன் கோதண்டன் மீனாட்சிப் பாட்டியிடம் பேசிக்கொண்டிருந்தான். வீட்டில் அவன் மனைவி பிரசவித்திருக்கிறாளாம். ஆறாவதோ, ஏழாவதோ!

"ஏண்டா பையா! எத்தனாவது குழந்தை?"

அவனுக்கே மறந்துவிட்டது. யோசித்துவிட்டுப் பதில் கூறுகிறான். "ஏழாம் பேறுங்க. பத்தியம் போட்டா துண்ணப் பிடிக்கலைங்கறா... பெரியம்மாவைக் கேட்டுவான்னு சொல்லிச்சு ..."

"சோத்துக்கென்னடா அவசரம்? பையா! புழுங்கலரிசிக் கஞ்சி வைச்சுக் கொடு... கலகலன்னு பசிக்கட்டும். அப்புறம் சோறு போடலாம்—"

"வீட்டிலே அதுக்குகூடத் தகராறுங்க பெரியம்மா—"

"ஏண்டா பையா! பத்து மாடு வச்சிருக்கே. வியாபாரம் பண்றே. கட்டினவளுக்குக் கஞ்சிக்குப் பஞ்சம்ங்கறயே... சம்பாதிக்கிறதை ஓட்டலிலும் சினிமாவிலும் கொண்டு தொலைச்சா கையிலே காசு மீறுமாடா?"

மாடியிலிருந்து கணேசன் ஜன்னல் வழியாகக் கீழே எட்டிப் பார்த்தார். மங்கலான ஒளியில் குறுகிய அந்த உருவம் அன்புடனும். தயையுடனும் பால்காரனிடம் ஒரு ரூபாயை எடுத்துக்கொடுப்பதைக் கண்டார்.

"மரகதம்! ஏய் மரகதம்!, இங்கே வா... உன் அம்மா தர்மம் செய்கிறதை வந்து பார். இந்தக் கோதண்டம் பயல் இப்படி மாய்மாலம் செய்து நன்றாகப் பிடுங்கித் தின்கிறான்."

மரகதம் சோபாவில் புதைய புதையப் படுத்தவாறு சுகமாகத் தூங்கிக் கொண்டிருந்தாள். இந்தப் படுக்கையறைக்கு நேர்க்கோடியில் இன்னொரு பள்ளியறை இருந்தது. இதற்கு நேர்மாறான ஜோடி ஒன்று அங்கும் ஜன்னல் வழியாக இதே காட்சியைப் பார்த்துக்கொண்டிருந்தது. மரகதத்தின் செல்வ மகன் ரவியும், அவன் மனைவி மேனகாவும் சினிமா பார்ப்பதுபோல் இந்தக் காட்சியைப் பார்த்துக்கொண்டிருந்தார்கள்.

"இந்தப் பாட்டிக்கு ஆனாலும் இவ்வளவு தாராளம் வேண்டாம்..." என்று மெல்லிய குரலில் மொழிந்தவாறு ஏதோ கொள்ளை போவதுபோல் எட்டிப் பார்த்தாள் மேனகா.

ரவி உல்லாசமாக மனைவியைத் திரும்பிப் பார்த்தான்.

கல்யாணமாகி இரண்டு வருஷங்கள் முழுசாக ஆகவில்லை. அதற்குள் அந்த "ஸ்டாட்டிஸ்டிக்ஸ்" பி.ஏ.வுக்கு அவ்வீட்டின்

பொருளாதாரத்தில் மிகுந்த அக்கறை. எத்தனையோ வருஷங் களாக ஏழைப் பிள்ளைகள் இரண்டு பேருக்குக் கொடுத்து வரும் பொருளுதவி வேலைக்காரர், பால்காரனுக்கு இருக்கும் சலுகை எல்லாமே தண்டம் 'வேஸ்ட்' என்று ஒரு பாட்டம் கணவனிடன் குசுகுசுவென்று முணுமுணுத்துவிட்டு ஓய்வாள் மேனகா.

"பார்த்தீர்களா! பார்த்தீர்களா! ஒரு ரூபாய் போதா தென்று கால் படி புழுங்கல் அரிசி நொய் வேறே தானம் செய்கிறதை?..." காதளவு நீண்ட தன் விழிகளைச் சுழற்றிக் கடைக்கண்ணால் கணவனைக் கடாட்சித்தவாறு நவின்றாள் அவள். ரவி மனைவியின் இடுப்பில் கையைவளைத்து அணைத்தவாறு பேசினான்.

"உனக்கு ஒன்றும் தெரியாது மேனகா. பாட்டி செய்யும் எந்தக் காரியத்திலும் ஏதாவது பொருள் பொதிந்து இருக்கும்..."

"ஆமாம்...பெரிய..." மேனகா வார்த்தையை முடிப்பதற்குள் வேலைக்காரி பச்சைக்குச் சிறிய செம்பில் சுட சுடக் காப்பியைக் கொண்டுவந்து வைத்தாள் மீனாட்சிப் பாட்டி.

"குடித்துவிட்டு வேலை செய்யடி. இந்தக் குளிரில் வெறும் வயிற்றுடன் வேலை செய்ய முடியாதுடி அம்மா... பல் விளக் கினாயோ இல்லையோ?"

"விளக்கிட்டேன் பெரியம்மா. நீங்க சொன்னபடி பொட்டு கூட வச்சிருக்கேன் பாருங்க..."

வேலைக்காரி பச்சையம்மா தன் முகத்தைத் திருப்பித் தெரு விளக்கு ஒளி விழும் பக்கமாக நின்று காட்டினாள்.

"அதுதான் பார்க்க லட்சணமா இருக்கு."

"மகா லட்சணத்தைக் கண்டுவிட்டாள் உங்கள் பாட்டி" என்று முனகினாள் மேனகா.

"கண்டுவிட்டார் உங்கள் பாட்டி..." என்று திருத்திவிட்டு, ரவி, "பாட்டிக்கு எப்பொழுதுமே பொட்டு பெரிதாக வைத்துக் கொள்ளவேண்டும். எனக்கு நன்றாக நினைவிருக்கிறது. தாத்தா இருந்தவரையில் நெற்றியில் அகலக் குங்குமமும் அதன்மீது விபூதியுமாகத்தான் பாட்டி இருப்பாள்" என்றான்.

மேனகாவுக்கு ஒன்றும் கேட்கப் பிடிக்கவில்லை. தொப் பென்று படுக்கையில் போய்ச் சாய்ந்தாள்.

"திரும்பவும் தூங்கப் போகிறாயா என்ன? மணி ஐந்தாகிவிட்டது..." என்று அவள் வாயைக் கிண்டினான் ரவி.

சரோஜா திறக்கும் உலகம்

“ஆறரை வரைக்கும் சுகமாக ஒரு தூக்கம். இந்த விடியற் காலத்தில் வரும் தூக்கம் இருக்கிறதே, இதற்கு இணை இதுவேதான். என்ன அழகழகான கனவுகள் !” என்றவாறு தன் தந்தக் கைகளைத் தலைக்கு மேல் வைத்துச் சோம்பல் முறித்தவாறு கண்களை மூடிக்கொண்டாள் மேனகா.

ஆனால் ரவிக்குத் தூக்கம் வரவில்லை. மெதுவாக ஓசைப் படாமல் கீழே இறங்கிப்போனான்.

பாட்டி இதற்குள்ளாகக் குளித்துவிட்டுப் பூஜையறைக்குப் போய்விட்டாள். பூஜையறை அழகழகாக அரிசி மாக்கோலங் களினால் எழிலாகக் காணப்பட்டது. வெண்கல விளக்கில் முத்துச் சுடர்போல் தீபம் எரிந்து கொண்டிருந்தது. விளக்கின் முகத்தில் பாட்டி சிவப்பாகக் குங்குமத் திலகம் இட்டிருந்தாள்.

காலை வேளையில் ஊதுவத்திகளின் நறுமணமும் விளக் கின் பொன்னொளியும் பரவசமூட்டுவனவாக இருந்தன. வாயிற்படியில் நிற்கும் பேரனைத் திரும்பிப் பார்த்தாள் பாட்டி.

“ஏண்டாப்பா ! நீ எழுந்து வந்து ரொம்ப நாழிகையாச்சோ ? பல் தேய்ச்சுட்டியோ ?”

“ஆச்சு பாட்டி !” என்றான் ரவி.

“போய் நெற்றிக்கு இட்டுக்கொள். நான் காப்பி கலந்து எடுத்து வரேன்.” மீனாட்சிப் பாட்டி, கூறியபடி விசையாக அடுப்பங்கரைக்கு நடந்தாள்.

ரவி அவளை மௌனமாகப் பின்தொடர்ந்தான். பேரனின் கையில் ஆவி சிதறும் காப்பியைக் கொடுத்துக்கொண்டே “பால் வேண்டுமா இல்லை, டிக்காக்ஷன் சர்க்கரை வேண்டுமா பார். உன் அம்மாவுக்குப் பானகம்போல் சர்க்கரை போடவேண்டும். உன் தாத்தாவுக்கு சர்க்கரையே கூடாது ...” என்று விவரித்தாள்.

ரவி சிரித்துக்கொண்டே காப்பியை உறிஞ்சிப் பருக ஆரம்பித்தான். அவன் அப்படி எச்சிற்படுத்திச் சாப்பிடுவதைப் பார்த்த பாட்டியிடமிருந்து கேவலம் ஒரு முகச் சுளிப்புக்கூட வெளிவரவில்லை. அதைக் கவனிக்காதவள்போல் போய்விட்டாள் அவள்.

பொழுது நன்றாக விடிந்துவிட்டது. மாடியிலிருந்து மேனகா கீழே இறங்கி வந்தாள். அடுப்பங்கரைக்கு வந்து உட்கார்ந்த வளின் முன்பு சுட சுடக் காப்பி எடுத்து வைத்துவிட்டு இரண்டு புடலங்காய்களை எடுத்துவைத்தாள் பாட்டி.

“கொஞ்சம் இதைப் பொடிப் பொடியாக நறுக்கி வைத்து விடடி அம்மா. உன் மாமியாருக்கு அரை உப்புப் போட்டு கூட்டுச் செய்யவேண்டுமாம். என்னவோ பிரஷராமே? உப்பு சேர்க்கக் கூடாதாம்...”

“எனக்கு இந்தக் காயைப் பார்த்தாலே வயிற்றைக் குமட்டுகிறது பாட்டி. சப்பு சப்புன்னு என்ன கூட்டோ?” என்று அலுத்துக் கொண்டே அரிவாள்மணையின் முன் உட்காந்தாள் மேனகா.

பாட்டிக்குச் சட்டென்று நினைவுக்கு வந்தது; மேனகாவுக்கு மசக்கையென்று. மூன்று குறைப் பிரசவங்களுக்கு அப்புறம் நாலாவது; டாக்டர் அவளை அசங்கக்கூடக் கூடாதென்கிறாளாம். நேற்று டாக்சியில் பேரனும் அவளும் சினிமா பார்த்துவிட்டு வந்ததும் அவன் அவளைக் கைத்தாங்கலாக மாடிக்கு அழைத்துப்போனதும் மருமகன் கணேசன் இப்படியாவது சினிமா பார்க்கவில்லை என்று யார் அடித்தார்கள் என்று முணுமுணுத்ததும், பாட்டி மட்டும் பரிந்து பேசாமல் இருந்தால் அப்பாவுக்கும் பிள்ளைக்கும் சிறு பூசல் வந்திருக்கும்.

“கிடக்கிறது விடு. உனக்கு உப்பு உறைப்பாகத் துவையல் அரைத்துப் போடுகிறேன்.”

“இரண்டு மூன்று தினுசுகள் எதற்குப் பாட்டி இந்த விலைவாசியில்?” என்றாள் புள்ளி விவரம் தெரிந்த அந்தப் பெண்.

“விலையும் வாசியும் அப்படித்தான் இருக்கும். சாப்பிடுகிற காலத்தில், உடுத்துக் கொள்கிற நாட்களில் அதது அனுபவிக்க வேண்டுமடி பெண்ணே” என்றாள் பாட்டி.

மேனகா அன்றே கணவனிடம் பாட்டியின் கொள்கை களைப்பற்றிக் கேலியாகவும் பொருளாதார ரீதியாகவும் சொல்லி சொல்லிச் சிரித்தாள்.

மரகதம் இதையெல்லாம் காதில் போட்டுக்கொள்கிற தில்லை. வேளாவேளைக்குத் தன்னைக் கவனித்துச் செய்ய அந்தக் கிழமாவது இருக்கிறதே என்று ஆறுதல் அடைந்து வந்தாள். இடையிடையே, கணவரின் குத்தல் மொழிகள், கண்டனங்கள் இவைகளுக்கும் ஆளானாள்.

பொதுவாகச் சொல்லுமிடத்து மீனாட்சிப் பாட்டியின் மனத்தை அந்த வீட்டார் புரிந்து கொள்ளவில்லை.

நாட்கள் நகர்ந்தன; இல்லை, இந்த அவசரயுகத்தில் பறந்தன. மீனாட்சிப் பாட்டியின் உள்ளம் இளமையாக இருந்தாலும் உடல் மரைகள் கழன்ற யந்திரமாக ஆட்டம்காண ஆரம்பித்துவிட்டது.

“பாட்டி போய்விட்டால் யார் இந்தக் குடும்பத்தைக் கட்டி மேய்ப்பார்கள் மேனகா?” என்றான் ரவி மனைவியின் அழகைப் பருகியபடி. பாட்டியின் பராமரிப்பில் மேனகா நன்றாகச் செழுமையாகத் தாய்மையின் பூரிப்பில் ஆரோக்கியத்துடன் இருந்தாள்.

“பாட்டி குட்டை குழப்பிக்கொள்கிற மாதிரி விடிய நாலு மணிக்கே எழுந்திருந்து ஒன்றும் அவஸ்தைப்பட வேண்டாம். எல்லாம் ‘மாடர்னா’கச் செய்து ஜமாய்த்துவிடுவேன்” என்றாள் மேனகா.

மீனாட்சிப் பாட்டி அன்று விடிந்தபிறகுகூட எழுந்திருக்க வில்லை. பால்காரனுடன் பேசும் சத்தம் கேட்காமல் மேனகா கண்களை மாடியிலிருந்து கூர்மையாகச் செலுத்தியபடி ஒரு நோட்டம் விட்டாள். கொல்லைக் கதவு சாத்தியபடி இருந்தது. எல்லோரும் கீழே இறங்கி வந்து பார்த்தார்கள். பாட்டி படுக்கையில் முனகியபடி படுத்திருந்தாள். எல்லாமே போட்டது போட்டாற்போல் இருந்தன. அதைத் தேடி, இதைத் தேடி மேனகா ஓடியாடிக் காப்பி போட ஆரம்பித்தாள். மரகதம் கீழே இறங்கி வந்துதான் அன்று காப்பி சாப்பிட வேண்டி யிருந்தது. பால்காரன் தன் விருப்பம்போல் வர ஆரம்பித்தான். பச்சையம்மாள் மட்டும் என்ன? இவர்களின் மனத்தைப் போலவே வேலைகளில் அலட்சியமும் பராமுகமும் மேலிட்டிருந்தது.

ரவிக்கு மட்டும் அந்தப் பூஜை அறையைப் பார்த்ததும் கண்களில் கண்ணீர் வந்துவிட்டது. உஷத் காலத்தில் விளக்கின் பொன்னொளியும் நறுமணமுமாக அங்கே எத்தனை தெய்விகம் ததும்பி வழியும்?

அப்பா என்ன செய்கிறார்? சாய்வு நாற்காலி தேயும்படி படுத்துக்கொண்டு தினசரிகளை ஆரம்ப முதல் இறுதிவரையில் புரட்டி புரட்டிப் பார்த்தவாறு மாமியாரை ஏதாவது சொல்வது அவர் வழக்கமாகப் போய்விட்து என்று நினைத்தான்.

பாட்டி நாலைந்து தினங்கள் ஒன்றும் சாப்பிடாமல், அதிகம் பேசாமல் படுத்திருந்தாள். முகம் துல்லியமாக இருந்தது. நோயின் பயங்கரமோ, கொடுமையோ எதுவும் இல்லை. யாராவது ஏதாவது கேட்டால் அவசியமாக இருந்தால் பதில் கூறினாள்.

“அம்மா ... அம்மா ... எங்களுக்காக இத்தனை காலம் உழைத்தாய். உன்னை உட்கார வைத்து ஒரு வேளை நான் சமைத்துப் போடவில்லை. வியாதிப் பிண்டமாக மாறிவிட்டேன். உனக்கு ஏதாவது ஆசை இருந்தால் சொல் ...” என்று மரகதம் கண்ணீர்விட்டுக் கதறினாள்.

பாட்டி அலுப்புடன் சிரித்தாள். பிறகு மெதுவாக "அடி யம்மா! உனக்கு இனிமேல் யார் செய்வார்கள் என்று நான் கவலைப்படுகிறேன். அழாதே மரகதம். எனக்கு என்ன ஆசை இருக்கப் போகிறது? இந்த வீட்டில் என்னைப் புரிந்துகொண்டவன் ரவி ஒருத்தன்தான். அதோ பாரடி! நான் படுத்த நாளிலிருந்து அவன் தவறாமல் விடியற்காலம் எழுந்திருப்பதும் சுவாமிக்கு விளக்கேற்றுவதும் எவ்வளவு இன்பமாக இருக்கிறது. அதுதான் என் ஆசை" என்றாள்.

அதன் பிறகு, இரண்டு நாட்களுக்கு அப்புறம் பாட்டி போய்விட்டாள்.

ஊர் விழித்துக்கொண்டாலும் இல்லாவிட்டாலும் ரவி விழித்துக்கொண்டு கீழே இறங்கி வந்துவிடுவான். கொல்லைக் கதவைப் பால்காரனுக்குத் திறந்து வைப்பான். பல் துலக்கித் திருநீறு அணிந்து சுவாமிக்கு விளக்கேற்றுவான். பாட்டி விண்ணிலிருந்து அவனை வாழ்த்துவதுபோல் ஓர் எண்ணம்; நம்பிக்கை. நம்பிக்கைதானே மனிதனை வாழ வைக்கிறது?

கல்கி, ஜூன் 18, 1961

18

எங்கள் ரோஸி

கப்பும், கிளைகளுமாய்ப் பரவி நிற்கும் அந்த வாதாம் மரத்தினடியில் தான் எங்கள் "ரோஸி" நிம்மதியாகத் துயின்று கொண்டிருக்கிறாள். அதன் கீழே குழந்தைகள் கோலி ஆடுகிறார்கள். என் கணவர் தம் நண்பர்களுடன் அமர்ந்து வட்ட மேஜை ஒன்றை மையத்தில் போட்டுக்கொண்டு சீட்டாடுகிறார். எண்ணிறந்த குருவிகளும், பச்சைக் கிளிகளும் இராப்பொழுதைக் கழிக்கும் குளிர் தருவாக ஓங்கி வளர்ந்திருக்கிறது அந்த மரம்.

சரோஜா ராமமூர்த்தி

மரத்தில் கணுவுக்குக் கணு காய்கள். சில பசுமையானவை, சில சிவப்பானவை. அணிற்பிள்ளைகள் வாதாம் பழத்தைக் கோதி கோதிக் கீழே எறிகின்றன. அவற்றைப் பொறுக்கி வந்து குழந்தைகள் உடைத்து பருப்பெடுத்துச் சுவைத்துச் சாப்பிடுகிறார்கள்.

அடுத்த வீட்டு லக்ஷ்மிப் பாட்டி தினம் பகல் நேரத்தில் வந்து விடுவாள் மர நிழலுக்கு. பழுத்த இலைகளைப் பொறுக்கி வாரி மடி நிறையக் கட்டிக்கொண்டு இலை தைக்கப் போய்விடுவாள் அந்தக் கிழவி.

நான்? நான் மட்டும் அந்த மரத்தைப் பார்க்கும்போது ஏக்கப் பெருமூச்சு ஒன்று விடுகிறேன். இதயம் புண்ணாக வலிப்பதுபோல் இருக்கிறது. ஒரு கணம் உலகமே வெறிச்சோடி கிடப்பதுபோலத் தோன்றுகிறது. மரத்தை ஆசையுடன் தடவு கிறேன். ஆம்... மரத்தின் அடிப்பாகம் கரடுமுரடாகத் தானே இருக்கும்?

"ஆமாம், அப்படித்தான் இருக்கும். இது தெரியாதா உனக்கு?" என்கிறீர்களா?

நான் இலேசாகச் சிரிக்கிறேன்."இல்லை... இல்லை... பட்டுப் போல மெத்து மெத்தென்று இலவம் பஞ்சைத் தடவு வதுபோல் இருக்கிறதே." அது மட்டுமா? பளபளவென்று மின்னும் கருமணிக் கண்கள். வெண்மையாகத் தொங்கும் காதுகள். கறுத்து விரிந்த மூக்கு. குட்டையான வால். ஒரே வெள்ளை. பஞ்சு மூட்டைபோல் வால் எது முகம் எது என்று தெரியாத தோற்றம். இவ்வளவும் அந்த தடித்த மரத்தினடியிலே எனக்குப் புலப்படுகிறது.

பார்க்கிறேன் அவளை, பார்த்துக்கொண்டே இருக்கிறேன். பரிவுடன் அவள் என் அருகில் வருகிறாள். நீண்ட நாக்கினால் பாதங்களை, கைகளை நக்கித் தடவுகிறாள். "ரோஸி! ரோஸி!" என் கண்கள் குளமாகின்றன. கண்ணீரை வழித்துச் சுண்டி எறிகிறேன். வானத்தை ஏறிட்டு நோக்கினால் அங்குப் பரிதிக்கோளம் திருமாலின் சக்கரம்போல் சுழல்வது தெரிகிறது. 'பிறந்தவன் சாவதுறுதியெனில், செத்தவன் பிறப்பதுறுதியெனில்' என்கிற கண்ணனின் பேருரை நினைவில் எழுகிறது.

ரோஸி — எங்கள் நாய் — இறந்துவிட்டது. ஆத்மா அழிவற்றது என்கிறான் கண்ணன். அதைத்தாங்கி நிற்கும் உடல்தான் அழியும் தன்மையது. உண்மைதான். இருந்தாலும், அந்த வெள்ளை உடலுக் குள்ளே இருந்த அந்த உயிருக்குத்தான் எங்களிடம் எத்தனை ஆசை, அன்பு எல்லாம்?

சித்திரை மாதத்திலே ஒரு நாள். அன்று ஞாயிற்றுக்கிழமை. வெயில் வெளியே தலைகாட்ட முடியவில்லை. மாலை ஐந்து மணிக்கு மேலே குழந்தைகளுடன் நாங்கள் கடற்கரைக்குப் போவதாகத் திட்டமிட்டிருந்தோம். குழந்தைகள் உற்சாகமாக உடுத்திக்கொண்டு கிளம்ப ஆரம்பித்தார்கள். ஆனால் எங்கள் பெரிய மகன் ரவி மட்டும் புறப்படவில்லை.

"ஏன் நீ வரவில்லையா?" என்று அவன் தகப்பனார் கேட்டார்.

"இல்லை அப்பா..."

"ஏண்டா?"

அவன் சிரித்து மழுப்பினான். அவருக்குப் புரிந்துவிட்டது.

"தெரியுமடா உன் திருட்டுத்தனம். நாலு நாட்களாக நாய்க்குட்டி ஒன்று வாங்கி வரத் திட்டம் போடுகிறாய். அதெல்லாம் ஒன்றும் இங்கே வேண்டாம்..." உறுதியும், கண்டிப்பும் நிறைந்த குரலில் கூறினார் அவர்.

"ஏன் வாங்கி வந்தால் என்னவாம்?" தகப்பனாரின் காதுகளில் விழாமல், எனக்கு மட்டும் கேட்கும்படியாக முணுமுணுத்தான் அவன்.

"ஆமாம்... சொல்லிவிட்டேன். நாய் கீய் என்று ஆரம்பித் தியோ நான் பொல்லாதவனாகிவிடுவேன்..."

"கிடக்கிறது விடுங்கள். ஏதோ குழந்தை கேட்கிறான்." என் சிபாரிசு இது.

"குழந்தையாவது? இதெல்லாம் வேண்டாத பந்தம்."

"வேண்டிய பந்தம் எது சுவாமிகளே?" என்று நான் சிரித்தவாறு கேட்டேன்.

"நீ, குழந்தைகள், இந்த வீடு, உற்றம், சுற்றம் எல்லாம்..." நறுக்கென்று கூறிவிட்டுச் சட்டையை எடுத்து உதறிப் போட்டுக்கொண்டார்.

உண்மைதான். ஒரு வருஷத்துக்கு முன்பு, அவரே ஒரு நாள் நாய்க்குட்டி ஒன்றை அலுவலகத்திலிருந்து திரும்பி வரும்போது கொண்டு வந்தார்; அனபுடன் சீராட்டி வளர்த்தார். திடீரென்று ஒரு நாள் அது ஒன்றும் சாப்பிடாமல் படுத்துக் கிடந்தது. அருகில் சென்று அழைத்தால் அவரைப் பரிதாபத்துடன் பார்த்தது. வாலை ஆட்டவில்லை. கண்கள் கலங்க உள்ளே வந்துவிட்டார்.

"சே... சே... இதையெல்லாம் எதற்கு வாங்கி வருகிறீர்கள்? வேண்டாத பந்தம்..." என்று நானும் வருந்தினேன். அப்புறம் அது "பொக்"கென்று கண்ணை மூடிவிட்டது. அதன் பிறகு அவர் முகத்தில் முறுவலைக் காண நான் வெகுவாக ஏங்கினேன். ஆழமாகத் தைத்த முள்ளைக் களைய ஏற்படும் துன்பத்தைப் போல் அந்தப் பந்தம் அவர் இதயத்தில் வெகு நாட்கள் வரையில் ஆழப் பதிந்துபோயிருந்தது. ஆனால், ரவிக்கு இதெல்லாம் ஒன்றும் புரியவில்லை. புரிந்து கொள்கிற வயதுமில்லை. அடுத்த சில நாட்களுக்கெல்லாம் அவன் வேறு நாய்க்குட்டி வாங்கி வந்து வளர்க்க ஆசைப்பட்டான்.

பாலும் சோறும் ரொட்டியும் கொடுத்துக் காப்பாற்றிய அந்த நாயை மறக்க நான் பட்டபாடு கொஞ்ச நஞ்சமல்ல. ஆகவே, அவன் வேண்டுகோளை நான் பலமாக நிராகரித்து விட்டேன்.

"அதெல்லாம் ஒன்றும் வேண்டாமப்பா. பேசாமல் இரு" என்று நான் சொன்னதை அவன் பொருட்படுத்தியதாகத் தோன்றவில்லை.

என் மன அமைதிக்காக நான் அழகிய வெண்புறா ஒன்றை வளரக்கலானேன். அதனிடம் கொஞ்சிப் பேசுவதில் எனக்கு அலாதியான மகிழ்ச்சி ஏற்பட்டது. என் வீட்டின் தோட்டத்தில் உள்ள மரக்கிளையில் அது அமர்ந்திருந்தால், மரத்தில் சாய்ந்தபடி அதன் வெண்மை நிறத்தையும் கூர்மையான மூக்கையும் அதைத் தாங்கியுள்ள கிளையின் பசுமையான இலைகளையும் காணும்போதெல்லாம் என் உள்ளம் களிக்கும். என்னுடைய இந்தப் பொழுதுபோக்கு அவருக்கோ பிள்ளைகளுக்கோ பிடிப்பதில்லை. ரோஸிக்குப் பதிலாகப் புதியதொரு ரோஸியை வளர்க்க வேண்டும் என்று அவர்கள் விரும்பினார்கள்.

ஒரு நாள் நாங்களெல்லாம் கடற்கரைக்குப் போகத் திட்டமிட்டிருந்தோம். அன்று ரவி எங்களுடன் வரவில்லை. படிக்க வேண்டும் என்று கூறி வீட்டிலேயே தங்கிவிட்டான். அவன் அப்பாவுக்கு மட்டும் அவன் பேரில் சந்தேகம்.

"இந்தப் பயல் ஏதோ செய்யப்போகிறான். அதுதான் வரவில்லை" என்று வழிநெடுகச் சொல்லிக்கொண்டே வந்தார்.

இரவு நாங்கள் திரும்பியவுடன் கூடத்து மூலையில் பஞ்சு மூட்டைபோல் ஒன்று தெரிந்ததைக் கண்டதும் அயர்ந்துதான் போனோம். வெள்ளைவெளேர் என்று ரோமம் அடர்ந்து இரண்டு கருமணிக் கண்கள் மட்டும் பிரகாசிக்க குச்சு நாய் ஒன்று வாலை ஆட்டிக்கொண்டிருந்தது.

சின்னஞ் சிறிய குட்டி. பிறந்து ஒரு மாதம் இருக்கலாம். ஆசையுடன் அதை எடுத்து நான் மடிமீது வைத்துக்கொண்ட வுடன் அவர் என்னை விழித்துப் பார்த்தார். "உன் வேலைதானா இது? நீயும் இதற்கு உடந்தைதானா?" என்றார் அவர்.

"ஆமாம்" என்றேன்.

நாள் பறந்தது.

நாய் வளர்ந்தது.

"நாயா வளர்க்கிறாய்?" என்று கேட்டுக்கொண்டே லக்ஷ்மிப் பாட்டி ஒரு தினம் வீட்டுக்கு வந்தாள்.

"லொள்... லொள்..." என்று சிறு குரல் எழுப்பி ரோஸி என்னை எச்சரித்தது. அந்த வீட்டுக்கு வந்த பத்து தினங் களுக்குப் பிறகு முதன் முதலாக ஒரு புது நபரைப் பார்த்து அதிசயிக்கிற குரலாகவும் இருக்கலாம்.

"ஐயே! இதன் மூஞ்சியும், வாலும்! ஏண்டியம்மா! வால் எது மூஞ்சி எதுன்னு தெரியலையே..."

ரோஸி சிலிர்த்துக்கொண்டு பாட்டிமேல் உராய்ந்துகொள்ளப் போயிற்று.

"ஹீ... ஹீ... சிங்கக் குட்டி மாதிரின்னா இருக்கு? எங்கே பிடித்தே இதை... ஆனா... இதெல்லாம் என்னத்துக்கு?" என்று பாட்டி கேட்டு என்னை ஊடுருவிப் பார்த்தாள்.

ரோஸி என்னை நிமிர்ந்து பார்த்தது. தனக்கு வீட்டில் மட்டும் எதிர்ப்பு இல்லை. வெளியிலிருந்தும் எதிர்ப்பு உண்டு என்பதை அது புரிந்துகொண்டது. காதுகளை நிமிர்த்தி மிடுக்குடன் பார்த்துவிட்டு ஒதுங்கிப்போய்ப் படுத்துக்கொண் டது. இப்பொழுது வாதாம் இலைகளை ஒன்றுவிடாமல் பொறுக்கி மடியில் கட்டிக் கொள்கிறாளே அந்தப் பாட்டியை அன்று அது லட்சியமே செய்யவில்லை. பிறகு எப்பொழுது பாட்டி வந்தாலும் போனாலும் அது கவனிப்பதே இல்லை.

எங்கள் வீட்டுக்கு உற்றார் உறவினர் யாராவது வந்து போய்க்கொண்டேயிருப்பார்கள். வாசல் கதவு திறக்கப்படும் முன்பே ரோஸி தன் அழகிய காதுகளை நிமிர்த்திக்கொண்டு எழுந்து நிற்கும். அடுத்த விநாடி பெருங்குரலில் ஓசை எழுப்பும். நான் கூடத்துக்கு வந்துவிட்டால் வாலைக் குழைத்துக்கொண்டு மேஜையின் கீழ்ச் சென்று படுத்துவிடும். ஒரு சமயம் பம்பா யிலிருந்து நண்பர் ஒருவர் வந்தார்.

"நாயா வளர்க்கிறீர்கள்? என்ன ஜாதி சார்?"

"எனக்கு இதில் சம்பந்தமே கிடையாது சார்... எல்லாம் அடுத்த 'டிபார்ட்மெண்டி'ல் கேட்கவேண்டும்" என்று சமைய லறையைக் காட்டினார்.

"நாயிலேகூட என்ன ஜாதியைப்பற்றி ஆராய்ச்சி வேண்டி இருக்கிறது? அன்பைப் புரிந்துகொண்டு நன்றியோடு இருக்கிற நல்ல ஜாதி. அவ்வளவுதான்." அடுத்த 'டிபார்ட்மெண்ட்' பதில் அளித்தது.

ரோஸி அவர் வாங்கி வந்திருந்த பிஸ்கோத்துகளைச் சுவைத்துச் சாப்பிட்டுவிட்டு வாலை ஆட்டித் தன் நன்றியைத் தெரிவித்தது.

நண்பரும் ரோஸி குட்டிகள் ஈன்றால் ஒன்று தமக்குத் தரும்படி கேட்டுக்கொண்டு விடைபெற்றார். நண்பர் புறப்பட்டுச் சென்றுவிட்டாலும் அவர் எழுப்பிய அந்தக் கேள்வி என் சிந்தனையைத் தூண்டிவிட்டது.

ரோஸி வந்து இப்பொழுது நான்கைந்து மாதங்கள் சென்றுவிட்டன. 'ரோஸி உயர்ந்த ஜாதி நாய். அது மற்ற சாதாரண ஜாதி நாய்களுடன் நட்பு கொள்ளுமா?' என்கிற என் சிந்தனைக்கு ஒரு நாள் விடை கிடைத்தது. எங்கள் வீட்டு மாட்டுக் கொட்டிலில் கறுப்பு நாய் ஒன்று வந்து ஒண்டிக் கொண்டிருந்தது. சுத்தக் கறுப்பு. வயிறு ஒட்டி, கண்கள் இடுங்கி, பார்க்க வேதனையாகத்தான் இருந்தது.

குழந்தைகள் "சூ... சூ..." என்று விரட்டப் போனார்கள். ரோஸியும் வள்வள்ளென்று குரைத்துக் கொண்டு கொட்டிலுக்குள் ஓடியது.

கறுப்பு நாய் உடம்பைக் கூனிக் குறுகிக்கொண்டு எழுந்து நின்றது. பணிவாக, குழைவாக அது ரோஸி முன்பு நின்று, 'அழகியே! நீ நிறத்திலும், தோற்றத்திலும் என்னைவிட உயர்வாக இருக்கலாம். ஆனால், நானும் உன் இனம்தான் என்பதை மறந்து விட்டாயா? கடவுளின் படைப்பிலே இப்படியும் அப்படியுமாகத்தான் உயிர்கள் படைக்கப்படுகின்றன. அவன் செயலுக்கு நாம் என்ன செய்ய முடியும்?' என்று கேட்டது வள் வள் மொழியிலே.

ரோஸி உடனே குரைப்பதை நிறுத்திவிட்டது. பரிவுடன் அதை நக்கிக் கொடுத்தது. வாலை ஆட்டியது. என்னை திரும்பிப் பார்த்து, 'அம்மா! கறுப்பனுக்கும் கொஞ்சம் சோறு போடம்மா' என்றது.

தினம் கறுப்பன் வருவான். ரோஸி சாப்பிட்ட பிறகு சாப்பிடுவான். அவளுடன் விளையாடுவான்.

நாய் இனத்திலே ஜாதிப் பிரச்னைக்கு இடமில்லை என்கிற விஷயம் எனக்குத் தெளிவாகிவிட்டது.

வீட்டிலே நாங்கள் அனைவரும் காட்டும் பரிவைவிட அதற்கு வெளியிடத்திலிருந்தும் பரிவும் அன்பும் கிடைத்தன. பத்திரிகைகளுக்குக் கதைகள் எழுதுகிற அம்மாள் ஒருவர் எனக்குத் தோழியாக வந்து வாய்த்தார்.

அவருக்குக் கதைக்குக் கருத்து ஒன்றும் தோன்றாமற் போனால் ரோஸியைத் தன் மடிமீது வைத்துக்கொண்டு "ரோஸி! எனக்கு ஒரு நல்ல கதை சொல்லேன்" என்று கேட்பார்.

"உர்... உர்..." என்று அது உறுமிக்கொண்டே அவர்மீது உரசிக்கொள்ளும்.

"இதோ! ஒரு அற்புதமான கதை எனக்குத் தோன்றிவிட்டது" என்று சொல்லிக்கொண்டே அந்த எழுத்தாளி எழுந்து சென்றுவிடுவார்.

அப்புறம் அந்த அற்புதமான கதை பிரசுரம் ஆனதும் கிடைத்த சன்மானத்தில் எங்கள் ரோஸி வயிறு புடைக்க ரொட்டியும், பிஸ்கோத்துகளும் சாப்பிடும்.

"இந்தாருங்கள் அம்மா, ரோஸி மீது உங்கள் அன்பைக் கொஞ்சம் குறைத்துக் கொள்ளுங்கள். அதற்கு உடம்பு சரியில்லை..." என்று நான் கூறவும். அந்தத் தோழி அதற்காக என்மீது வருத்தப்பட்டுக்கொண்டதும் ரோஸிக்கு நன்றாகத் தெரிந்தது.

எப்பொழுது அது தின்பண்டங்களைச் சாப்பிட்டாலும் நான் போதும் என்றவுடன் நிறுத்திவிடும். ஆகவே, எங்கள் நட்பும் வளர்பிறைபோல் வளர்ந்துதான் வந்தது.

சமீபத்திலே பெரு மழை பெய்ததல்லவா? அப்படி அந்த வருஷமும் மழை பெய்தது. எங்கும் ஒரே வெள்ளக்காடு. வானமெங்கும் கனத்த முகிற்போர்வை. ஊழிக்காலம்போல் உலகம் இருண்டு கிடந்தது. வீட்டிலே எங்கு பார்த்தாலும் ஈரமும் நசநசப்பும். சுவர்களிலிருந்து நீர் கசிந்துகொண்டேயிருந்தது. இரவெல்லாம் கொட்டு கொட்டு என்று மழைக் கொட்டியது. காலை மலர்ந்ததும் கீழ் வானத்தில் வெள்ளிக் குழம்புபோல் கதிரவன் தோன்றினான்.

"ஆ... வெயில்... வெயில்... நாங்கள் பள்ளிக்கூடம் போகிறோம்" என்று என் கடைசிப் பிள்ளை புத்தகத்துடன் கிளம்பிவிட்டான். ஆனால், பகல் பதினோறு மணிக்குள் அடிவானத்திலிருந்து பூதம்போல் கறுத்த மேகங்கள் திரண்டு வந்து வானத்தை முற்றுகையிட்டன. இருட்டு எங்கும் ஒரே இருட்டு.

பள்ளிக்கூடம் விடுவதற்கும் பலத்த மழை பெய்வதற்கும் சரியாக இருந்தது.

அன்று என் கணவர் அலுவலகம் செல்லவில்லை. "இந்த வானத்தை நம்பிக் குழந்தையை அனுப்பினாயே" என்று என்னைக் கடிந்துகொண்டார். கவலையுடன் நான் குடையைப் பிரித்த வாறு பள்ளிக்குக் கிளம்பினேன். அவ்வளவுதான் ரோஸி தாவிக் குதித்து என்னுடன் மழையில் பாய்ந்தது.

"ஏய்! ரோஸி!" என்று அழைத்தார் அவர்.

'வருகிறேன் இருங்கள் அப்பா, அம்மாவை மழையில் தனியாக விரட்டுகிறீர்கள். நான் துணைக்குப் போகிறேன்' என்றது அது.

"வள்... வள்... உர்... உர்..." இந்த நான்கு ஒலிகளில் அந்த விளக்கம் பதுங்கி இருந்தது என்று நான் புரிந்துகொண்டேன்.

கொட்டுகிற மழையில். வீசுகிற குளிர் காற்றில் எனக்கு முன்னே பாய்ந்து சென்றது ரோஸி.

"அந்த அம்மாவுக்குத் துணை போவது பார்த்தாயா?" என்று கிராம மக்கள் ஒன்றிரண்டு பேர் மூக்கில் விரலை வைத்தார்கள். இதில் ஒரு விசேஷம். நாங்கள் இம்மாதிரிப் பயிற்சி ஒன்றும் அதற்கு அளிக்கவில்லை. ஒரு குழந்தையை வளர்ப்பதுபோல் வளர்த்து வந்தோம். மழையிலே நாங்களும் அநேகமாக நனைந்துவிட்டோம். ரோஸி சொட்ட சொட்ட நனைந்து வந்தது.

"மழையிலே இப்படி நனைந்துவிட்டதே. உடம்புக்கு ஆகுமா?" என்று கேட்டு அவர் ரோஸியின் உடம்பைத் துடைத்துவிட்டார்.

ஆஹா! அப்பொழுது அதன் முகத்தில்தான் எத்தனை ஆனந்தம்? எத்தனை கர்வம்?... அவர் முகம், புறங்கை, முகவாய், பாதங்கள் — பூராவும் நக்கி வாலை ஆட்டித் தன் பரவசத்தை வெளிப்படுத்தியது. குறுக்கும் நெடுக்குமாக ஓடியது.

'பார்த்தீர்களா? அப்பாவுக்கு என்மீது எத்தனை ஆசை என்று? அவருடைய அன்பு ஆழமானதுதான் அம்மா. ஒரு பிஸ்கோத்திலோ, ரொட்டித்துண்டிலோ அடங்கிவிடுகிற அன்பு இல்லை...' என்று கூறுவதுபோல என்னைப் பெருமிதத்துடன் பார்த்தது. அன்று அதற்கு அளவுகடந்த மகிழ்ச்சி. அப்பா அவளை அரவணைத்துக்கொண்டுத் தன் அன்பைப் பொழிந்துவிட்டார் அல்லவா?

வெளியே மழை சற்று ஓய்ந்தது. பிறகு திடீரென்று பிடித்துக் கொண்டது. பெரு மழை. இரவு பூராவும் கொட்டித் தீர்த்தது. எங்கள் ஊர் மையத்தில் இருந்த குளம் ஒன்று நிரம்பி வழிந்து தெருக்களிலே ஆறுபோல பாய்ந்து ஓடிக்கொண்டிருந்தது.

குழந்தைகள் சிரித்தார்கள். தண்ணீரில் அலைந்தார்கள். பெரியவர்கள்கூடக் குடைகளைப் பிரித்துத் தூக்கிப் பிடித்துக்கொண்டு முழங்கால் நீரில் இறங்கி இப்படியும் அப்படியும் நடந்தார்கள்.

ரவியும் தண்ணீரில் இறங்கினான். சற்று நடந்தான். நீரின் வேகம் அதிகமாக இருந்ததால் கால் இடறி விழுந்துவிட்டான். தெருவிலே நின்றிருந்த ரோஸி நீரில் பாய்ந்தது. ரவியின் சட்டையைப் பற்றி இழுக்க ஆரம்பித்தது. அதற்குள்ளாகத் தெருவி லிருந்தவர்களே அவனைத் தூக்கிவிட்டார்கள்.

அதிர்ச்சியாலும், பயத்தாலும் வெளிரிய முகத்துடன் அவன் உள்ளே வந்து படுத்துக்கொண்டான். ரோஸிக்குத்தான் எத்தனை கவலை?

'அம்மா! ரவிக்கு என்ன உடம்பம்மா?' உண்மையில் அதன் கவலை நிரம்பிய பார்வைக்கு அதுதான் அர்த்தமாக இருக்க வேண்டும்.

வீட்டிலே நடக்கும் ஒவ்வொரு செயலிலும் அது பங்குபெற்று எங்கள் உற்ற உறவினரைப்போல் பழகிற்று. ஊரிலே நாலுபேர்கள் பலவிதமாகப் பேசினார்கள்.

"இருக்கிற பிடுங்கல்கள் போதாதென்று இவளுக்கு இது வேறே" என்றார்கள்.

"ஓ! அவர்கள் வீடா? அங்கே போனால் ஒரு 'ஜூ'வே பார்க்கலாமே. இன்னும் கொஞ்ச நாள் போனால் அவள் கழுதைகூட வளர்ப்பாள்" என்றார்கள்.

நாய் வளர்க்கலாம். ஆனால் பணக்காரர்கள்தாம் வளர்க்க வேண்டும். அவை உயர்ந்த ரக நாய்கள். இப்படி நடுத்தர வகுப்பினர் வளர்ப்பது அவர்களுக்குப் பிடிக்கவில்லை.

நாங்கள் ரோஸியை நாகரிகத்துக்காக வளர்க்கவில்லை. ஏதோ எங்களிடம் வந்து சேர்ந்தது. பந்தம், பாசம், விட்ட குறை என்று எப்படி வேண்டுமானாலும் வைத்துக்கொள்ளலாம்.

ஊராரின் அபிப்பிராயங்களைத் தாண்டி நின்ற எங்கள் நட்பு வளர்ந்துதான் வந்தது. ரோஸி அழகுடன் வளர்ந்து வந்தாள்.

கொல்லைப் பக்கத்தில் அவளுடன் நண்பனாக இருந்த கறுப்பனும் இப்பொழுது அழகாகத்தான் இருந்தான். ஒருவேளை பழக்கம் காரணமாக இருக்கலாம். மினுமினு என்று எண்ணெய் தேய்த்துவிட்ட மாதிரி ஒரு பளபளப்பு அதன் உடம்பில் தெரிந்தது.

சரோஜா ராமமூர்த்தி

"இனிமேல் ரோஸியைக் கவனமாகப் பார்த்துக் கொள்ள வேண்டும்" என்றார் அவர்.

"ஏன்?"

"பெரிசாக வளர்ந்துவிட்டதே கண்டபடி ஊர் சுற்றவிடக் கூடாது. நல்ல ஜாதி நாயுடன் பழக்கம் ஏற்படுத்திக்கொடுத்தால் நல்ல குட்டிகள் போடும்."

"ஓ!" என்றேன் நான். ரோஸியின் உள்ளத்திலே என்ன இருக்கிறது என்று எனக்கல்லவா தெரியும்? அது ஒரு நாள் கறுப்பனைக் காணாவிடில் படும் ஏக்கம்?

"அந்தக் கறுப்பு நாய் வந்தால் அடித்து விரட்டு..."

"ஆகட்டும்..."

"சொல்லுவாயே தவிர. செய்யமாட்டாய். உனக்கு எதைப் பார்த்தாலும் பரிவும், ஆசையும்தான்..."

"அப்படித்தான் இருக்கட்டுமே..."

"எப்படியோ தொலை..."

அன்று நடுப்பகலில் கொல்லையில் முருங்கை மரத்தினடியில் கறுப்பு நாயும், ரோஸியும் விளையாடிக்கொண்டிருந்தன.

'அழகுப் பெண்ணே! என்னைக் கல்யாணம் செய்து கொள்கிறாயடி?' கறுப்பன் கேட்டான்.

'ஓ! அதற்கென்ன? ஆனால், ஒரு நிபந்தனை. என்னைத் தவிர நீ யாரையும் கண்ணெடுத்துப் பார்க்கக் கூடாது...'

'பார்ப்பேனாடி தங்கமே!' என்றான் கறுப்பன் பரவசத்துடன்.

அப்புறம்? எனக்குக் குடும்ப வேலைகள் காத்துக் கிடந்தன.

ரோஸி உள்ளே வந்து பரிவுடன் என் காலடியில் படுத்துக்கொண்டது.

"என்னடி கண்ணு!"

அதற்குத்தான் எத்தனை வெட்கம்? 'போம்மா, போம்மா என்னை ஒன்றும் கேட்காதே...'

நாட்கள் உருண்டன. ரோஸியின் உடம்பில் மாறுதல். தாய்மையின் கனத்திலே தளதளவென்று பருத்துவிட்டாள் அவள். ஆனால், அவள் முகத்திலே ஒரே சோகம். அன்றைக் கப்புறம் கறுப்பனைக் காணவில்லை.

"கறுப்பு நாயைக் காணோமே! அடித்து விரட்டிவிட்டாயா?"

"சே... சே... நான் ஒன்றும் அடிக்கவில்லை. அதை ஒரு மாசமாகக் காணவில்லை."

ரோஸி தளர் நடையுடன் தினம் மாட்டுக் கொட்டிலையும் முருங்கை மரத்தடியையும் சுற்றி சுற்றி வருவாள். கருமணிக் கண்களில் கண்ணீர் சுரக்க என்னை ஏறிட்டுப் பார்ப்பாள்.

"உன் கறுப்பனைக் காணோம் என்று ஏன் ஏங்குகிறாய்? போனால் போகிறான் விடு. நன்றி கெட்ட ஜன்மம்." நான் வாய்விட்டுக் கூறினேன் அதற்குப் புரியுமென்று நினைத்து.

"ஏன் இப்படி இளைத்துவிட்டது நாய்?" என்று என்னைக் கேட்காதவர்கள் கிடையாது.

நாங்கள் பேசிக்கொண்டோம்:—

"ஒரு வேளை அந்தக் கறுப்பு நாயை யாராவது அடித்துப்போட்டிருப்பார்களோ?" ஏனெனில், தெருவில் தன் பாட்டுக்கு ஓடும் நாய்களை அடித்துக் கொல்வது எங்கள் ஊரின் பிரசித்தமான 'ஸ்போர்ட்ஸ்'.

"இருக்கலாம். அப்படியானால், நம்ப பையன்கள்தான் லீவு நாட்களில் ஊரைச் சுற்றுகிறான்களே. 'நியூஸ்' கொண்டு வந்திருப்பான்கள்..."

"நாய் வண்டி வந்து ஏற்றிக் கொண்டு போயிருக்கும்..."

"பாவம்... மனிதப் பிறவிகளே ஒருவரைப்பற்றி ஒருவர் கவலைப்படாத இந்த யந்திர யுகத்திலே நாயின் உணர்ச்சிகளை யார் மதிக்கப் போகிறார்கள்? நம் சட்டதிட்டங்கள், கட்டுப்பாடுகள் எல்லாம் அவைகளுக்கு எப்படித் தெரியும்?" என்றார் என் எழுத்தாளர் தோழி.

அன்று மாலை ரவி வெளியில் போய் வந்தவன் ஒரு நூதனச் செய்தி கொண்டுவந்தான்.

"ஏரிக்கரை பக்கம் ரோஸியை அழைத்துப் போனேன் அம்மா. அங்கே கறுப்பனைப் பார்த்துவிட்டது. இது என்ன குரைத்துக் கூப்பிட்டாலும் அந்தக் கறுப்பன் இன்னொரு வெள்ளை நாயுடன் விளையாடிக்கொண்டே ஓடிவிட்டது..."

நான் விக்கித்து நின்றேன். ரோஸி திண்ணைக்குச் சென்று சோர்ந்து படுத்தது. இரவு ஏதோ சாப்பிட்டது. படுக்கப் போகுமுன் அதற்குக் கோணிப்பை ஒன்றை உதறிப் போட்டேன். வந்து படுத்துக்கொண்டது. வாலை ஆட்டியது. கைகளை நக்கியது.

சரோஜா ராமமூர்த்தி

அந்த முகத்திலே எல்லையில்லாத சோகமும், துயரமும் கவிந்திருந்தன.

பெருமூச்சுடன் படுக்கப் போய்விட்டேன்.

பொழுது விடிந்தது. தெருத்திண்ணையிலே சுருட்டி மடக்கிப் படுத்துக் கிடந்தது ரோஸி.

"அம்மா! அம்மா! நாய் அசையவில்லை..."

"ரோஸி!" என்று அழைத்தேன். எத்தனைத் தூக்கத்திலும் என் குரல் கேட்டு எழும் அவன் மீளாத் தூக்கத்தில் ஆழ்ந்துகிடந்தாள்.

எப்பொழுது? எப்படி?

எங்களுக்கு விடை கிடைக்கவில்லை.

பரிவுடன் அணைத்துப் பாலூற்றி வளர்த்த கையினால் தடவினேன் அவளை.

ooo

"பைத்தியம்! என்ன மரத்தைத் தடவிக் கொண்டு நிற்கிறாய்?" கணவர் அதட்டினார்.

மரத்தையா தடவுகிறேன்? அல்ல; அல்ல. விரிந்து படர்ந்து நிற்கும் அந்த பசுமரத்தின் அடியிலே புதைந்துவிட்ட, என்னுள்ளே உறைந்துவிட்ட அன்பை, நினைவையல்லவா தடவித் தட்டி எழுப்பி அமைதி காண்கிறேன்?

வாதாம் இலைகள் அசைகின்றன. கிளிகள் கொஞ்சு கின்றன. வழக்கம்போல லக்ஷ்மிப் பாட்டி இலைகள் பொறுக்க வருகிறாள்.

சுதேசமித்திரன், ஆகஸ்ட் 13, 1961

19

நாளைக்கு?

பூங்கா ரயில் நிலையத்தை அடுத்த சென்டிரல் ஜெயில் மதிற்சுவர் ஓரம் மங்கம்மாள் பனங் கிழங்கைக் கடித்துச் சுவைத்தவாறு உட்கார்ந் திருந்தாள். பக்கத்தில் அடுப்பு ஒரேயடியாகப் பற்றிக் கொண்டு வந்தது. வெறுப்புடன் வாயிலிருந்து சக்கையைத் துப்பிவிட்டுத் தன் பலமெல்லா வற்றையும் திரட்டி அடுப்படியில் குனிந்து "உப்"பென்று ஊதினாள். அந்தப் பேதைக்கிணங்கி அக்கினி தேவன் குப்பென்று பற்றிக்கொண்டு திகுதிகுவென்று எரிந்தான். அடுப்பின் மேல் நொய்க்கஞ்சி தளதளவென்று கொதித்துக்கொண் டிருந்தது. பக்கத்தில் ஐந்தாறு வயதுப் பெண் குழந்தை உடம்பை நெளித்தவாறு வேதனையில் முனகிக்கொண்டிருந்தது. மேலே வளைந்து தொங்கிய மரக்கிளையில் தூளியில் சின்னஞ்சிறு சிசு ஒன்று நிம்மதியாகத் தூங்கிக்கொண்டிருந்தது.

சுதந்திர பாரதநாட்டிலே சகல உரிமையும் பெற்று மானத்தோடு ஒருவனுடன் வாழும் நங்கைதான் மங்கம்மாள். அவர்கள் தொழில் பிச்சை யெடுப்பது. எப்படியோ இரண்டு வேளையும் அவர்கள் வயிறு நிறைந்துதான் வந்தது. மூன்றாவது வேளையான 'டீ டைம்'மின்போது டீயும், ரொட்டி யும் கிடைத்து வந்தன. ஆனால் இதெல்லாம் இந்த இரண்டு புது ஜீவன்களின் வருகைக்கு முன்பு. இப்போதெல்லாம் ஒரு வேளைக்கே லாட்டிரிதான். மங்கம்மாளின் கணவன் பொன்னன் போக்கே அலாதியாக மாறிவிட்டது. சரிவர அவன் அவளிடம்

துட்டுக் கொடுப்பதில்லை. “நாலு இடம் சுத்தும் ஆம்பிள்ளை. அதை நாம கண்டிக்க முடியுமா? ஏதோ இந்த மட்டும் என்னை வச்சுக் காப்பாத்துதே. அது போதும்” என்பாள் அவள். அவள் குரலில் நன்றி பொங்கிவழியும். கண்களில் கண்ணீரின் கரை கட்டும். இரண்டு நாட்களாக மங்கம்மாவுக்கு அரை வயிற்றுக்குக் கூடப் போதவில்லை. அத்துடன் அவள் பிரசவித்து மூன்று மாதங்கள் முழுசாக ஆகவில்லை. உடலில், உள்ளத்தில் ஒரே சோர்வு.

கஞ்சி கொதித்துக் கொதித்து அடங்கியது. அதை இறக்கி வைத்துவிட்டு ஒரு மொடாவில் தண்ணீரை நிரப்பி அடுப்பின் மேல் வைத்தாள். ஆம்பிள்ளை வந்தால் உடம்புக்கு ஊற்றிக்கொள்ளச் சுடு தண்ணி கேட்பான். ஆனால் பானையை அடுப்பின் மீது ஏற்றும் போது சற்று ஆத்திரத்துடன் நக்கென்று தான் வைத்தாள். நல்லவேளை! பானை நல்ல பழசு. விரிசல் காணவில்லை. வாழ்க்கையில் அடிபட்டுத் தேறிய திண்மையோடு பளபளவென்று கரியுடன் அடுப்பின் மீது ஒய்யாரமாக உட்கார்ந்து கொண்டது.

தூளிக் குழந்தை முனக ஆரம்பித்தது. மங்கம்மா குழந்தையை எடுத்து வந்து உட்கார்ந்து பாலூட்ட ஆரம்பித்தாள். அதற்கு நல்ல பசி, தன் வலிமையைத் திரட்டி அன்னையை வாட்டி வதைத்தது அந்தச் சிசு. மங்கம்மா உணர்ச்சியற்றவளாகக் குழந்தையின் தலைமயிரைக் கோதி கோதிப் பேன் பார்க்க ஆரம்பித்தாள். வாழ்க்கையின் லட்சியமெல்லாம் அந்த நிகழ்ச்சியில் அடங்கியதுபோல் வெகு கவனமாக எச்சிலைக் கூட விழுங்காமல் கையில் தட்டுப்பட்ட பேன்களைச் சொடுக்கிக் கொண்டே யோசனையில் ஆழ்ந்திருந்தாள் அவள். பக்கத்திலே படுத்திருந்த பெரிய பெண் தூக்கம் கலைந்து விழித்துக்கொண்டது.

“யம்மோவ்!... தண்ணி...” என்று கேட்டு முனகியது. “யம்மோவ்” அதைக் காதில் வாங்கவில்லை. ‘ஆமாம்... இதுக்கென்ன வேலை’ என்கிற அலட்சியம் அவள் பார்வையில் நிழலாடியது. அதுவும் அவள் பெற்ற செல்வம்தான். ஆனால், இன்று அவளுக்கே பாரமாக இருந்தது. கடந்த மூன்று நாட்களாக அதற்கு உடம்பு சரியில்லை. என்னவோ ஜுரம். அந்த ஜுரத்துக்கு அது இது என்று பெயரிட்டு அழைத்து, ஊசிப் போடப் பெரிய வைத்தியர்கள் யாரும் அந்தப் பெண்ணைப் பார்க்கவும் இல்லை. இவளும் அதை வைத்தியரிடம் அழைத்துப்போய்க் காட்டவில்லை. சுக்குத் தண்ணி, சுடுதண்ணி, டீ, பன் இவைதான் அந்தக் காய்ச்சலுக்கு மருந்தாகவும், ‘டையட்டா’கவும் விளங்கின.

“யம்மோவ்...” என்று தன் குரலை உயர்த்திக் கூப்பிட்டது மறுபடியும்.

"என்னாடி களுதை! சும்மா ஏங் கழுத்தை அறுக்கிறே?..." என்று எரிந்து விழுந்தாள் மங்கம்மா.

"யம்மோவ்! சுடு தண்ணி..." என்று பரிதாபமாகத் தாயைப் பார்த்தவாறு முனகியது அந்தப்பெண்.

"தரித்திரம் பிடிச்சவ..." என்று அலுத்துக்கொண்டே அடுப்பின் மீது காய்ந்து கொண்டிருந்த பானையிலிருந்து "சுடு தண்ணி"யைத் தகரக் குவளையில் மொண்டு வந்து நக்கென்று அதன் முன்னால் வைத்தாள் மங்கம்மாள். 'தன் தாய் ஏனிப்படி தன்னைக் கரித்துக்கொட்டவேண்டும்?' அதற்கே எவ்வளவு யோசித்தும் புரிபடவில்லை. கைகள் நடுங்க மெல்ல எழுந்து உட்கார்ந்து சுடு தண்ணியை "மடக் மடக்"கென்று குடித்து விட்டு அப்படியே சாய்ந்து படுத்துக்கொண்டது. அப்படியே யோசிக்கவும் ஆரம்பித்தது. சிந்திக்கத் தொடங்கியவுடன் அதன் சின்னஞ்சிறு மூளைக்கும் பல விஷயங்கள் விளங்க ஆரம்பித்தன. கடந்த நாலைந்து மாதங்களாக அந்தப் பெண் அடிக்கடி நோயில் விழுந்து, குடும்பத்துக்கு எந்தவிதமான உதவியும் செய்ய முடியாத நிலையில் இருக்கவே, தாய்க்கும் பாரமாகிவிட்ட உண்மை புலப்பட்டது.

அம்மா வெட்டிச்சோறு போடுகிறாள். ஆகவே, அலுத்துக் கொள்கிறாள். குழி விழுந்த கண்களிலிருந்து பொல பொலவென்று கண்ணீர் வழிய வானத்தை அண்ணாந்துப் பார்த்துப் பெருமூச்செறிந்தவாறு படுத்துக் கிடந்தது அது.

சென்னை நகரின் இரவுதான் எவ்வளவு மனோகரமாக இருக்கிறது! வண்ண வண்ண விளக்குகள் எல்லாம் குபீரென்று எரிய நெடுஞ்சாலைகளில் எத்தனை நாட்கள் கையேந்திப் பாட்டுப்பாடி நயா பைசாக்களைக் கொண்டுவந்து கொட்டி யிருக்கிறது அது? கணீரென்று, 'பாலும், பழமும் கைகளில் ஏந்தி' என்று அது பாட ஆரம்பித்துவிட்டால் மூர்மார்க்கெட் வாசலில் நெரியும் கூட்டத்தில் எளிதாக ஐம்பது புதுக்காசுகளை ஒரு மணி நேரத்தில் சம்பாதித்துவிடும். போலீஸ்காரரின் எச்சரிக்கையைக் கூட மதியாமல் அந்தப் பக்கத்திலிருந்து எதிர்ச்சாரிக்குத் தாவி ஓடி, பூங்கா ரயில் நிலையத்தின் மாடிப் படிகளில் குதித்து ஏறி அம்மாவிடம் காசுகளைக் கொடுத்து விட்டுப் பெருமிதத்தால் பூரித்து நிமிர்ந்து நிற்குமே!

"அடியெங்கண்ணு! உங்கப்பனும் இருக்கானே, உதவாக்கரை. நாளைக்கு இரண்டணாவுக்குக்கூட வக்கில்லையே" என்று அதனுடைய கன்னத்தை நெரித்து, திருஷ்டி சுற்றுவாளே அவள் தாய்?

“சாமி! என்னை எப்படியாவது காப்பாத்திக் கொடு சாமி. நான் ஓடியாடி எங்கம்மாவை, தங்கச்சியைக் காப்பாத்தி விடறேன்” என்று மனத்துக்குள் சொல்லிக்கொண்டே கையெடுத்துக் கும்பிட்டது அது.

“என்னாடி செய்யறே? கும்பிடு கிம்பிடு எல்லாம் பலமாக்கீதே” என்று எரிந்து விழுந்தாள் மங்கம்மா.

“வெளக்கேத்திப் போச்சே... சாமி கும்பிடறேன் யம்மோவ்” என்று தீனமாகக் கூறியது அது.

“கும்பிடுவே, கும்பிடுவே, குந்திக்கினே சோறு திங்கறே பாரு. கும்பிடமாட்டே நீ?”

மடியில் இருந்த குழந்தை கால்களையும், கைகளையும் ஆட்டி ஆட்டித் தாயைப் பார்த்துச் சிரித்தது.

“எங்கண்ணு! ராசாத்தி! நீ அந்தப் பீடையைப்போல் சீக்காளியா இருக்க மாட்டே இல்லே? ஆத்தாளுக்குச் சம்பாறிச்சுப் போடுவியா கண்ணு?” என்று கேட்டாள் மங்கம்மா, கனிந்து அதை முத்தமிட்டவாறு. வயிறு நிறைந்திருந்த மகிழ்ச்சியில் குழந்தை அவள் முகத்தைத் தன் சிறு கரங்களால் எட்டிப்பிடிக்க முனைந்தது. தாய் அதை அள்ளி அணைத்து முத்தமிட, அது சிரிக்க அங்கே தாயன்பின் ஒரு பகுதியை நன்றாகக் காணமுடிந்தது.

வருங்காலத்தில் தன் வயிற்றுப்பாட்டை அந்தக் குழந்தையிடம் நம்பி ஒப்படைத்த குதூகலம் மங்கம்மாவின் முகத்தில் தளும்பி வழிந்தது.

வெளியே நன்றாக இருட்டிவிட்டது. வழக்கம்போல் பொன்னன் அன்று வரவில்லை. அவன் வருவான் என்கிற நம்பிக்கையும் அவளுக்கு இல்லை. காய்ச்சி வைத்திருந்த கஞ்சியை உப்பிட்டுக் கலக்கிப் பருகினாள் மங்கம்மாள். மிகுதியைத் தகரக் குவளையில் ஊற்றிப் பெரிய பெண்ணிடம் நகர்த்தினாள்.

“யம்மோவ்! ஜுரம் விட்டிருச்சி. சில்லுன்னு தண்ணியா உடுது ஒடம்பெல்லாம். பசிக்குது—” என்றது அது.

“அதான் கஞ்சி ஊத்தி வைச்சிருக்கே. குடிச்சுத் தொலையேன். ஜுரம் விட்டா பேதிவரும். போடி களுதை...” அலட்சியமாகக் கூறிவிட்டு வெற்றிலை போட ஆரம்பித்தாள் அவள்.

ஜெயில் சுவர் ஓரம் கூப்பிடு தூரத்தில் கிழவி ஒருத்தி இந்த நிகழ்ச்சியை இரண்டு நாட்களாக அலுக்காமல் கவனித்துவந்தாள். பம்மென்று பஞ்சுபோல் வெளுத்திருந்த கூந்தலைத் தட்டி முடிந்தவாறு மங்கம்மாளை நோக்கி வந்தாள் அவள்.

"வா ... ஆயா ... சாப்பிட்டாயா?" என்று விசாரித்தாள் மங்கம்மாள்.

"ஆச்சு... ஆமா... வும் புருசன் வீட்டுக்கு வரதே இல்லையா?"

"வராமா என்ன? எப்பவாச்சும் வருவானே?"

"அப்ப நீ சாப்பாட்டுக்கு என்ன செய்யறே?"

"அதையேன் கேக்குறே போ. பாதி நாளைக்கும் பட்டினிதான் ஆயா. கைக்குழந்தை வேறு. சீக்காளிப் பொண்ணு வேறு..."

"அதுவும் ஓம் பொண்ணு தானே? நீ பெத்ததுதானா?"

"ஏன் ஆயா அப்படிக்கேக்குறே? அதுவும் எம் பொண்ணுதான். அது இருந்தும் ஒண்ணுதான் ..."

ஆயா நெருங்கி வந்து உட்கார்ந்தாள். குரலை இறக்கி ரகசியம் பேச ஆரம்பித்தாள்.

"நம்ப தொழிலு முன்னைப்போல் இல்லேடி மங்கம்மா. போட்டி வலுத்துப் போச்சு. ஒவ்வாருத்தரும் நல்ல குழந்தையா மூணு நாலு வச்சுக்கிட்டுப் பொழைப்பை நடத்தறாங்க. நீயானா இந்தச் சீக்காளிப் பொண்ணை வச்சுக்கிட்டு..."

கிழவி மங்கம்மாளின் மடியில் கிடந்த குழந்தையை உற்றுக் கவனித்தாள்.

"இது ஒண்ணை நீ நல்லா வளர்த்தாப் போதுமே. அது ஒண்ணு எதுக்குன்னு கேக்குறேன். சும்மா அதை எங்காச்சும் தள்ளிவிடேன்."

மங்கம்மாள் ஒன்றும் புரியாமல் விழித்தாள்.

"சூளையிலே ஒரு ஆளு... நம்பளவன்தான்னு வச்சுக்கோயேன் — இருக்கான். புள்ளைங்களை நல்லபடியா பழக்கி அனுப்புவான். பாட்டா, ஆட்டமா, வலிப்பா, ஊமை போலவா, எது வேணுமானாலும் கத்துக் கொடுப்பான். நல்லா சம்பாதிக்கும், அது பாட்டுக்குப் பொழிச்சுக்கும் —"

மங்கம்மாள் பெரிய பெண்ணைத் திரும்பிப் பார்த்தாள். ஜுரம் நன்றாக இறங்கிவிடவே, கஞ்சி குடித்துவிட்டு அது நிம்மதியாகத் தூங்கிக்கொண்டிருந்தது.

இன்றையப் பொழுதுக்கு நொய்க்கஞ்சி அவள் பசியைத் தணித்துவிட்டது. நாளைக்கு? நாளை என்கிற நினைப்பே அவளுக்கு ஒரு பிரச்னையாகவும், வேதனையாகவும் இருந்தது. வயிற்றில் வேண்டுமானால் சுமந்துவிடலாம் போலிருந்தது. அது மண்ணில் விழுந்துவிட்டாலோ அவளுக்குப் பாடாகத்தான்

அமைந்திருந்தது. பிச்சைக்காரிக்குப் பிறந்துவிட்டு, படுக்கையில் கிடந்தால் முடியுமா?

"நீ என்ன சொல்றே ஆயா? குழந்தையை யாராச்சும் கொடுப்பாங்களா—?"

"தே! சும்மாவா கொடுக்கச் சொல்றேன்? அஞ்சோ, பத்தோ வாங்கிக்க—"

மங்கம்மாளின் உள்ளம் சிலிர்த்தது. பிச்சைக்கார உலகத்திலும் 'பிஸினஸ்' நடத்தும் பேர்வழிகள் இருக்கிறார்கள் என்பதை நினைத்தவுடன் உலகமே பணத்துக்குள் அடங்கிவிடும் அதிசயத்தை வியந்தாள் அவள். ஒரு கணம் கணவன் அதட்டுவானோ என்று யோசித்தாள். மறுவினாடி அவள் உள்ளத்தில் துணிச்சல் பிறந்தது. 'வச்சுக் காப்பாத்த வக்கில்லாதவனுக்கு அதிகாரம் ஒரு கேடா' என்று நினைத்துக்கொண்டாள். பசியின் முன்பு பத்தும் பறந்துவிடும் என்று சொல்வார்களே. அது உண்மைதான். அவளுடைய உலகமெல்லாம் வயிற்றுப்பாட்டுக்குள் அடங்கிவிடுகிற ஒன்றுதான்.

கிழவி பலே கெட்டிக்காரி. மங்கம்மாளின் உள்ளத்தில் ஓடுகிற எண்ணங்களை அவளுடைய முக அசைவுகளிலிருந்து கண்டுகொண்டாள். இடுப்பில் சொருகியிருந்த சுருக்குப் பையிலிருந்து ஐந்து ரூபாய் நோட்டு ஒன்றை எடுத்து, "இந்தா பிடி! அட்வான்சு. வச்சுக்க. நாளைக்குக் காலையிலே என்னோடே அனுப்பிடு. அது உடம்பு கிடம்பு எல்லாம் சரியாயிடும். நல்லபடியா பொழைச்சுக்கும்—" என்றவாறு அவளிடம் கொடுத்தாள் கிழவி.

ஒரு நாள் போவது ஒரு யுகமாக இருந்த நேரத்தில் புத்தம் புதிய ஐந்து ரூபாய் நோட்டைப் பார்த்தவுடன் அவளை அறியாமல் அவள் கைகள் நீண்டு அதைப் பெற்றுக்கொண்டன.

விடியற்காலத்திலேயே அது விழித்துக்கொண்டுவிட்டது. உடம்பு இலேசாக ஒரு விதச் சுறுசுறுப்புடன் இருந்தது. படுக்கையில் எழுந்து உட்கார்ந்து சுற்றும்முற்றும் பார்த்தது. அம்மாவும், குழந்தையும் ஒருவரை ஒருவர் அணைத்துப் பிடித்தவாறு நன்றாகத் தூங்கிக்கொண்டிருந்தாள்.

அது நகர்ந்து நகர்ந்து குழாய் அடிக்குச் சென்று முகம் கழுவிக்கொண்டது. நெஞ்சுக்கு இதமாக ஏதாவது சாப்பிட்டால் தேவலைதான். யார் வாங்கிக் கொடுக்கப்போகிறார்கள்? விடிந்ததும் விடியாததுமாகத் தன் வயிற்றுப்பாட்டை யார் கவனிக்க அவ்வளவு அக்கறையுடன் வரப் போகிறார்கள்? குழாயிலிருந்து சற்றுத் தள்ளி வந்து உட்கார்ந்துகொண்டது. பரட்டைத் தலைக் கிழவி பம்மென்றிருந்த தலையைக் கோதி முடிந்துகொண்டு குழாயடிக்கு வந்து பல் தேய்த்து முகம் கழுவினாள். மாடிப்படிகளில்

சரோஜா திறக்கும் உலகம்

ஏறி வெளியே சென்றவள் தகரக் குவளையில் டீ வாங்கி வந்தாள். பரிவுடன் வந்து அதை அந்தப் பெண்ணிடம் கொடுத்தாள்.

நாலைந்து நாட்களாகப் படுத்துக் கிடந்தவளுக்கு அது எவ்வளவோ தெம்பை அளித்தது.

"ஆயா! நீ என்னா இந்த எடத்துக்குப் புச்சா?" என்று கேட்டது அந்தப் பெண் குழந்தை.

"ஆமாடி கண்ணு! இங்கே வந்து நாலு நாளாச்சு..."

"உன்னைப் பாத்துக்க யாருமே இல்லியா ஆயா?"

"யார் இருக்காங்கடி அம்மா . . ." கிழவி கண்ணீரைப் பெருக்கவிட்டவாறு மூக்கை உறிஞ்சினாள்.

"நீ எங்க வூட்டுக்கு வந்துடேன் ஆயா. .!"

"அது எப்படி முடியும்? நீதான் என்னோடு வாயேன்..."

"எங்கே ஆயா? எங்கம்மாவைக் கேக்கணும்."

"இப்படி ஒரு சுத்து சுத்திக்கிட்டு வந்துடலாம் வா..."

தினம் தினம் பார்த்துப் பார்த்து அலுத்துப்போன மின் வண்டிகளும், ஜெயில் சுவர்களும், அரை வயிற்றுக் கஞ்சியும் இதற்கெல்லாம் மேலாக அன்னையின் அலட்சியமும் அதன் மனத்தில் அந்த இடத்தை உதறும்படியான வலிவை ஏற்படுத்தின.

கிழவி அதைக் கைத்தாங்கலாகப் பெஞ்சியில் உட்கார வைத்தாள்.

சென்னை கடற்கரையிலிருந்து தாம்பரம் செல்லும் மின்வண்டியில் கிழவியும், அதுவும் பிரயாணம் செய்யும் போது கிழக்கு வெளுத்து நிலம் தெளிய ஆரம்பித்துவிட்டது.

தாம்பரத்தின் புகை வண்டியில் ஏறி உட்கார்ந்த பிறகுதான் அதற்குச் சந்தேகம் தோன்றியது.

"ஆயா... எங்கம்மா என்னைத் தேடுமே..." என்று ஆரம்பித்தது.

"அவ கெடக்கறா விடு... இனிமே நான்தான் உனக்கு அம்மா, ஆயா எல்லாம்" வியப்புடன் அது அவளை விழித்துப் பார்த்தது.

"ஆமாண்டி, என்னா அப்படிப் பாக்குறே? சும்மா அப்படிப் பார்த்து ஏதாச்சும் பேசினே, ஓடுற ரயில்லேந்து கீழே பிடிச்சுத் தள்ளிடுவேன். ஆமா . . . பெத்தவளா அவ? ஒன்னை அஞ்சு ரூபாய்க்கு வித்தவ."

நாணயத்துடனும், நேர்மையுடனும் வாழவேண்டும் என்று எதிர்பார்க்கிற சமூகத்திலேயே பொய்யும், புரளியும் நிறைந்திருக்கிற இந்தக் காலத்தில், பசி ஒன்றையே தம் சொத்தாகக் கொண்டு, வறுமையின் மடியிலே வாழ்ந்து, மறைந்துவரும் பிச்சைக்கார சமூகத்தில் உயர்ந்த லட்சியங்களை எதிர்பார்க்க முடியுமா?

கிழவியும், அதுவும் புகைவண்டியில் பிரயாணத்தைத் தொடர, இனி நாம் ரயிலில் பிரயாணம் செய்யும்போதெல்லாம் அது பாடப்போகும் பாடலைக் கேட்டு, அந்தத் தொண்டு கிழவியைப் பரிதாபத்துடன் பார்த்து நயாபைசாக்களைத் தகரக் குவளையில் போட்டால், அதைத்தான் நாம் தர்மம், புண்ணியம் என்கிற பெயரில் செய்துவிட்ட கடமையாக நினைத்து இறுமாந்துபோவோம்.

கல்கி, செப்டம்பர் 9, 1962

20

ராமி

வெளியே வெயில் பொரிந்துகொண்டிருந்தது. கடைத் தெருவிலிருந்து கிராமங்களுக்குச் செல்லும் கடைக்காரப் பெண்கள், அந்த வீட்டு வயலில் நிழல் கவிந்திருந்த தென்னை மரங்களின் கீழ் ஒதுங்கி நின்று ஆறாகப் பெருகும் வியர்வையைத் துடைத்துக்கொண்டார்கள்.

சரோஜா ராமமூர்த்தி

பெரிய பஞ்சாயத்தையும், சிறிய பஞ்சாயத்தையும் பிரிக்கும் கோடாக ரயில் தண்டவாளம் பாம்புபோல் வளைந்து வளைந்து வெயிலில் பளபளத்து ஓடி தொலைவில் மறைந்தது. ரயில் கேட்டின் மணி அடித்து ஓய்ந்ததும் புற்றீசல் போல் பெரிய பஞ்சாயத்திலிருந்து சிறிய பஞ்சாயத்து வழியாகச் செல்லும் கப்பிச் சாலையில் ஆண்களும் பெண்களுமாக சிற்றூர்களுக்கு விரைந்து செல்வார்கள். கேட்டுகளுக்கு இருபுறமும் பொட்டைத் திடல்தான். நிழலுக்காக யார் வேண்டுமானாலும் இரண்டு வேப்பங்கன்றுகளை நட்டு "வனமகோத்சவம்" கொண்டாடி யிருக்கலாம். ஆனால், அது ரயில்வேக்காரனைச் சேர்ந்தது என்று ஒதுங்கிவிட்டார்கள். விளக்கு விஷயத்திலும் அதே தகராறுதான். ரயில்வேக்காரன் நிலத்தில் நாங்கள் ஏன் விளக்கு போட்டு வெளிச்சம் தரவேண்டும் என்ற இரண்டு பஞ்சாயத்துக்களும் விவாதித்தன. நிலாக் காலங்கள் தவிர, மற்ற நாட்களில் கேட்டுகளின் அருகே கும்மிருட்டாக இருந்தது.

வசுமதிக்கு அந்தச் சிறிய பஞ்சாயத்தில் சொந்த வீடு இருக்கவேண்டும் என்பது அவசியமில்லை. ஆனால், என்றோ பெரியவர்கள் புத்திசாலித்தனமாக அங்கே ஒரு வீட்டைக் கட்டிவைத்துவிட்டுப் போனார்கள். அதுவே, குழந்தைக் குட்டிக்காரர்களாகிய அவர்களுக்கு நன்மையாக முடிந்தது. கிணற்றில் நீர் இறைப்பது ஒன்றுதான் வசுமதிக்குப் பெரும்பாடாக இருந்தது. அன்பும், பொறுப்பும், பொறுமையும் நிரம்பிய வேலைக்காரி கிடைப்பது மிகவும் கஷ்டமாக இருந்தது. குழாயுடன் தண்ணீர் வசதி நிரம்பிய ஊர்களில் இருந்துவிட்டு, இந்தக் கிணற்றுத் தண்ணீரில் வந்து அகப்பட்டுக்கொண்டது வசுமதிக்கு அலுப்பாக இருந்தது. யார் யாரோ வந்தார்கள் வேலைக்கு. ஒரு மாதம், பதினைந்து நட்கள் வேலை செய்துவிட்டு எஜமானியின் பேரில், குழந்தைகள் பேரில் குற்றம் சாட்டியபடி ஒதுங்கிக் கொண்டார்கள்.

"கிராமாந்தரமாக இருப்பதால் வேலைக்காரி சௌகர்ய மாகக் கிடைப்பாள் என்றல்லவா பார்த்தேன்? எங்கோ ரோடு போடுகிறார்களாம். நாளைக்கு ஒண்ணறை ரூபாய் கூலியாம். பல்லாவரம் மலையில் கல் உடைக்கிறார்களாம் எட்டு மணி நேர வேலையாம். வாரத்துக்கு 15 ரூ. போல் சம்பளமாம். 'உன் வீட்டில் மாசத்துக்கும் மாடாக உழைத்தால் பத்து ரூபாய் தருவாய். சரிதான் போம்மா' என்று ஜம்பமாக முகத்தை ஆட்டிவிட்டுப் போகிறதுகள். இனிமேல், நானே வீட்டு வேலைகளைச் செய்யப் பழக்கிக்கொள்கிறேன்" என்றாள் வசுமதி கணவனுக்கு உணவு பரிமாறிக் கொண்டே.

"வசு! நீ தெரியாமல் பேசுகிறாய். ஒண்டியாக நாலை வைத்துக் கொண்டு உடம்புக்கு ஏதாவது வந்து தொலையும், நான் ஆபீசிலே பியூனிடம் கேட்டுப் பார்க்கிறேன்" என்று சொல்லிவிட்டுப் போனான்.

"இன்றாவது ஒரு வேலைக்காரி கிடைக்க மாட்டாளா" என்கிற ஆதங்கத்துடன் மின்விசிறியின் கீழ் வந்து உட்கார்ந்தாள் வசுமதி.

தெருவிலே தென்னை மரங்களின் நிழலில் நுங்கு வியாபாரம் நடந்துகொண்டிருந்தது. ஐஸ் விற்கும் பையன் தகிக்கும் வெயிலில் நிலவில் உலவுவதுபோல் மெதுவாக நடந்து "ஐஸ்ஸ்" என்று அழுத்தி நீட்டிக் கூவியவாறு நடந்தான். பெரிய குழந்தைகள் மாடி அறையில் "கேரம்" விளையாடிக்கொண்டிருந்தார்கள். கைக்குழந்தை கண்ணன் தொட்டிலில் உறங்கிக்கொண்டிருந்தான்.

வாசல் தாழ்வாரத்தில் நிழல் தட்டியது. அரைத் தூக்கத்தில் ஆழ்ந்திருந்த வசுமதி திடுக்கிட்டு விழித்துக்கொண்டாள்.

"யார் அங்கே?"

"நான் தானுங்க . . ."

"நான்தானா? யாருன்னு கேட்டா நான்தாங்கறயே!"

உருவம் நகர்ந்து வாயிற்படியில் வந்து நின்றது. மெலிந்த நெடிய உருவம். சாயம் போன நூல் புடவையும், எண்ணெய் காணாத பரட்டைத் தலையுமாக தலை குனிந்தவாறு நின்றாள் அவள். "யாரம்மா நீ? வேளை சமயம் இல்லாமல் பிச்சை . . ." "இல்லீங்க, நான் பிச்சைக்காரி இல்லீங்க. இந்த வீட்டிலே வேலைக்கு ஆள் வேணுமின்னாங்க. கேக்க வந்தேன் . . ." வசுமதிக்கு அவள் அவசரத்தின் மீதே வெறுப்பு ஏற்பட்டது.

"த்சொ" என்று தன்னையே தான் கடிந்து கொண்டு, "ஆமாம் . . . ஆள் வேண்டியிருக்கிறது. வீட்டு வேலைகளைச் செய்து பழக்கம் இருக்கிறதா உனக்கு?" என்று கேட்டாள்.

வந்திருந்தவள் தலையைக் குனிந்தவாறு நின்றிருந்தாள். மீண்டும் நம்பிக்கையுடன் தலையை நிமிர்த்தி வசுமதியைப் பார்த்தாள். "எப்படியும் என்னைக் கைவிட்டு விடமாட்டாயே" என்று கெஞ்சவதுபோல் இருந்தது அந்தப் பார்வை.

சிறிது நேர மௌனத்துக்கு அப்புறம் "நீங்க எந்த வேலை இட்டாலும் செய்வேனம்மா . . ." என்றாள் அவள்.

"சரி . . . முதலில் வீட்டில் என்ன வேலை என்று சொல்லித் தருகிறேன். அப்புறம் நீயாகப் பொறுப்புடன் செய்ய வேண்டும்.

சாப்பாடு, காப்பி எல்லாம் உண்டு . . . பொங்கலுக்குப் புதுப் புடவை. நீ எங்களிடம் நடந்து கொள்கிற விதத்தில் மற்ற சலுகைகள் உண்டு . . .”

வசுமதி எப்பொழுதுமே இப்படித்தான். வெள்ளை மனத்துடன் உள்ளத்தைத் திறந்து பேசிவிடுவாள்.

வந்திருந்தவள் வியப்புடன் வசுமதியின் முகத்தையே பார்த்திருந்தாள்.

“சரி . . . உனக்கென்று கொல்லைப் பக்கத்தில் அறை ஒன்று இருக்கிறது. அங்கே இருந்துகொள். “ஏதாவது சாப்பிட்டாயோ இல்லையோ. பழையது கொஞ்சம் இருக்கிறது. சாப்பிட்டுப் படுத்துத் தூங்கு. மூன்று மணிக்கு எழுந்தால் போதும். ஐந்து மணிக்குள் வேலைகள் முடிந்துவிடும். அப்புறம் கண்ணனை “பார்க்”குக்கு அழைத்துப் போகலாம்.”

வெயில் வேளைக்கு வசுமதி கொடுத்த உணவை உண்ட மயக்கத்தில் அவள் அப்படியே படுத்துவிட்டாள். ஏக்கமும், கவலையும் இதயத்தைப் பிழிய, கண்கள் நீரை உகுத்தன.

அந்த அறையில் தனியாகப் படுத்தபடி அவள் யோசித்தாள். எங்கேயோ பிறந்தவள் அவள். பிறந்த சில நாட்களில் பெற்றவளை இழந்துவிட்டாள். தகப்பன் வேறு திருமணம் செய்து கொண்டு அவளை ஒதுக்கிவிட்டான். பிறகு உறவிலே யாரோ மனமிரங்கி அவளை ஒருத்தனுக்கு மனைவியாக்கினர். அத்துடன் தன் துன்பங்களுக்கு முடிவு ஏற்பட்டுவிடும் என்று கருதியவள், சில நாட்களில் அந்த நம்பிக்கையும் வறண்டு கணவனால் விரட்டப்பட்டு ஊரைத் துறந்து இதோ யாருடைய நிழலிலோ ஒதுங்கியிருக்கிறாள். ஊர் உலகத்தில் ஆண்கள் இரண்டாம் தாரம் கட்டிக்கொள்வது உண்டு. முதல் தாரத்துடனும் வாழ்க்கை நடத்துவதுண்டு. ஆனால், இவள் விஷயமே தனி. உலகத்திலே இவள் பலமுறைகள் நடுத்தெருவில் நின்றிருக்கிறாள். கணவன் வீட்டை விட்டு விரட்டியவுடன் தெருவில் இறங்கியவள், ரயிலில் ஏறி எப்படியோ இந்த ஊரில் இறங்கி இந்த வீட்டைத் தேடி வந்துவிட்டாள். சிந்தனையின் வேகத்தில் தத்தளித்தது அயர்ந்து கண்ணை மூடிவிட்டாள் அவள். கண்விழித்த போது மணி நாலுக்கு மேலாகிவிட்டது. ஆனால், வசுமதி அவளைக் கோபிக்கவில்லை. துள்ளி எழுந்தவள் அவசரமாகப் பாத்திரம் துலக்கி, நீர் இறைத்து, வீடு பெருக்கிவிட்டு எஜமானியின் முன்பு வந்து நின்றாள்; கண்ணனை “பார்க்”குக்கு அழைத்துப் போகச் சொன்னார்களே அந்த நினைவுடன்.

வசுமதியும் உடுத்திக்கொண்டு தயாராகயிருந்தாள்.

“புது ஊரில் வழி தெரியாதே உனக்கு. நானும் இன்று உன்னுடன் வருகிறேன். பெரிய குழந்தைங்க பந்தாடப் போய் விட்டார்கள். ஐயா வர இரவு எட்டு மணி ஆகும்...” என்றவாறு கண்ணனைத் தள்ளு வண்டியில் உட்கார வைத்தாள் வசுமதி. வாயில்வரை வந்துவிட்டார்கள் இருவரும். திடீரென்று ஏதோ நினைத்தவாறு, “ஓ! நீ காப்பி சாப்பிடலையே. இரு... கொண்டு வரேன்” என்றவாறு வசுமதி உள்ளே விரைந்து காப்பியை எடுத்து வந்தாள்.

அன்பின் தன்மை இன்னதென்று அறியாமல் புண்பட்டே வளர்ந்துவிட்ட அவளுக்கு நெஞ்சு நிறைந்து கண்களும் நிறைந்தன. இரு கரங்களால் காப்பியை வாங்கிச் சுவைத்துக் குடித்தாள். கப்பிச்சாலை வழியாகச் சென்று ரெயில் தண்டவாளத்தைக் கடந்து இருவரும் நெடுஞ்சாலையில் நடந்து கொண்டேயிருந்தார்கள். மேற்கு வானத்தில் மிதந்த மேகங்களுக்கு ஆரஞ்சும், நீலமும் கலந்த சாயத்தை யார் ஊட்டியிருப்பார்கள்? அவைகளின் இடையிலே சுழன்று செல்லும் அந்திக் கதிரவனின் ஒளியில் சாலையில் கவிந்து நின்ற மரங்கள் குளித்தெழுந்தன.

வசுமதி திடீரென்று பேச்சைஆரம்பித்தாள்.

“உன் பெயர் எதுவாயிருந்தாலும் சரி. நாங்கள் உன்னை ராமி என்றுதான் கூப்பிடுவோம். வடக்கேயிருந்து எங்களுக்குப் பழக்கம். வேலைக்காரியை அடி புடி என்று கூப்பிடப் பிடிக்காது.”

“சரிங்கம்மா...” என்றாள் ராமி.

‘பார்க்’கில் எங்கு பார்த்தாலும் வர்ண விளக்குகள், நீர் ஊற்றுகள், அப்பொழுது விடுமுறை காலமாதலால் ஊர்ப் பையன்கள் நீர் ஊற்றுகளுக்கு அருகில் கூடியிருந்தார்கள். ஊற்றுக் குழாய்களில் கைகளை வைத்து அழுத்தி நீரை ஒருவர்மேல் ஒருவர் தெளித்துக்கொண்டு உடைகளை ஈரமாக்கிக் கொண்டார்கள். நனைந்த ஆடைகளின் வழியே குளிர்ந்த காற்று உடலெங்கும் பரவும்போது அவர்கள் மகிழ்ச்சியால் குதித்துச் சத்தமிட்டார்கள். ராமி ஆவலுடன் இந்தக் காட்சியை பார்த்துக்கொண்டேயிருந்தாள். குழந்தைப் பருவம் ஒன்றுதான் மனிதனின் வாழ்க்கையில் செழிப்பான நாட்கள் என்று இலக்கிய ரீதியில் அவளால் சிந்திக்க முடியாது. இருந்தாலும், ராமி குழந்தையாகிவிட விரும்பினாள். களங்கமற்ற மனத்துடன், ஆற்றங்கரை ஓரங்களிலும், ஏரிக்கரைகளிலும் அவள் மாடுகள் மேய்த்துத் திரிந்த காலத்தை நினைவுகூர்ந்து மகிழ்ந்தாள்.

மௌனமே உருவமாக இருந்த அவளைப் பார்த்த வசுமதிக்கு அவள் ஒரு புதிராகத்தான் இருந்தாள், மனங்கொள்ளாத

துயரமென்றால், அது என்றாவது அணையை உடைத்துக்கொண்டு வெளியேறத்தான் செய்யும். மனங்கொண்ட மகிழ்ச்சி என்றால் அது குதித்து கும்மாளமிட்டுப் பெருகி வழியும். இப்படி அடித்து வைத்த சிலையாய் ஒரே கதியில் தன் முன் அமர்ந்திருப்பவளைப் பார்த்து வியந்தாள் வசுமதி.

நேரம் ஆகிக்கொண்டு வந்தது. முத்தில் பரவிநின்ற நீலத்தைப்போல் ஆகாயம் வெளிர் நீலமாக மஞ்சளுடன் குழைத்த வர்ணத்துடன் காட்சி தந்தது. அதில் வளர்பிறை சாய்ந்து பதிந்திருந்தது.

தெருவில் எரிந்த விளக்குகள், பிளாஸ்டிக் கடைகள், பூக்கடைகள், சினிமா விளம்பரங்கள் இவைகளில் கண்களைப் பதிக்காமல் வானத்தை மட்டும் பார்த்தாள் ராமி. உள்ளம் அமைதி கொண்டது.

தள்ளு வண்டியில் குழந்தை கண்ணன் அமைதியாகத் தூங்கிக்கொண்டிருந்தான். வழி நெடுகிலும் எஜமானியும், வேலைக்காரியும் ஒன்றும் பேசாமல் வீட்டை அடைந்தார்கள்.

ராமி நேற்றுதான் வந்தாற்போல் இருந்தது. இரண்டு கோடைகள், மாரிகள், குளிர்காலம் சென்றுவிட்டது. தொட்டில் குழந்தையாக இருந்த கண்ணன் "மான்டிசோரி" பள்ளிக்கூடம் செல்ல ஆரம்பித்துவிட்டான்.

இதுநாள் வரையில் ராமியின் இதயத்துக்குள் என்ன இருக்கிறது என்பதை வசுமதி அறிய முயற்சிக்கவில்லை. வேதனைகளை அறிந்து அவற்றைப்பற்றி அனுதாபப்படுவதால் ராமியின் இதயம் சுமந்த சுமை குறைந்துவிடும் என்று வசுமதி நம்பவில்லை. அவளை எதையாவது கேட்டு மேலும் துன்புறுத்த வேண்டாம் என்று பேசாமல் இருந்துவிட்டாள்.

2

அன்று நல்ல மழை. வானமும், பூமியும் இணைந்த கோலத்தில் மழை தாரை தாரையாகப் பொழிந்துகொண்டிருந்தது.

குழந்தைகள் யாரும் பள்ளிக்குப் போகவில்லை. வாசல் வராந்தாவில் மரச்சட்டத்தைப் பிடித்தவாறு மழையை வேடிக்கைப் பார்த்துக் கொண்டிருந்தனர்.

உள்ளே ராமி சமையலுக்காக வெங்காயம் அரிந்து கொண்டிருந்தாள். இப்பொழுதெல்லாம் வசுமதிக்கு வேலைகள் மிகவும் குறைந்துவிட்டன. அடுப்பில் பண்டங்களை ஏற்றிச் சமைக்கவேண்டியதைத் தவிர, பாத்திர பண்டம் கழுவுவதிலிருந்து மற்ற எல்லா வேலைகளையும் ராமி பார்த்துக் கொண்டாள்.

வசுமதியின் கணவன் அடிக்கடி அவள் பருத்துவிட்டதாகக் கூறி கேலி செய்தான். இனிமேல் ராமி அந்த வீட்டில் இல்லாமல் ஒரு நொடிப் பொழுதேனும் வசுமதியால் காலம்தள்ள முடியுமா என்பதே சந்தேகமாக இருந்தது. கண்ணனுக்கு அம்மா, அப்பாவைவிட ராமியிடம் ஒட்டுதல் அதிகமாகிவிட்டது.

ராமிக்குத்தான் என்ன? கண்ணனின் அகம்மலர்ந்த சிரிப்பும், மழலை மொழிகளும் புண்பட்டுப்போன அவள் உள்ளத்தை ஆற்றுவிக்கும் மருந்தாகவல்லவா பயன்பட்டது?

வெளியே மழை விட்டிருந்தது. இருந்தாலும், லேசாகத் தூறல் விழுந்துகொண்டுதான் இருந்தது. குழந்தைகள் எல்லோரும் சாப்பிட்டு முடித்தார்கள். வசுமதியும் சாப்பிட்டுவிட்டாள்.

ராமி இலையில் உணவை வைத்துக்கொண்டு உட்கார்ந்த போது மூடி முக்காடிட்ட உருவம் ஒன்று வாயிற்படி அருகில் தயங்கி வந்து நின்று உள்ளே எட்டிப்பார்த்தது. கண்ணன் அதைப்பார்த்து “பூச்சாண்டி” என்று கத்தினான். வசுமதிக்கு யார் அவன் என்பதே புரியவில்லை. ராமி மட்டும் புரிந்துகொண்டாள் அந்தக் குரலுக்குரியவன் யாரென்று.

அவன் அவள் கணவனாம். பங்களூரிலிருந்து வருகிறானாம். அவனுடைய உறவினன் ராமியை இந்த ஊரில் பார்த்ததாகச் சொன்ன தகவலை வைத்துக் கொண்டு அவளை அழைத்துச்செல்ல வந்திருக்கிறான்.

இதெல்லாம் ஒரு கதைபோல் இருந்தது வசுமதிக்கு. ராமியை அழைத்து வசுமதி கேட்டாள்:

“ராமி! இதெல்லாம் என்ன? திரும்பவும் அவனுடன் போய் நீ என்ன சுகத்தைக் காணப் போகிறாய்?”

ராமி நிலத்தைப் பார்த்தவாறு கண்ணீர் உகுத்தாள்.

“அம்மா! அவருடைய இரண்டாந்தாரம் இறந்துவிட்டதாம். இரண்டு குழந்தைகளாம். அனாதைகளாய் நிக்கிறதாம்...”

“ஆமாம்... பெரிய அனாதையைக் கண்டுவிட்டாய்?”

ராமி கணவனுடன் புறப்படத் தயாராகிவிட்டாள். ஒரு கணம் அவள் மீது கோபித்துக் கொண்ட வசுமதிக்கு அதுதான் நியாயமானது என்று தோன்றிவிட்டது.

மூன்று நான்கு வருடங்களாக அந்தக் குடும்பத்துடன் உறவாடிய ராமி திடும் என்று ஒரு நாள் தன் கணவனுடன் புறப்பட்டுச் சென்றதை வசுமதியால் நம்பவே முடியவில்லை.

"வேலைக்காரியைப் போலவா இருந்தாள்? வீட்டு மனிதர்கள் கூட அவ்வளவு விசுவாசமாக இருக்கமாட்டார்கள். அவள் போன பிறகு கண்ணன் இளைத்துப் போய்விட்டான்." வசுமதி கணவனிடம் கூறி மாய்ந்துபோனாள்.

ஆனால், அவன் ராமியின் குடும்பத்தைப்பற்றி நினைத்துப் பார்ப்பதில் லயித்திருந்தான். மேடுபள்ளம் நிறைந்த பங்களூரின் "குட்டஹள்ளி"யில் சுரையும், பூசணியும் படர்ந்த குடிசை அவன் முன்பு தோன்றியது. ராமியின் கணவன் நன்றாக வாட்ட சாட்டமாக இருக்கிறான். இந்த ராமிதான் எப்பொழுதுமே எலும்பும் தோலுமாக இருப்பவள். இவளை மனைவி என்று சொல்லிக் கொள்ளவே வெட்கப்படுகிறான். அந்த "ஷோக்கு"ப் பேர்வழி, இருந்திருந்து ஒரு நாள் வெளியூருக்குச் சென்றவன் இளம் பெண் ஒருத்தியை இரண்டாம் தாரம் கட்டி அழைத்தே வந்துவிடுகிறான். அன்றையிலிருந்து ராமிக்குச் சனியன் பிடிக்கிறது. வேண்டாத பேச்சுகளும் ஏச்சுகளும் அவள் காதுகளைக் குடைந்தன. புதியவளும் ஒரு குழந்தைக்குத் தாயாகி விட்டாள். வீட்டில் அவளுடைய ஆதிக்கம் ஓங்கியிருந்தது.

எலும்பும், தோலுமாக அந்த வீட்டில் ராமி நடைப்பிணமாக உலவுவதை அவள் கணவனே விரும்பவில்லை. அதைப் புரிந்து கொண்ட ராமி ஒருநாள் இரவு ரயில் ஏறிவிடுகிறாள். பிறகுதான் இவர்கள் நிழலில் ஒதுங்கி வாழ்ந்து, மறுபடியும் கணவனுடன் புறப்பட்டுச் சென்றுவிடுகிறாள். அன்று கணவனை வெறுத்தவளுடைய இதயம் இன்று எப்படி அவ்வளவு சடுதியில் கனிந்தது?

அன்று அவள் கணவனை வெறுத்து ஒதுக்கி வந்தாள் என்று யார் சொன்னது? கணவனுடைய நலனுக்காக விட்டுக்கொடுத்தாள் என்று சொல்வதுதான் பொருந்தும். அவன் தாயற்ற குழந்தை களை வைத்துக்கொண்டு நடுத்தெருவில் திண்டாடும்போது, அவளுடைய பெண்மை விழித்துக்கொண்டுவிட்டது.

"என்ன பேசாமல் இருக்கிறீர்கள்?" என்று வசுமதி கணவனின் சிந்தனையைக் கலைத்தாள்.

"ராமி அவனுடன் புறப்பட்டுப் போனதுதான் நியாயமானது வசு. என்ன நான் சொல்வது?"

"ஆமாம்... நான் மட்டும் என்ன சொல்லிவிட்டேன் இப்பொழுது அவளைப்பற்றி?" என்று நிஷ்டூரமாகப் பேச்சை முடித்தாள் வசுமதி.

பேச்சை முடித்துவிட்டால் போதுமா? வசுமதியின் நெஞ்சில் ராமியின் உருவம், அழியாத ஓவியமாகப் பதிந்துவிட்டது. அப்புறம்

அவள் வீட்டுக்கு எத்தனையோ வேலைக்காரிகள் வந்தார்கள், போனார்கள். ராமியைப்போல உள்ளார்ந்த அன்புடன் யாருமே பணிபுரியவில்லை. சம்பளம் வாங்கும் ஒரே எண்ணத்தில் எல்லாமே அணா பைசா வியாபாரமாக நடந்து வந்தது.

இந்த நிலையில் வசுமதியின் கணவனை பங்களூருக்கு மாற்றிவிட்டார்கள்.

3

வளர்ந்து வரும் பங்களூரில் "குமாராபார்க்" காலனிக்கே ஒரு தனி அழகிருந்தது. மேட்டிலும், பள்ளத்திலுமாக ஆங்காங்கு வீடுகளும், அவைகளில் பூத்துக் குலுங்கும் மலர்களுமாக அந்தக் காட்சி வசுமதிக்கு மிகவும் பிடித்திருந்தது. ஒருவேளை ராமியைச் சந்திக்கும் வாய்ப்பு ஏற்பட்டாலும் அதில் வியப்பதற்கு ஒன்றுமில்லை அல்லவா? "குமாரா பார்க்" காலனியிலிருந்து மல்லேஸ்வரம் கடைத்தெரு வழியாக ஒரு நாள் வசுமதி குழந்தை கண்ணனுடன் கடைத்தெருவுக்குப் போய்க்கொண்டிருந்தாள்.

"லிங்க்" ரோடின் இருபுறங்களிலும் சண்பகமும், அசோக மரங்களும் குடை கவிழ்ந்தாற்போல் நின்றிருந்தன. அவற்றின் கிளைகளில் ஆயிரமாயிரம் பறவைகள் இன்னிசை பாடியவண்ணம் வீற்றிருந்தன.

கடைத்தெருவில் காய்கறிக் கடையின் முன்பு சென்று நின்றாள் வசுமதி. தலையில் முக்காடிட்ட வண்ணம் ஒரு பெண் கடையின் முன்னால் அமர்ந்திருந்தாள். காய்கறிகளை விலை கூறிவிட்டு நிறுத்துப்போடுவதற்காக முகத்தைத் திருப்பியவளை பார்த்துவிட்டாள் வசுமதி.

"ராமி! நீயா?"

"அம்மா... நீங்களா? வாடா கண்ணா!" இரண்டு கரங்களையும் நீட்டிக் கண்ணனை அழைத்தாள் அவள். ஆனால், அந்தப் பையன் அவளை மறந்துவிட்டான். அவளை என்னவோபோல் பார்த்துவிட்டுத் தாயின் பின் மறைந்து கொண்டான். "மறந்து போச்சு..." என்றாள் ராமி அவள் கை நிறைய தக்காளிப் பழத்தைத் திணித்தபடி.

"ராமி! ஐயாவுக்கு இந்த ஊருக்கு மாற்றலாகிவிட்டது."

"குமாராபார்க்" மெயின் ரோட்டில் ஏழாம் நம்பர் வீட்டில் இருக்கிறோம். வீட்டுக்கு வாயேன்—

ராமியின் முகத்தில் அசட்டுக்களை தோன்றியது.

"அம்மா! எனக்கு இப்போ கெடுபிடி, கண்காணிப்பு எல்லாமே ஜாஸ்தி அவங்க போகச் சொன்னால்தான் வரமுடியும். அவங்க..."

"சரி... சரி... அவங்களை மீறி நடக்க வேண்டாம் ராமி. நானே கடைத்தெருவுக்கு வரும்போது பார்த்துக்கொள்கிறேன்."

வசுமதிக்கு அன்று வீடு திரும்பியதிலிருந்து ராமியைப் பற்றிப் பேசி அலுக்கவில்லை, "இவள் எப்பொழுதுமே இப்படித்தான்" என்கிற பாவனையில் அவள் கணவன் கையில் பேப்பரை எடுத்து வைத்துக்கொண்ட பிறகுதான் வசுமதி ராமியைப்பற்றிப் பேசுவதை நிறுத்தினாள்.

தினம் மாலை நேரங்களில் மல்லேஸ்வரம் கடைத்தெருவுக்குப் போவதும், ராமியைப் பார்ப்பதும் அவள் பொழுது போக்காக இருந்தது. அவளும் இரண்டொருமுறை கணவனுக்குத் தெரியாமல் வசுமதியின் வீட்டுக்கு வந்து போனாள். பெரிய குழந்தைகளுக்கு அவளை நன்றாக நினைவிருந்தது. கண்ணனுக்கும் இப்பொழுது பழகிவிட்டது. மறுபடியும் ராமி தங்கள் வீட்டுக்கு வந்துவிட வேண்டும் என்று விரும்பினார்கள். வசுமதியின் கணவன்கூட அவளைக் கேட்டுப்பார்த்தான். மிகுந்த வேதனையும், வருத்தமும் தோய்ந்த குரலில் ராமி மறுத்துவிட்டாள்.

அனாதையாக இருந்த காலத்தில் நிழலும், உண்டியும் கொடுத்து ஆதரித்த அவர்களின் வேண்டுகோளை நிராகரிப்பதை அவளே விரும்பவில்லை.

இந்நிலையில், ஒரு நாள் ராமியைக் கடையில் காணவில்லை. அவள் கணவன் உட்கார்ந்திருந்தான். கேட்டதில், ராமிக்கு உடம்பு சரியில்லை என்று கூறினான். இப்படியே நாட்கள் சென்றன. சில நாட்களில் ராமி கடைக்கு வருவாள். மெலிந்தும், நலிந்தும், தேய்ந்து வந்த அவளைப் பார்க்கவே வசுமதி வேதனைப்பட்டாள்.

மறுபடியும், ராமியைக் கடையில் காணவில்லை. ஆஸ்பத்திரியில் சேர்த்திருப்பதாகச் சொன்னார்கள். ஆஸ்பத்திரியின் பெயரை விசாரித்து கொண்டு வந்த வசுமதி அடுத்த நாள் கண்ணனுடன் அங்கு சென்றாள்.

ராமியைப்பற்றி அங்கு என்னவென்று விசாரிப்பது? ஒவ்வொரு "வார்டாக"த் தேடி அலைந்தாள். எதிரில் அகப்பட்ட நர்ஸ்களை "ராமி"யைத் தெரியுமா? என்றும் விசாரித்தாள். ராமி? இந்தப் பெயர் ஒரு வினாக்குறியுடன் அவர்கள் முன்பு நின்றது. இல்லை . . . இல்லை . . . என்று கூறிவிட்டார்கள். அப்பொழுதுதான் தன் தவறு வசுமதிக்குப் புரிந்தது. முதன் முதல் அவள் சென்னையில் தன் வீட்டுக்கு வந்தபோது அவளுடைய

இயற்பெயரை இவளும் கேட்கவில்லை, அவளும் கூறவில்லை. ராமி என்று அழைத்ததே வசுமதி தான்.

சோர்ந்த உள்ளத்துடன் கடைத் தெருவுக்கு வந்தவள் கடை மூடப்பட்டிருப்பதைப் பார்த்தாள். பக்கத்தில் விசாரித்ததில் கடைக்காரரின் மனைவி "கெம்பம்மா" இறந்துவிட்டதாகக் கூறினார்கள்.

கெம்பம்மா! வசுமதி தனக்குள் அந்தப் பெயரைக் கூறி ராமியை நினைத்துப் பார்த்தாள். கொஞ்சமும் அந்தப் பெயர் ராமிக்குப் பொருந்தவில்லை.

அன்பும், பண்பும், வேதனைகளை விடுங்கி முறுவலிக்கும் ராமிதான் அவள் மனத்தில் பசுமையான இடத்தைப் பிடித்துக் கொண்டவள்.

இந்தக் "கெம்பம்மா" இவள் யாரோ?

T V S Recreation Club Souvenir, செப்டம்பர் 26, 1963

சரோஜா ராமமூர்த்தி

21

வாழ்க்கை ஒரு சாதனை

நானும், ராஜியும் மயிலையில் கபாலீசுவரர் கற்பகாம்பாளைத் தரிசனம் செய்துவிட்டுத் திரும்பிக்கொண்டிருந்தோம். பன்னிரண்டு ஏ—நம்பர் பஸ்ஸில் குளத்தங்கரையில் ஏறினவர்கள் அபிராமபுரம் தாண்டும்வரை பேசவில்லை. தெருவில் நிகழும் சம்பவங்கள், ஓடும் வாகனங்கள், வரிசை வரிசையாக நிற்கும் பெரிய பங்களாக்கள் எதுவுமே என் கவனத்தை ஈர்க்கவில்லை. இவைகளுக் கெல்லாம் மேலாகக் கற்பகாம்பிகையின் தெய்விக அருள் நோக்கின் நெகிழ்ச்சியில் என் உள்ளத்தில் ஏதோ ஒன்று நிரம்பி வழிந்துகொண்டிருந்தது. "ஆனந்தமா, திருப்தியா?" எது என்று என்னால் விண்டு சொல்லமுடியவில்லை.

ராஜி திடீரென்று பேச ஆரம்பித்தாள்.

"ரொம்ப நேரம் ஆகிவிட்டது. மாம்பலத்தில் பாலு வீட்டில் போய்ச் சாப்பிட்டு வருவோம் . . . என்ன?" என்று கேட்டாள் என்னிடம்.

நெற்றியெங்கும் கவிந்திருந்த நரைத்த கூந்தலின் நடுவே பளிச்சென்று குங்குமம் துலங்கியது. வகிட்டில் கூடத்தான். ராஜி என்னைவிட ஐந்தாறு வயது மூத்தவள். வாழ்க்கையின் ஆரம்பத்தில் நானும் அவளும் அரிச்சுவடி பயில ஒன்றாக நடை பயின்றவர்கள். காலேஜ் கீலேஜ் என்று எங்கள் இருவரையுமே எங்கள் பெற்றோர் எட்டிப்பார்க்கவிட வில்லை. ஆனால் ராஜி சரளமாக ஆங்கிலம் பேசுவாள். பழக்கம்தான் காரணம். பத்தாவதுவரை

படித்தவர்கள் நன்றாக ஆங்கிலம் பேச முடியும். பிழையின்றி எழுதமுடியும் என்றிருந்த காலத்தைப்பற்றிச் சொல்கிறேன்.

இருவருக்கும் திருமணம் நடந்தது. அவள் தெற்கேயும், நான் வடக்கேயும் குடித்தனம் நடத்தப் போய்விட்டோம். இருவரும் நான்கைந்து ஆண்டுகள் வரையில் சந்திக்கவேயில்லை. இருந்தாலும், எங்கள் நட்பு மனத்தளவில் வளர்ந்துகொண்டுதான் இருந்தது. நான் அடுத்தடுத்து மூன்று குழந்தைகளுக்குத் தாயான அப்புறம் ஒரு தடவை ராஜியிடமிருந்து கடிதம் ஒன்று வந்தது. மகப்பேற்றுக்காகத் தான் தவம் இருப்பதாகவும், அந்தப் பாக்கியம் தனக்குக் கிட்டவில்லை என்றும் எழுதியிருந்தாள்.

என்னிடம் வெகுகாலமாக வைத்திருந்த பஞ்சலோகத்தாலான சந்தான கோபாலனை (விக்கிரகம்) அவளுக்கு அனுப்பிவைத்தேன்.

பிறகு ராஜி ஐந்தாறு குழந்தைகளுக்குத் தாயாகிவிட்டாள். முதல் பிள்ளைதான் மாம்பலத்தில் புதிதாகத் தனிக்குடித்தனம் செய்கிறான் மனைவியுடன்.

தாய்மை அடைந்திருக்கிறோம் என்கிற பெருமையில் திளைத்திருந்தாள் ராஜி. முதல் குழந்தை பிறந்தது. ஆண்குழந்தை. குழந்தை நன்றாகத்தான் இருந்தான். அவள் பிரசவித்த அன்று என் அம்மா ஆஸ்பத்திரிக்குப் போய்ப் பார்த்துவிட்டு வந்தாள்.

"ராஜியின் குழந்தை எப்படியிருக்கிறது?" என்று விசாரித்தேன் நான். அப்பொழுது பிரசவத்துக்காகத்தான் ஊருக்கு நானும் வந்திருந்தேன்.

"என்னமோ இருக்கிறது. மேலெழுந்தவாரியாகப் பார்த்தால் ஒன்றும் தெரியவில்லை. உற்றுக் கவனித்தால் மாங்காய்த்தலை மாதிரி இருக்கிறதடி. குழந்தையின் பார்வையும் ஒன்றரைக் கண் மாதிரி இருக்கு..."

"எல்லாக் குழந்தைகளும் மூணு மாசம்வரை அப்படித்தான் பார்க்கிறதுகள். இந்த உலகத்தின் வாசனை ஏற்பட்டுவிட்டால் பார்வையில் என்ன, பேச்சிலே, நடையுடை, பாவனைகளில் கபடு சூது வந்துவிடும்..." என்றேன் நான்.

குழந்தைக்குத் தொட்டில் போட்ட அன்று நானும் போயிருந்தேன். அம்மா சொன்னது சரிதான். தலை கொஞ்சம் சிறியது. பார்வையும் ஒன்றரைதான். ராஜியின் பெருமைக்குள், பூரிப்புக்குள் அவை பிடிபடவில்லை. குழந்தையைப் பார்த்து பார்த்து மகிழ்ந்தாள் அவள். பெயர் சந்தான கோபாலன்

என்று வைத்துவிட்டு, பாலா, பாலு என்று அவனை அழைக்க ஆரம்பித்தார்கள்.

பிறகு, நானும் அவளும் சந்திக்கவில்லை. என் கணவர் அந்த நாளிலேயே கொஞ்சம் முற்போக்கானவர். எனக்கு நான்காவது பிரசவம் ஆனவுடன் "திட்டமிட்ட குடும்பம்" என்று இந்த நாளில் கொண்டு வந்திருக்கும் திட்டத்தை அந்த நாளிலேயே மேற்கொண்டுவிட்டார். நானும் பிறந்தகம் போவதை நிறுத்திக்கொண்டேன்.

ராஜிக்கு அடுத்தடுத்து ஐந்தாறு பிறந்தனவாம்; அதுவும் சட்டும் சவலையுமாக. அவைகளை வைத்துக்கொண்டு அவள் ரொம்பவும் கஷ்டப்படுகிறாளாம். "தவமிருந்து பெற்றாளே அந்தப் பிள்ளைக்கு ஒரு சமர்த்தில்லை. சதா வாயில் 'ஜொள்ளு' கொட்டுகிறது. "அம்மா, பாத்தி, தாத்தா, வாந்தாம், வோணும்" இவைதான் அவனுடைய பேச்சுக்கள். "பள்ளிக்கூடமே அனுப்பவில்லையடி. ராஜி எப்படியாகிவிட்டாள் தெரியுமா? தலையெல்லாம் குப்பென்று நரைத்துப்போய்ப் பார்க்கச் சகிக்கவில்லை" என்றாள் அம்மா, கங்கையில் புடவையை அலசியபடி. நாங்கள் அப்போது வாரணாசியில் இருந்தோம். குபீரென்று கண்ணீர் சூடாகப் பெருகிக் கங்கையுடன் கலக்க நான் பேச்சற்று நின்றேன். தவமென்றால் சாதாரணமாக இலலை. சர்க்கரை இல்லாமல் காப்பி குடிப்பாள். இனிப்பே சாப்பிடாமல் இருந்தாள். தரையை மெழுகிப் பின்னால் கைகளைக் கட்டிக் கொண்டு வாயால் சாதத்தைக் கௌவி எடுத்துச் சாப்பிடுவாள். எல்லாம் இந்த அழகான பிள்ளை பிறக்க வேண்டுமென்றுதானா?

அன்னபூர்ணேசுவரியின் கோயிலை வலம் வந்துகொண்டே என்னென்னவோ நினைத்துக்கொண்டேன். தேவியின் அருள் ஒழுகும் முகத்தைப் பார்த்தவுடன், அவள் ஏன் இப்படித் தன்னை நம்பிய பேதை ஒருத்தியைச் சோதித்துவிட்டாள் என்பது புரியாமல் இல்லை. கடவுளின் தன்மை, அவன் செயல் யாருக்குப் புரிகிறது?

"அப்புறம் பிறந்த குழந்தைகள் இதைப் போல இல்லை. சமர்த்தாகப் படிக்கின்றன. இருந்தாலும் மூத்தது இப்படியாகி விட்டதே என்று மாய்ந்துபோகிறாள். எப்படியாவது அவனும் ஒரு மனுஷன் ஆகிவிடவேண்டும். அவ்வளவுதான் மாமி" என்றாள் என்னிடம். "கவலைப்படாதேடி, பகவானுடைய அநுக்கிரகத்தால் எல்லாம் நன்றாக இருப்பாள்" என்றேன் . . ."

அம்மா வீட்டுக்கு வரும் வழியில் பேசிக்கொண்டே வந்தாள்.

வாரணாசியில் எங்களுடன் இரண்டு மாதங்கள் தங்கிவிட்டுப் போனவள் அப்புறம் வரவில்லை. அவள் காலம் ஆகிவிட்டது. இந்த அவசர யுகத்தில் யாரைப்பற்றி நினைக்கப் பொழுதிருக்கிறது?

என்னுடைய குழந்தைகள் வளர்ந்தார்கள். அவர்களுடைய படிப்பு. கல்யாணம் என்று எங்களைப்பற்றியே கவலைப்பட்டுக்கொண்டோம். எங்கேயாவது ஓர் அசட்டுக் குழந்தையைப் பார்த்தால் ராஜியின் பிள்ளை பாலுவின் நினைவு வரும்.

"இப்படியும் அப்படியும் தலையைச் சாய்த்து வாயில் ஒழுகும் எச்சிலுடன் பேந்த பேந்த விழிக்கும் அந்தப் பிள்ளை. "என்ன பரிதாபம் இது?" என்றுதான் மனத்துக்குள் குமைந்துபோவேன்.

ராஜியின் பெண் கல்யாணத்துக்கென்று திருமணப் பத்திரிகை வந்தது. பெரிய பிள்ளையைப்பற்றி ஒன்றும் தெரியவில்லை. "அசடுதான்! அவள் தலையெழுத்து இப்படி ஒரு பிள்ளையைப் பெற்றாள்!" என்று என் கணவர் கூறினார் அங்கலாய்ப்புடன்.

என்னதான் வடக்கே பல வருஷங்கள் வேலையாக இருந்தாலும் பென்ஷன் வாங்கிக்கொண்ட பிறகு ஊரோடு போய் இருப்போமே என்று தோன்றியது. கிராமத்திலே அம்மாவுக்குச் சொந்தமான மனையில் அவர் பாணியில் ஒரு சின்ன 'காட்டேஜ்' கட்டிக்கொண்டோம். வீட்டைச் சுற்றிச் செடி கொடிகள் போட்டார். ஏதேதோ விவசாயப் புத்தங்களை வைத்துக் கொண்டு ஆராய்ந்து செடிகள் வளர்ப்பதில் அவர் பொழுது போய்க்கொண்டிருந்தது.

இந்தச் சந்தர்ப்பத்தில்தான் ராஜி கிராமத்துக்கு வந்தாள். நாங்கள் அந்த ஊரில் இருக்கிறோம் என்று கேள்விப்பட்டுத்தான் வந்தாளாம். அவள் பிறந்தகத்தில் யாரும் இல்லை. அவளுடைய தமையன்கூட வீட்டை விற்றுவிட்டான். பழைய தலைமுறையின் பாசத்தில் வளர்ந்து ஒளி கூட்டிய வீடு புதிய தலைமுறையினரால் ஒதுக்கப்பட்டுச் சிதிலமாகி இடியும் நிலைக்கு வந்துவிடவே விற்கும்படியாயிற்று. யாரோ ஒரு கணக்குப்பிள்ளை வாங்கி ரிப்பேர் செய்து கோயிலுக்குத் தருமமாக எழுதி வைத்திருந்தார்.

நான் அந்தக் கிராமத்துக்கு வந்த மறுதினமே ராஜியின் வீட்டைப் போய்ப் பார்த்தேன். வாசலில் சாய்மானத் திண்ணைகள், அந்தத் திண்ணைகளில் நானும், அவளும், ஊர்ச் சிறுமிகளும் நிலாச் சோறு சின்ன சின்னக் குடுவைகளில் சமைத்திருக்கிறோம். பொம்மைக் கல்யாணம் பண்ணி யிருக்கிறோம். நான் பிள்ளை வீட்டைச் சேர்ந்தவள், சம்பந்திச் சண்டை, நலுங்கு, அது இது எல்லாம் உண்டு.

வாயைப் 'பம்'மென்று வைத்துக் கொண்டு நாயனம் ஊதுவாள் ராஜி. தலை வேகமாக ஆடும்... அந்தத் திண்ணையை ஒட்டியிருந்த நிலைப்படியின் அருகே ஒரு சாஸனம் காணப்பட்டது. அதை வாங்கிய கணக்கர் தமக்குச் சந்ததியில்லாமையால் ஸ்ரீராமலிங்கேசுவரர் தேவஸ்தானத்துக்கு மான்யமாக அளித்து விட்டதாகவும் அதில் வரும் வாடகையைக் கொண்டு என்ணெய் வாங்கித் திருவிளக்கேற்றும் திருப்பணியைக் கோயிலார் மேற்கொள்ளவேண்டும் என்றும் அறிவித்திருந்தார்.

வீட்டில் குடியிருந்தவர்கள் நாலு மாத வாடகை பாக்கி. எனவே, ஸ்ரீராமலிங்கேசுவரர் அநேகமாக இருளில் மூழ்கி யிருந்தார்.

பல வருஷங்களுக்கப்புறம் வந்திருக்கிறவளை "எங்கே வந்தாய்" என்று கேட்க எனக்கு மனசு வரவில்லை. குடும்பத் தொல்லைகளிலிருந்து விடுபட ஒரு மாறுதலுக்காக வந்திருக்க லாம். வேறு ஏதாவது காரணம் இருக்கலாம். பெண்ணுக்குக் கல்யாணம் நிச்சயமாகியிருக்கும். பணமுடையாக இருக்கலாம். கடன் கேட்க வந்திருக்கலாம்.

இருவரும் சாப்பிட்டுவிட்டு ஊஞ்சலில் உட்கார்ந்து வெற்றிலை போட்டுக்கொண்டிருந்தோம். ராஜி அரைக் கவுளி வெற்றிலையைக் காலி செய்துவிட்டாள். சுண்டினால ரத்தம் தெறித்துவிடும் போல் நல்ல சிவப்பு அவள். ஒரு காலத்தில் உதடுகளும் செம்பவழம்போல் இருந்தன. இப்பொழுதும் அவள் அழகு குலையவில்லை. பாவம், அந்தக் கண்களில்தான் ஏக்கம். அதுதான் தெரிந்த விஷயமாயிற்றே!

இப்படியும் அப்படியும் தலையைச் சாய்த்து வாயில் ஒழுகும் எச்சிலுடன் பேந்த பேந்த விழிக்கும் அந்தப் பிள்ளை! ராஜி எப்படி உற்சாகமாக இருக்க முடியும்?

வெற்றிலையைச் சுவைத்துக் கொண்டே ராஜி கேட்டாள்: "எங்கே வந்தேன்னு நீ கேக்கவே இல்லையே ஸரோ!"

"கேக்கலைன்னு உனக்குக் குறையா இருக்கா ராஜி? நீ வந்திருப்பதே என் மனசு நெறஞ்சு இருக்கிறது... எத்தனையோ விஷயங்கள் மனசில் கிடந்து திணறுகிறது. பேசத்தான் தெரியலை. ஆனாலும், உனக்கும் குறை இருக்கப்படாது பார்... எங்கே வந்தே ராஜி? என்று கேட்டுவிட்டுச் சிரித்தேன் நான்.

"கிழவியாகியும் குறும்புத்தனம் போகலையேடி உன்னை விட்டு..." என்றவள், "பாலுவுக்குப் பெண் பார்க்க வந்திருக்கேண்டி. மேலத் தெரு சுப்பண்ணா மாமா பேத்தியின் ஜாதகம்

வந்தது... பொருத்தமா இருந்தது. முதல்லே நான் வந்து பார்த்துட்டு வரேன்னு அவர்கிட்டே சொல்லிண்டு வந்திருக்கேன்... வாயேன் நீயும்!"

"என்னது? பாலுவுக்குப் பெண் பார்க்க வந்திருக்கியா?"

"ஆமாண்டி. அவனும் ஒரு மனுஷன்தானே? அசடா இருந்தாலும் ஆசாபாசங்களுக்கு உட்பட்டவன்தானே? பாலு சம்பாதிக்கிறாண்டி. எலக்டிரிக் ஒயரிங் பண்ணறான். மாசம் நூறு, நூற்றி இருபது கிடைக்கிறது. பணம் சேர்த்து வைச்சிருக்கான்..."

"ஹும்..." என்றேன் அலுப்புடன். அசட்டுப் பிள்ளைக்கு என்ன கல்யாணம் வேண்டியிருக்கிறது என்பது என் குரலிலிருந்து அவளுக்குப் புரிந்துவிட்டது.

"பாலுவுக்கு அடுத்தவன் ஜக்கு. அவனக்குக் கல்யாணமாகி மூன்று குழந்தைகள் இருக்கு. தியாகுவுக்கும் போன வருஷம் கல்யாணம் ஆச்சு. பர்வதம், காமு எல்லோரும் புக்ககம் போயாச்சு... இவன் ஒருத்தன்தான் பாக்கி. நாங்க இவனுக்குக் கல்யாணம் பண்ணணும்னு இல்லை. அவனாத்தான் கேட்டான் என்னிடம்."

நான் அவளையே வியப்புடன் பார்த்தேன்.

"தியாகுவுக்காகப் பெண் பார்த்துவிட்டு புரசைவாக்கத்திலிருந்து வந்துகொண்டிருந்தோம். வீட்டை விட்டு எங்கு போவதானாலும் பாலுதான் வீட்டைப் பார்த்துக்கொள்வான். அன்று எல்லாவற்றையும் போட்டது போட்டபடி கிளம்பினோம். "பாலு! வேலைக்காரி தாயி வருவாள். கொஞ்சம் பாத்திரங்களை ஒழித்துப்போட்டுத் தேய்த்து வாங்கி வை. பால்காரன் வந்தால் பாலை வாங்கி வை. முடிஞ்சா இன்னியோட ரேஷன் கடைசித் தேதி அதையும் சைக்கிளில் போய் வாங்கி வந்து விடு..." என்று கூறிவிட்டுக் கிளம்பினேன். பாலுவின் முகத்திலிருந்து எனக்கு ஏதும் புரியவில்லை. கற்சிலைபோல் நின்று அமைதியாகக் கேட்டவன், முகத்தைத் திருப்பிக்கொண்டு உள்ளே போய்விட்டான். திரும்பும் போது வேலைக்காரி தாயி மட்டும் வீட்டில் இருந்தாள். வீடு திறந்து கிடந்தது. "பாலு எங்கேயடி" என்று கேட்டால், "அதையேன் கேட்கறே போ. அந்தப் புள்ளையாண்டான்தான் உங்களுக்கு எல்லா வேலைக்கும் ஆளா அம்மா — 'தம்பி குடும்பம், தங்கச்சிங்க குடும்பம்னு எல்லாருக்கும் மூட்டை சுமக்க என்னாலே முடியாது தாயி. நானும் ஒரு மனுசன்னு அப்பாவுக்குத் தெரியலை. அம்மாவுக்குத் தெரிய வேணாம்?... நான் சம்பாறிக்கலையா? கல்யாணம் கட்டினால் குடும்பம் நடத்தமாட்டேனா?' என்று கத்திப்பிட்டு வெளியே போயிடிச்சி..." என்றாள் தாயி.

இதயத்தின் ஆழத்தில் பாலு ஓர் அசடு என்று ஏற்பட்டிருந்த புண்ணை—பொருக்கேறிப்போயிருந்த புண்ணை—யாரோ கிளறிவிட்டாற்போல் துடித்தேன். ஐக்குவின் மனைவியிடம் பாராமுகமாக வெடுவெடு என்று பாலு விழுந்தானே... வீட்டுக்கு வரும் மாப்பிள்ளைகளிடம் முகம் கொடுத்துப் பேசாமல் இருந்தானே, அதற்கெல்லாம் பொருள் விளங்கிற்று.

இரவு வெகுநேரம் கழித்துப் பாலு வந்தான். அதற்கும் முன்பாக அவரிடம் அவன் மனத்தைப்பற்றிச் சொன்னேன். "சுத்தப் பைத்தியமாக இருக்கியே! வாயிலே ஒழுகுகிற எச்சிலை முழுங்கத் தெரியலை. எவளடீ இவனுக்குக் கழுத்தை நீட்டுவாள் இந்தக் காலத்தில்!" என்று கூறிவிட்டுப் படுக்கப் போய்விட்டார்.

பிறகு தியாகுவின் கல்யாணம் நிச்சயமாயிற்று. தஞ்சாவூரில் கல்யாணம். பாலு வீட்டுக்கே வரவில்லை. அவன் வேலை செய்யும் கண்டிராக்டரிடம் சென்று விசாரித்தோம். இருநூறு ரூபாய் அட்வான்ஸ் வாங்கிக்கொண்டு பழநி, மதுரை, திருச்செந்தூர் என்று க்ஷேத்ராடனம் போயிருப்பதாகச் சொன்னார். "வீட்டில் சொல்லவில்லையா? அட கஷ்டமே! பொறுப்பு வரணும்னா அந்தப் பையனுக்கு ஒரு கால் கட்டுக் கட்டிப்போடுங்க" என்றார் அவர்.

வீட்டில் கல்யாணம். முதல் பிள்ளை வீட்டைவிட்டுப் போய்விட்டான். எனக்கும் அவருக்கும் அது ஒரு கல்யாணம் மாதிரியே இல்லை. தியாகுவும் பிரமை பிடித்தமாதிரி இருந்தான். பங்காரு காமாக்ஷியிடம் வேண்டினேன். "தாயே! இப்படி என்னைச் சோதிக்கிறாயே?" என்று ... கல்யாணம் முடிந்து திரும்பவும் நாங்கள் சென்னை வரத் தஞ்சை ரயிலடியில் உட்கார்ந்திருந்த போது திடும் என்று பாலு வந்தான். மடமட வென்று திருக்கோயில்களின் பிரசாதங்களை வழங்கினான்.

"என்ன அண்ணா இப்படி?" என்று ஆரம்பித்த தியாகுவை, "சரித்தாண்டா! இதோ பிரசாதங்களுடன் வந்திருக்கிறேனே ..." என்று மடக்கி விட்டான்.

சென்னை செல்லும் வண்டியில் நாங்கள் சற்றும் எதிர்பாராத விதமாக நம் ஊர் மேலத் தெரு சுப்பண்ணா மாமாவும், அவர் பெண்ணும் மாயவரத்தில் ஏறினார்கள். பரஸ்பரம் யோக க்ஷேம விசாரணைகள் முடிந்த பிறகு பாலு கல்யாணமாகாமல் இருப்பதைப் புரிந்து கொண்டார் அவர்.

பெண் அப்படி ஒன்றும் அழகில்லை. ரொம்பச் சாதாரணம். எட்டாவது படித்திருக்கிறதாம். ஊருக்குப் போய் ஜாதகம் அனுப்பினார். ஜாதகம் பொருந்திடுத்து.

பெண்ணை ரயிலில் பார்த்தாலும், முறைப்படி வீட்டில் பார்க்க வந்திருக்கேன் . . . கிளம்புடி ராகுகாலத்துக்கு முந்திப் போய்ப் பார்த்துவிட்டு வரலாம்."

யந்திரம்போல் ஏதோ நினைவுடன் அந்தத் திருமணத்தின் அவசியத்தையும் அது நிகழ வேண்டும் என்பது ஒரு நிர்ப்பந்தமாக அமைந்திருப்பதையும் நினைத்துப் பார்த்தேன். எச்சிலைக் கூட்டி விழுங்கத் தெரியாத அந்தப் பிள்ளையையும் கற்பனையில் நினைத்துப் பார்த்தேன். எதுவுமே நம் செயலில் இல்லாதபோது வீணாக மன உளைச்சலுக்கு ஆளாக விரும்பாமல் பெண்ணைப் பார்க்கச் சென்றோம். பெண் பிடித்துவிட்டது. அதற்கென்று ஒரு மனம் இருப்பதாகவே என்னால் ஊகிக்க முடியவில்லை.

"இதோ பாரு குழந்தை! என் பிள்ளை கொஞ்சம் அசடு. முன்னே பின்னே இருந்தாலும் என்னைப் போல நீ சமாளிச்சுண்டு போகணும். அப்புறம் கண்ணைக் கசக்கக் கூடாது. ஆமாம். . ." என்று ராஜி பட்டவர்த்தனமாகப் பேசினாள். அவள் அப்படிப் பேசியது எனக்குப் பிடித்திருந்தது. அந்தப் பெண் தலையைக் குனிந்து கொண்டு மெதுவாக "அசடுங்கறது என்னன்னு எனக்குத் தெரிஞ்சாத்தானே? நாம எல்லோருமே ஒவ்வொரு விதத்திலே அசடுகள்தான். அவர் கூடக் கொஞ்சம் அசடாக இருப்பாராக்கும்" என்றது. எனக்கு அந்தப் பதில் அவள் மனத்தின் ஆழத்தை உணர்த்திவிட்டது.

அடுத்த இருபத்திரண்டாம் நாள் பாலு, சுந்தரி திருமணம் நடந்தேவிட்டது. எனக்கென்று ராஜி பிரத்தியேகமாகக் கல்யாண பக்ஷணங்கள் அதிகமாகவே கட்டிக்கொடுத்தாள். நான் அவளுடன் வந்த வேளைதானாம். ஏதோ சொன்னாள். பிறகு நாலு வருஷங்கள் அவர்களைப்பற்றியே ஒன்றும் புரியவில்லை.

○○○

திடும் என்று அன்று காலை ராஜி பெட்டி படுக்கையுடன் என்னை எதிர்பார்த்திருக்கமாட்டாள். சென்னையில் நடந்த ஒரு கல்யாணத்துக்கு வந்த நான் அப்படியே ராஜியின் வீட்டுக்கு வந்திருந்தேன். இருவருமாகப் புறப்பட்டுப் பாலுவின் வீட்டுக்குப் போனோம்.

மாம்பலத்தில் பாலுவின் வீட்டை அடையும்போது பகல் இரண்டு மணிக்கு மேலாகிவிட்டது. மாமியாரைக் கண்டதும் சுந்தரி பரபரப்படைந்து போனாள். என்னையும் அடையாளம் புரிந்துகொண்டாள். அவர்கள் வீட்டு முன்புறம் மின்சாரச் சாமான்கள் அடங்கிய கடை ஒன்று இருந்தது. மேஜை அருகில்

பாலு உட்கார்ந்திருந்தான். "பாலுதானே இது?" என்கிற கேள்வி என்னை அறியாமல் சற்று உரக்கவே வந்தது.

"ஆமாம் மாமி! சௌக்கியந்தானே? உள்ளே வாங்கோ ..." என்றபடி மேஜை டிராயரை இழுத்துப் பூட்டிக்கொண்டு கிளம்பினான் அவன். சதா எச்சிலே வழிய விட்டுக் கொண்டிருந்த அந்த உதடுகளில் ஓர் அழுத்தம். முகத்தில் பிரகாசம் எல்லாமே வந்துவிட்டிருந்தன.

"இது யாரென்று தெரிகிறதா சுந்தரி?" என்று தன் மனைவியிடம் என்னைக் காண்பித்து விசாரித்தான்.

"உக்கும் ... எனக்கு எல்லாம் தெரியும். என்னை பெண் பார்க்க வரலையா?"

"மறந்துட்டியோன்னு பார்த்தேன் . . . ஏன் மாமி! நான் இப்போ தனியா 'பிஸினஸ்' பண்றேன். முதலீடு எல்லாம் இவள் மஞ்சள் காணிலேந்துதான். இப்படி மாசம் முந்நூறு ரூபாய் தேறும் . . . அம்மாவும் அப்பாவும் தனியா பல்லாவரத்துலே இருக்கா. வேண்டாம்மா எங்களோட வந்துடுன்னு சொன்னாக் கேக்கலை. அவாளுக்குத் தனிக்குடித்தனத்து மேலே ஆசை . . ." என்று தாயை நையாண்டி செய்தான் பாலு.

பாங்கும், பதவிசுமான அந்தக் குடும்பத்தின் அழகிலே நான் என்னை மறந்து லயித்திருந்தேன்.

"பூஜை அறை, கூடம், வரவா போறவா உட்கார்ற இடம்..." என்று பாலு ஏதேதோ பேசிக் கொண்டிருந்தான்.

அந்தப் பெண் இன்னும் பதவிசாகத் தன்னால் ஒரு பெரிய விஷயம் சாதிக்கப்பட்டிருப்பதை மறந்து அடக்கவொடுக்கமாக உட்கார்ந்திருந்தாள்.

"இப்படி அவசரமா வந்துட்டுப் போறியளே! பாயசத்தோடு உங்களுக்குச் சாப்பாடு போடணுமே..." என்று பாலுத் தம்பதியினர் என்னைப் பார்த்துக் கூறினர்.

இலட்சிய, இலட்சணத்துடன் கூடிய ஓர் உயர்தரமான இல்லறத்தை விடவா பாயசம் இனிக்கப் போகிறது? ராஜியும் நானும் அதற்கப்புறம் பேசவில்லை.

கல்கி, செப்டம்பர் 26, 1965.

22

தெளிவு

வெளியே செல்லும்போது தெளிந்த மனத்தினராகச் சென்ற பாலகுரு குழப்பத்துடன் வீடு திரும்பிக் கொண்டிருந்தார். அவர் சிந்தனையை அப்படிக் குழப்பிவிட்டவர் அவருக்கு நெடுநாட்காளகப் பரிச்சயமான நண்பர் நாகசாமிதான். நாகசாமி இன்ஷூரன்ஸ் ஏஜண்ட் மட்டுமல்ல. பல தொழில்களைச் செய்பவர். கல்யாணத் தரகரும் கூட. அவருக்கும் கிட்டத்தட்ட பாலகுருவின் வயதிருக்கும். அதாவது ஐம்பத்தொன்று இருக்கலாம். மேம்பாலத்தில் இருவரும் எதிரும் புதிருமாகச் சந்தித்துக்கொண்டனர்.

"என்னய்யா?" என்று கேட்டுப் பாலகுரு தம் பற்கள் பளிச்சிட அவரைப் பார்த்துச் சிரித்தார்.

"சும்மா இப்படிப் பொழுது போகலை. பட்டாணியாவது வாங்கிக்கொறிப்போமேன்னுதான். உமக்கென்னய்யா கட்டைப் பிரம்மச்சாரி. வீடு, வாசல், பெண்டாட்டி, பிள்ளை, ரேஷன் கீஷன்னு பிக்கல் பிடுங்கல் இல்லை. போன வருஷம் முதல் பிரசவம் ஆகி ஊருக்குப் போன பெண் திரும்பவும் பிரசவத்துக்கு வர அடி போடுகிறாள். விலைவாசி ஏற்றத்திலே..." என்றார் நாகசாமி.

பாலகுருவுக்கு அன்று காலையிலிருந்து மனம் கொஞ்சம் அப்படியும் இப்படியுமாகத்தான் இருந்தது. அந்தச் சுமையை இறக்கத்தான் உலாவிவிட்டு வரலாமென்று கிளம்பினார் அவர்.

“என்னய்யா! ஒன்றும் பேசலை?” நாசாமி சீண்டினார் மறுபடியும்.

“உம்ம பாடுதான் தேவலை நாகசாமி. பிக்கலோ, பிடுங்கலோ அதிலே ஒரு நிறைவும் சுகமும் இருக்கு பாரும். என்னைப்போல மனுஷன் இருக்கக் கூடாது. எப்பவாவது நீ எங்காவது ஒரு தனி மரத்தைப் பார்த்திருப்பியே. பொட்டல் வெளியிலே ஒண்ணே ஒண்ணு, ‘ஹோ’ன்னு நின்னுண்டிருக்கும். அப்படி நிக்கறேன் நான்…”

நாகசாமி வியப்பு மேலிடப் பாலகுருவைப் பார்த்தார். மனுஷன் சாதாரணமாக இப்படியெல்லாம் பேசமாட்டாரே என்கிற வியப்புதான். “என்ன அப்படிச் சொல்லிவிட்டீர்கள்?” என்றார் திகைப்புடன்.

“அப்படித்தான் வச்சுக்குங்களேன். மொத்தத்துலே ‘லைப்’ ‘டல்’ அடிச்சுப் போச்சு! இத்தனை நாள் இல்லாம என்னையே எனக்குப் பிடிக்கலை. ஏதோ கடை வியாபாரத்திலே மாசம் இருநூறு ரூபாய் வறது. மேலே கூடத் தேறும். தங்கை பையனைக் கடையைக் கவனிச்சுக்கப் போட்டப்புறம் இருநூறே உதைக்குது. பையன் ‘ப்ரீயா’ப் பணத்தை ஆளுகிறான், போகட்டும். எனக்குன்னு என்ன செலவு சொல்லு? எல்லாம் தம்பிக்கும் அவன் குழந்தைகளுக்கும்தான். தம்பி பெண்டாட்டி முன்னே இருந்த மாதிரி இல்லை. கையிலே ரூபாயைப் பார்த்தால் முகம் மலருது. இல்லைன்னா ஒரு தினுசுதான். “மிளகு ரசம் வைக்கச் சொல் உங்க அம்மாவிடம்” என்றேன், தம்பி பெண் பாப்பாவிடம். அது சொல்லியதோ இல்லையோ, அவள் ரசமே வைக்கலை. நானும் போனாப் போறதுன்னு இருந்திருப்பேன். என்னமோ கோபம் வந்துட்டுது. “குழந்தை சொல்லியிருப்பா. இந்த வீட்டிலே கவனிப்பு அவ்வளவுதான்”னுட்டேன்! அவளுக்குக் கோபம் வந்துட்டுது. ‘நன்னா கவனிக்க ஒருத்தியைக் கல்யாணம் பண்ணிண்டிருக்கணும். நான் என்ன, எல்லாருக்கும் வடிச்சுக்கொட்டத்தான் இருக்கேனா?’ என்றாள்…”

பாலகுருவின் விழிகளில் நீர் பளபளத்தது. மேல் துண்டினால் கண்களை ஒற்றி எடுத்தார்.

நாகசாமி கடகடவென்று சிரித்தார்.

“ஓய்! ரொம்ப லேட்டாக் கலியாண யோசனை வந்திருக்கிறது உமக்கு. பரவாயில்லை. இத்தனை நாள் ஏதோ ஒரு யோசனையில் இருந்துவிட்டீர்…” என்றபடி ஜேபியிலிருந்த பர்ஸை எடுத்து அதனுள்ளிருந்து ஒரு புகைப்படத்தை எடுத்தார்.

“இந்தா, பாலகுரு! இதைப் பார்! பளிச்சென்று பதில் சொல். பிடிச்சிருக்கு, இல்லைன்னு. மசமசன்னு ஆராய்கிறதெல்லாம் ஒரு வயசோட நிறுத்திக்கணும். அழகு, பாட்டு, படிப்பு எல்லாம் இளவட்டங்கள் பார்க்கிறது. உனக்கு ஒரு துணை வேண்டும். வறண்டு போன நிலத்தில் நீர் தெளிக்கிற மாதிரி, வெறிச்சோடிக் கிடந்த வீட்டில் தத்துப் பிள்ளை சீராடுகிற மாதிரி ஒரு துணை. அவ்வளவுதான்...”

பாலகுரு புகைப்படத்தைக் கையில் வாங்கிப் பார்த்தார். வட்ட வடிவமான பருத்த முகம். எடுப்பான நாசிதான். ஆனால் கன்னத்துச் சதையில் புதைந்திருந்ததால் அதன் அழகு அவ்வளவாகத் தெரியவில்லை. கண்களும் அப்படித்தான். ஆனால் அவற்றில் ததும்பும் ஏக்கம்?

காலமெல்லாம் வாழ்க்கை மலரும் என்று எதிர்பார்த்துப் பார்த்து ஏமாற்றமடைந்த நோக்கு அதில் தெரிந்தது. பெண் — அப்படிச் சொல்லுவது தவறு — அந்த அம்மாள் என்று குறிப்பிடுவது பொருந்தும் என நினைக்கிறேன். ரொம்பச் சுமார்தான்.

பாலகுருவுக்கு ஐம்பதுக்கு மேல் வயசாகியிருந்தாலும் பார்ப்பதற்கு நன்றாக இருப்பார். களையான முகம், பெரிய கண்கள், பிரும்மச்சரியத்தாலும், கபடமற்ற தன்மையாலும் குழந்தைபோன்ற முகத்தைப் படைத்தவர்.

“என்னய்யா?” என்று அவருடைய சிந்தனையைக் கலைத்தார் நாகசாமி.

பாலகுருவையும் வெட்கம் வந்து சூழ்ந்து கொண்டது. “எனக்கா கல்யாணம்? எனக்கேதானா? ஏன், நான் கல்யாணம் பண்ணிக் கொள்ளக்கூடாதா என்ன? இத்தனை காலம் தேவையற்றதாக இருந்த ஒரு தேவை காலம் கடந்து தலைநீட்டுகிறதோ?”

சட்டென்று ஏற்கனவே திருமணமாகி மூன்று குழந்தைகளுக்குத் தகப்பன் ஆகிவிட்ட தம்பி தியாகுவும், தங்கை பிள்ளை சேகரும் அவர் முன்பு தோன்றினார்கள்.

சேகர் ஆறேழு வருஷங்களாகப் பெண்ணைச் சல்லடை போட்டுச் சலித்து, இது சொத்தை, அது சொள்ளை என்று ஒதுக்கி வருகிறவன். பிரும்ம சிருஷ்டியில் எந்தப் பெண்ணிடமும் அழகு ஒட்டிக்கொண்டிருப்பதாக அவன் நினைக்கவில்லை. ஒருவேளை நிழல் உருவத்தில் காணும் திரை மோகினிகளைப் பற்றியே அவன் கனவு காண்பவனாக இருக்கலாம்.

“என்னய்யா பாலகுரு? பிரமாதமா யோசனை பண்றீரே. பெண்ணுக்கு வேலை இருக்கு... அந்தப் பணத்தை வச்சு நீங்கள் பிஸினஸ் பண்ணலாம்...”

பாலகுரு தம் தலையைப் பலமாக உலுக்கிவிட்டுக்கொண்டார்.

அவருடைய சேவை, இலட்சியமெல்லாம் விலகி அவர் மனத்தில் ஆசைக் கனல் பற்ற ஆரம்பித்தது.

"போட்டோவை நான் வீட்டுக்கு எடுத்துக்கொண்டு போறேன். தம்பிகிட்டே காட்டறேன். என்ன சொல்கிறான் பார்ப்போம்..."

"பார்க்கிறதென்ன, கேட்கிறதென்ன? இத்தனை காலமா நீங்க அவன் குடும்பத்துக்குச் செய்யலையா? சின்னவனைப் படிக்க வைக்கலையா? வீட்டிலே எதுவானாலும் நீங்கதானே பார்த்துண்டீர்? உம்மைப் பத்தி யாராவது நெனைச்சுப் பார்த்ததுண்டா? உம்மைப் பத்தி நீரேதான் நெனைச்சுக்கணும் என்று உமக்குத் தெரியலை. சொல்கிறதையாவது கேட்டுத் தொலையும்..."

வாசல் பெஞ்சியில் தியாகுவின் பெண் பெரியவள் ஏதோ எழுதிக் கொண்டிருந்தாள். அவளுக்குப் பத்து வயசிருக்கும். மற்றப் பிள்ளைகளில் ஒருவன் கூடத்தில் உட்கார்ந்து படித்துக்கொண்டிருந்தான். இன்னொன்று குழந்தை. தியாகுவும் அவன் மனைவி உமாவும் சமையலறையில் கிசுகிசுவென்று ஏதோ பேசிக்கொண்டிருந்தார்கள். இந்த இலை மறைவு காய்மறைவு பாலகுருவுக்கு ஒன்றும் புதிதல்ல. அதையெல்லாம் அவர் தம் வாழ்க்கையில் கவனித்தவரேயில்லை. ஏதோ வருவார், உமா கொடுத்ததைச் சாப்பிடுவார், போய்விடுவார்.

தம்பதியின் ஆந்தரிகமான பேச்சு அவர் மனத்தில் சலனத்தை எழுப்பியது. கணவனும் மனைவியும் எத்தனை குழந்தைகளுக்குப் பெற்றோர் ஆயினும் தமக்குள்ளாக ரகசியம் பேசிக்கொள்வது சகஜம் என்பதைப் புதிதாக உணர்ந்தவர்போல் நடையைச் சற்றுத் தளர்த்தியவாறு வெளியே சென்றார்.

"அம்மாவ்! பெரியப்பா வந்துட்டா, பெரியப்பா வந்துட்டா" என்று கத்தியவாறு மூன்று வயசுக் கண்ணன் கூடத்தில் கையைத் தட்டிக்கொண்டு குதித்தான்.

பாலகுருவும் விசுக்கென்று திரும்பிக் கூடத்துக்கு விரைந்தார். ஆனால் அவர் சமையலறை வரைக்கும் வந்துவிட்டுத் திரும்பிப் போகிறார் என்பதை வேகமாக நடைபோட்ட அவர் கால்கள் தெளிவுபடுத்தின.

தியாகு வினாடியில் கொல்லைப் பக்கம் சென்று வாசல் வழியாகத் தோட்டத்துக்குள் புகுந்துகொண்டான்.

உமா போர்த்திய தலைப்புடன் சூடாகப் பால் எடுத்துக் கொண்டு வந்து மேஜைமீது வைத்துவிட்டு, "உங்களுக்குச் சாயந்திரம் தபாலில் ஒரு கடுதாசி வந்திருக்கண்ணா" என்றபடி மேஜை டிராயரை இழுத்துக் கடிதத்தை எடுத்து அவரிடம் கொடுத்தாள்.

கடிதம் வழக்கம்போல வியாபாரம் சம்பந்தப்பட்டதுதான். அவர் வைத்திருக்கும் கடைக்காகச் சரக்கைப்பற்றி யாரோ எழுதியிருந்தார்கள். ஒன்றும் சுவாரஸ்யப்படவில்லை. நாகசாமி கிளறிவிட்ட மனம் இன்னும் அடங்காமல் பரபரத்துக்கொண்டிருந்தது.

"ராத்திரிக்கு என்ன பண்ணட்டும்?" உமா பரபரக்கும் அவர் பார்வையை வியப்புடன் பார்த்தவாறு கேட்டாள். பாலகுரு அப்படிப் பரபரத்து அவள் பார்த்தவளல்ல.

"என்னைக் கேட்டால் எனக்கு ஒன்றுமே வேண்டாம். எனக்கு பசிக்கவில்லை." வார்த்தைகள் சுரத்தில்லாமல் வெளிவந்தன.

தெருவில் விளையாடிக் கொண்டிருந்த கண்ணன் உள்ளே ஓடி வந்து அவர் காலைக் கட்டிக் கொண்டான். "எங்கே பெரியப்பா எனக்குப் பப்பர்மிட்டு, சாக்லேட்டெல்லாம்? பெரிசாச் சொல்லிட்டுப் போனியே" என்றவாறு, அவர் ஜேபிகளில் கைவிட்டுத் துழாவிப் பார்த்தான்.

"மற்ற நாட்களாக இருந்தால் பாலகுரு அவனை அப்படியே அலாக்காகத் தூக்கிக்கொண்டு கடைத் தெருவுக்குப் போவார். இன்று அவர் மனம் உணர்ச்சிகளால் விம்மித் துடித்துக் கொண்டிருந்தது.

"போடா! உனக்கு எப்பப் பார்த்தாலும் தீனிதான்! போய் விளையாடு. இல்லை, உன் அப்பனை வாங்கித் தரச் சொல். இங்கே என்ன கொட்டியா வச்சிருக்கு?" என்று எரிந்துவிழுந்தார்.

உமா ஒரு தினுசாக அவரைப் பார்த்துக்கொண்டு உள்ளே போனாள். போனவள் கதவை ஒருக்களித்து வைத்துக்கொண்டு கண்ணனைப் பார்த்துப் பல்லைக் கடித்து, "இங்கே வாடா, சனியன்" என்று உதட்டை மடக்கி அழுத்த வார்த்தைகளை விழுங்கியபடி வசவை முகத்தில் தேக்கி வெளியிட்டாள்.

கண்ணன் பெரியப்பாவை உதறிக்கொண்டு உள்ளே ஓடினான்.

பாலகுரு புறக்கடைப் பக்கம் சென்று கைகால்களைக் கழுவிக்கொண்டு உள்ளே வந்தார். வழியில் பூஜையறையில் முத்துப்போல் குத்துவிளக்குச் சுடர் பரப்பிக்கொண்டிருந்தது. சந்தன வத்தியின் புகை ஸ்ரீராமபிரானின் படத்துக்கு மேல் தவழ்ந்து மல்லிகைச் சரத்தின் வாசனையுடன் கலந்து மணத்தது.

மற்ற நாட்களில் பாலகுரு பூஜையறைக்குச் சென்று விபூதி அணிந்து அன்னபூர்ணாஷ்டகத்தைப் பாட ஆரம்பித்துவிடுவார்.

அன்று அவர் மனம் குரங்கின் கை மாலைபோல் சீரழிந்துகொண்டிருந்தது. கள்ளமற்ற பச்சைப் பாலகனாகிய கண்ணனிலிருந்து, தெருவில் படிக்கும் தம்பிப் பெண் பாப்பா, தம்பி மனைவி உமா மட்டும் அவர் மனத்தில் கசப்பை மூட்டவில்லை, தெய்வமும் கசந்து வழிந்தது அவருக்கு!

பூஜையறைக்கு முன்னால் தயங்கியபடி நின்றவர் ஏதோ ஒரு வைராக்கியத்துடன் வாசலுக்குச் சென்று சாய்வு நாற்காலியில் பொத்தென்று சாய்ந்துகொண்டார்.

எதிரே பாப்பா இருந்ததை அவர் கவனிக்கவில்லை. பள்ளிக்கூடப் பாடங்களை எழுதிக்கொண்டிருந்த அந்தச் சிறுமி பெரியப்பாவின் வழக்கத்துக்கு மாறான 'அமைதி'யைப் பார்த்து அதிசயித்தாள். பிறகு மெல்ல அவருடன் ஒட்டி உட்கார்ந்து சாக்லேட்டுக்காக அவர் ஜேபியைத் துழாவினாள்.

அவள் கைகளில் அந்தப் போட்டோ அகப்பட்டுக்கொண்டது. அதிலிருந்தவளை யாரென்று அவளுக்குப் புரியவில்லை.

"பெரியப்பா! இது யார் போட்டோ?" என்று உரத்து அந்தப் பெண் கேட்டவுடன் உணர்வு திரும்பியவர்போல் பாலகுரு விழித்துக்கொண்டார்.

"போ . . . போட்டோவா? அதுவா? அது வந்து . . . ஒரு பொண்ணுது..."

"பொண்ணுதா?" என்றவாறு கடகடவென்று சிரித்தாள் பாப்பா. "இவ்வளவு பெரியவள் எப்படி 'பெண்ணாக' இருக்க முடியும்? மாமி மாதிரி இருக்காளே!"

"ஆமாண்டி பாப்பா! அவ பொண்ணுதான். இன்னும் கல்யாணம் ஆகலை. கல்யாணம் ஆகாதவரை 'பொண்ணு'ன்னுதானே சொல்லுவா?"

பாப்பா போட்டோவை வியப்புடன் பார்த்துக் கொண்டே, "இவளுக்கா இன்னும் கல்யாணம் ஆகலை? ஊஹும்! நான் நம்பமாட்டேன் பெரியப்பா . . . எங்கம்மாவைவிடப் பெரியவளா இருக்கா? ஏன் இன்னும் கல்யாணம் பண்ணிக்காம இருக்கா?" என்று கேள்விகள் கேட்க ஆரம்பித்தாள்.

பாலகுருவுக்கு ஆத்திரமும் கோபமும் வந்தன. "என்னடி கெக்கெ பிக்கென்னு சிரிப்பு? நான் அவளைத்தாண்டிக் கல்யாணம் பண்ணிக்கப்போறேன்... ஆமாம்..."

"ஹாய்யா! பெரியப்பாவுக்குக் கல்யாணம்! ஹாய்யா! பெரியப்பாவுக்குக் கல்யாணம்" என்று குதித்துக் கத்தியவாறு உள்ளே போட்டோவுடன் ஓடினாள் பாப்பா.

பாப்பாவின் இரைச்சலைக் கேட்ட தியாகு புறக்கடைப் பக்கமாகவே உள்ளே வந்தான். இத்தனை நேரம் செடிகளைக் கிளறிக் கொண்டிருந்தான் என்பதற்கு அடையாளமாக அவன் கைகளில் மண் ஒட்டிக் கொண்டிருந்தது. அதைத் தட்டிவிட்டபடி பாப்பாவின் கையிலிருந்த போட்டோவை எட்டிப் பார்த்தான் ஆவலுடன்.

உமா உதட்டைச் சுழித்து முகத்தைத் தோளில் இடித்துக் கொண்டே கணவனைத் திரும்பிப் பார்த்தாள். அவனும் அவளைப பார்த்து குறும்புத்தனமாகச் சிரித்தான். பிறகு, "என்ன இது உமா? வேடிக்கையாக இல்லை?" என்று கேட்டு வைத்தான்.

"வேடிக்கையா? நல்ல கூத்து போங்கள்! நாற்பதுக்கு மேலே நாய்க் குணம். உங்கண்ணாவுக்கு ஐம்பதுக்கு மேலே ஆச்சு. கொஞ்சம் அச்சுப் பிச்சுத்தான்!"

"கொஞ்சம் அச்சுப் பிச்சா? இதென்ன வெட்கக்கேடு. சேகர் கல்யாணத்துக்கு நிற்கிறான். அவனுக்குப் பெண் பார்த்துப் பண்ணிவைக்காமல் தமக்குப் போய்ப் பார்த்துக்கொண்டு வந்திருக்கிறாரே..."

இவ்வளவு பேச்சும் மிகவும் மெதுவாகப் பேசப்பட்டன. சில நயன பாஷைகளில் பரிமாறிக்கொள்ளப்பட்டன.

பாலகுருவுக்கு உலகமே புதுமையாகவும் விந்தையாகவும் காட்சி தந்தது. எத்தனையோ ஆண்டுகளுக்கு முன்பு மலர்ந்து, காய்த்துப் பழுத்திருக்க வேண்டிய எண்ணம் காலம் கடந்து தம் நெஞ்சில் விதைக்கப்பட்டுச் சடுதியில் வளர்ந்து பூத்துக் காய்த்துவிட்டதே என்று அவர் வியந்துகொண்டே குறுகுறுப்புடன் உட்கார்ந்திருந்தார்.

கூடத்து மணி எட்டடித்து ஓய்ந்தது. தியாகு ஏதோ குற்றம் புரிந்தவன்போல் சுவரைப் பார்த்துக் கொண்டே வாசல் பக்கம் சென்றான். திரும்பவும் உள்ளே போனான். உமா உள்ளிருந்தபடி குழந்தைகளைச் சாப்பிட அழைத்தாள்.

பாப்பாவும் குழந்தைகளும் பெரியப்பாவை ஆசையுடன் பார்த்துக்கொண்டே உள்ளே சென்றார்கள். பெரியப்பா பெரிய மனசு பண்ணிக் கல்யாணம் பண்ணிக் கொள்கிறதனால்தானே அவர்களுக்குச் சமீபத்தில் மகிழ்ச்சிகரமான ஒரு நிகழ்ச்சியில் கலந்து கொள்ளும் வாய்ப்புக் கிட்டப்போகிறது?

தியாகு வழக்கம்போல் "என்னண்ணா! நீ சாப்பிடவில்லையா?" என்று அழைக்கவில்லை. உமா மிகுந்த சங்கோசத்துடன் பயத்தம் கஞ்சியை எடுத்து வந்து அவருக்கு அருகிலிருந்த 'மோடா'வை இழுத்து அதன் மேல் வைத்துவிட்டு உள்ளே வேகமாகப் போகத் திரும்பினாள்.

"அம்மா உமா! நான்தான் ஒன்றும் வேண்டாம் என்றேனே? எதற்குப் பயத்தம் கஞ்சி போட்டாய்? இத்தனை வேண்டாம். குழந்தைகளுக்குக் கொடு..."

டபராவில் சிறிது ஊற்றிக் கொண்டு மிகுதியை டம்ளருடன் நகர்த்தி வைத்தார் பாலகுரு. மேலும் அவளைப் பார்த்து, "தியாகு சாப்பிடுகிறானா?" என்று கேட்டார்.

"ஆமாம்" என்று ஒரு வார்த்தையில் பதில் கூறிவிட்டு டம்ளரை எடுத்துக்கொண்டு உள்ளே போய்விட்டாள் அவள்.

"ஆமாண்ணா" என்று அண்ணா போட்டு அழைக்கும் அவள், "ஆமாம்" என்று வார்த்தையைச் சுருக்கிவிட்டது அவரை நறுக்கென்று தைத்தது.

உள்ளே படுரகசியமாகப் பேசும் குரல்கள் தெளிவற்றுக் கேட்டன. குழந்தைகள் சாப்பாடானதும் படுக்கப் போய் விட்டார்கள். தியாகு அந்தச் சாக்கில் அவர்கள் படுக்கையைத் தட்டிப்போடுவதுபோலத் தலையணைகளை டப் டப்பென்று அறைந்து தட்டிக் கொண்டிருந்தான்.

உமா தன் உணவையும் முடித்துக்கொண்டுவிட்டாள் என்பதற்கு அடையாளமாகச் சமையலறையைப் பரட் பரட்டென்று தேய்த்துக் கழுவிக்கொண்டிருந்தாள்.

சேகருக்காக யாரும் சாப்பிடக் காத்திருப்பதில்லை அந்த வீட்டில். மேடைமீது அவன் சாப்பாட்டைமூடிவைத்துவிட்டு வேலைகளை அவள் முடித்துக் கொள்ளவும் சேகர் செருப்புகளை வழக்கத்தைவிட அதிகமாகத் தேய்த்தபடி உள்ளே நுழைந்தான்.

பாலகுருவை ஓரக்கண்ணால் எடைபோட்டபடி உள்ளே சென்று உடை மாற்றிக்கொண்டு குழாயடிக்குச் சென்று கைகால்களைக் கழுவிக்கொண்டு கூடத்தினுள் நுழைந்தான் சேகர்.

"ஏண்டா இவ்வளவு தாமதம்? இந்த வேளையில் கடைக்கு யாரும் அந்தப் பிராந்தியத்தில் வரமாட்டார்களே? பொழுதோடு வந்து சேருவதுதானே?"

"நாகசாமி வந்திருந்தார்." சேகர் சொற்களை வீசிவிட்டுச் சமையலறைக்குச் சென்று 'பொப்பே' முறையில் தட்டுகளில்

வேண்டியவற்றை எடுத்துப் போட்டுக்கொண்டு குறுக்கும் நெடுக்குமாக உலாவிக்கொண்டே சாப்பிட ஆரம்பித்தான்.

"உட்கார்ந்துதான் சாப்பிடேன் சேகர்! எங்கோ ரயிலுக்குப் போகிற மாதிரி என்ன அவசரம்?" என்று கேட்டாள் உமா.

"ஓ! எனக்கு என்ன அவசரம்? எனக்கு எதற்கு அவசரம்? எல்லாமே தாமதமாக நடக்கலாமே! சாப்பாட்டிலிருந்து கல்யாணம் வரை!"

"கல்யாணம்தானே? இந்த வருஷத்திலாவது சாப்பாடு போடப்பா. நாக்கு செத்து கிடக்கிறது" என்றாள் மாமி என்கிற உரிமையுடன் உமா.

"ஆஹா!" என்று சத்தம் போட்டுச் சிரித்தான் சேகர். "எனக்குக் கல்யாணத்துக்கு என்ன மாமி அவசரம்? இன்னும் பத்து வருஷங்கள் போகலாமே? இப்போ வயசு முப்பதாச்சு..."

பாலகுரு தம் அமைதியை இழக்காமல் இந்தச் சுடுசரங்களைத் தாங்கிக்கொண்டார். நாகசாமி வத்தி வைத்திருப்பார் என்பதும் அவருக்குப் புரிந்துவிட்டது.

"நாகசாமி வந்திருந்தானா?" என்று கேட்டார் பாலகுரு.

"வந்திருந்தார்."

"என்ன சொன்னான்?"

"என்ன சொல்லியிருப்பார்?"

"உன்னைக் கேட்டால் என்னைக் கேட்கிறாயே?" என்று எரிந்துவிழுவதுபோல் பேசினார் பாலகுரு.

"உங்களுக்குக் கல்யாணமென்று சொன்னார். நடக்க வேண்டியதுதான்! அவசியம் நடக்கவேண்டும் என்றேன்" என்றான் சேகர், கதவுக்குப் பின்னால் ஒளிந்தபடியே.

பாலகுருவின் முதுகில் யாரோ சாட்டையால் ஒரு சொடுக்குச் சொடுக்கிவிட்டு நிறுத்தியதுபோல் இருந்தது.

"ஏண்டா சேகர்! அப்படிக் கதவுக்குப் பின்னாடி ஒளிஞ்சுண்டு எதுக்கடா முணுமுணுக்கறே. நேரே வந்துதான் பேசேன். எதையும் முகத்துக்கு முன்னாடி பேசித் தீர்த்துக்கணுமடா. முதுகுக்குப் பின்னாடி பேசப்படாது..." பாலகுருவுக்குத் தம் குரலின் வேகத்தை கண்டு பயமே ஏற்பட்டது.

சேகர் விருட்டென்று வெளியே வந்து அவர் எதிரில் நின்றான். "இதோ வந்திருக்கிறேன். உங்களுக்குக் கல்யாணம் என்று

242 சரோஜா ராமமூர்த்தி

நாகசாமி சொன்னார். ஜாம் ஜாம்னு நடக்க வேண்டியதுதான் சுவாமி. இரட்டை நாயனம், மாப்பிள்ளை அழைப்புக்குப் பாண்டு வேண்டுமானாலும் வச்சுடலாம். கச்சேரி கிச்சேரி வைக்கச் சொல்லுங்கோ, ரிஸப்ஷனுக்குன்னேன்...” சேகர் ஒரே மூச்சில் பேசி நிறுத்தியவுடன் அவனை வினோதமாகப் பார்த்தார் பாலகுரு.

‘அட! பொடிப் பையன்! பேச்சு எவ்வளவு நீளத்துக்கு நீளறது பார்த்தியா? இவனைத் தோளிலேயும், மார்பிலேயும் தூக்கி வளர்த்தவன் நான். அம்மா, அப்பா முகம்கூட இவனுக்குத் தெரியாது. என்னவோ சொல்லுவாளே ‘நாயை வளர்த்து நடுவீட்டிலே வைச்சாலும் எங்கோ போய், எதையோ தின்னுட்டு வரும்னு. அந்த மாதிரின்னா இருக்கு...’

விசித்திரமாகப் பார்க்கும் பாலகுருவின் பார்வையைச் சகிக்க முடியாமல் சேகர் சிறிது திணறினான்.

உள்ளே இருந்து உமா குரல் கொடுத்தாள்.

“சேகர்! பால் வச்சிருந்தேனே, சாப்பிட்டியோ?”

பேச்சை அத்துடன் நிறுத்த வேண்டுமென்றோ, மேலே ரசாபாசமாகிவிடக் கூடாதென்றோ உமா கூப்பிட்டதாகத் தோன்றியது.

“போடா! மாமி கூப்பிடுகிறாள் பார். போய்ப் பாலைச் சாப்பிடு” என்று அசதியுடன் கூறிவிட்டு வாசல் திண்ணைக்குச் சென்றார்.

விஷயத்தை இவ்வளவு அலட்சியமாக ஒதுக்கி விடுவார் என்று சேகர் எதிர்பார்க்கவில்லை. பாலகுருவையும் அவருடைய அசட்டுக் கொள்கையையும் எதிர்த்துப் போராடவேண்டும் என்று தீவிரமாக இருந்தான் அவன்.

வாசல் சாய்மணையில் தலையைக் கையின் மேல் தாங்கியபடி உட்கார்ந்திருந்த பாலகுருவுக்கு ஒரே குழப்பம். இந்த வயதில் திருமணப் பேச்சை எடுத்தது தவறோ என்று கூட நினைத்தார்.

ஊர் அடங்கிவிட்டது. மாடியில் தியாகுவின் அறையில் விடி விளக்கு எரிகிறது. உமாவும் அவனும் ஏதோ பேசிக் கொண்டிருக்கிறார்கள். பேச்சு பாலகுருவின் விசித்திரமான ஆசையைப்பற்றியும் இருக்கலாம்.

‘அட! பேசிவிட்டுப் போகட்டுமே! இவனுக்குப் பெண் பார்த்துக் கல்யாணம் பண்ணிவச்சேனே, ஜாம் ஜாம்னு பண்ணிண்டான். அட! அண்ணா ஒருத்தன் இருக்கானேன்னு

யோசனை பண்ணினானோ? நான் படிப்பிலே மட்டம்தான். அதனாலேதான் கடை கண்ணி வைச்சுப் பொழைக்க ஆரம்பிச்சேன். படிச்சவன்னாத்தான் மதிப்பா என்ன? வியாபாரத்துலே, உத்தியோகத்துலே சம்பாதிக்கிறதை விட அதிகமாகத்தான் சம்பாதிச்சேன். ஒருத்தருக்கும் எனக்குக் கல்யாணத்தைப் பண்ணனும்னு தோணலை. எனக்கே தோணலை. பெரிய பாரத்தை என் தலையிலே சுமக்கிற மாதிரி சேகருடைய அம்மா கல்யாணத்தை நான்தான் நடத்தினேன். அப்புறம் தியாகு கல்யாணம் ஆச்சு. சேகருடைய அம்மா மொதல்லே போயிட்டா இவனை இரண்டு வயசுக் குழந்தையா விட்டுட்டு. அப்புறம் அவன் அப்பாவும் போயிட்டான். இந்தப் பயலை எப்படியெல்லாம் வளர்த்திருப்பேன்!'

'உமா நல்ல பெண்தான். பய பக்தியோடதான் என்னிடம் நடந்துக்கிறா. இருந்தாலும் இவா எல்லோருமே எனக்கு அசல் மனுஷா மாதிரி தோன்றுகிறது. எனக்கே எனக்குச் சொந்தமா ஒருத்தி வரப்படாதா என்ன?" பாலகுரு பனியன் பாக்கெட்டில் கைவிட்டு நாகசாமி கொடுத்த புகைப்படத்தை வெளியே எடுத்துத் தெரு விளக்கின் ஒளி விழும் பக்கமாகப் பிடித்துப் பார்த்தார். புகைப்படத்தில் இருக்கிறவள் 'மூக்கும் முழியு'மாக நன்றாக இருந்தாள். இளமைக் குறுகுறுப்பு, அந்த வயசின் கவர்ச்சி எல்லாம் அடங்கி அமைதியாக இருந்தாள் அவள். அந்த வயசு இனிமேல் வருமா? போனது போனதுதான்!' பாலகுருவுக்கே அந்தப் படத்தைப் பார்க்க வருத்தமாக இருந்தது. ஒரு பெண்ணின் இளமைக்காலம் வீணாகிவிட்டதேயென்று வருந்தினார்.

அவளுடைய அந்தக் காலம் விரயமாகிப் போனதால்தான் தன்னால் அவளைக் கல்யாணம் பண்ணிக் கொள்ள முடிகிறது என்கிறதை நினைத்தபோது சிரிப்பு வந்தது. ஒருவருடைய நஷ்டம் இன்னொருவருடைய இலாபத்தில் வந்து முடிகிறது விந்தை!

'சரி, எப்படியும் நாளைக்கு நாகசாமியைப் பார்த்து விஷயத்தை முடிச்சுடச் சொல்லலாம்...'

பின்பு பொழுது விடிந்தது ஒன்றுதான் அவருக்குத் தெரியும். பாப்பா சமூகப் பாடத்தை இரைந்து படித்த சத்தத்தில் கண்விழித்தார்.

வழக்கம்போல் காப்பியை அன்று உமா கொண்டு வந்து வைக்கவில்லை. பையனிடம் கொடுத்தனுப்பினாள். "என்னண்ணா! என்ன சமைக்கட்டும்?" என்றும் கேட்கவில்லை. அந்த விஷயங்களுக்கெல்லாம் தான் அன்னியமாகிவிட்டாற்போன்ற உணர்வில் அவள் திண்டாடிக்கொண்டிருந்தாள்.

“பெரியப்பா! காப்பிக்குச் சர்க்கரை போறுமா?” என்று பையன் விசாரித்தான். உள்ளேயிருந்து வெந்தயக் குழம்பின் வாசனை கமகமவென்று அடித்தது. உமா ஏன் தன்னை மார்க்கெட்டுக்குப் போய்க் கறிகாய் வாங்கிக்கொண்டு வரச் சொல்லவில்லை? கடைக்குட்டிப் பையன் மரக் குதிரை மேல் ஏறி உட்காரப் பெரியப்பாவின் துணையை நாடவில்லை?

“இந்தாடா கண்ணா! குதிரைமேல் உன்னை ஏத்திவிடட்டுமா?” என்று கேட்டார் பாலகுரு.

“வாந்தாம் பீப்பா! நானே ஏறிப்பேன்!” என்று கீச்சுக் குரலில் சொன்னான் கண்ணன். குழந்தைக்கு என்ன புரியுமா? ஓ! அதுக்குப் புரியாதது எது? பெரியப்பாவைப்பற்றி அப்பாவும் அம்மாவும் ஒரு பாட்டம் ரகசியம் பேசித் தீர்த்தால் அதுவும் அவரை வேண்டாமென்று தள்ளுகிறது போலும்!

பாலகுரு அந்தக் காலை வேளையில் ஷர்ட் அணிந்து கொண்டு யாரும் பார்த்ததில்லை. அரைக் கை பனியன் போட்டுக்கொண்டுதான் கடைத் தெருவுக்கே போகிற வழக்கம். தும்பைப் பூப்போன்ற வேட்டியும் ஷர்ட்டும் அணிந்து கொண்டு வாசனைத் தைலம் தடவித் தலைவாரிக் கொண்டார். புதுச் செருப்புக்களைப் போட்டுக்கொண்டு வாசல் வராந்தாவில் வந்து நின்று, “பாப்பா! நான் வெளியே போயிட்டு வரேம்மா. சாப்பட்டுக்கு வரமாட்டேன். இந்தா, நீயும் தம்பிகளும் பிஸ்கோத்து வாங்கிக்கொள்ளப் பணம். அந்தக் கண்ணன் பயல்கூட சாக்லேட் வேண்டான்னுட்டான். போக்கிரிப் பயல்! என்ன புரிஞ்சுதோ அவனுக்கு. “போய் வரட்டுமா?” என்று கேட்டு ஒரு கணம் தயங்கி நின்றார் அவர்.

பாப்பாவோ, அவளுக்கு அடுத்தவனோ, குட்டிக் கண்ணனோ “வாண்டாம் பெரியப்பா”ன்னு காலை வந்து கட்டிக்கொள்வார்கள் என்று ஓர் ஆதங்கம்.

பாப்பா தன் கண்களை மலர்த்தி அவரை வியப்புடன் பார்த்துவிட்டு ரூபாய் நோட்டை வாங்கிக் கொண்டாள்.

உமாவின் உருவம் சமையற்கட்டின் ‘டைனிங் ஹால்’ கதவுக்குப் பின்னால் தெரிந்தது. பிறகு மறைந்துவிட்டது. தியாகு ஏதோ தோட்டம் போடுகிறானாம். ‘கிச்சன் கார்டன்’ அதிகாரியை வரவேற்றுப் பேசிக்கொண்டிருந்தான். பாலகுரு உடுத்துக்கொண்டு எங்கோ கிளம்புவதை ஓரக் கண்ணால் அடிக்கடி பார்த்துக்கொண்டிருந்தான்.

சேகர்? அவன் இன்னும் எழுந்திருக்கவேயில்லை. காலை ஒன்பது மணிக்குப் போய்க் கடையில் உட்காரவேண்டும். மற்றதை உதவியாளன் கவனித்துக்கொள்வான்.

பாலகுரு வேகமாகத் தெருவில் இறங்கி நடக்க ஆரம்பித்தார். வெய்யில் அதிகமில்லை. இருந்தாலும் 'சுரீர்' என்று சுடுவதுபோல் தாக்கியது.

மனத்தின் கோளாறுதான். இதே பாலகுரு பொரிகிற வெய்யிலில் கண்ணனுக்குப் பால் டப்பா வாங்கத் தெருத்தெருவாக அலைந்திருக்கிறார்.

ஏதோ ஓர் அதிசயம் நிகழ்ந்துவிட்டாற்போல் தியாகு பரக்க பரக்க அதிகாரிக்கு விடைகொடுத்து அனுப்பிவிட்டு உள்ளே வந்தான். உமாவுடன் மோதிக் கொள்ளாத குறைதான்.

"ஏன்னா! பார்த்தீர்களா அவரை?" என்றாள் உமா வியப்புடன்.

"பார்த்தேன் ... பார்த்தேன் ... அந்த நாகசாமி வீட்டுக்கு ஓடுகிறான். போகிறதே புத்தி இந்த வயசில்?"

உமா களுக்கென்று சிரித்தாள். காலா காலத்தில் பூக்கிறதையும் காய்க்கிறதையுமே யாரும் விரும்புவார்கள் போலும்.

சேகர் மாடியிலிருந்து கீழே இறங்கி வந்தான். கொஞ்ச நேரம் அமைதி. பல் தேய்த்தாகிவிட்டது. உமா காப்பி கொண்டுவந்து கொடுத்தாள். வீட்டைக் கண்களால் அளந்துவிட்டு, "பெரிய மாமா எங்கே மாமி?" என்று கேட்டான் சேகர்.

உமா சிரித்தாள். "கல்யாணம் பண்ணிண்டு வரப்போ யிருக்கிறார் சேகர். போய்ப் பெரிய ஹோட்டலிலே ரிஸப்ஷனுக்கு ஏற்பாடு பண்ணு போ!"

சேகரின் முகம் சுண்டியது. ரத்தச் சிவப்பாக மாறியது; வெளுத்தது.

"சே! அவமானம். கல்யாணத்தை இந்த ஊரிலே நம்ம எதிரிலேயே வச்சுக்கப் போறார். வெளியே என்னாலே தலை காட்ட முடியாது. வெளியூரிலே கோவிலில் கல்யாணம் பண்ணிக்கச் சொல்லுங்கோ, மாமா."

தியாகு சேகரை நிமிர்ந்து முறைத்துப் பார்த்தான். வயதில் மூத்தவன். தந்தையின் ஸ்தானத்தை வகிப்பவன். திருமணம் செய்துகொள்வது அவன் சொந்த விஷயம். இதற்குப் போய் அவன் தோள் மீது வளர்ந்தவன் பழிப்புக் காட்டுகிறானே! தூ! வெட்கக் கேடு. தியாகு சேகருடன் பேசாமல் சென்றுவிட்டான்.

பாலகுரு மீண்டும் வீட்டுக்கு மாலைதான் வந்தார். வந்தவர் தம் தோல் பெட்டியில் துணிமணிகளை அடுக்கி வைத்துக்கொண்டு பிரயாணத்துக்கு ஆயத்தப்படுத்திக்கொண்டார். "தியாகு! நான் வெளியூர் போயிட்டு வருகிறேன். உனக்குப் பணத்தட்டு ஏற்பட்டால் சேகர்கிட்டே வாங்கிக்கோ. அநேகமாப் பத்துப் பதினைஞ்சு நாளிலே வந்துடுவேன். என்னைப் பத்தி என்னவோ ஏதோ என்று சந்தேகப்படாதீங்கோ. கவலைப்படாதீங்கோ. உமா! குழந்தைகளை ஜாக்கிரதையாகப் பார்த்துக்கோம்மா" என்று கூறிவிட்டு கிளம்பினார்.

அப்புறம் நாகசாமி கூறிய தகவலிலிருந்து புகைப்படத்தி லிருந்த பெண் வீட்டார் திருச்சியில் இருப்பதாகவும் அங்கு போகத்தான் அவர் டிக்கட் வாங்கினார் என்றும் தெரியவந்தன.

பாப்பாவும் அவள் தம்பிகளும் பெரியப்பாவுக்காக ஏங்கிவிட்டார்கள். கல்யாணமென்றால் கொட்டு மேளம், பலகார வகைகள் என்று நினைத்துக் கொண்டிருந்த குழந்தை உள்ளங்கள் ஏமாற்றத்தை அனுபவித்தன. பெரியப்பா கல்யாணமே பண்ணிக்கொள்ள வேண்டாம். வீட்டுக்கு வந்து தங்களிடம் பழையபடி அன்பாக இருந்தால் போதும் என்று ஏங்கின.

அவர் கல்யாணம் கடைசியில் மாய மந்திரம் போல, புராணக் கதைகளில் வரும் மாயாபஜார் கல்யாணம் போல மாயமாக நடப்பதாகத்தான் அவர்களுக்குத் தோன்றியது. பாலகுரு எந்த ஊரில் இருக்கிறார், என்று வருவார் என்பது ஒருவருக்கும் தெரியவில்லை. உமா மைத்துனருக்குப் புதுக் குடித்தனம் வைக்க ஒரு வீட்டில் சின்னப் போர்ஷனும் பார்த்து வைத்திருந்தாள்.

"இதெல்லாம் என்ன அசட்டுத்தனம் உமா? அவன் என்னிடம் ஊருக்குப் போய் வருகிறேன் என்று மட்டும் சொன்னான். அப்படி அவன் கல்யாணம் பண்ணிக்கொண்டு மனைவியோடு வரட்டும். பிறகு இந்தத் தனிக் குடித்தனத்தைப்பற்றி யோசனை பண்ணலாம்" என்றான் தியாகு.

உமா உதட்டைப் பிதுக்கி ஒரு நொடிப்பு நொடித்தாள் அவனைப் பார்த்து.

"வருகிறவள் யார் தெரியுமா? உங்கள் மன்னி. தமையன் மனைவி. நான் இந்த வீட்டுக்கு வந்து பதினோரு வருஷங்களுக்கப்புறம் அவள் வந்தாலும் என்னைவிட வயதில், ஸ்தானத்தில் அவள்தான் பெரியவள். ஒருத்தருக்கொருத்தர் எதற்குக் கசப்பு? முன்னாடியே விலகியிருப்பது நல்லதுதானே?"

ஊரெல்லாம் பாலகுருவின் காலம் கடந்த திருமணத்தைப் பற்றிக் கசமுசவென்று பேசிக் கொண்டார்கள். உமாவும்

சேகரும் எப்படியோ வந்தவர்கள் போனவர்களிடம் பாதி ஆத்மார்த்தமாகவும் பாதி கேலியாகவும் இவ்விஷயத்தைப்பற்றிப் பேசித் தீர்த்தார்கள்.

சேகர் இனிமேல் பாலகுருவின் கடையில் தனக்கு மானேஜர் பதவி இருக்காதென்று தீர்மானித்துப் பல வேலைகளுக்கு முயன்றுகொண்டிருந்தான்.

'இதற்குத்தான் நான் அப்போதே அடித்துக்கொண்டேன். இந்தக் கடையில் வேலை வேண்டாமென்று. மாமாதான் ஏதோ புரட்டி விடுவதாகப் பீத்திக் கொண்டார்' என்ற நிஷ்டூரம் வேறே அவனுக்கு.

பாலகுரு வீட்டைவிட்டுப் போய் மூன்று மாதங்களுக்கப்புறம் ஒரு நாள் அதிகாலையில் வீட்டுக்குத் திரும்பிவந்தார்.

ஊர் இன்னும் விழித்துக் கொள்ளவில்லை. ரயிலடியிலிருந்து வழக்கமாக அவர் டாக்சியில்தான் வருவார். அன்று நடந்தே வந்தார். ரயிலடி நெடுஞ்சாலையில் அதிகக் கூட்டமில்லை. அடர்ந்த தூங்குமூஞ்சி மரங்களில் கிலுகிலுவென்று சிட்டுக்கள் உதயத்தின் வரவை அறிவித்தபடி சுற்றி சுற்றிப் பறந்தன.

பாலகுருவின் மனத்தில் என்றுமில்லாத நிறைவு ஏற்பட்டிருந்தது. தென்னிந்தியாவில் திவ்விய க்ஷேத்திரங்களுக்குப் போய்க் கடவுளைத் தரிசித்துவிட்டு வந்த நிறைவு அது.

யோசித்தபடி நடந்தார் அவர்.

திருச்சியில் நாகசாமி கொடுத்திருந்த விலாசத்தில் பெண் பார்த்துவிட்டு வரும் உத்தேசத்துடன் அவர்கள் வீட்டை அடைந்தார். பெண் நன்றாக இருந்தாள். இருபதாவது வயதிலிருந்து பெண் பார்க்க வருபவர்கள் எதிரில் வந்து உட்கார்ந்து உட்கார்ந்து அவளுக்கு அலுத்துப் போய்விட்டதால் இப்போது பாலகுருவின் எதிரில் வந்து உட்காராமல் அவளே உணவு பரிமாறினாள்.

அவர் அங்கு போனபோது அவளுடைய பெற்றோர் இருவரும் வெளியூர் போய்விட்டார்கள். இவளுக்கு அடுத்த தங்கைக்குத் திருமணமாகிப் பிரசவத்துக்காக உதவி புரியப் பெற்றோரை அழைத்திருந்தாள். மற்ற குழந்தைகளுக்கு ஒரு தாயைப்போல இருந்து அந்தக் குடும்ப நிர்வாகத்தை ஏற்று நடத்திவந்தாள் அவள்.

"உனக்கு என்னைப் பிடிக்கிறததா? பிடிக்கிறதென்றால் இங்கே திருவானைக்காவிலோ, உச்சிப் பிள்ளையார் முன்போ

திருமணம் செய்து கொள்ளுகிறேன்... எனக்கும் – பிரும்மச்சாரியாக இருந்தாலும்—குடும்பம் இருக்கிறது. என் தம்பிக்கு மூன்று குழந்தைகள். அந்தக் குழந்தைகளுக்கு என்னிடம் பிடிப்பு அதிகம். தங்கை பிள்ளை ஒருத்தனுக்கு நான் பார்த்துக் கல்யாணம் பண்ணவேண்டும்."

அவளும் தைரியமாகப் பேசினாள். "எனக்குக் கல்யாணத்திலேயே பிடிப்பு விட்டுப்போய்விட்டது. அதெல்லாம் ஒரு காலம். காலா காலத்தில் அந்த ஆசை அரும்பி மலர வேண்டும். அது மலர்ந்து காய்த்துப் பழுக்காமல் கருகிவிட்டது. நான் வேலையில் இருக்கிறேன். மாசம் இருநூறு ரூபாய்க்கு என்னால் இந்த குடும்பத்துக்கு உதவ முடிகிறது. எனக்கென்று தனியாக இருந்த ஆசைகள் மடிந்துவிட்டன. தனிப்பட்ட ஆசைகளை மீறிக்கொண்டு இந்தக் குடும்பத்து ஆசைகள் என்னுள் செழித்து வளர்ந்துவிட்டன. முன்னறையில் படிக்கிறாள் பாருங்கள், தளதளவென்று கொடிக்கால் வெற்றிலை மாதிரி; அவளுக்கு இப்பவே கல்யாணம் பண்ணிப் பார்த்துவிடவேண்டும். அந்த அரும்பு அவிழ்ந்து மலர்ந்து வாசம் வீசும்போதே அதை ஒருவனுக்கு உரிமையாக்க வேண்டும். இவ்வளவுதான் என் ஆசை–"

நியாயமான ஆசை! தியாகத்துக்கு ஒரு விளக்கம் என்று வேண்டுமானாலும் சொல்லலாம்.

ஒருவேளை அவளுடைய பெற்றோர் அங்கிருந்தால் பாலகுருவிடம் எப்படியாவது அவளை மணக்கும்படி வற்புறுத்தியிருப்பார்களோ, என்னவோ!

"நான் வருகிறேன் அம்மா! உன் தங்கையின் ஜாதகத்தைக் கொடு. என் தங்கை பிள்ளையின் ஜாதகத்துக்குப் பொருந்துகிறதா பார்க்கிறேன்..."

பாலகுரு அந்தப் பெண்ணிடம் விடைபெற்றுக்கொண்டவர், க்ஷேத்திராடனம் போய்விட்டுத் தெளிந்த மனத்தினராக வீடு திரும்பிக் கொண்டிருந்தார்.

பாப்பா பாடம் படிக்க வாசல் தாழ்வாரத்தில் வந்து உட்கார்ந்தபோது கதவைத் திறந்துகொண்டு பெரியப்பா வருவதைப் பார்த்தாள்.

"பெரியப்பா வந்துட்டா! ஹையா! பெரியப்பா வந்துட்டா. பெரியப்பா, எங்கே பெரியம்மா?" என்று சத்தமிட்டாள் குழந்தை.

பாலகுரு அவள் கன்னத்தில் வாஞ்சையுடன் தட்டிக்கொடுத்து விட்டு தனியாக வீட்டினுள் நுழைந்தபோது வீடே அதிசயித்தது.

"அண்ணா! எங்களை மன்னித்துவிடு..." என்று ஏதோ பேச ஆரம்பித்த தியாகுவிடம், "ஏண்டா! சேகர் எங்கே? அவனுக்குப் பேஷான பெண்ணாக பார்த்துவிட்டு வந்திருக்கேன். அவனுக்குப் பிடிச்சா கல்யாணம்தான்" என்றார் பாலகுரு.

"ஹையா! சேகர் அத்தானுக்குக் கல்யாணம்!" என்று குழந்தைகள் குதித்து முழக்கினார்கள். அவர்களுக்கென்ன, யார் கல்யாணமாக இருந்தாலும் ஒன்றுதான்! கெட்டிமேளம், பட்டுப்பாவாடை, லட்டு உருண்டை கிடைக்கிறதல்லவா? பாலகுரு தாமும் குழந்தைகளோடு சிரித்து மகிழ்ந்தார்.

***கல்கி*, பிப்ரவரி 5, 1967**

23

தண்டனை

அன்று ராமாயணப் பிரவசனம் கேட்பதற்காகக் கங்காதரன் கிளம்பியபோது இரவு ஏழரை மணியாகி விட்டது. யாரோ கட்சிக்காரர்கள் அவரைத் தேடி வந்துவிடவே அவர்களுடன் பேசி அனுப்பிய பிறகுதான் அவரால் மாலை அனுஷ்டானங்களை முடித்துக்கொண்டு கிளம்ப முடிந்தது.

ஒவ்வொன்றாக வெகு நிதானத்துடன் மாடிப்படிகளைக் கடந்து அவர் கூடத்தைத் தாண்டும்போது அந்த வீட்டில் சாப்பாட்டுப் பந்தி நடந்துகொண்டிருந்தது. மூத்த மகன் பாஸ்கரன் தகப்பனாரைத் தலைநிமிர்ந்து பார்த்து, வருத்தத்துடன் தலையைக் குனிந்துகொண்டான். இரண்டாமவன் சற்று அழுத்தக்காரன். ஓரக்கண்ணால் எடைபோட்டான். மூன்றாவது பிள்ளை ஊரில் இல்லை; ஏதோ கம்பனியில் பெரிய ஆபீசர் அவன். ஊர் ஊராகச் சுற்றுகிற வேலை. மற்றும் பாஸ்கரனின் குழந்தைகள் தாத்தாவை நிமிர்ந்து பார்த்துவிட்டுச் சாப்பாட்டில் கவனம் செலுத்தின. தாத்தா கங்காதரன் இவர்களின் எதிரில் உட்கார்ந்து சாப்பிட்டு, அவை பார்த்ததில்லை. அவருடைய மகள் வெங்குலட்சுமி இடுப்பில் சாவிக்கொத்து கிலுகிலுக்க மாடிப் படியருகில் வந்து, "அப்பா! மாடியிலே பாலைக் கொண்டு வச்சுடறேன். நீங்க வந்தப்புறம் "ஹீட்டரில்" சுடவைச்சுச் சாப்பிடுங்கோ" என்று சொன்னாள்.

அவர், மகளுக்குத் தலையை அசைத்துப் பதில் கூறினார். கூடத்தில் சாப்பிடும் தம் குழந்தைகளை ஒரு முறை பார்த்துவிட்டு, "ராத்திரி கதை முடிஞ்சதும்

சரோஜா திறக்கும் உலகம் 251

சாஸ்திரிகள் இங்கே ஆகாரம் பண்ண வருவார். பலகாரத்துக்கு ஏற்பாடு பண்ணிட்டியோ?” என்று மகளைக் கேட்டார்.

வெங்குலட்சுமி உடனே பதில் சொல்லவில்லை. சற்றுத் தாமதித்துக் கூடத்திலிருந்தபடியே உட்புறம் பார்த்து அந்த வீட்டின் மூத்த மருமகள் பாக்கியத்திடம் இதைப்பற்றி கேட்டாள்.

“ஆச்சு, புளி அவலும் வெல்ல அவலும் மணி அப்பவே தயார் பண்ணிட்டான்னு அப்பாகிட்டே சொல்லுங்கோ,” என்றாள் பாக்கியம். மணி அவர்கள் வீட்டுப் பரிசாரகன்.

“சரி, அப்ப நான் வரேன்” என்றவாறு கங்காதரன் கோயிலுக்குக் கிளம்பினார். அவர் வாசற்படி தாண்டுகிறவரைக்கும் அங்கு ஒரே மௌனம் குடிகொண்டிருந்தது. பரிசாரகன் பரிமாறும் வட்டில்களில் கரண்டிகள் உரசும் ஓசை, ரசத்தைச் சப்புக்கொட்டிச் சாப்பிடும் வக்கணை போன்ற சிறு சிறு சத்தங்களைத் தவிர வேறொன்றும் ஒருவரும் பேசவில்லை.

அந்த நீண்ட மௌனத்தை விரும்பாதவன்போல் பாஸ்கரன் தன் தமக்கையைப் பார்த்து, “அப்பாவைப் பார்த்தா எனக்கு வருத்தமாக இருக்கு. அதே சமயத்தில் கோவமாகவும் இருக்கு. இப்படி ஒரு வைராக்கியத்தைப் பதினைந்து வருஷமா நாமும் பார்த்துண்டு இருக்கோம், இல்லையா?” என்று கேட்டான்.

“ஆமாண்டா தம்புடு . . . பார்த்துண்டுதான் இருக்கோம் . . . அவர் பிடிவாதம் ஊரெல்லாம் பிரசித்தியாயிருக்கு . . . ‘ஏமண்டி! மீ தன்றிகாரு என்னோ சம்வத்சரங்கா போஜனமே சேஸேதிலேதா?’ அப்பிடின்னு எத்தனையோ சின்ன பசங்கள்ளாம் என்னைக் கேக்கறாடா . . .” என்றாள் தமக்கை.

மாமனார் வெளியே போன பிறகு பாக்கியம் உள்ளேயிருந்து கூடத்துப் பக்கம் தலையை நீட்டி, “இது ஒரு அசுரத்தன மான பிடிவாதம். ஒரு நாளைக்குப் பத்து தரம் பால், காப்பி, ஓவல், டீன்னு சாப்பிட்டிண்டே இருக்கார். அப்படி என்ன தப்பு நாங்கள்ளாம் சேஞ்சுட்டோம் அக்கா? நீங்கதான் சொல்லுங்களேன்?” என்று ரோஷத்துடன் கேட்கவும், இரண்டாவது மருமகள் தாட்சாயணி, “ஒருத்தர் பண்ற தப்பை வருஷக் கணக்கா நெஞ்சுலே வைச்சு பூட்டிப் பொதிச்சு வளர்த்துண்டு, நான் வைராக்கியவானாக மாறிட்டேன்னு உங்கப்பா பீத்திக்கிறது எனக்கொண்ணும் புரியலை. அப்படி அவர் சாப்பிடாம இருக்கிறதினாலே உடம்பையும் பாதிக்கலே. அவர் பேரைச் சொல்லிண்டு ஊருக்கு வரவா போறவா எல்லோரும் சாப்பிடறா சம்பிரமமா. விட்டுத் தள்ளுங்கோ. தினம் இதே பேச்சுத்தான்!” என்று படபடவென்று பொரிந்துவிட்டுக்

கணவனைச் சீக்கிரமாக எழுந்திருக்கும்படி கூறுவதுபோல் ஒருதரம் முறைத்துப் பார்த்தாள்.

தாட்சாயணியின் கணவன் பசுபதி அவசர அவசரமாக உத்திராபோஜனம் பண்ணிவிட்டுப் பந்தியைவிட்டு விருட்டென்று எழுந்தான். அவள் ‘டயட்டி’ல் இருப்பதால் ஒரு டம்ளர் பாலை அருந்திவிட்டுக் கணவனுடன் தாம்பூலத்தட்டை ஏந்தியபடி மாடிக்குச் சென்றாள்.

வெங்குலட்சுமியின் முகம் கறுத்தது. ‘வாயைப் பார்த்தியா அவளுக்கு’ என்பதுபோல் பாக்கியத்தை நோக்கினாள் அவள்.

பாக்கியம் சாப்பிட்டானதும் மணி சமையலறையை ஒழித்து அலம்பிவிட்டு, ராமாயண சாஸ்திரிகளின் பலகாரத் தட்டை சமையற்கட்டுக்கு வெளி மேடையில் கொண்டுவந்து வைத்தான். வெள்ளிச் செம்பில் பாலும், தட்டில் பழங்களும் எடுத்துவைத்தான் கூடத்தில் சின்ன பல்பை எரியவிட்டுப் பெரிய விளக்கை அணைத்தவன், வாசற்படியில் தலைவைத்துப் படுத்துவிட்டான்.

இந்த வீட்டின் எஜமானராகிய கங்காதரனுக்கு வயது அறுபத்தைந்துக்கு மேல் இருக்கும். ஆந்திரராகிய அவர் அவ்வூரில் பிரபலமான வக்கீல். ஏகப்பட்ட நிலபுலன்களுக்கும், மூனறு நான்கு வீடுகளுக்கும் சொந்தக்காரர். மனைவியை இழந்தவர். இந்த விவரங்களைத் தவிர, கங்காதரன் ஏன் பதினைந்து ஆண்டு களாக உணவருந்துவதில்லை என்கிற காரணத்தைப்பற்றி அவனுக்கு ஒன்றும் தெரியாது. அவ்வீட்டில் எல்லோரும் அதைப்பற்றிப் பேசினாலும், அங்கலாய்த்தாலும் அந்த ரகசியத்தை மிகவும் கவனமாகக் காத்துவந்தார்கள். எத்தனையோ முறை அவன் மாடியில் அவர் அறைக்குச் சென்றிருக்கிறான். தினமும் குடிநீர் மாடிக்கு அவன்தான் கொண்டுபோய் வைக்க வேண்டும். அவருடைய ஆபீஸ் அறைக்கு அடுத்தாற்போல் சிறு அறை ஒன்றில் சிறிய ஸ்டவ் ஒன்றும் அலமாரிகளில் ஓவல்டின்னிலிருந்து திரவமாகச் சாப்பிடக் கூடிய சமீபத்திய கண்டுபிடிப்புகள் அடங்கிய டப்பாக்களும் நிறைந்திருந்தன. காலையில் அரைப்படிப் பசும்பால் அந்த அறைக்குப் போய்விடும். மாதம் இருமுறை அவனை அழைத்துச் சர்க்கரை டப்பாவில் நிரப்பிக்கொண்டு (அந்தக் காலத்தில்!) வரச் சொல்லுவார். அவ்வளவுதான் அவன் எஜமானருக்கு செய்ய வேண்டிய வேலைகள். பல கோயில்களில் தர்மகர்த்தாவாகவும், பொதுப்பணிகளில் அங்கம் வகிப்பவராகவும் இருந்துவருகிறார் கங்காதரன்.

மூத்த மகன் பாஸ்கரனின் மகள், மகன் யாருக்குமே தாத்தா ஏன் வீட்டில் ஒன்றும் சாப்பிடுவதில்லை என்பது புரியாத புதிராகவே இருந்தது. அவர்கள் தங்கள் பெற்றோர்களைக் கேட்டால் அவர்கள் சரியாகப் பதிலேதும் கூறவில்லை. வீட்டில் பிறந்து வளர்ந்துவருகிற குழந்தைகளுக்கும் இந்த ரகசியம் தெரியவில்லை. ஊராருக்கும் தெரியவில்லை. பெண்ணுக்கும் பிள்ளைகள், மருமகன்களுக்கும் மட்டுமே தெரிந்த ரகசியம் இது. பழைய வேலைக்காரனாகிய கொண்டைய்யாவும் இதைப்பற்றி மணியிடம் ஒழிந்த நேரங்களில் தன் கட்டைக் குரலில், "மா ஐயகாரு இந்த அன்னமு போன்சேசேதி லேது சாமீ" என்று முஷ்டிப்பிரமாணத்தைப் பிடித்து, அது கொள்ளும் அன்னத்தைக் காட்டி வியப்பான் இடுங்கிய பளபளப்பான அந்தக் கண்களிலிருந்து சோக நீர் பொழியும்.

"நீகு தெலியதா கொண்டா?" என்று மணி கேட்டால் அவன் கைகளை அகல விரித்து, "தெலியலேது சாமீ" என்பதோடு கடவுளுக்குத்தான் தெரியும் என்பது போல் வானத்தை அண்ணாந்து பார்ப்பான்.

இப்படி அந்த விஷயம் மணியின் மனத்தில் எப்பொழுதும் ஆச்சர்யத்தையும், வேதனையையும் எழுப்பிக்கொண்டிருந்தது. கூடத்துச் சுவர்க் கடிகாரம் எழுப்பும் ஓசையைத் தவிர, எல்லோரும் படுத்துவிட்டார்கள். வெங்குலட்சுமி மட்டும் மாடிக்குப் படுக்கைக்காகப் போவதில்லை. கூடத்தில் இருந்த எதிர் அறையில் படுத்திருந்தவள், "மணி! நீ வேணா படுத்துக்கப் போயேன். நான் ராமாயண சாஸ்திரிகளுக்குப் பலகாரம் போடறேன். பாவம், விடியக்காலம் நாலு மணிக்கு எழுந்திருக்கிறே, ராத்திரி படுக்கச்சே பத்து மணியாறது. .. அம்மாவோட இந்த வீட்டிலே கருணை, அன்பு எல்லாமே போயிடுத்து அப்பா. அததுகள் சுயநலத்திலே தோய்ந்து போயிருக்கு—" என்றவாறு படுக்கையில் எழுந்து உட்கார்ந்தாள்.

மணி, மங்கிய விளக்கொளியில் அவள் முகத்தைப் பார்த்தான். வாழ்க்கையில் எதையோ பிரமாதமாக எதிர்பார்த்து, தீராத ஏமாற்றத்துக்கு ஆளான துயரம் அம்முகத்தில் கப்பிக் கிடந்தது. நெற்றியில் குங்குமம் இட்டிருக்கிறாள். நிறைய நகைகள் பூட்டிக்கொண்டிருக்கிறாள். இருந்தாலும், கணவனுடன் சேர்ந்து வாழும் பெண்ணுக்கு இருக்கும் லக்ஷ்மீகரம் அவளிடத்தில் இல்லை. சிறு பிராயத்திலேயே வாழாமல் பிறந்த வீட்டோடு வந்துவிட்டாள் என்பது ஒன்றுதான் அவளைப்பற்றி மணிக்குத் தெரியும். வேறெதுவும் தெரியவில்லை, அதுவும் ஒரு பரம ரகசியமாக இருந்தது அந்த வீட்டில்.

"பெத்த அம்மாயி ஒக ரோஜு ஏடிச்சுகொனி ஒச்சிந்தி. அல்லுடுகாரு இங்க்க ஒக பெண்டிலசேசகோணி பாகா உன்ரண்டா—" என்று கொண்டையா மணியிடம் என்றோ சொன்ன வார்த்தைகள். அவன் ஏன் ஒருநாள் அழுது கொண்டு பிறந்த வீட்டுக்கு வந்து சேர்ந்தாள் என்று யாரைப் போய்க் கேட்பது? அடடா! ஒவ்வொருத்தர் வாழ்க்கையிலும் ஒவ்வொருவிதமான துயரங்களும் ஏற்றங்களும் தாழ்வுகளும் நிரம்பியிருப்பதுதான் மனித வாழ்க்கையைத் துறக்காமல் மனிதகுலம் இதனுடன் போராடுவதே ஒரு விந்தைதான் என்று நினைத்தான் மணி.

வெங்குலட்சுமி தூங்கி வழிந்தபடி படுக்கையில் உட்காந்திருந்தாள்.

"அம்மா! நீங்க படுத்துக்கங்க. ஐயா வந்தப்பறம் நான் அவங்களுக்குப் பலகாரம் போடறேன்" என்று சொன்னான் மணி. அன்று மற்ற நாட்களைவிட அவன் மனம் பரபரப்புடன் இருந்தது. வெங்குலட்சுமி அறைக்கதவைத் தாளிட்டுக்கொண்டு, ஜன்னல் கதவுகளைத் திறந்து வைத்துப் படுத்துவிட்டாள். லேசான குறட்டைச் சத்தமும் வர ஆரம்பித்தது.

தெருவில் கார் வந்து நின்றது. கங்காதரனும், ராமாயண சாஸ்திரிகளும் பேசியபடி உள்ளே வந்தார்கள். குழாயடிக்குச் சென்று கைகால்களை அலம்பிக்கொண்டு கூடத்தில் வந்து உட்கார்ந்தார்கள்.

ஒரே ஓர் இலையைப் போட்டு ஜலம் தெளித்துப் பரிமாற ஆரம்பித்தான் மணி. சாஸ்திரிகள் கங்காதரனை ஏறிட்டுப் பார்த்து, "நீங்கள் ஆகாரம் பண்ணவில்லையா?" என்று கேட்டார்.

"அங்கே ஆகட்டும்" என்று கூறினார் கங்காதரன்.

"நீங்களும் என்னோடேயே ஆகாரம் பண்ணலாமே?"

கங்காதரன் அவர் கூறுவதைக் கவனியாதவர்போல் எங்கோ பார்த்தார்.

"மணி! எல்லாரும் படுத்துண்டாச்சா?" என்று சம்பந்தமில்லாமல் பேச்சை மாற்ற ஆரம்பித்தார்.

அதற்கு மேலும் அவரை வற்புறுத்துவது நாகரிகமாகப் படவில்லை சாஸ்திரிகளுக்கு. அவர் பலகாரத்தை முடித்துக் கொண்டு கங்காதரனுடன் மாடிக்குக் கிளம்பினார். இருவரும் அறையை அடைந்தார்கள். மணிக்குக் கீழே இருப்புக் கொள்ள வில்லை. ஒரு வேளை சாஸ்திரிகள், கங்காதரன் சாப்பிடாததைக் குறித்து மேலும ஏதாவது சொல்லக்கூடும் என்று நினைத்து

மணி ஓசைப்படாமல் மாடிக்குச் சென்று, கங்காதரனின் அறைக்கு வெளியே ஜன்னல் ஓரமாக நின்றுகொண்டான்.

கங்காதரன் உள்ளே சென்று 'ஹீட்டரி'ன் பிளக்கைப் பொருத்தி பால் காய்ச்ச ஆரம்பித்தார். சாஸ்திரிகளுக்கு ஒரே வியப்பாக இருந்தது.

"பரிசாரகன் இதையெல்லாம் செய்யமாட்டானா?"

"செய்வான். ஆனால் நான் யாரையும் எதிர்பார்ப்ப தில்லை. அவள் போனபிறகு எனக்கு நானே விதித்துக்கொண்ட தண்டனை இது..."

"என்ன சொல்கிறீர்கள் நீங்கள்?"

பால் இரண்டு நிமிஷங்களில் சுருசுருவென்று காய்ந்து விட்டது. 'ஹீட்டரை' அணைத்துவிட்டுப் பாலில் கொஞ்சம் சர்க்கரை போட்டு டபராவில் எடுத்து வந்து மேஜை மீது வைத்து ஆற்றியபடி சாஸ்திரிகளுக்குப் பதில் சொன்னார் கங்காதரன்.

"நீங்களும் நாற்பது நாளா என்னை இதே கேள்வியைத் தினமும் சலிக்காம கேக்கறேள். ஆச்சு, இன்னும் இரண்டொரு நாளில் ஸ்ரீராமபட்டாபிஷேகத்தை முடிச்சுட்டுப் போய்விடுவீர்கள். என் மனக்குறையைச் சொல்லிவிடுகிறேன்" என்றவர், பாலைப் பருகிவிட்டுப் பேச ஆரம்பித்தார். மிக மெல்லிய குரலில் பேசப்படும் அவ்விஷயங்களில் பல தெளிவாகவும் சில தெளிவில்லாமலும் மணியின் காதில் விழ ஆரம்பித்தன.

கண்ணாடிபீரோக்கள் நிறையச் சட்ட புத்தகங்கள் அடுக்கி வைக்கப்பட்டிருந்தன. அவைகளுக்கு மேலாகப் பெரிய படம் ஒன்று மாட்டி, அதைப் பச்சைப் பட்டுத் துணியால் திரையிட்டு மறைத்து வைக்கப்பட்டிருந்தது. கங்காதரன் எழுந்து சென்று திரையின் கயிற்றுக் குஞ்சலத்தைப் பிடித்து இழுத்தார். திரை விலகியது. படத்தில் அவருடைய மனைவி கனகம் சிரித்த முகத்துடன் நின்றுகொண்டிருந்தாள். கழுத்தில் காசுமாலை, காரை, இடுப்பில் ஒட்டியாணம் என்று எல்லாமே அந்தக் காலத்து நகைகள். அதிகமாக இருந்த நகைகளைச் சுமக்காமலேயே இருந்திருந்தாலும் ஒன்றும் குறைந்திருக்காது. அந்த முகத்தில் ததும்பும் புன்னகை, இந்தப் பொன் நகைகளின் ஒளியைக் குறைத்துத்தான் காண்பித்துக்கொண்டிருந்தது.

ராமாயண சாஸ்திரிகளும் பயபக்தியுடன் அந்தப் படத்தைப் பார்த்தார் கங்காதரனும் அவ்விதமே நோக்கினார். மேலும் பேச ஆரம்பித்தார்.

“இவள் என்னோடே இருபத்தியெட்டு வருஷங்கள் வாழ்ந்தாள். ஒரு தினமாவது இந்தச் சிரிப்பு இவளைவிட்டு அகன்று நான் பார்த்ததேயில்லை. இப்போ இருக்கிற மாதிரி அந்தக் காலத்திலே என்னுடைய சுபாவம் இல்லை எத்தனையோ விதமான பலஹீனங்கள் என்னிடம் புகுந்துகொண்டு மனைவி என்பவளை யந்திரமாக நடத்தக்கூடிய அளவுக்குத் துணிவையும் ஏற்படுத்தின. ஒரு தினமாவது வேளைக்கு வீட்டுக்கு வந்து அவளுடைய எண்ணங்கள், செயல்கள், விருப்புகள், வெறுப்புகள் எதிலும் நான் பங்குபெறுவதில்லை. குடும்பச் செலவுகளுக்காகக் கனகம் பணம் கேட்பாள். இப்படி இந்தக் கதவோரம் நின்று மிகவும் தாழ்ந்த குரலில் “ஏமண்டி! கொஞ்சம் டப்பு காவால” என்று எதையோ முணுமுணுப்பாள். நான் நோட்டுகளை மேஜை மீது வீசிவிட்டுப் போய்விடுவேன். பிள்ளைகளும் தாயாரிடமே எதற்கும் பணம்கேட்டு வாங்கிப்போவது, தங்கள் கல்வியைப்பற்றிக் கூறுவது என்று வழக்கமாகியிருக்கிறது. இரவு இரண்டு மணிக்கு நான் வீடு திருப்பினாலும் முகத்தில் சற்றும் அலுப்பின்றிக் கதவைத் திறந்து வைத்து ஒதுங்கி நிற்பாள். ஒருவேளை அவள் கதவடியிலேயே படுத்திருப்பாளோ என்னவோ! நான் எங்கே அதையெல்லாம் யோசித்தேன்? ‘பிரிட்ஜ்’ ஆட்டப் பைத்தியம் என்னைப் பலமாகப் பிடித்துக்கொண்டு ஆட்டிய காலம் அது. கிளப்பைவிட்டு வீட்டுக்குப் போகவேண்டும் என்கிற எண்ணமே எனக்கு இருப்பதில்லை. அவளுடைய பேறு காலங்களில் வீட்டில் அத்தை, பாட்டி என்று யாராவது வந்து தங்கியிருப்பார்கள். பிரசவம் ஆன பிறகுதான் எனக்கு விஷயமே தெரியும். என் நண்பர்கள் எனக்குக் குழந்தை பிறந்திருப்பதைப்பற்றிப் பாராட்டிப் பேசினால், ‘இதென்ன பெரிய விஷயம்’ என்று நான் மனத்துக்குள் சிரித்துக்கொள்வேன். கடைசிப் பையன் ராமுடு பிறந்தபோது என் தாயார், “ஏரா! பிட்ட சூசினாவா?” என்று என்னைக் கேட்டாள். நான் அலட்சியமாகச் சிரித்துவிட்டுப் போய்விட்டேன். அவள் உள்ளே படுத்திருக்கும் மருமகளை ஒரு பாட்டம் வைது தீர்த்தாள். அவளால்தான் நான் இப்படி எதிலும் பட்டதும் படாததுமாக இருக்கிறேனாம். குடும்பப் பொறுப்போ, பாசமோ, அன்போ எதுவுமே சுரக்காத ஒரு கல்நெஞ்சுக்காரன் என்று என்னைப் பெற்றவள் மருமகளிடம் அடிக்கடி ஏசிக்கொண்டிருப்பாள். அப்போதும் தற்செயலாக நான் அவளைக் கதவிடுக்கால் பார்க்க நேர்ந்தால் சிரித்தவாறு படுத்திருப்பாள்.

சாஸ்திரிகளுக்கு இவர் கூறும் விஷயம் மிகவும் சுவையாகவும், ஏதோ ஒரு நல்ல கதையைக் கேட்பது போலவும் இருந்தது. மிகவும் ஆவலுடன் கங்காதரனின் முகத்தைப் பார்த்துக்கொண்டு உட்கார்ந்திருந்தார் அவர்.

கங்காதரன் சிறிது பொறுத்து, "இப்படி இருந்தவள், ஒருநாள் திடும்மென்று தலை சுற்றுகிறது என்று படுத்தாள். மிகவும் ஆபத்தான நிலையில் இருப்பதாக கொண்டையா என்னைக் கிளப்புக்கு வந்து வீட்டுக்கு அழைத்துப் போனான்.

"கனகம் என்னைப் பார்த்து முறுவலித்தாள். அந்தச் சிரிப்பின் அழகை ரசிக்க தெரியாத ஜடமாகிய என்னைப் பார்த்துக் கன்னம் குழிய அவள் சிரித்துவிட்டு, 'சாப்பிடப் போங்கள்' என்பதுபோல் சமையலறையைச் சுட்டிக்காட்டினாள். அவளால் எழுந்திருக்க முடியவில்லை. அன்று என் மூத்த பெண் வெங்குலட்சுமிதான் எனக்கு உணவு பரிமாறியவள். தட்டுத்தடுமாறியபடி 'அது இங்கே இருக்கிறது. இதைப் போடு, அதைப் போடு' என்று கனகம் மகளுக்குச் சொல்லிக்கொண் டிருந்தாள்; டாக்டர் அவளைப் பேசக்கூடாதென்று சொல்லியிருந்த கட்டளையையும் மீறி. வெங்குலட்சுமிக்குக் கனகத்தைப்போலப் பரிந்து உணவு படைக்கத் தெரியவில்லை. அதையும் ஏக்கம் ததும்பும் விழிகளால் பார்த்தவாறு படுத்திருந்தாள் கனகம்.

"பிறகு, அவள் உடல் நிலை மோசமாகியது. இனி தான் பிழைக்க மாட்டோம் என்று அவளுக்குத் தோன்றியிருக்க வேண்டும். இதுநாள் வரைப் பிறர் எதிரில் என்னுடன் சகஜமாக வார்த்தையாட நாணப்பட்டவள், என் கரங்கள் இரண்டையும் பற்றிக்கொண்டு ஆதுரத்துடன், 'இனிமேல் உங்களை யார் கவனிக்கப் போகிறார்கள்? நீங்கள் எப்படியெல்லாம் கஷ்டப்படப் போகிறீர்களோ?' என்று அரற்றினாள். அவள் காலம் முடிந்துவிட்டது.

"அப்புறம்கூட என்னை அவளுடைய பிரிவுத் துயர் அதிகமாக வாட்டவில்லை. உறவினர்கள் எல்லோரும் ஊருக்குப் போய்விட்டார்கள்.

"வழக்கம்போலக் கோர்ட்டுக்குக் கிளம்புவதற்கு முன்பு சாப்பிடுவதற்காகக் கீழே வந்தேன். இலை போட்டிருந்தது; சாப்பிட உட்கார்ந்தேன். மகள் முதலில் பரிமாற ஆரம்பித்தாள். பிறகு மூத்த மருமகள் பாக்கியம் சாதத்தை எடுத்துக்கொண்டு வந்தாள்" என்று சொல்லிவிட்டு கங்காதரன் சாஸ்திரிகளைப் பார்த்து, "கவனமாகக் கேளுங்கள். இப்போதெல்லாம் எவர்சில்வர் பாத்திரங்கள் கடைகடையாகக் குவிந்து கிடப்பதுபோல் அப்போது கிடையாது. பம்பாயில்தான் அவை அதிகமாக வியாபாரம் ஆகிக்கொண்டிருந்த காலம். தெருவில் எவர்சில்வர் பாத்திரக்காரனின் குரல் கேட்கவும், மகள் மருமகள் இருவரும், நான் சாப்பிடுகிறேனா, ஏதாவது எனக்குத் தேவையா என்பதைக் கவனியாமல் கிழிந்த துணி மூட்டையைத் தூக்கிக்கொண்டு வாசலுக்குப் போனவர்கள்தாம். வியாபார மும்முரத்தில்

என்னைப்பற்றி அறவே மறந்துபோய்விட்டார்கள். அன்று கையை உதறிக்கொண்டு எழுந்தவன்தான். அருமையாகப் போற்றிப் பொக்கிஷமாக வைத்திருக்கவேண்டிய மனைவியை உதாசீனம் செய்ததற்குத் தண்டனையாகவும் அவள் தீர்க்கதரிசனமாகக் கடைசியில் கூறிவிட்டுப்போன வார்த்தைகள் உடனே பலித்து விட்ட வியப்பினாலும் இந்த வீட்டில் நான் சாப்பிடுவதையே விட்டுவிட்டேன் வேறே ஒன்றுமில்லை."

இரவின் அமைதியில் ஆழமான கருத்தொன்றைக் கதையாகப் புனைந்து கூறுவதுபோல் சுவையாகக் கூறிவந்த கங்காதரன் தம் கண்களில் துளிர்த்த கண்ணீரைத் துடைத்துக்கொண்டு, "இதைப்பற்றி நான் வருத்தப்படவில்லை. என்னுடைய உடல் நலமும் இதனால் எந்தவிதமாகவும் பாதிக்கப்படவில்லை. அதற்கு வேண்டிய சக்தியையும் கனகமே எனக்குக் கொடுத்து வருகிறாளோ என்னவோ!" என்றார்.

மணி, தன் கண்களில் வழிந்த கண்ணீரைத் துடைத்துக் கொண்டு ஜன்னல் வழியாக ஒரு முறை எஜமானியம்மாளின் படத்தை எட்டிப் பார்த்தான். கங்காதரன் நிதானமாகப் படத்தின் திரையை இழுத்து மூடிக்கொண்டிருந்தார். மிகவும் கவனமாகப் பாதுகாக்கப்பட வேண்டிய பொக்கிஷம் ஒன்றை மூடி வைப்பதுபோல் இருந்தது அக்காட்சி. மணியும் புரியாத புதிரின் விடையைத் தெரிந்துகொண்ட மனநிம்மதியில் ஓசைப்படாமல் மாடிப் படிகளில் இறங்கிக் கீழே சென்று படுத்து ஆழ்ந்த தூக்கத்தில் லயித்தான்.

தமிழ் உறவு மலர், 1968

24

கூண்டுக் கிளி

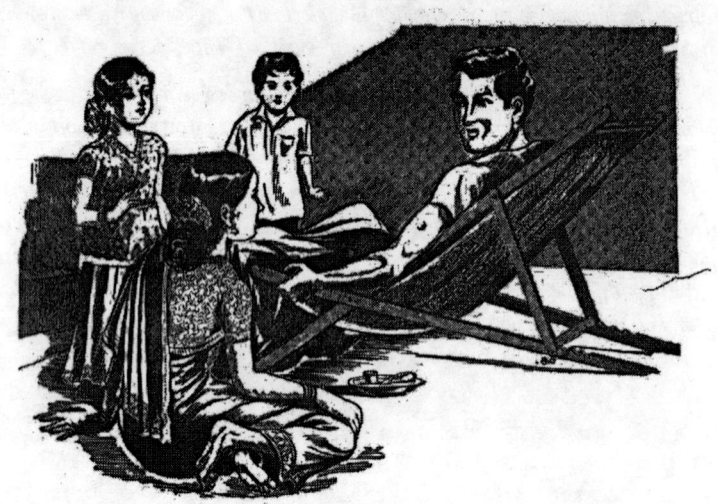

கூண்டுக் கிளி

இரவு வேலைகள் முடிந்ததும் தமயந்தி விச்ராந்தியாக முற்றத்தில் வந்து உட்கார்ந்து கொண்டாள். நிலவு வீசும் முற்றத்தில் அவள் கணவன் பலராமன் சாய்வு நாற்காலியில் சாய்ந்து தாம்பூலத்தை மென்று கொண்டிருந்தான். குழந்தைகள் குமாரும் ஸரஸாவும் அப்பாவை ஏதாவது கதை சொல்லும்படி தொந்தரவு செய்துகொண் டிருந்தார்கள். அவனும் "உம்"மென்று முனகிவிட்டு

ஆகாயத்தை அண்ணாந்து பார்த்துக்கொண்டிருந்தான். கதை சொல்வதற்குப் போதிய கற்பனை சக்தியோ, பொறுமையோ எதுவும் அவனிடம் அந்தச் சமயம் இல்லை. காரியாலயத்தில் இடுப்பு ஒடிய வேலை செய்துவிட்டு வந்து போஜனம் அருந்தி உடலுக்கும் உள்ளத்துக்கும் ஓய்வு தரவே அவன் விரும்பினான். ஆனால், குழந்தைகள் அவனை விடவில்லை.

"அப்பா! ஏதாவது கதை சொல்லப்பா" என்று தன் அழகிய கண்களை அகல விரித்துக் கெஞ்சும் பாவனையாக அவனைக் கேட்டாள் ஸரஸா.

"சின்னக் கதையாக ஏதேனும் சொல்லப்பா" என்று குமாரன் தன் சகோதரியின் கட்சியை ஆதரித்துப் பேசினான்.

"போடா! உங்களுக்கு வேலை இல்லை" என்று அலுத்துக் கொண்டான் பலராமன். இதற்குள் சமையலறையில் வேலைகள் முடிந்துவிட்டதற்கு அடையாளமாக, தமயந்தி கதவை இழுத்துத் தாழ்ப்பாள் போடும் சத்தம் கேட்டது. தமயந்தி மல்லிகையின் மணம் கமழ வந்து முற்றத்தில் உட்கார்ந்து, "என்ன கேட்கிறார்கள் குழந்தைகள்?" என்று கணவனைப் பார்த்துக் கேட்டாள்.

"கதை சொல்ல வேண்டுமாம். ஆபீஸிலே பிராணனை விட்டுவிட்டு வந்திருக்கிறேன். இவர்களுக்கு என்ன தெரிகிறது அதெல்லாம்?"

"ஆமாம், ஆபீஸைப்பற்றியும் உலகத்துக் கவலைகளைப் பற்றியும் அவர்கள் தெரிந்துகொள்ளவேண்டிய வயசு இன்னும் அவர்களுக்கு ஆகவில்லையே! என்னவோ எதையாவதுபற்றிக் கதை ஒன்று சொன்னால் அவர்கள் பொழுதும் போய்விடுகிறது."

"எதைப்பற்றிக் கதை சொல்லுகிறது? நீதான் சொல்லேன்" என்று அவளுக்கு அழகுகாட்டும் தோரணையில் பேசினான் பலராமன்.

"எதைப்பற்றிச் சொல்லுகிறதா? குரங்கைப்பற்றியோ, பூனையைப்பற்றியோ, எலியைப்பற்றியோ, கிளியைப்பற்றியோ ஏதோ ஒன்று குழந்தைகளுக்குச் சொன்னால் போதாதா?" என்று பதிலுக்கு அவளும் முகத்தைக் கோணிக்கொண்டிருந்தாள்.

குழந்தைகள் இருவரும் பெற்றோர் தமக்காகச் சில்லறைச் சச்சரவில் ஈடுபட்டிருப்பதைக் கவனியாமல். தமயந்தி கடைசியாகக் கூறிய கிளியைப்பற்றி ஏதாவது கதை கேட்கவேண்டும் என்று விரும்பினார்கள்.

சரோஜா திறக்கும் உலகம் 261

"ஆமாம் அம்மா; கிளியைப்பற்றி ஏதாவது கதை சொல்லேன்."

தமயந்திக்குக் கதை எழுதியோ கதை சொல்லியோ பழக்கம் இல்லை. குழந்தைகள் தொந்தரவு பொறுக்க முடியாமல் கிளியைப்பற்றி அவளுக்குத் தெரிந்தவரையில் ஏதோ கூறினாள். பச்சை வர்ணமும் சிவந்த மூக்கும் பட்டுப்போன்ற தேகமும் அதற்கு இருப்பதாக அவள் வர்ணித்தபோது குழந்தைகள் இருவரும் திறந்த வாய் மூடாமல் உட்கார்ந்திருந்தார்கள். குழந்தைகள் தன்னைத் தொந்தரவு செய்யாமல் இருக்கவேண்டும் என்பதற்காக எதையோ சொல்லி அவர்களைத் தூங்க வைத்துவிட்டாள் தமயந்தி. குழந்தைகளும் தூங்கிவிட்டார்கள். ஆனால், அவர்களின் இளம் இருதயங்கள் கிளியைப்பற்றிய எண்ணத்திலேயே மூழ்கி இருப்பதைப்பற்றித் தமயந்திக்கு ஒன்றும் தெரியாது.

"குழந்தைகள் கேட்டால் எதையாவது சொல்லாமல் "உம்"மென்று மூன்றாம் பேஸ்துமாதிரி இருக்கிறீர்களே!" என்று தன்னுடைய கதையை இதுவரை கேட்டுக்கொண்டிருந்த கணவனைப் பார்த்துக் கூறினாள்.

"இந்தக் கிளிதான் எனக்குப் பதில் கதை சொல்லி விட்டதே!" என்று செல்லமாகப் பட்டு கன்னத்தைக் கிள்ளினான் பலராமன். தமயந்தியின் கன்னம் கோவைப்பழத்தைப்போல் சிவந்தது.

2

பலராமன் காசி சர்வகலாசாலைக்கு வேலையாக வந்து இரண்டு மாதங்கள் ஆகின்றன. கொஞ்சகாலம் தன்னுடைய ஆராய்ச்சிகள் முடியும் வரையில் மனைவியும் குழந்தைகளும் சென்னையிலேயே இருக்கட்டும் என்று நினைத்தான். ஆனால், தமயந்தியோ பிடிவாதமாகக் காசிக்கு வரவேண்டுமென்று, அவன் சொல்வதைப் பொருட்படுத்தாமல் குழந்தைகளுடன் காசிக்கு வந்துவிட்டாள். நெருக்கடியான கடை வீதிகளையெல்லாம் தாண்டி, கங்கை கரைக்குச் சற்றுத் தொலைவில் ஒரு வீட்டை அமர்த்தினான் பலராமன்.

கடை வீதிகளையும் கோயில்களையும் அலுக்கச் சலிக்கச் சுற்றிப் பார்த்துவிட்டாள் தமயந்தி. இப்பொழுதெல்லாம் அவள் அதிகமாக வெளியில் போவதில்லை. வீட்டு வேலைகள் முடிந்துவிட்டால் நிலவு வீசும் முற்றத்தில் உட்கார்ந்து எதிரே தெளிந்தோடும் கங்கா நதியைப் பார்த்துக்கொண்டிருப்பாள். கங்கையின் கரையில் அடர்ந்த மரங்களில் வசிக்கும் பட்சிகளின் ரீங்காரம் ஏதோ ஒரு தெய்விக இசை மாதிரி இருந்தது

சரோஜா ராமமூர்த்தி

அவளுக்கு. அருகில் குழந்தைகள் இருவரும் உட்கார்ந்து அவள் சொல்லும் கதைகளைக் கேட்பது தினசரி வேலையாகிவிட்டது. கங்கையைப்பற்றியும் அதன் புனிதத்தைப்பற்றியும் கதைமாதிரி குழந்தைகளுக்குச் சொல்லுவாள். அம்மாவிடம் கதைகேட்டுப் பழக்கமான குழந்தைகள் அப்பாவையும் தொந்தரவு செய்ய ஆரம்பித்தார்கள். அப்பா அலுத்துக் கொள்ளவே, அம்மாவே அவர்களுக்குக் கதை சொன்னாள்.

அடுத்த நாள் ஞாயிற்றுக் கிழமை. அத்துடன் அன்று வட நாட்டில் வெகு பிரபலமான ஹோலிப் பண்டிகை. பலராமன் குழந்தைகளை அழைத்துக்கொண்டு வேடிக்கை காட்டுவதற்காகக் கடைவீதிக்குப் புறப்பட்டான். உள்ளே சமைத்துக்கொண்டிருந்த தமயந்தியைப் பார்த்து, "நீயும் வருகிறாயா?" என்று அழைத்தான்.

"பாதி சமையல்தான் ஆகி இருக்கிறது. சாயங்காலம் வருகிறேனே. நீங்கள் அவர்களை அழைத்துக்கொண்டு போய்விட்டு வாருங்கள்" என்று கூறினாள் தமயந்தி.

தமயந்தி அருகில் இராமல் வேடிக்கை விநோதங்களில் அதிகமாகப் பலராமனின் மனம் செல்லவில்லை. குழந்தைகள் இருவரும் வாய் ஓயாமல் தகப்பனாரை ஏதாவது விளையாட்டுச் சாமான் வாங்கித்தரும்படி நச்சரித்துக்கொண்டிருந்தனர். பஞ்சவர்ணக் கிளிகளும், மரகதவர்ணக் கிளிகளும் தாங்கிய கொம்பை (பொம்மைக் கிளிகள்தாம்!) ஒருவன் பிடித்துக் கொண்டு அவைகளின் வர்ண விசித்திரங்களை விவரித்துக்கொண்டு வந்தான். குழந்தைகள் இருவரும் அதை ஆவலுடன் பார்த்தனர். "டேய், அம்மா நேத்திக்குச் சொன்னாளே, அந்தக் கிளி மாதிரி இருக்கு; பார்டா அது" என்று ஸரஸா தன் சகோதரனுக்கு அதில் இருந்த பச்சை வர்ணக்கிளியைக் காண்பித்தாள்.

"எனக்கு ஒண்ணுவாங்கித் தாப்பா" என்று சிணுங்க ஆரம்பித்தான் குமாரன்.

"சீ சீ! எதைப் பார்த்தாலும் வாங்கி தந்துவிடவேண்டுமா? உங்கள் இரண்டு பேருடைய கையில் அது ஒரு நிமிஷம் இருக்குமா?"

"வாடா! அது நிஜமான கிளி இல்லை. நிஜக் கிளி வாங்கிக்கலாம்" என்று தன் சகோதரனுக்கு ஆறுதல் கூறி, கிளிப் பொம்மைக்காரனைவிட்டு அழைத்து வந்தாள் ஸரஸா. அவள் குமாரனைவிட இரண்டு வயசு பெரியவளாதலால் தகப்பனாரின் பிடிவாத குணம் அவளுக்குப் புரிந்திருந்தது. ஆனால், உள்ளூற அவளுக்கும் அந்தக் கிளிப் பொம்மையின் மேல் ஆசைதான்.

பலராமன் வேடிக்கையெல்லாம் காட்டிவிட்டு விச்ராந்தியாகக் குழந்தைகளை அழைத்துக்கொண்டு கங்கைக்

கரையோரமாக வந்தான். காலை பத்து மணி வேளையாக இருந்தாலும் கங்கையின் குளிர்ந்த காற்று இதமாக இருந்தது. தமயந்தி அவனுடன் வந்திருந்தால், "அது வேண்டும், இது வேண்டும்" என்று பைநிறைய எதையாவது வாங்கி வந்திருப்பாள். அதிகச் செலவில்லாமல் காரியம் முடிந்துவிட்டதை நினைத்துக்கொண்டே அங்கே உட்காருமிடத்தில் குழந்தைகளுடன் உட்கார்ந்தான் பலராமன்.

தொலைவில் ஒருவன் இரண்டு கைகளிலும் கூண்டை எடுத்துக்கொண்டு வந்துகொண்டிருந்தான். காசியில் மைனாக்களும் புறாக்களும் விற்பவர்கள் அதிகம். அவன் அருகில் நெருங்க நெருங்கக் கூட்டுக்குள் இருக்கும் மரகதக் கிளிகளின் பட்டுப்போன்ற இறக்கைகளில் சூரியனின் கிரணங்கள் விழுந்து பிரகாசிக்கச்செய்தன.

"அதோ நிஜக் கிளி!" என்றான் குமாரன்.

"ஒண்ணு வாங்கிக் குடுப்பா" என்று கெஞ்ச ஆரம்பித்தாள் ஸரஸா. கிளிக் கூட்டுக்காரனும் அருகில் வந்துவிட்டான்.

"பச்சைக்கிளி, பவழக் கிளி, பஞ்சவர்ணக்கிளி" என்று வர்ணித்துக்கொண்டே வந்தான் அவன். குழந்தைகள் இருவரும் விழிகள் மலர அவனையே கண் கொட்டாமல் பார்த்துக்கொண்டிருந்தனர்.

பலராமனுக்கும் சபலம் தட்டியது. கூண்டுடன் கிளியை மூன்று ரூபாய்க்கு விலைபேசி வாங்கிக்கொண்டான். குழந்தைகள் சந்தோஷத்துடன் வீடு திரும்பினர். ஆனால், கிளி கூண்டுடன் பலராமன் கைக்கு வந்தவுடன் இன்னொரு கூண்டினுள் இருக்கும் கிளி அதைப்பார்த்துப் பரிதாபமாகக் கத்திய குரல் மட்டும் அவனுக்கு வேதனையாக இருந்தது,

3

சமையல் வேலை முடிந்து குழந்தைகள் வரவையும் கணவன் வரவையும் எதிர்பார்த்துத் தமயந்தி வாசலில் நின்று கொண்டிருந்தாள். உச்சி வேளையாகிவிட்டது. கங்கைக் கரையில் பண்டாக்கள் பகல் போஜனம் முடிந்து, மண்டபங்களில் உறங்கிக்கொண்டிருந்தனர். 'ஹோலி'யின் ஆர்ப்பாட்டங்கள்கூடச் சற்றுக் குறைந்திருந்தன.

கூண்டில் கிளியுடன் பலராமன் வந்து சேர்ந்தான்.

"ஐயையே! இது என்ன?" என்று உதடுகளைக் குவித்து ஆச்சரியத்துடன் கேட்டாள் தமயந்தி.

"நிஜக் கிளி!" என்று குறும்புப் பார்வையுடன் பதிலளித்தான் பலராமன்.

"கிளியைப் போய் கூண்டில் அடைத்து வளர்ப்பார்களோ? உங்களுக்கு ராமதாஸர் கதை தெரியாதாக்கும்!"

"வயிற்றைக் கிள்ளுகிறது. கதை கிதை எல்லாம் அப்புறம் ஆகட்டும்" என்று கூண்டைக் கீழே வைத்துவிட்டு நேராகச் சமையலறைப் பக்கம் திரும்பினான் பலராமன். குழந்தைகள் இருவரும் கூண்டுக் கிளியை விட்டுப் பிரிய மனமில்லாமல் அதைச் சுற்றி வந்தார்கள். தமயந்தி அவர்களைப் பலவந்தமாகச் சாப்பிட அழைத்துச்சென்றாள்.

கூடத்தில் கிளி ஏக்கத்துடன் இரண்டு முறை கத்தியது.

"பாவம்! பசிக்கிறதுபோல் இருக்கிறது" என்று சொல்லிக் கொண்டே வெண்கலக் கிண்ணத்தில் பாலை ஊற்றி வாழைப்பழத்தை வெட்டி அதனுள் போட்டு எடுத்துப்போய் வைத்தாள் தமயந்தி.

"இதைப் பாருங்கோன்னா! பாலையும் பழத்தையும் தொடமாட்டேன் என்கிறது" என்று கூறினாள் தமயந்தி.

"எல்லாம் தொடும். நீ பக்கத்திலேயே உட்கார்ந்திருந்தால் பயமாக இருக்காதா?" என்று கேட்டான் பலராமன்.

தமயந்தி கிளிக்குப் பேசக் கற்றுக் கொடுத்தாள். யார் வீட்டிற்கு வந்தாலும். "வாருங்கள், வந்தனம்; என் அன்பு" என்றெல்லாம் பேசும் அது. முன்பு இரண்டு நாள் பாலையும் பழத்தையும் தொடாமல் இருந்த கிளி இப்பொழுதெல்லாம் லபக் லபக்கென்று கிண்ணங் கிண்ணமாகப் பாலை விழுங்கிற்று.

இரவில் வீட்டில் அலுவல்கள் முடிந்து தமயந்தியும் பலராமனும் தனித்துப் பேசிக்கொண்டிருக்கும்போது மட்டும் கிளி பரிதாபமாகக் கத்தும். இரண்டு மூன்று முறைகள் கத்திவிட்டுக் கூண்டில் பரிதாபமாக முடங்கிக் கொள்ளும்.

தமயந்திக்கு அது கத்துவதன் காரணம் தெரியவில்லை.

"எத்தனை தரந்தான் பால் ஊற்றுகிறது? இதற்கென்று தினம் அரைச்சேர் பால் வாங்க வேண்டும்" என்று கூறுவாள் தமயந்தி.

"அதெல்லாம் ஒன்றும் இல்லை. நீ என்னுடனேயே பேசிக் கொண்டிருக்கிறாயாம். அத்துடன் பேசவில்லையாம்!" என்று கேலி செய்வான் பலராமன். அப்பொழுது கிளியின் கொவ்வைச் செவ்வாயைப்போல் அவள் கன்னங்கள் சிவக்கும்.

ஹோலிப் பண்டிகையின் வருகையே வசந்தத்தின் வருகையை அறிவிக்கிறதல்லவா? வசந்தம் ஆரம்பமாகிவிட்டதென்று மரங்களும் பட்சிகளும் அறிவித்தன. கங்கைக் கரை ஓரமாக இருந்த மரங்களில் குபீலென்று மலர்கள் அலர்ந்து மணத்தை வீசிக் கொண்டிருந்தன. அன்று பௌர்ணமி. சாயங்காலம் காரியாலயத்திலிருந்து வந்ததும் பலராமன் சந்தோஷம் ஆனால், வருத்தம் தரக்கூடிய செய்தி ஒன்றைத் தமயந்தியிடம் அறிவித்தான். அவன் திறமை காரணமாகச் சர்க்கார் அவனை ஆறு மாதங்களுக்கு வெளிநாட்டிற்குச் சென்று ஆராய்ச்சி செய்யும்படி கேட்டுக்கொண்டிருந்தனர். அடுத்த இரண்டு தினங்களில் அவன் புறப்பட்டாக வேண்டும். அதுதான் அந்தச் செய்தி.

"ஆறு மாதங்களுக்கா?" என்று திறந்த வாய் மூடாமல் கேட்டாள் தமயந்தி.

"ஆமாம்."

"எப்படி எனக்குப் பொழுதுபோகும்?"

"பொழுது போகாமல் என்ன? கிளிதான் இருக்கிறதே!" என்றான் பலராமன். கூண்டில் இருந்த கிளியைத் திரும்பிப் பார்த்தாள் தமயந்தி. அது பரிதாபமாக அவளைப் பார்த்துவிட்டுத் தன் பார்வையை வேறு பக்கம் திருப்பிக்கொண்டது.

"நாம் என்னதான் ஊட்டி வளர்த்தாலும் இது ஏக்கம் பிடித்த மாதிரி இல்லையா?" என்று கேட்டாள் தமயந்தி.

"ஏக்கமாவது மண்ணாவது!" என்று சொல்லிவிட்டு உள்ளே சென்றான் பலராமன். கிளி, கிண்ணத்தில் வைத்திருந்த பாலைச் சுவைத்துப் பார்த்தது. பழத்தைத் தன் சிவந்த மூக்கால் கொத்திப்பார்த்தது. இறக்கைகளை முடக்கிக் கொண்டு படுத்துவிட்டது. தமயந்தி ஒன்றும் புரியாமல் சிறிது நேரம் நின்றாள். பிறகு, கணவனைக் கவனிக்க உள்ளே போனாள்.

பலராமன் வெளிநாட்டிற்குப் புறப்பட்டுவிட்டான். ரெயில் மறையும்வரை கண்ணீர் திரையிட ஸ்டேஷனில் குழந்தைகளைக் கையில் பிடித்துக்கொண்டு நின்றிருந்தாள் தமயந்தி. பிறகு, தன் உணர்வை அடைந்தவளாய் வீட்டிற்குத் திரும்பினாள். வீடு வெறிச்சென்று கிடந்தது. பலராமன் நாள் பூராவும் வீட்டில் அவளுடனா இருந்தான்? காலை ஒன்பது மணிக்குக் காரியாலயத்துக்குப் போனால் மாலை ஆறு மணிக்குத்தானே வருவான்? அப்பொழுதெல்லாம் தெரியாத இந்தப் பிரிவின் துயர் தமயந்தியை இன்று வாட்டி எடுப்பானேன்?

கூண்டில் இருந்த கிளி சமய சந்தர்ப்பம் தெரியாமல், "வாருங்கள், என் அன்பு" என்று சொல்லும்போது வாசற்கதவை அவளையும் அறியாமல் அவள் கண்கள் நோக்கின. அவன் சென்று இன்னும் சரியாக ஆறு வாரங்கள் கூட ஆகவில்லையே! அதற்குள் அவன் திரும்பி வந்துவிட முடியுமா என்ன?

இனம் தெரியாத ஏக்கம், வார்த்தைகளில் வெளியிட முடியாத ஒருவிதத் துயர், சதா கணவனைப்பற்றியே சிந்திக்கும் மனம் இவைகளுடன் வீட்டில் வளைய வந்தாள் அவள்.

பலராமன் ஊருக்குச் சென்று ஒன்றரை மாதங்களுக்கு மேல் ஆகிவிட்டது. இன்னொரு பௌர்ணமியும் வந்து போய் மறுபடியும் பௌர்ணமி வரப் பத்து நாட்கள் இருந்தன. குழந்தைகளுக்குச் சாப்பாடு போட்டு, கதை சொல்லித் தூங்கவைத்துவிட்டு தமயந்தி மட்டும் திறந்த ஜன்னல் வழியாக நிர்மலமான ஆகாயத்தைப் பார்த்துக்கொண்டிருந்தாள். வானவீதியில் பூர்த்தி பெறாத ஷஷ்டி சந்திரன் பிரகாசித்துக் கொண்டிருந்தான். பல்லைக் கடித்துக்கொண்டு இன்னும் நான்கு மாசங்கள் தள்ளிவிட்டால் பலராமன் வந்து விடுவான். கல்யாணமாகி எட்டு வருஷங்களில் மாசக்கணக்கில் இப்பொழுதுதான் அவனைப் பிரிந்து இருக்கிறாள் தமயந்தி. பிறந்த வீட்டிற்குப் போனாலும் ஏதாவது சாக்குச் சொல்லிவிட்டு வந்துவிடுவாள் அவள். அவள் மனம் குமுறிக்கொண்டே இருந்தது. பட்டமும் புகழும் வேண்டும் என்கிற ஆசை காரணமாகத் தன்னை விட்டுப் பிரிந்து சென்றிருக்கும் கணவன் பேரில் கோபமும் ஏற்பட்டது. வேதனை நிரம்பி வழியும் மனத்துடன் இருந்தவளைக் கிளியின் பரிதாபமான கத்தல் திகைக்க வைத்தது. சிறகை அடித்துக்கொண்டு கூண்டை ஒரு தரம் சுற்றி வந்தது அது. அருகில் சென்று நின்று பார்த்தாள் தமயந்தி. கிண்ணத்தில் இருந்த பாலையும் பழத்தையும் சாப்பிட்டுவிட்டுக் கூண்டிற்குள் அது படும் வேதனையின் காரணத்தை இன்றுவரை உணராதிருந்த தமயந்தி இப்போது உணர்ந்தாள்.

அவளுடைய மன வேதனைதான் அதற்கும் ஏற்பட்டிருக்க வேண்டும். தன்னுடைய காதலனை நினைத்துத்தான் அது ஏங்கிக் கிடக்கிறதோ என்னவோ? பாவம்! மூன்று மாசங்களாக அதன் மனத்தில் புகைந்து கொண்டிருந்த துயரை அறியாமல் இருந்தது எவ்வளவு தவறு?

தமயந்தி கூண்டைத் திறந்து கிளியைக் கையில் எடுத்து வைத்துக்கொண்டாள். இனிமேலாவது அது தன் காதலனை அடைந்து சுகமாக வாழட்டும் என்று தோன்றியது அவளுக்கு.

நிச்சப்தமான இரவில் வாசற்கதவைத் திறந்து வெளியே வந்து கிளியைப் பறக்கவிட்டாள் தமயந்தி. இரண்டு முறை கிளி திறந்த ஆகாய வெளியைச் சுற்றிப் பறந்தது. பிறகு, அது ஜிவ்வென்று விண்ணிடையே பறந்து செல்வதைக் கவனித்தாள் தமயந்தி.

உள்ளே விளக்கருகில் இந்தச் செய்தியை, கடிதம் மூலம் தன் கணவனுக்குத் தெரிவிக்க எழுத உட்கார்ந்தாள் தமயந்தி. அவள் மனத்திலும் வேதனையின் பாரம் சற்றுக் குறைந்தமாதிரி இருந்தது.

(கலைமகள்)

சரோஜா ராமமூர்த்தி

25

பரிசப் பணம்

பால் வெள்ளையில் நெற்றியிலும் நான்கு கால்களிலும் மட்டும் கறுப்பு வண்ணத்தில் காமதேனுவைப்போல் கம்பீரமாகக் கன்றுடன் நின்றிருந்தது அந்தப் பசு. அன்று வெள்ளிக்கிழமை. கோலமிட்டு நிமிர்ந்த என் முன்பு கன்றையும் பசுவையும் ஓட்டி வந்து நிறுத்தினான் எங்கள் வீட்டுப் பால்கார ரங்கன்.

"என்ன அப்பா ரங்கா?" என்றேன் நான்.

"பசு வேணுமின்னு சொன்னீங்களே. நீங்களும் பார்க்கிறப்போ சொன்னீங்க. ஐயாவும் சொன்னாரு. வேளைக்குப் படிக்கு மேல் கறக்கும், அம்மா. வீட்டிலே வளர்த்த கன்னுங்க. ரொம்ப முடை அதான் விக்கிறேனுங்க."

உண்மையாகவே ரங்கனுக்கு அதை விற்பதில் இஷ்டமில்லை என்பது அவன் முகபாவத்திலிருந்து தெரிந்து போயிற்று.

"அப்படி என்ன அப்பா முடை உனக்கு?" என்று கேட்டேன்.

"எங்க அம்மாவுக்கு வயசாயிடுச்சு பாருங்கோ. என்னைக் கல்யாணம் கட்டிக்கொள்ளச் சொல்லி தொந்தரவு செய்யறாங்க. உறவிலே பெண் இருக்குங்க. அவங்க பரிசப் பணம் ஏகப்பட்டது கேக்கறாங்க. கம்மல்களும், தங்கக் காப்பும் போடச் சொல்றாங்க. போடலைன்னா போட்டிக்குப் பெண் கேக்க எங்க தாயாதிக்காரன் ஒத்தன் கச்சை கட்டிக்கிட்டு நிக்கிறான். அந்தப் பெண் கைவிட்டுப் போன மாதிரிதான்—"

சரோஜா திறக்கும் உலகம்

“போனாப் போகட்டுமே. வேற இடத்தில் உன் சக்திக்குத் தகுந்தபடி பார்த்துக் கல்யாணம் பண்ணிக்கொள்ளேன். அதற்காகக் கண்ணுக்குக் கண்ணாக வளர்த்த பசுவை விற்க வேண்டுமா?”

ரங்கன் மௌனமாகத் தலைகுனிந்து நின்றான்.

“மாடு புடிச்சிருக்கா பாருங்கம்மா. ஐயாவைக் கூப்பிடுங்க ஏறவோ தாழவோ ஒருவிலை கேட்டு எடுத்துக்கிடுங்க. உங்கள் வீட்டிலே இருந்தா தினம் வந்து பார்த்துப் போவேன்.”

அதற்குள்ளாக எங்கள் குழந்தைகள் கொல்லையில் முளைத்திருந்த பில்லைப் பிடுங்கிக்கொண்டுவந்து அதற்குக் கொடுத்தார்கள். ஆசையுடன் அதன் கழுத்தைக் கட்டிக் கொண்டார்கள். “வாங்கிவிடம்மா” என்று தொந்தரவு செய்ய ஆரம்பித்தார்கள்.

“நீ என்ன, அந்தப் பெண்ணையே கல்யாணம் செய்து கொள்வதாக இருக்கிறாயா? அவளும் அப்படித்தானோ?”

ரங்கன் வெட்கத்துடன் தலையை மேலும் தாழ்த்திக் கொண்டான்.

“இதையெல்லாம் போய் அவனைக் கேட்பார்களா? காதலிக்கிற பெண்ணைவிட வளர்த்த பசு முக்கியமில்லை அவனுக்கு. இப்படி ஒரு போக்கு! இந்தா அப்பா ரங்கா! பசுவைக் கொல்லையில் கட்டிவிட்டு மாலையில் வந்து ரூபாய் வாங்கி போ. கல்யாணத்துக்கு மட்டும் எங்களை கூப்பிட மறந்துவிடாதே” என்றார் என் கணவர்.

வீட்டுக்கு வந்த கோமாதாவை நாங்கள் வரவேற்றுப் பூஜை செய்தோம். அன்று எங்கள் வீட்டில் ஒரே குதூகலம். குழந்தைகள் மாட்டையே சுற்றி சுற்றி வந்தார்கள். ரங்கன் பணத்தை வாங்கிப்போக மாலையில் வந்தான். பணத்தை என்னிடமிருந்து பெற்றுக்கொண்டபின் அவன் மெதுவாக, “இந்த விசயம் அதுக்குத் தெரிஞ்சா ஒருவேளை என்னைக் கல்யாணம்கூடக் கட்டிக்காது” என்றான்.

“அப்படியா? இந்தப் பசுவின் மேல் அவளுக்கு அவ்வளவு ஆசையா? அப்படியிருக்கும் போது இதை நீ விற்பது கூடத் தவறுதான் ரங்கா” என்றேன்.

ரங்கன் பிறகு கூறிய விஷயம்தான் என்னை வெகுவாகச் சிந்திக்க வைத்துவிட்டது.

ooo

கொய்யா மரத்தடியில் இருந்த மரத் தொட்டியில் தவிட்டையும், பிண்ணாக்கையும் கலந்து பிசிறி மாடுகளுக்குத் தீனி வைத்துக் கொண்டிருந்தாள் செல்லி.

அன்று அவளுக்கு ஒரே குதூகலம். ஊரிலிருந்து தன் அத்தை மகன் ரங்கன் வரப்போகிறான் என்று அறிந்து மகிழ்ச்சியிலே துள்ளிக்கொண்டிருந்தாள் அவள். அத்தானுக்காக முருங்கைக்காய்க் குழம்பும், வாழைக்காய்ப் பொரியலும் செய்து மூடி வைத்திருந்தாள். பசுந் தயிர் தோய்த்து வைத்திருந்தாள். அத்தை அவனை வெறுங்கையுடன் அனுப்பமாட்டாள் என்பதும் அவளுக்குத் தெரியும். அத்தானும் பவுடர், ரிப்பன் எல்லாம் வாங்கி வருவான் என்று தெரியும். மஞ்சளில் கறுப்புக் கட்டம் போட்ட சேலை கட்டிப் பச்சை ரவிக்கை அணிந்து தலை வாரி மலர் சூடி, துருதுருவென்று வாசலுக்கும் உள்ளுக்குமாக அலைந்துகொண்டிருந்தாள் அவள். காலை பகலாகி, மாலையும் நெருங்கிவந்துகொண்டிருந்தது. மூணுரை மணி பஸ் சாலையில் ஒரு புழுதிப்படலத்தை எழுப்பிவிட்டுச் சென்றது.

செல்லி மிகத் துள்ளும் மனசுடனும் சுழலும் விழிகளுடனும் தவிட்டைப் பிசைந்த கையைக்கூட அலம்பாமல் மேட்டு மேல் ஏறி நின்று பார்த்தாள், கையால் சூரிய வெளிச்சத்தைத் தடுத்தபடி,

கையிலிருந்த கித்தான் பையின் கனம் தாள முடியாமல் ரங்கன் அதை மறு கைக்கு மாற்றிக்கொண்டே சாலையில் விரைவாக நடந்துவந்துகொண்டிருந்தான்.

"அம்மா! அத்தான் வராங்க!"

மேட்டிலிருந்தே வீட்டுக்குள் இருந்த தாய்க்குச் செய்தியை ஒலிபரப்பினாள் செல்லி.

"வராங்களா? வரட்டுமே! நீ அதுக்குக் குதி போட வேணாம். கடாமாதிரி வயசாவுது கொஞ்சங்கூட அடக்க ஒடுக்கம் கிடையாது. பொங்க மாடு மாதிரி திமு திமுவென்று ஓடறது. அவுத்துவிட்ட கன்னாட்டம் துள்ளுறது. தூ! உள்ளே வா. நாலுபேர் சிரிக்கப் போறாங்க நம்ம பொழைப்பைப் பாத்து!" தாயின் குரல் மிக மிக அதட்டலாக இருக்கவே. செல்லி பதில் பேசாமல் மாட்டுத் தொழுவத்துக்கு விரைந்தாள்.

"வாப்பா" என்று ரங்கனை வரவேற்றாள் செல்லியின் தாய்.

"மாமா இல்லையா மாமி?" என்று கேட்டுவைத்தான் ரங்கன். "செல்லி எங்கே?"என்பதுதான் அப்படி வேறு தினுசாக உருமாறிவிட்டது!

“உங்க அம்மாவுக்குத் தர வேண்டிய பணத்துக்கு ஏற்பாடு செய்யணும்னுதான் வெளியே போனாங்க” மாமியின் குரல் வறட்சியாகவே இருந்தது.

இதற்குள் செல்லி மாடுகளுக்குத் தீனியை வைத்துவிட்டாள். கை வளையல்கள் ஒலிக்கச் சொம்பில் பாலைக் கறந்து சமையலறைக்குள் கொண்டுவைத்தாள்.

“இந்தா செல்லி! உன் அத்தை கொடுத்தாங்க” பையைத் திறந்து ஒரு கட்டுக் கதம்பமும், இரண்டு சீப்பு வாழைப்பழங்களும் வெற்றிலை பாக்கும் எடுத்துத் தட்டில் வைத்தான். வாழை இலையில் சுற்றி வைத்திருந்த பொட்டலத்திலிருந்து அதிரஸம் ‘கமகம’வென மணத்தது.

“மாமா முறுக்கு திங்கமாட்டாராம். பல்லிலே வலு கிடையாதாம். செல்லிக்கும் தித்திப்பு என்றால் உசிராம். அம்மா சொன்னாங்க. மாமி, உங்களுக்குத்தான் முறுக்கு அனுப்பி இருக்காங்க உங்க நாத்தி அம்மாள்.”

செல்லி வெட்டிவிடுவதைப்போல் அவனைப் பார்த்தாள். ‘என் அத்தைதான் இவ்வளவும் கொடுத்தாங்களா? இந்த மரிக்கொழுந்து கதம்பம் நீங்க வாங்கி வந்ததில்லையா?’ என்று கேட்பதுபோல் கதம்பப் பொட்டலத்தைப் பிரித்து இரண்டு முழம் எடுத்துச் சுருட்டி, தலையில் வைத்துக்கொண்டாள் செல்லி.

வெளியே போயிருந்த மாமா வந்தார். ரங்கனைக் கண்டதும் அவர் முகம் வெளுத்துவிட்டது.

“என்ன ரங்கா! எப்ப வந்தே? உங்க அம்மா எப்படி இருக்காங்க?” என்று ஒப்புக்குக் கேட்டார்.

“இருக்காங்க, மாமா. காலெல்லாம் வீங்கிக் கிடக்குது. இங்கிலீசு வைத்தியத்திலே பணத்தை எல்லாம் தோத்தாச்சு. பச்சிலை வைத்தியம் பார்த்துடுன்னு சொல்லுது. கிழப் பிராணன் செத்தாதான் சாவட்டுமே என்று விட்டுட முடியுமா? வைத்தியரானா அட்வான்சு நூறு ரூபாய கேக்கறாரு.”

“அதுக்காக நீ பழைய கடனைக் கேக்க இங்கே வந்தே; இங்கே வாய்க்கரிசிக்குக் கூட வழி இல்லைன்னு உனக்குத் தெரியலை. பணம் ஓடிப்போயிடும்னுதான் நெனச்சுக்கிட்டீங்க நீயும் உன் ஆத்தாளும்.”

ரங்கன் பேச்சை மாற்ற எண்ணி, “இருக்கட்டும் மாமா! அம்மா பலகாரம் அனுப்பி இருக்காங்க. அதைச் சாப்பிடுங்க. அப்புறம் பேசிக்கலாம்” என்றான்.

"பலகாரம் சாப்பிடற நிலையில் இல்லையப்பா நான். இந்தப் பண ஏக்கமே என்னை வாட்டி எடுக்குது. உங்க அம்மா என் பெரிய மவ கல்யாணத்துக்கு முன்னூறு ரூபாய் உதவினது என்னவோ வாஸ்தவம். அதைப்போய் மென்னியைப் பிடிக்கிற மாதிரி கேட்டு நெருக்குறீங்களே. இருந்தா விட்டெறிஞ்சு இருக்கமாட்டோமா?"

ரங்கனும் அந்த மாமனுக்கு மருமகன்தானே? கோபம் பொத்துக்கொண்டு வந்தது அவனுக்கு. "வாங்கும்போது கை நீட்டி, கை தாழ்த்தி வாங்குவீங்க. கொடுக்கும்போது மூஞ்சியிலே விட்டு எறிவீங்க. செய்வீங்க மாமா. செய்வீங்க! உங்க அக்கா உயிரைவிட்டுத் தயிரு, பாலு வித்து சேத்த பணமாச்சே. நாள் முழுதும் பாடுபட்டு பொம்பளை சேத்த பணமாச்சேன்னு இருந்தா தலையை அடகு வச்சாவது கொடுக்க மாட்டீங்க நீங்க?"

"கொடுக்க முடியாதுடா அப்பா. உனக்கு இந்த வீட்டிலே முறைப் பெண் இருக்கடா. அதுக்காக அந்தப் பணம் சரியாப் போச்சுன்னு வச்சுக்க. செல்லிக்கு இந்த முன்னூறு ரூபாய்தானா பரிசப் பணமாக வரும்? கூடப் பிறந்தவ மகனாச்சே, போனாப் போவுதுன்னு விட்டேன்."

"அது வேற விசயம் மாமா. இது வேற விசயம். பரிசப் பணம் முன்னூறு என்ன ஐந்நூறு வாங்கிக்கிங்க. தாறேன். இப்ப வைத்தியத்துக்குப் பணம் தேவை."

"அதான் அவங்க இல்லைங்கறாங்களே. நீ ஏன் தம்பி கிடந்து கத்தறே?" என்றாள் மாமி.

"அத்தான் நீங்க சாப்பிட வாங்க" என்று கூறி வாழை இலையை எடுத்துப் போட்டாள் செல்லி.

"சாப்பாடா?" என்றான் ரங்கன். கோபத்தில் அவன் கண்கள் சிவந்தன.

"பசியாக இருக்கீங்க. சாப்பிட வாங்க" என்று அன்புடன் அழைத்தாள் செல்லி.

"சாப்பாட்டை நீங்களே சாப்பிடுங்க. எங்க அம்மா அங்கே கால் வீங்கிச் சாகக் கிடக்கிறாங்க. என் பணத்துக்கு வழி சொல்லுங்க இப்போ. இல்லைன்னா 'வெள்ளை'யை ஓட்டிப் போறேன் இப்போ 'வெள்ளை' என்று ரங்கன் குறிப்பிட்ட பசு தற்சமயம் நான் வாங்கி இருப்பதுதான்.

"என்ன? வெள்ளையை ஓட்டிப்போறியா? அதாலே நான் பொழைக்கலாம்னு இருந்தேன்" என்றாள் மாமி.

சரோஜா திறக்கும் உலகம்

"பொழைப்பீங்க!" என்றான் ரங்கன் சூடாக. தொழுவத்திலிருந்த மாட்டை அவிழ்த்துத் தும்பைக் கைகளில் பிடித்துக்கொண்டு நின்றான் ரங்கன்.

"இதை ஓட்டிப்போய் விக்கப் போறீங்களா அத்தான்?" செல்லியின் கண்கள் குளமாகி இருந்தன.

"ஆமாம். விக்காம? உன் அத்தை குறைமனசோடு சாவணும்கிறயா செல்லி?"

செல்லி தேம்பிக்கொண்டே சொன்னாள், "அதை விக்காதீங்க, அத்தான். நான் ஆசையுடன் வளர்த்த கன்று அது. அது ஒரு தடவை என்னைத் தள்ளிவிட்டு ஓடியபோது நீங்க வந்து அதைப் பிடிச்சுக் குடுத்தீங்க இல்லையா? அப்ப இருந்துதான் உங்க மேலே எனக்கும்—"

"ஆசை! இல்லையா செல்லி? அது வேறே விசயம். ஆசை இருந்தா கட்டாயம் உன்னையே கட்டிக்கொள்கிறேன். இது வேறே விவகாரம் விடு தும்பை; நான் வீட்டுக்குப் போவணும். நீ என்னிக்காவது அங்கதானே வருவே? வெள்ளையைப் பாத்துக்கலாம்!"

ரங்கன் "ஹேய்" என்று பசுவை விரட்டினான். அது தாய்மை அடைந்திருந்தது. மாலை வெயிலில் தளதளவென்று கொழுமிய அதன் மேனி பிரகாசித்தது.

"சினை மாட்டை நடத்தியா ஓட்டிப் போறீங்க அத்தான்?" என்றாள் செல்லி.

"எல்லாவற்றையும் ரொம்பக் கண்டவள் நீ! நாளைக்கு உன்னையும் இப்படித்தான் அங்கேயிருந்து நடத்தி விரட்டுவேன்னு பயமா உனக்கு?" என்று கேட்டான் ரங்கன். இந்தக் கேலியை அவள் ரசிக்கவில்லை.

"வெள்ளை! போய்வறியா அம்மா? அத்தான் அதுக்கு அகத்திக்கீரையும், பருத்தி விதையும்தான் பிடிக்கும். எங்க கஷ்டத்திலே கூட அதுக்கு நான் குறை வைக்கலை அத்தான். வெள்ளையை ஜாக்ரதையாகப் பார்த்துக்கிடுங்க." செல்லியின் கண்கள் கண்ணீரைப் பொழிந்தன புறப்படுமுன் அந்தப் பசு செல்லியைப் பரிவுடன் முகர்ந்து பார்த்தது. நாக்கினால் அவள் கழுத்தை நக்கியது. அதன் மயிலை பாய்ந்த கண்களில் கண்ணீர் பளபளத்தது.

"அத்தான்! மாட்டுக்கும் மனம் உண்டு. வெள்ளையை விக்காதிங்க அத்தான். அது நம்ப வீட்டிலே இருக்கட்டும். அது

என் மஞ்சள் காணிச் சொத்தாக இருக்கட்டும். பிறந்த வீட்டு உடமை என்று சொல்லி சந்தோஷப்படுவேன்—”

வெள்ளை ரங்கனிடம் வந்ததும் அவன் அதை விற்கவில்லை. கடன்பட்டுத் தாய்க்கு வைத்தியம் செய்தான். ஆனால், அவன் மாமா இப்பொழுது ஆசனத்தில் ஏறி உட்கார்ந்தார். செல்லிக்கு ஐந்நூறு ரூபாய்ப் பரிசமும் மூன்று பவுன்களில் கைக்குக் காப்பும், நூறு ரூபாயில் கம்மல்களும் கேட்டார். இப்போது ரங்கன் கடனாளியாக நின்றான். பணம் இல்லை என்றால் அவன் அருமை செல்லி வேறு ஒருத்தனுக்குச் சொந்தமாகிவிடுவாள். இந்த நிலையில் அவன் தாய் ஒரு தினம் அவனிடம், “ஏண்டா ரங்கா! உன் மாமன் பெண்ணை துரைராஜுக்குக் கொடுக்கப் போறானாமே! உனக்கு தாயாதி வீட்டுப் பையனல்ல அவன், கை உசந்தவன், கேட்ட பணத்தை வச்சுடுவான் பார்” என்றாள்.

“செல்லி சம்மதித்துவிடுமா?” என்று அசட்டுத்தனமாகக் கேட்டான் ரங்கன்.

“அதுக்கு என்னடா தெரியும்? பொண்ணுங்களைக் கேட்டுத்தான் நாம்ப கல்யாணம் கட்டறோமா? போடா! உனக்கும் அவ்வளவு கோவம் ஆகாது.”

ரங்கன் மனம் துடித்தது. ஆசையுடன் மரிக்கொழுந்து கதம்பம் தான் வாங்கிக்கொடுக்க, அதைச் சூடி மகழும் செல்லியா இன்னொருவனுக்குச் சொந்தம்? அப்படி நடக்க விட முடியுமா? கொட்டிலில் வெள்ளை கன்று ஈன்று மூன்று மாசங்கள் ஆகி இருந்தன.

“வெள்ளை! உன் எசமானி வேறொரு வீட்டுக்குப் போகப்போறாளாமே வெள்ளை!” என்று அதனிடம் பேசினான் ரங்கன். ரங்கனைப் பார்த்து அது தலையை ஆட்டியது. ‘இருக்காது இருக்க முடியாது’ என்று அடித்துச் சொல்வதுபோல் இருந்தது அதன் தலையாட்டடல்.

“உன்னை வித்தால் ஐந்நூறு ரூபாய் கிடைக்கும், வெள்ளை. நீ ஒசந்த ஜாதியாம். எல்லோரும் சொல்றாங்க. பால் வெள்ளை நிறத்தவளாம். உன் கண்களிலே அதிருஷ்டம் துள்ளுதாம். நீதான் லட்சுமியாம்! உன்னை வித்துட்டுச் செல்லியைக் கல்யாணம் பண்ணிக்கிடட்டுமா?”

ரங்கன் மனிதர்களுடன் பேசுவதுபோல் அதனுடன் பேசினான். வெள்ளை தலை ஆட்டி அவனைப் பரிவுடன் நக்கிக் கொடுத்தது.

"நாளைக்கு ஐயர் வீட்டிலே உன்னை விட்டுடுவேன் வெள்ளை. செல்லி வந்தா ஏமாந்து போவா!"

அடுத்த நாள்தான் வெள்ளையை எங்களுக்கு விற்றான் ரங்கன். அவன் இதைக் கூறி முடித்தபிறகு என் மனம் அமைதியாக இல்லை. அதற்கு எட்டாம் நாள் வெள்ளிக்கிழமை ரங்கனுக்குக் கல்யாணம். பெண்ணை அழைக்க அமர்க்களமாக ஏற்பாடுகள் நடந்துகொண்டிருந்தன. எங்கள் தெருவோடு ஊர்வலம் போயிற்று. காஸ்லைட் வெளிச்சத்தில் செல்லி அடிமேல் அடி வைத்துத் தலைகுனிந்து எங்கள் வீட்டைத் தாண்டிப் போய்க்கொண்டிருந்தாள்.

கொட்டிலில் கட்டி இருந்த பசு, "அம்மாவ்" என்று கூப்பிட்டது. திடுக்கிட்டு மணப்பெண் திரும்பி எங்கள் வீட்டைப் பார்த்தாள். வெள்ளையின் கண்களும் செல்லியின் கண்களும் சந்தித்தன. அடுத்த நாள் கல்யாணம் நடந்துவிட்டது. நானும் போயிருந்தேன்.

"செல்லி! அம்மா வந்திருக்காங்க. இவங்கதான் நம்ப கல்யாணத்துக்கு உதவினவங்க. கும்பிடு இவங்களை" என்று அவளை அழைத்து வந்தான் ரங்கன்.

"அம்மா!" என்றாள் செல்லி. "வெள்ளை உங்க வீட்டிலே இருக்குதா அம்மா?"

"வித்துட்டாங்களா?" செல்லி அழுதுவிட்டாள்.

அன்று மாடு கறக்க வந்த ரங்கனிடம் "ரங்கா! உன் மனைவி வெள்ளை என்றால் உயிரைவிட்டுவிடுவா போல இருக்குதே அப்பா. எனக்கு போதும் என்று ஆகிவிட்டது" என்றேன்.

"ஏனம்மா அப்படிச் சொல்றீங்க? இனிமேல் அது உங்க பொருளுங்க. எனக்கு சமயத்தில் உதவினீங்க" என்றான் ரங்கன். அவனுக்கு நான் செய்தது உதவிதானா என்பது எனக்குப் புரியவில்லை. இவ்விதமே ஆறு மாதங்கள் சென்றுவிட்டன. செல்லி அந்த விஷயத்தை மறந்துபோயிருப்பாள் என்றுதான் நான் கருதினேன்.

மறுபடியும் பசு தாய்மையை அடைந்திருந்தது. கொழுகொழுவென்று வளர்ந்திருந்த அதன் உடம்பைத் தடவிக்கொடுத்து மகிழ்வாள் செல்லி. கடைத்தெருவுக்குப் போய்விட்டு வரும்போதெல்லாம் அதற்கு வாழைப்பழம் வாங்கிவந்து கொடுப்பாள். அவளுக்கு அதனிடம் அளவு கடந்த

சரோஜா ராமமூர்த்தி

அன்பு. தன் அன்பைப் பல விதங்களில் காண்பித்துக்கொள்கிறாள் என்றுதான் நான் நினைத்திருந்தேன்.

ஒரு நாள் பகல், நல்ல வெயில் நேரம். செல்லி தன் மடியிலே எதையோ கட்டிக் கொண்டு உள்ளே வந்தாள். தயங்கிக்கொண்டே அவள் உள்ளே நுழையும்போது, "என்ன வேண்டும் செல்லி? எங்கே இந்த வெயிலில் வந்தாய்?" என்று கேட்டேன். அவள் கண்கள் கலங்கி இருந்தன.

"அம்மா! இதை எடுத்துக்கிடுங்க. என் வெள்ளையை நான் ஓட்டிப் போவட்டுமா?" என்று என்னைக் கேட்டாள் அவள்.

கீழே முந்நூறு ரூபாய் நோட்டுகள் கிடந்தன. ரங்கன் அவளுக்குப் போட்டிருந்த தங்கக் காப்புகளுக்குப் பதில் அவள் கைகளில் கண்ணாடி வளையல்கள் மின்னின. காதில் அணிந்திருந்த வெள்ளைக் கம்மல்களைக் காணோம்!

"செல்லி! உன் நகைகளைக் காணோமே; எங்கே?"

"அடகு வைத்திருக்கிறேன், அம்மா."

"அடகு வைத்தாவது இந்த மாட்டைத் திரும்பவும் வாங்கிவிடவேணும் என்று எண்ணமா?"

செல்லி பதில் பேசாமல் நின்றாள்.

"உனக்கு வேண்டியது பசுதானே?"

"ஆமாம், அம்மா. அதைப் பிரிஞ்சு என்னால் இருக்க முடியலீங்க."

"கணவன் அன்புடன் வாங்கித்தந்த நகைகளை அதற்காக அடகு வைத்துவிட்டாய். என்ன? அப்படித்தானே?"

செல்லி கண்ணீர் உகுத்து நின்றாள். அந்த அழுகை என் மனத்தை என்னவோ செய்தது.

"எதற்காக அழுகிறாய் செல்லி? பணத்தைத்தான் கொடுத்து விட்டாயே? மாட்டை ஓட்டிப் போயேன்."

"அம்மா நீங்கள்..." என்றாள் செல்லி.

"விற்றவள் மனத்தில் நிம்மதி இல்லாத போது வாங்கியவளுக்கும் நிம்மதி இருக்காது செல்லி. இருவரும் மனங்கலந்துதான் வியாபாரம் செய்ய வேண்டும். ஆகையால் அதைத் தாராளமாக ஓட்டிப்போ" என்றேன் நான்.

செல்லியுடன் வெள்ளை ஆசை துள்ள நடந்துபோவதை நான் பார்த்துக்கொண்டே நின்றிருந்தேன்.

சரோஜா திறக்கும் உலகம்   277

26

கௌரி

நீலத் துகிலிலே வரைந்த அசோகச் சக்கரம்போலக் கதிரவன் குண திசையிலே எழுந்தான். சுப்பையா பிள்ளை அன்று கருக்கலிலேயே மாட்டுச் சந்தைக்குப் பறப்பட்டுவிட்டார்.

"பையன் ராஜு மெலிந்து இருக்கிறானே டாக்டர், பார்த்து ஏதாச்சும் மருந்து கொடுங்க..." என்று முதல் நாள் தன் மகனை வைத்தியரிடம் அழைத்துச் சென்ற சுப்பையா கேட்டார்.

பையன் உடலிலே கோளாறு ஒன்றுமில்லை. கொஞ்சம் பலக்குறைவுதான் என்பதைக் கண்டுகொண்டார் வைத்தியர்.

"பிள்ளைவாள்! பையனுக்கு நோய்நொடி ஒன்றுமில்லை. பால் நிறையக் கொடுங்கள்... மழுமழுன்னு ஆய்விடுவான்" என்றார் வைத்தியர்.

வீட்டுக்கு வந்து மனைவியிடம் கூறியதும் அந்த அம்மாள், "பாலா இந்த ஊரிலே விக்குது? பச்சைத் தண்ணியைப் பாலுன்னு ஊத்தி துட்டு பறிக்கிறாங்களே. ஒரு மாட்டை வாங்கியாந்து கட்டுங்க...குழந்தைக்கு நல்ல பாலாக் கொடுத்துடலாம்..." என்று அபிப்பிராயம் கூறினாள்.

சுப்பையா ராஜுவை அழைத்துக்கொண்டு திருவொற்றியூர் சந்தைக்குப் போயிருந்தார்.

ராஜுவின் தாய் முத்தம்மாவுக்கு அன்று ஒரே மகிழ்ச்சி. வேப்பமரத்தடியைப் பெருக்கி, மெழுகிக் கோலம்போட்டுக் கடைக்குப் போய் தவிடும், பிண்ணாக்கும் வாங்கி வந்து ஊறவைத்திருந்தாள். பித்தளைச் செம்பைத் தங்கம்போல மினுமினுவென்றுதுலக்கினாள்.மகனுக்காகவும்,கணவனுக்காகவும் காப்பியும் சிற்றுண்டியும் செய்துவைத்தாள். கருக்கலிலே கிளம்பியவர்கள் ஒன்பது மணிக்குள்ளே வீட்டுக்கு வந்து விடுவதாகச் சொல்லிப்போயிருந்தார்கள். மேலும், அன்று வெள்ளிக்கிழமை. ராகு காலத்துக்கு முன்பே மாட்டுடன் வந்தாகவேண்டும்.

முத்தம்மாவுக்கு உள்ளே இருப்புக் கொள்ளவில்லை. வாசலுக்கும் உள்ளுக்குமாக அலைந்தாள். வீடு நிறையக் கட்டு கட்டாகக் கோலம் புனைந்தாள். வாசற்படிகளுக்கு மஞ்சள் பூசி, குங்குமம் வைத்தாள். வெள்ளிக்கிழமை இல்லையா? நினைவு தெரிந்த நாட்களாகச் செய்து செய்து பழகியவளாயிற்றே.

சரியாகப் பத்து மணிக்குப் பிள்ளையும், ராஜுவும் வந்தார்கள். மாட்டை ஆள் ஓட்டி வருவதாகச் சொன்னான் ராஜு. வெள்ளையும் சிவப்பும் கலந்த நிறமாம். சின்னஞ்சிறு வளைந்த கொம்புகளாம். மை பாய்ந்த விழிகளாம். அவனுக்கு மாடும் கன்றும் பிடித்துவிட்டனவாம்.

முத்தம்மாவுக்குச் சந்தோஷம் பிடிபடவில்லை. மெலிந்த மகன் பயில்வான் ஆகிவிடுவான் என்று இறுமாந்தாள்.ராகுகாலம்

சரோஜா திறக்கும் உலகம்

போய்விட்டது. உச்சிவெய்யில் மண்டையைப் பிளந்தது. மாடும் கன்றும் வந்து சேரவில்லை.

"திருவொற்றியூருக்கும், இதுக்கும் பதினாறு கல் இருக்கும் புள்ளே. விளக்கோடதான் மாடு வரும்..."

ராஜுவுக்கு அன்று பள்ளிக்கூடம் செல்வதற்குப் பிடிக்க வில்லை. தாயிடம் மாட்டை வர்ணித்தவாறு சுற்றி சுற்றி வந்தான்.

"ஏலே! சாயங்காலம் மாடு வர்றத்துக்கும் நீ பள்ளிக்கூடத்துக்கு மட்டம் போடறதுக்கும் என்னடா சம்பந்தம்? போடா! மணி பத்துக்கு மேலே ஆகல்லே" என்று சந்தையிலிருந்து திரும்பிய வுடன் கூப்பாடு போட்டார் பிள்ளை.

ராஜு பள்ளிக்குச் சென்றானோ இல்லையோ? மாலை ஊர் மதகடியிலிருந்து மாடு, கன்றுடன் அவனும் வீடு வந்து சேர்ந்தான். வேப்பமரத்தடியில் அதைக் கட்டியதும் தவிடும் பிண்ணாக்கும் வைத்தான்.

முத்தம்மா செம்பை எடுத்து வந்தாள். அவள் கிராமத்தில் பிறந்து வளர்ந்தவளாதலால் பால் கறக்கத் தெரிந்தவள். கன்றுக்கு ஒரு காம்பை விட்டுவிட்டுக் கறந்தாள்.

"இந்தா புள்ளே!" என்று கூப்பிட்டுக்கொண்டே வந்தார் சுப்பையா. "படி தேறிச்சா?..." என்று கேட்டுச் செம்பைக் குனிந்து பார்த்தார்.

"இருக்குங்க... கண்ணு குடிக்கிற பாலையும் நாம கணக்குப் போட்டுக்கோணும். அப்ப ஒண்ணேகால் படி தேறுங்க..."

"கண்ணுக்குக் கால்படி உட்டியா? நல்ல பொம்பளை நீ... பணத்தைச் சொளை சொளையா இருநூறு எண்ணிக் குடுத்துட்டு வந்திருக்கேன்... ஹும்..."

வேப்ப மரத்தடியில் நின்றிருந்த பசு திரும்பிப் பார்த்தது. 'அட கடவுளே! இருநூறு ரூபா கொடுத்து என்னை வாங்கிப்பிட்டா, என் குழந்தை பால் குடிக்கக்கூடச் சொந்தமில்லையாமே!..'

அது நினைத்ததோ என்னவோ, ராஜுவின் இளம் மனம் தந்தையைப்பற்றிப் பசு அவ்வாறு நினைத்திருக்கும் என்று எண்ணியது.

மாட்டை விலை கொடுத்து வாங்கிவருகிறவர் அத்துடன் பாசம், அன்பு எதையும் வாங்கி வருவதில்லை. வியாபாரக் கண்ணோட்டத்துடன் வாங்கிவருகிறார். தீனி வைத்துக் கறக்கிறார். பாலை விற்கிறார் அல்லது தம் குடும்பத்துக்குப்

பயன்படுத்திக்கொள்கிறார். அந்த மாட்டிற்குப் பால் குறைந்து போனால், அதை மாற்றி இன்னொன்று வாங்குகிறார். பாசத்தையும் அன்பையும் அதன் மீது வைத்துவிட்டால் பிறகு விற்க மனம் வருமா? அடிக்க மனம் வருமா?

சுப்பையா மகனின் வளர்ச்சிக்காகப் பசுவை வாங்கி வந்தார். போட்ட விலைக்கு லாபம் தேறுமா என்று பார்க்கிறார்.

முத்தம்மா அதைத் தன் வீட்டுக்கு வந்த லட்சுமியாக நினைக்கிறாள். அதன் முகத்தில் விழித்தாலே பண்ணிய பாவங்கள் தீரும் என்று நம்புகிறாள். புண்ணியத்துக்கும் பாவத்துக்கும் இடையே ஊசலாடும் நெஞ்சம் உடையவள். கன்றுக்குப் பால்விடாவிட்டால் பாவமாயிற்றே என்று பால்விடுகிறாள். அதிகமாக விட்டுவிட்டால் கணவனுக்கு இழப்பாயிற்றே என்றும் பார்க்கிறாள்.

ராஜுதான் அன்பிலும் பாசத்திலும் ஊறியவன். பசுவைத் தோப்பில் தன் கையில் பிடித்துக்கொண்டவுடன் உள்ளம் நெகிழ, ஊன் உருக அதன் கழுத்தைச் சேர்த்துக் கட்டிக்கொண்டான்.

"கௌரி" என்று அழைத்தான். வேறு எத்தனையோ பெயர்கள் இருக்கின்றன. அவனுக்கு அந்தப் பெயர் பிடித்தது. ஐந்தறிவுடைய அந்தப் பசு அவன் அன்பை நொடியில் புரிந்துகொண்டது. பரிவுடன் தன் கழுத்தை அவன் தோளிலே தேய்த்துக்கொண்டது.

பாலை அன்றிரவு அவன் தாய் காய்ச்சி எடுத்துவந்து அவனிடம் கொடுத்தவுடன், கொல்லைத் தாழ்வாரத்தில் நிற்கும் கன்றின்மேல் அவன் பார்வை செல்லுகிறது.

"பாவம்! மாலை ஐந்து மணிக்குப் பால் குடிச்சிதே. இப்ப அதுக்குப் பசிக்காதா அம்மா?"

"பசிக்காது தம்பி. அதுக்குத் தான் வைக்கல் கடிக்கத் தெரிஞ்சு போச்சே. பொழச்சுக்கும்…"

ராஜுவின் நெஞ்சில் சர்க்கரை போட்ட பால் கசப்பாகத்தான் இறங்குகிறது.

"நல்லா இருக்கா தம்பி?... எப்படியோ உன் உடம்பு தேறினாப் போறும்…" தாய்க்கு மகன்மீதுதான் கவலை, பாசம், அன்பு எல்லாம்.

ராஜு புரியாத ஒருவித ஏக்கத்துடன் படுக்கச் சென்று விட்டான். இந்த உலகம், பெரியவர்களின் செயல்கள், இதெல்லாம் அவனுக்குப் புரியவில்லை.

○○○

கௌரி இப்பொழுது அவனுக்கு உற்ற தோழியாக வளர்ந்து வந்தது. அதன் கன்று? அதுதான் போய்விட்டதே? நாலு தினங்கள் தாயின் மடியில் வாய் வைத்து அதற்கு உண்ணத் தெரியவில்லை. ஒருவித மயக்க நிலையில் அது தள்ளாடி தள்ளாடி விழுந்தது. "வயிற்றிலே பூச்சி இருக்கும்" என்று சிலர் சொன்னார்கள். ராஜு புட்டியில் பாலை ஊற்றி அதற்குப் புகட்டினான். "கௌரி, கௌரி, உன் குழந்தையை நான் எப்படியாவது காப்பாற்றிவிடுகிறேன்" என்று அதன் காதில் அவன் கூறியவற்றைக் கேட்டு அது காதுகளைச் சிலிர்த்துக்கொண்டு அவன் கழுத்தை நக்கியது.

ஆனால், நம்மால் முடியாத ஒன்று இருக்கிறது என்பதைச் சிறுவனாகிய ராஜுவினால் எப்படி உணரமுடியும்?

ooo

அன்று கால்நடை ஆஸ்பத்திரியிலிருந்து அவன் மருந்தும் கையுமாக திரும்பியவுடன் அந்தக் கன்று உலகத்தைவிட்டே போய்விட்ட செய்தியைக் கேட்டு விக்கி விக்கி அழுதான்.

வாயில்லாத சீவனாகிய அது என்ன பாவத்தைச் செய்திருக்க முடியும்? அதற்கு ஏன் இந்தச் சிறு வயதிலேயே இவ்வளவு பெரிய தண்டனை? அதன் எதிர்காலம் எவ்வளவு வெளிச்சமாக இருந்திருக்கும்? பச்சையான வயல்கள், அதன் வரப்பில் படர்ந்து சிலிர்த்து நிற்கும் புற்கள், இளந் தளிர்களையுடைய மரங்கள், எங்கு பார்த்தாலும் இருக்கின்றன. இவற்றைத் தின்று அது உற்சாகத்துடன் உயிர் வாழ்ந்திருக்கக்கூடாதா?

போய்விட்டது. இனிமேல் அதைப்பற்றி யார் நினைத்து உருகப்போகிறார்கள், ராஜுவைத் தவிர.

மாட்டுக் கொட்டிலின் அருகில் சென்று, "கௌரி" என்று அழைத்தான். அது அவனைத் திரும்பிப் பார்த்தது. மை படிந்த அதன் கண்களில் ஒருவித ஏக்கம் காணப்பட்டது.

"கௌரி! நான் என்ன செய்வேன்? உன் குழந்தை..."

அதற்குமேல் ராஜுவால் பேச முடியவில்லை. கன்னங்களின் வழியே கண்ணீர் வழிந்தது.

அதோ மாட்டுக்காரன் வந்துவிட்டான் பால் கறக்க!

முத்தம்மாவுக்குக் கன்று செத்த மாடு தன் கைக்குப் பால் கறக்குமோ கறக்காதோ என்று சந்தேகம். மாட்டுக்காரனை அழைத்து வந்துவிட்டாள்.

"நல்லா மூணு படி கோதுமை 'பாலிஷ்' போட்டுக் கொண்டாங்க. ருசி மேலே சொரந்துடுங்க..."

சரோஜா ராமமூர்த்தி

கௌரி தவிட்டைத் தின்னாமலேயே சுரந்துவிட்டாள். "நல்ல மாடுங்க இது... பாதி மாடுங்க லேசிலே சொரந்துடுமா?..." என்று நற்சாட்சிப் பத்திரம் படித்தான் மாடு கறப்பவன்.

ராஜு நினைத்தான், கௌரி அவன் பால் சாப்பிடுவதற்காகத்தான் துக்கத்தை ஒதுக்கிவிட்டுப் பாலைச் சுரந்து கொடுத்திருக்கிறாள் என்று.

ஆனால், அவனுக்கு அன்று பாலே சாப்பிடப் பிடிக்கவில்லை.

மாயை சூழ்ந்த இந்த உலகத்தில் துன்பத்தை மறக்கும் ஆற்றலைக் கடவுள் அளித்திருக்கிறான்.

கௌரி அதன் பின்பு இரண்டு கன்றுகளை ஈன்றுவிட்டது. கன்றுகள் நன்றாக வளர்ந்தன. ராஜுவே தன் நண்பர்களுக்கு அவற்றைக் கொடுத்தான்.

கௌரி வளர்ந்துவந்ததைப்போல ராஜுவும் பெரியவனாகத்தான் வளர்ந்துவிட்டான். சுப்பையா வேலையிலிருந்து ஓய்வு பெற்றுக்கொண்டுவிட்டார். பட்டணத்திலே விற்கிற விலைவாசியில் அவர் குடும்பம் நடத்த விரும்பவில்லை.

"கிராமத்துக்கு நானும் உன் அம்மாவும் போயிடறோம் தம்பி. நீ மாத்திரம் ஹாஸ்டல்லே இருந்து படிச்சுக்க. நிலத்தைப் பாத்துக்கிட்டு சிக்கனமா காலந்தள்ள முடியும்."

சுப்பையா மகனிடம் அறிவித்தார். "அப்ப கௌரியை என்னப்பா செய்யறது?"

"வித்துடப் போறேன் தம்பி. ஊரிலே எங்க இரண்டு பேருக்கும் இவ்வளவு பால் எதுக்கு? உம் படிப்பு முடிஞ்சப்புறம் உனக்கு வேலை எங்கே கிடைக்குதோ? அப்புறம் ஒரு மாட்டை வாங்கறது..."

"கௌரியை விக்கப்போறீங்களா அப்பா?" ராஜு உணர்ச்சிவசப்பட்டுக் கத்தியேவிட்டான்.

"ஆமாம் தம்பி. இப்ப வித்தாத்தான் நாம போட்ட முதலுக்கு மோசம் இல்லாமக் கிடைக்கும். அதுக்கும் வயசாயிட்டா விலை கொறஞ்சுதானே போகும்?..."

அப்பா வியாபாரத் தந்திரத்தில் ஊறியவர். அவர் எண்ணத்தையும் செயலையும் மாற்ற முடியாது என்பதை ராஜு நன்றாகத் தெரிந்துகொண்டான்.

கௌரியை இன்னொருவர் கையில் பிடித்துக்கொடுக்கும் போதோ, அதை அவர் ஓட்டிப்போகும்போதோ, ராஜு அந்த

வீட்டில் இல்லை. சாலை ஓரமாக அது மெதுவாகத் தன் புது எஜமானனுடன் செல்வதை ராஜு தொலைவில் நின்றே பார்த்தான். சுமக்க முடியாத பெரும் பாரத்தைச் சுமப்பதுபோல் அவன் இதயம் அந்தப் பிரிவுச் சுமையால் அழுந்தியது.

தாயும் தந்தையும் அவனைச் சென்னையிலேயே விட்டுவிட்டுக் கிராமத்துக்குச் சென்றுவிட்டனர்.

அந்த வருடம் தேர்வு முடிவுகள் வெளியானதும் ராஜு கால்நடை வைத்தியக் கல்லூரியில் படிப்பதற்குச் சேர்ந்தான். பிள்ளைப் பிராயத்திலிருந்து மாட்டிடம் வைத்திருந்த பாசம் அவனை அப்படிப்புக்குச் சேரத் தூண்டியது.

தெருவிலே எந்த மாட்டைப் பார்த்தாலும் நின்று பார்த்துவிட்டு ஏக்கப் பெருமூச்சு ஒன்று விடுவான்.

கௌரியுடன் அவன் கழித்த அந்த பால்ய நினைவுகள் பசுமரத்தாணிபோல் அவன் இதயத்தின் ஆழத்தில் பதிந்திருந்தன.

தன் வாழ்க்கையில் என்றேனும் ஒரு நாள் கௌரியைச் சந்திப்போம் என்கிற எண்ணம் மட்டும் நிலைத்து நின்றது.

'வெள்ளையும் சிவப்புமாக, வளைந்த கொம்புகள், மை படிந்த அழகிய விழிகளுடன், மடி நிறைய அமுதமேந்திப் பரிவுடன் பார்க்கும் அவள்...?' என்று அவன் தனக்குத்தானே பேசிக்கொண்டிருக்கிறான் பல முறைகள்.

அன்பு முதிர்ந்து பழமாகும் போது அங்கே தெய்வ அருளாகிய கனி பழுத்துக் காணக்கிடைக்கும் என்கிறார்கள் பெரியவர்கள்.

கிராமத்தில் சுப்பையாவும் முத்தம்மாவும் இந்த ஐந்தாறு வருடங்களில் முதிர்ந்துவிட்டார்கள். முத்தம்மாவுக்கு வீட்டு வேலைகளில் அலுப்புத் தட்ட ஆரம்பித்துவிட்டது.

"ஒருத்தனும், ஒருத்தியுமா இதென்னங்க வாழ்க்கை? ராஜுவுக்கு ஒரு கல்யாணத்தை முடிச்சு, அவனோட போயிடு வோம். வாங்க... அவனும் பாஸ் பண்ணிட்டு வேலைக்குப் போயிருக்கான்..."

"அதான் புள்ளே சொல்ல வந்தேன். இன்னிக்கிக் காலம்பற பேப்பரிலே நம்ப ராஜுவை, செங்கல்பட்டு மாவட்டத்துக்குக் கால்நடை அதிகாரியா போட்டிருக்காங்கன்னு போட்டிருக்கு..." நல்ல இடமாகப் பாத்து முடிச்சுட வேண்டியதுதான்..."

தந்தை பெருமையும், களிப்பும் பொங்கக் கூறினார் மனைவியிடம்.

சரோஜா ராமமூர்த்தி

ராஜு செங்கல்பட்டு வந்ததும் பலர் அவனுக்கு அறிமுகமானார்கள். பெரிய அரசாங்க அதிகாரி அல்லவா? அடுத்த நாளே தாயும் தந்தையும் வந்து பார்த்து மகிழ்ந்தார்கள். மகிழ்ச்சி அவர்கள் மனத்தை மட்டும் ஆட்டி வைக்கவில்லை. ராஜுவின் இதயம் அன்று விடிந்தவுடன் காரணமின்றிக் களிப்படைந்தது. நெடுநாள் காத்திருந்த ஒன்று கைகூடி வருகிறாற்போல் எண்ணங்கள் மனத்தில் எழுந்தன.

வெளியிலே ஆளரவம் கேட்டது.

கதிரவன் அன்றொரு நாள் குணதிசையில் எழுந்தவுடன் தன் தந்தையுடன் மாட்டுச் சந்தைக்குப் போய் நின்ற காட்சியை நினைத்துக்கொண்டே ராஜு வெளியே எழுந்து வந்தான்.

"வணக்கமுங்க..." என்று பெரியவர் ஒருவர் எழுந்து நின்று வணங்கினார்.

"வணக்கம். என்ன செய்தி?" என்று கேட்டான் ராஜு.

"நம்ப மாட்டுக்கு ராவுலேந்து ஒடம்பு சொகமில்லீங்க. எழுந்திருக்க முடியாம படுத்துக்கிடக்குது... வந்து பார்த்தீங்கன்னா தேவலை..."

ராஜு கிளம்பிவிட்டான். அந்த வீட்டின் கொல்லைப் பக்கத்தில் ஒரு வேப்ப மரத்தடியில் மாடு படுத்திருந்தது. இருள் பிரிந்து கதிரவனின் ஒளி பரவி வரும்வேளை. மாட்டின் அருகில் சென்று குனிந்து பார்த்தான் அவன்.

'கௌரி'—கௌரியா அவள்? அந்த கௌரி எங்கே? இவள் எங்கே?'

மேனியில் கை பட்டால் சறுக்குமே அப்போது! அப்படியொரு பளபளப்பு!

கௌரி தன் பழைய நண்பனைப் புரிந்துகொண்டுவிட்டாள். கண்களை மலர்த்தி ஆவலுடன் அவனைப் பார்த்தாள்.

"கௌரீ!" ராஜு அழைத்தான். ஊசி போட்டான். ஆனால், அவள் பிழைத்து வாழ்வாள் என்கிற நம்பிக்கைமட்டும் அவனுக்கு இல்லை.

கொட்டிலில் சின்னஞ்சிறு கன்று ஒன்று காணப்பட்டது. கௌரியின் கன்றுதான்.

"எத்தனை மாதத்துக் கன்று அது?" என்று அவரிடம் விசாரித்தான் அவன்.

“மூணு மாசம் ஆவுதுங்க. அது பொறந்தப்புறமே மாட்டுக்குச் சீக்குதாங்க… கிழ மாடுன்னு சொல்றாங்க…”

கௌரியா கிழம்? அவள் இருந்த அழகு எங்கே? வாளிப்பெங்கே?

“ஏங்க மாடு பொழக்குமா?…”

“சொல்ல முடியாதுங்க… நல்ல மருந்து கொடுத்திருக்கேன். பார்க்கலாம்…”

ராஜுவுக்கு அங்கே நிற்க முடியவில்லை. கௌரியை அவன் பார்த்த நிலை? அதையா விரும்பிக் காத்துக் கிடந்தான் அவன்?

அன்று மாலையே அந்த மாட்டுக்காரர் ராஜுவின் வீட்டுக்கு வந்தார்.

“என்னங்க? மாடு எப்படி இருக்கிறது?”

“போயிட்டுதுங்க…” சாதாரணமாக கூறினார் அவர்.

“அதாலே எனக்கு நஷ்டம் ஒண்ணும் இல்லீங்க. இந்த அஞ்சாறு வருஷத்திலே மூணு கண்ணு போட்டுது… நல்லாக் கறந்தது. லாபம் தாங்க… கிழமாயிடிச்சு பாருங்க…”

“ஹும்…” எங்கோ சூன்யத்தைப் பார்த்தபடி நின்றான் ராஜு.

“உங்களுக்கு பீஸ் கொடுக்கணுங்க… அதக்குப் பதிலா அதன் கன்றைக் கொடுத்துப்பிடறேன். நல்ல சீமை ஜாதிங்க…”

ஏக்கப் பெருமூச்சுடன் ராஜு அவரைத் திரும்பிப் பார்த்தான்.

“வேண்டாம் ஐயா… எனக்கு நீங்க ஒன்றும் தர வேண்டாம்…”

வந்தவர் திகைத்து வந்த வழியே திரும்பினார்.

உலகமே லாபத்திலும் நஷ்டத்திலும் உருண்டு நிமிர்ந்து வாழ்கிறதுபோலும்.

மாடு இறந்தாலும் தனக்கு இழப்பில்லை, லாபமென்கிறார் மாட்டுக்காரர்.

உண்மையில் நஷ்டமடைந்தவன் ராஜுதான். இரு உயிர்களின் அன்புப் பிணைப்பிலிருந்து ஓர் உயிர் பிரிந்து சென்றுவிட்டதென்றால் மற்றதற்கு இழப்பே அல்லவா?

27

மழை

ஆற்றங்கரை மணல் சூரிய வெப்பத்தால்
வெந்தழல்மாதிரி சுட்டது. ஆற்றங்கரையில் இருந்த
மரங்கள் சூரியனின் கடுமை தாங்கமுடியாமல்

சலனமற்று நின்றன. காக்கை, குருவிகள் கூட அயர்ந்து வானைப் பார்த்து ஓங்கின. சில்லெனறு ஒரு சொட்டு ஜலம் தங்கள் வாயில் விழாதா என்று குருவிகள் வாயைப் பரிதாபமாக மூடித் திறந்தன. ஆனால், ஆகாயம் நிர்மலமாக இருந்ததது. கண்ணுக்கு எட்டிய தூரம் வரை ஒரே நீலமயம். ஒரு சிறு வெண் மேகம் கூடக் காணோம். அப்படி இருக்கும்போது மழை எங்கிருந்து பெய்துவிடப் போகிறது.

ஆற்றின் நடுவில் ஜீவநதி மணலை அரித்துக்கொண்டு ஓடியது. தண்ணீருக்குக் கீழே கிடந்த மணல் சூரிய ஒளியில் வைரங்களைப்போல் மின்னியது. ஆற்றிலே ஜலம் திரட்டிப் போவதற்காகக் கரையில் இருந்த கிராமத்திலிருந்து இரண்டு பெண்கள் இடுப்பில் குடத்துடன் வந்துகொண்டிருந்தார்கள். அதில் ஒருத்திக்கு நடுத்தர வயசாக இருக்கலாம். மற்றொருத்தி இளம்பெண். முந்தியவள் நிதானமாகவும் பணிவாகவும் நடந்துவந்தாள். இளம் பெண் துருதுருவென்று நடந்து குதி போட்டு ஓட்டமும் நடையுமாக வந்தாள். வியர்க்க விறுவிறுக்க இருவரும் 'உஸ் உஸ்' என்று சொல்லிக்கொண்டே நிழல் இருக்கும் இடங்களில் பாதங்களை மாறி மாறி வைத்துக்கொண்டே நடந்தார்கள். கால்கள் வெயிலின் கடுமை தாங்காமல் செக்கச் செவேலென்று சிவந்து இருந்தன.

"போயும், போயும் இந்த வேளையைப் பார்த்து ஜலத்துக்குக் கிளம்பினோமே மாமி?" என்று இளம் பெண் சிறிது மனத்தாங்கலுடன் பெரியவளைப் பார்த்துக் கேட்டாள்.

"என்ன செய்கிறது ஜகது? காலையில் கொண்டு வந்த ஜலமெல்லாம் ஆகிவிட்டது. பள்ளிக் குழந்தைகள் போக வர ஜலம் சாப்பிட என் வீட்டிற்குத்தான் வருகிறார்கள். இந்த மாதிரி வெயில் நெருப்பாய் எரிக்கிறதே! குடிக்க ஜலம் இல்லை என்று சொல்ல முடியுமா?" என்றாள் நாகலக்ஷ்மி என்கிற அந்தப் பெண்.

"ஹும்" என்று ஆயாசத்துடன் இருவரும் ஓடும் நதியில் இறங்கினர் ஜலம் திரட்டுவதற்காக. மறுபடியும் நாகலக்ஷ்மியே பேசினாள்.

"வருஷம் நான்காகிறது நல்ல மழை பெய்து. பூமியே வரண்டு கிடக்கிறது பார்; பாளம் பாளமாக வெடித்து ஈரப்பசை இல்லாமல், பூமியின் வறட்சி அடங்குவதற்கே எவ்வளவு மழை பெய்தாலும் போதாது. பூமாதேவி பச்சைப் பசேல் என்று பசுமை போர்த்திப் பூவும் காயும் தானியமும் மலருமாய் இருப்பதைப் பார்த்து எவ்வளவோ காலமாச்சு ஜகது. நான் சிறியவளாக இருக்கும் போது பூமியில் எங்கே பார்த்தாலும் பச்சைப் பசேல் என்று புல் முளைத்திருக்கும். வயல்களில்

கண்ணுக்கெட்டிய தூரம்வரைக்கும் பயிர்கள் மரகத வண்ணத்தில் காட்சி அளிக்கும். வாய்க்காலில் சதா சல சலவென்கிற சத்தத்துடன் ஜலம் அரித்துக் கொண்டு நொப்பும் நுரையுமாக ஓடும். வயல்களைப் பாரேன் தாயில்லாத குழந்தைகள்மாதிரி, கள்ளி முளைத்துக் கரம்பாகிக் கிடப்பதை! அதனால்தான் ஜனங்களும் கிராமங்களை விட்டு நகரங்களுக்குப் போய்விட்டார்கள். மழை இல்லாமல் அவர்கள் வயல்களில் என்ன வேலை செய்ய முடியும்?"

"வர வர கொல்லைக் கிணற்றில் ஜலம் பாதாளத்தில் போய்விட்டது மாமி" என்றாள் ஜகதா வருத்தத்துடன்.

"இந்தச் சமயத்தில் நல்ல மழை பெய்தால்தான் உண்டு. இல்லாவிட்டால் ஜனங்கள் குடி தண்ணீருக்குக்கூட அவதிப்படவேண்டியதுதான்" என்றாள் நாகலக்ஷ்மி.

இப்படிப் பேசிக் கொண்டே இருவரும் ஆற்றங்கரையை அடைந்தார்கள். ஆற்று மணல் பொடிப்பொடியாகக் கால்களில் ஒட்டிக் கொண்டது. இருவரும் ஆற்றில் இறங்கி நான்கு கை குளிர்ந்த ஜலத்தை அள்ளிக் குடித்தார்கள். அந்தக் கடுங் கோடையில்கூட நதியின் ஜலம் குளிர்ச்சியாகத்தான் இருந்தது. துன்பத்துக்கும் அதர்மத்துக்கும் இடையில் எழும் கடவுளின் கருணையைப்போல. பிறகு, ஜலத்தைக் குடங்களில் நிரப்பிக்கொண்டு வந்த வழியே வீடு திரும்ப ஆரம்பித்தார்கள் இருவரும். சிறிது தூரம் மௌனமாக நடந்துசென்ற ஜகதா ஏதோ நினைத்துக்கொண்டவள்போல், "ஏன் மாமி, மழை பெய்வதற்கு ஏதாவது விழா நடத்தக் கூடாதா?" என்று கேட்டாள்.

"இந்திரனுக்கு மழையை வேண்டி அந்த நாளில் விழா நடத்துவார்கள். பாரதக் கதையில் விராட பர்வம் வாசித்தால் மழை கொட்டு கொட்டென்று கொட்டித் தீர்த்துவிடும்."

"அதெல்லாம் பெரியவர்கள் முயற்சி செய்து செய்யவேண்டிய விஷயங்கள், நாம் ஏதாவது செய்ய முடியுமா மாமி?" என்று விசாரித்தாள் ஜகதா. படை பதைக்கும் வெயிலில் நடக்கும் போதுதான் நிழலின் அருமையும், மழை வேண்டும் என்கிற ஆர்வமும் அதிகம் ஏற்பட்டது.

"ஓ! பேஷாகச் செய்யலாமே. பெண் குழந்தைகளுக்கும் பள்ளிக் கூடம் லீவு விட்டுவிடுகிறார்கள். அவர்களுக்கும் பொழுது போனமாதிரி இருக்கும். எங்கள் ஊரில் சிறுமிகள் கண்ணனுக்கு உற்சவம் ஒன்று நடத்துவார்கள். வீடு வீடாகச் சென்று அவன் புகழ் பாடிக் கும்மியும் கோலாட்டமும் போடுவார்கள். ஒரு

சரோஜா திறக்கும் உலகம் 289

ஊர் இல்லாமல், அருகில் இருக்கும் கிராமங்களுக்கும் சென்று கோலாட்டம் போட்டு வசூல் ஆகும் பணத்தைக் கொண்டு கண்ணனுக்கு விழாக் கொண்டாடுவார்கள். நான்கூடக் கோலாட்டம் போட்டு ஜரிகைக்கரை பாவாடை பரிசாக அடைந்திருக்கிறேன், ஜகது!"

"பரிசு கிடக்கட்டும் மாமி! மழை பெய்ததா?" என்று சந்தேகத்துடன் கேட்டாள் ஜகதா.

"அப்பொழுது என்னவோ உற்சவம் முடிந்த தினம் மழை நன்றாகப் பெய்தது நினைவிருக்கிறது. எதிலும் நம்பிக்கை வேண்டும்மா" என்று சிறிது நிஷ்டூரமாகப் பதிலளித்தாள் நாகலக்ஷ்மி.

இருவரும் அத்துடன் தத்தம் வீடுகளுக்குச் சென்றுவிட்டனர்.

2

கோடை விடுமுறைக்காகப் பள்ளிக்கூடங்களை மூடிவிட்டார்கள். குழந்தைகள் பொழுது போகாமல் வீட்டில் கொட்டமடித்தனர். சில தினங்களுக்கு முன்பு ஆற்றங்கரையில் உருவான யோசனை நாகலக்ஷ்மியின் மனத்தில் நிலை பெற்றுவிட்டது. அதை ஒரு தினம் தன் கணவனிடம் மெதுவாக வெளியிட்டாள்.

"ஊரிலே வம்பளப்பு, பிரமாதமாகக் கிளம்பிவிடுமே" என்றார் கிருஷ்ணமூர்த்தி.

"ஜனங்கள் எதைப்பற்றித்தான் குறை கூறாமல் இருக்கிறார்கள்?" என்று நாகலக்ஷ்மி கேட்டாள்.

"உனக்கு எதற்கெடுத்தாலும் ரோஸம் பொத்துக்கொண்டு வருமே?" என்றார் அவர்.

"நல்ல விஷயம் என்று ஏதாவது செய்தால் நம்ம ஜனங்கள் அதிலிருக்கும் குறைகளை ஆராய்ந்து கண்டுபிடிப்பதிலேயே கருத்தாக இருப்பார்கள். நீ ஆரம்பிக்கப் போவது என்னவோ நல்ல காரியம்தான். இருந்தாலும் ஜனங்கள் இதைப்பற்றி வம்பளக்காமல் இருக்கவேண்டுமே?" என்று மேலும் கிருஷ்ணமூர்த்தி எச்சரிக்கை செய்தார் நாகலக்ஷ்மிக்கு. அவர் பேச்சில், மனைவியின் கோழை மனத்தைப் பரிகாசம் செய்யும் அர்த்தம் நிரம்பி இருந்தது.

"யார் என்ன வேண்டுமானாலும் சொல்லிக்கொள்ளட்டும். நான் கண்ணனுக்கு உற்சவம் ஆரம்பிக்கத்தான் போகிறேன்" என்று அழுகை கலந்த சிரிப்புடன் கூறிவிட்டு, நாகலக்ஷ்மி

அன்றே அதற்கு வேண்டிய ஏற்பாடுகளைச் செய்ய ஆரம்பித்தாள். அவளுக்குக் கூடமாட உதவிக்காக ஜகதாவையும் சேர்த்துக் கொண்டாள். விஷயம் ஒரு நொடியில் எல்லா வீடுகளுக்கும் பரவிவிட்டது. பெண் குழந்தைகள் கோலாட்டக் கழிகளுடன் நாகலஷ்மியின் வீட்டில் குழுமிவிட்டனர்.

வீட்டில் இருந்த சிறு மேஜை ஒன்றின் நடுவில் சிறிய பலகையைப் பொருத்தி அதன் நடுவில் மாடு மேய்க்கும் கண்ணன் உருவத்தைப் பிரதிஷ்டை செய்தார்கள். மேஜையின் நாற்புறமும் வாழைக் கன்றுகள் கட்டி, மாவிலைத் தோரணங் களும் கட்டினார்கள். ஒவ்வொருவர் வீட்டிலிருந்தும் பூமாலைகள் வந்துசேர்ந்துவிட்டன.

ஆயிற்று, அடுத்த தினத்திலிருந்து பெண்கள் வீடு வீடாகச் சென்று கோலாட்டமும் கும்மியும் போட்டுச் சம்மானம் பெற வேண்டும். இந்த ஆட்டத்தில் பங்கெடுத்துக்கொள்ளும் ஒவ்வொரு பெண்ணுக்கும் கடைசி நாளன்று ஏதாவது பரிசு அளிப்பது வழக்கம். பெண் குழந்தைகள் உற்சாகமாகக் கலந்து கொண்டார்களே தவிர, அவர்கள் வீட்டார் ஏதாவது சொல்லாமல் இருப்பார்களா?

"ஆமாம், இந்த வேகிற வெயிலில் வீடு வீடாக அலைந்து படுத்துக் கொண்டால் என்ன செய்கிறது?" என்று ஒருவர் ஆட்சேபணையைக் கிளப்பினார்.

"இதிலெல்லாம்தான் மழை பெய்துவிடப் போகிறது! நம்ம தேசத்தில் இந்த பழைய வழக்கத்தில் இருக்கும் நம்பிக்கை போகவேண்டும். மேல் நாடுகளைப் போல நாமும் விஞ்ஞான முறையில் இதற்கெல்லாம் ஆராய்ச்சி செய்ய வேண்டும்" என்று கடவுளையே மறந்துவிட்டுக் கூறினார் ஓர் ஆராய்ச்சியாளர். "நாகலக்ஷ்மியா? நாலு குழந்தைகள் இருந்து, வீட்டில் வேலை இருந்தால் ஆட்டமும் பாட்டமும் இருக்காது. ஒரே குழந்தை. அந்தப் பெண்ணுக்கும் பத்து வயசுக்கு மேலே ஆகிறது. வீட்டிலே வேலை இல்லை; கிடந்து திண்டாடுகிறாள்" என்று கிராமத்து ஸ்திரீகள் ஆற்றங்கரையில் சுடுகிற வெயிலையும் லக்ஷ்யம் செய்யாமல் வம்பளந்தார்கள். சிலர் வம்பும் அளந்து வீட்டு நாகலக்ஷ்மியிடம் போய் மற்றவர்கள் கூறுவதைக் கயிறு திரித்தும் கூறினார்கள்!

பெரியவர்களின் மனம்தான் ஏற்றத் தாழ்வுகளையும் குற்றங் குறைகளையும் ஆராய்ந்ததே தவிர விழாவில் கலந்து கொள்ளும் குழந்தைகளின் மனம் நிர்மலமாக இருந்தது. பகலெல்லாம் பாட்டுப் பாடிக் களித்தனர். இரவில் மோகன

கிருஷ்ணனுடன் கற்பனை உலகில் புன்முறுவல் தவழ விளையாடினர். தூங்கும் அவர்கள் முகத்தில் தவழும் சாந்தியும், புன்முறுவலுமே அதற்குச் சாட்சியாக அமைந்திருந்தன.

“இத்தனை கஷ்டப்படுகிறோமே; கடவுள் கிருபை செய்யப் போகிறானோ? இல்லை முகத்தில் சேற்றைப் பூசப் போகிறானோ? நாளைக்குக் கடைசி நாள். கிருஷ்ணனுக்குப் பூஜை செய்து முடித்ததும், குழந்தைகளுக்குச் சம்மானம் தர வேண்டும். யார் எது சொன்னாலும் அவர்கள்தான் இந்த விழாதில் முகத்தைக் கோணாமல் கலந்து கொண்டவர்கள்!” என்று மனத்தில் கவலையுடன் தன் கணவனிடம் கூறிக்கொண்டிருந்தாள் நாகலஷ்மி.

“பாரேன்! தினத்தை விட இன்று வெயில் அதிகம். டவுனில் 107 டிகிரிக்கு மேலாகப் பேப்பரில் போட்டிருந்தான். குடிக்கத் தண்ணீர் இல்லாமல் ஜனங்கள் கஷ்டப்படுகிறார்கள். ஆற்றில் ‘ஜீவநதி’ கூட வற்றிவிட்டது. அணுகுண்டு எதுவுமில்லாமல் சூரிய பகவானே உலகத்தை எரிக்கப் புறப்பட்டிருக்கிறானோ என்னவோ என்றுகூட எனக்குத் தோன்றியது” என்றார் அவள் கணவர். இருவரும் நிர்மலமான ஆகாயத்தை அண்ணாந்து பார்த்தனர். வான வீதியில் தாரகைகள் வைரங்களைப்போல் சுடர்விட்டன. நீல நிற ஆகாயத்தில் பதித்த வெண்கற்கள்போல் அவை ஜ்வலித்தன. எங்கேயும் தப்பித் தவறிக்கூட ஒரு வெண் மேகமோ ஒரு சிறு சலனமோ இல்லை.

“எனக்கு அப்பவே தெரியும் நாகு! இந்தக் காலத்திலாவது, விழா செய்தால் மழை பெய்கிறதாவது! நீதான் பைத்தியம்மாதிரி கிடந்து அலைந்தாய். பாரேன்; நாளைக்கு என் சிநேகிதர்களெல்லாம் என்னைக் கேலி செய்யப்போகிறார்கள்” என்றார் அவள் கணவர். மனமுடைந்து நாகலஷ்மி நிராசை அடைந்தாள். “கடவுளை நம்பினால் இப்படியா அவன் கைவிடுவது?” என்று கடவுளை நிந்தித்தது அவள் மனம்.

3

அன்றுதான் விழாவின் கடைசி நாள். அதிகாலையில் எழுந்து நாகலக்ஷ்மி ஆற்றில் ஸ்நானம் செய்யப் புறப்பட்டாள். வெள்ளி மட்டும் கீழ்த் திசையில் முளைத்திருந்தது. இருள் இன்னும் நீங்கவில்லை. கூடத்திலே சிறு பந்தலின் கீழே கண்ணன் வேய்ங்குழல் இசைத்துக்கொண்டு நின்றான். நந்தாவிளக்கின் ஒளியில் நீல மேகவண்ணனை ஒரு முறை நீர் தேங்கும் கண்களால் பார்த்தாள்.

"கோவர்த்தன கிரியைக் குடையாய்ப் பிடித்தவன்டீ" என்று குழந்தைகள் கோலாட்டம் போட்ட பாட்டு அவள் நினைவுக்கு வந்தது. மலையையே குடையாகப் பிடிக்கும் அளவுக்கு அவன் அருளால் அந்த யுகத்தில் மழை பொழிந்தது. இன்று அவன் அருளும் வற்றிவிட்டதோ?

"நாகு! நாகு!" என்று அவள் கணவன் இரண்டு முறை கூப்பிட்டான். "ஏன், இதோ இருக்கிறேன்" என்றள் நாகலக்ஷ்மி. "தனியாக ஆற்றுக்குப் போகாதே. நான் வேண்டுமானால் துணைக்கு வருகிறேன்" என்றார் அவர். அவர் குரலில் பச்சாதாபமும் இங்கிதமும் கலந்து ஒலித்தன.

ஆனால், அன்று அவள் மனம் தனிமையைத்தான் நாடியது. ஏகாந்தமாக அந்தப் பரம்பொருளிடம் முறையிட்டு வேண்ட அவள் தனிமையைத்தான் நாடினாள்.

விழாவின் விருந்துச் சாப்பாட்டைத் தயாரிப்பதற்காகச் சமையற்காரன்கூட வந்துவிட்டான். "அம்மா! அண்டாக்களில் ஜலம் நிரப்பவேண்டுமே? கிணற்றிலே சேறும் சகதியும்தான் இருக்கிறது. பண்ணையார் வீட்டு ஊரணியில்தான் ஜலம் கொஞ்சம் தெளிவாக இருக்கிறது. யாராவது கொஞ்சம் என்னுடன் வந்து சிபாரிசு செய்தால் போதும். கொண்டு வந்து நிரப்பி விடுகிறேன்" என்றான் அவன்.

"இதோ பாருங்கள்! கொஞ்சம் போய்ச் சொல்லிவிட்டு வாருங்களேன்" என்றாள் நாகலக்ஷ்மி.

"அவரிடமா? வெறும் வாயை மெல்லுகின்றவருக்கு ஒரு பிடி அவல் கிடைத்தமாதிரின்னா இருக்கும் இப்போது? அவர் உன்னைப்பற்றியும் என்னைப்பற்றியும் கொஞ்சமாகவா பேசுகிறார்?" என்றார் அவர். தம்பதியின் சச்சரவைக் கவனித்த சமையற்காரர் பேசாமல், வருகிறது வரட்டும் என்று நினைத்து, குடத்துடன் பண்ணையார் வீட்டை நோக்கி புறப்பட்டுவிட்டார். யாரும் சிபாரிசு செய்யாமலேயே. அங்கே கிணற்றங்கரையில் பண்ணையார் உரத்த குரலில் தம் அண்டை வீட்டுக்காரிடம் பேசிக் கொண்டிருந்தார். "இவர்கள் மழைக்கு விழாக் கொண்டாடப் போக என் வீட்டுக் கிணற்றில் சேறுதான் மிஞ்சப் போகிறது!" என்று.

ஆற்றில் ஸ்நானத்தை முடித்துக் கொண்டு வரும் வழியில் ஜகதாவைச் சந்தித்தாள் நாகலக்ஷ்மி.

"நீயும் வராமல் இருந்து விடாதடி ஜகது! என்னவோ பைத்தியம்மாதிரி ஆரம்பித்துவிட்டேன். முடித்துத்தானே ஆக வேண்டும்?" என்று சலிப்புடன் பேசினள் நாகலக்ஷ்மி அவளிடம்.

“என்னவோ பார்க்கலாம் மாமி” என்றுவிட்டு அசிரத்தையுடன் போய்விட்டாள் ஜகதா.

அன்று விழாக் கொண்டாட்டம் அமர்க்களப்பட்டது. கொளுத்துகிற வெயிலையும் லக்ஷியம் பண்ணாமல் எல்லோரும் சாப்பாட்டுக்கு வந்திருந்தார்கள்.

“இந்த வெயிலிலே பானையில் பானகத்தைக் கரைத்து வைத்தால் குளிர்ச்சியாக இருக்கும்”

“அடி அப்படியே மணலிலே ஒட்டிக்கொண்டுவிட்டது! ஆற்றங்கரையிலே நெருப்புக் கட்டி வீசறது” என்று சொல்லிக் கொண்டே ஒருவர் விசிறியைக் குளிர்ந்த ஜலத்தில் நனைத்து விசிறிக்கொண்டார்.

அன்று வந்திருந்த ஒவ்வொருவரும் வெயிலைப்பற்றிப் பேசும்போதெல்லாம் தன்னை கேலி செய்வதாகவே நினைத்துக்கொண்டாள் நாகலக்ஷ்மி.

“மழையாவது பெய்கிறதாவது! என்னவோ லீவிலே குழந்தைகளுக்கு ஒரு பொழுதுபோக்காக ஆச்சு” என்று சொல்லிக்கொண்டே தொன்னையுடன் பாயசத்தை உறிஞ்சினார் ஒருவர். எல்லோரும் வயிறாற உண்டனர். மறைமுகமாகக் கேலி செய்தார்கள். “உஸ்! வெயில், வெயில்!” என்று சமயம் நேர்ந்தபோதெல்லாம் பேசினார்கள்.

விழாவின் அமர்க்களம் குறைந்த பிறகு நாகலக்ஷ்மி பகவானின் பிரசாதமாக ஒரு டம்ளர் பாயசம் மட்டும் சாப்பிட்டாள். வெற்றியையும் தோல்வியையும் ஒன்றாகக் கொள்ளவேண்டும் என்பது கண்ணனின் வாக்கல்லவா? கடமையைச் செய்துவிட்ட பெருமை அவள் முகத்தில் நிரம்பி இருந்தது. ஆனால் எங்கேயோ ஒரு சிறு குறை தோன்றி அவள் மனத்தை அரித்துக்கொண்டே இருந்தது.

காலச்சுவடு பப்ளிகேஷன்ஸ் (பி) லிட்.
Published by Kalachuvadu Publications Pvt. Ltd.,
669, K.P. Road, Nagercoil 629001, India
Phone: 91-4652-278525
e-mail: publications@kalachuvadu.com

07/2023/S.No. 1129, kcp 4470, 18.6 (2) uss